காலித் ஹுஸைனி

ஆஃப்கானிஸ்தானின் காபூலில் பிறந்தவரான காலித் ஹுஸைனி, 1980இல் அமெரிக்காவுக்குக் குடிபெயர்ந்தவர். அவருடைய முதல்நாவலான தி கைட் ரன்னர், *முப்பத்து நான்கு நாடுகளில் வெளியானதும், உலக அளவில், விற்பனையில் சாதனை புரிந்ததுமான ஓர் புத்தகம். 2006 இல் அகதிகளுக்கான ஐக்கிய நாடுகளின் முகமைக்கான அமெரிக்காவின் நல்லிணக்கத்தூதுவராக அவர் நியமிக்கப்பட்டார். காலித் வடக்குக் கலிபோர்னியாவில் வாழ்கிறார்.*

பட்ட விரட்டி

'சலனமற்ற தீவிரம் கொண்டது, ஸ்தம்பிக்கச் செய்வது, இதயத்தை உடைப்பது.' – கார்டியன்

'வருடக்கணக்காக நம்முடைய நினைவில் தங்கியிருக்கும் மறக்கமுடியாத கதையிது. நாவலின் இழைகளாக இருப்பவை இலக்கியம் மற்றும் வாழ்க்கையின் அரிய கருப்பொருட்கள்: அன்பு, கண்ணியம், குற்றவுணர்வு, அச்சம், பிராயசித்தம்... இது சொல்லப்பட்டிருக்கும் தீவிரத்தன்மையில் இதற்குப் பிறகு நான் படித்த எல்லாமே உப்புச்சப்பற்றவையாகத் தோன்றின.' – தி ஹவுஸ் ஆஃப் தி ஸ்பிரிட்ஸின் ஆசிரியர் இசபெல் அயந்தே

'மிகுந்த வேதனையையும் அதே நேரம் உற்சாகத்தையும் ஊட்டுவது... கூர்வாளின் முனை போலத் தீட்டப்பட்ட மொழியும், கதை சொல்லலின் கச்சிதத்தன்மையும், தீவிர மனஎழுச்சி மற்றும் ஒழுக்க முரண்பாடுகளால் பின்னப்பட்டுள்ள கதையின் பயங்கரமான புதிர்களை மெல்ல அவிழ்க்கின்றன.' – டெய்லி டெலிக்ராஃப்

'அருமையான மொழி, மனதை இளகச்செய்யும் கருப்பொருட்கள், கற்பனாதீதமான கதை சொல்லும் பாணி இவற்றின் கச்சிதமான கலவை.' – லிட்டெரரி ரிவ்யூ

'ஆஃப்கானிஸ்தான் மற்றும் கலிஃபோர்னியாவைக் கதைக்களங்களாகக் கொண்டு அன்பு, துரோகம், இழப்பு, வன்முறை ஆகியவற்றைப் பேசி கிறுகிறுக்கச் செய்யும் நாவல்.' – நியூ ஸ்டேட்ஸ்மேன்

'மிகக் கவித்துவமானது, தீர்க்கமான அறத்தைப் பேசுவது.' – இண்டிபெண்டென்ட் ஆன் சண்டே

'இன்றளவும் தங்களை அச்சுறுத்தும் வன்முறை சக்திகளை வெல்வதற்காக, தன் நாட்டு மக்கள் எவ்வளவு காலமாகப் போராட வேண்டியிருந்தது என்பதை நமக்கு நினைவுபடுத்த, காலித் ஹுசைனி சொல்லும் தெளிவான மற்றும் விறுவிறுப்பான கதை.' – நியூ யார்க் டைம்ஸ்

பட்ட விரட்டி

காலித் ஹுசைனி

எதிர்
வெளியீடு

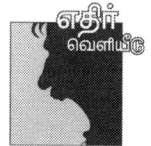

பட்ட விரட்டி

காலித் ஹுசைனி

தமிழில்: எம். யூசுப் ராஜா

முதல் பதிப்பு: 2012

எதிர் வெளியீடு,
96, நியூ ஸ்கீம் ரோடு, பொள்ளாச்சி – 642 002
தொலைபேசி: 04259 226012, 99425 11302

வடிவமைப்பு: ஜீவமணி

விலை: ரூ. 450

The Kite Runner
Khaled Hosseini
Copyright© 2007 ATSS Publications. LLC
Translated by M. Yusuf Raja

First Edition: 2012
Published by
Ethir Veliyeedu, 96, New Scheme Road, Pollachi - 642 002
email: ethirveliyedu@gmail.com
www.ethirveliyedu.in

ISBN: 978-93-84646-62-2
Printed at Jothy Enterprises, Chennai.

All rights reserved. No part of this book may be reprinted or reproduced or utilised in any form or by any electronic, mechanical or other means, now known or hereafter invented, including photocopying and recording, or in any information storage or retrieval system, without permission in writing from the Publisher.

பத்தாவது ஆண்டு நிறைவுப் பதிப்புக்கான முன்னுரை

என்னுடைய மனதில் உருக்கொண்டிருந்த இரண்டு சிறுவர்களைப் பற்றிய கதையை எனக்கு நானே சொல்லிக்கொள்வதற்காகவே தி கைட் ரன்னரை நான் எழுதத்துவங்கினேன். அவர்களில் ஒருவன் உணர்வுரீதியாகவும் ஒழுக்கம் சார்ந்தும் தனக்குள்ளாகவே முரண்பட்டுக்கொண்டிருந்தவன். மற்றவன் நன்மையிலும் ஓர்மையிலும் விசுவாசம் கொண்டிருந்தவன். அவர்களுடைய நட்பு சபிக்கப்பட்டதென்பதையும் அவர்களின் பிரிவு இருவரின் வாழ்க்கையையும் மிகப்பெரிய அளவில் பாதிக்கும் என்பதையும் நான் அறிந்திருந்தேன். அதற்கான காரணங்கள் என்னவென்பது தான் என்னை இந்த நாவலை எழுதச்சொல்லி வற்புறுத்தியவை, அதற்காகவே நான் எழுதியாகவேண்டும் என்று முடிவு செய்தேன், ஆனால் இந்தக் கதையை நான் எனக்காக எழுதிக்கொள்கிறேன் என்றேதான் நினைத்திருந்தேன்.

ஆனால், புத்தகம் வெளியான பிறகு அதற்கு உலகெங்கிலுமிருந்து கிடைத்த வரவேற்பு என்னைத் திகைக்கச் செய்துவிட்டது. லண்டன், இந்தியா, டெல் அவிவ், சிட்னி, அர்கன்ஸாஸ் போன்ற இடங்களிலிருந்து மிகுந்த அன்பை வெளிப்படுத்தும் கடிதங்கள் வருவது எனக்கு மிகுந்த ஆச்சரியத்தை உண்டாக்குகிறது. பலரும் ஆஃப்கானிஸ்தானுக்கு நிதி அனுப்பவும், சிலர் அனாதை ஆஃப்கன் குழந்தைகளைத் தத்தெடுத்துக்கொள்ளவும் விருப்பம் தெரிவிக்கின்றனர். அவமானம், குற்றவுணர்வு, நட்பு, காதல், மன்னிப்பு, பிராயசித்தம் போன்ற உணர்வுகள் எல்லா மனிதர்களுக்கும் ஒன்றுதான் என்பதையும் மனிதர்களை ஒரே புள்ளியில் இணைக்கக் கூடிய அரிய தன்மை புனைவிலக்கியத்துக்கு உண்டென்பதையும் நான் தெரிந்து கொண்டேன்.

என்னுடைய குழந்தைப்பருவமும் அமீருடையதும் பலவிதங்களில் ஒத்திருந்ததால், வாழ்க்கை, புனைவை பாதிக்கும் விதங்களை நான் அறிந்தேயிருந்தேனென்றாலும், *தி கைட் ரன்னரை* முடித்த பிறகிலிருந்து புனைவு வாழ்வின் மீதும் அதன் வாசகர்களின் மீதும், அதன் ஆசிரியரின் மீதும்கூட செலுத்தும் ஆதிக்கத்தை நான் நன்றாக உணர்ந்திருக்கிறேன். 2003 மார்ச்சில், நாவல் மெய்ப்புத்திருத்தப்பட்டு அச்சுக்குப் போயான பிறகு, நான் காபூலுக்கு, இருபத்தியேழு வருடங்களுக்குப் பிறகு மீண்டும் சென்றேன். *தி கைட் ரன்னரின்* அத்தியாயங்களின் முதல் இரண்டிலொரு பங்கு முதலில் ஆஃப்கானிஸ்தானிலும் பிறகு காலிஃபோர்னியாவிலுமான என் குடும்பத்தாரின் அனுபவங்களின் அடிப்படையில் எழுதப்பட்டதென்றாலும் காபூலுக்கு நான் மீண்டும் சென்ற அனுபவத்தை நான் அங்கு போவதற்கு முன்னரே என்னுடைய பிரதான பாத்திரத்திற்காக எழுதிவிட்டேன். ஏழாம் வகுப்புப் படித்துக்கொண்டிருந்த, மெலிந்த, பதினோரு வயதுச் சிறுவனாக ஆஃப்கானிஸ்தானை விட்டுச் சென்ற நான், முப்பத்து எட்டு வயது மருத்துவராக, எழுத்தாளராக, கணவனாக, இரண்டு குழந்தைகளின் தந்தையாக அங்கு திரும்பிச் செல்கிறேன்.

இப்படியான விநோதமான சூழலில், காபூலில் நான் தங்கியிருந்த இரண்டு வார காலம், மிகுந்த கனவுத்தன்மை பொருந்தியதாக மாறியது. என்னுடைய மனதின் கண்களால், அமீரின் கண்களால், நான் முன்னமே பார்த்திருந்த இடங்களையும், பொருட்களையும், நான் மீண்டும் பார்த்தேன். *தி கைட் ரன்னரிலிருந்து* சில வார்த்தைகள் எனக்கு நினைவில் வந்தன, அமீரின் எண்ணங்கள் திடீரென்று என்னுடையவையாகின: என் தாய்நாட்டோடு எனக்கிருந்த பந்தம்... அது என்னை ஆச்சரியபடுத்தியது... நான் இந்த நிலத்தை மறந்துவிட்டதாக எண்ணியிருந்தேன். ஆனால் மறந்திருக்கவில்லை... ஆஃப்கானிஸ்தானும் என்னை மறக்கவில்லை என்றே தோன்றுகிறது. வழக்கமாக, நாம் நம் அனுபவத்தைத் தான் எழுதுவோம். ஆனால் நானோ நான் எழுதியிருந்ததை அனுபவிக்கவிருந்தேன்.

சீக்கிரமே அமீரின் நினைவுகளுக்கும் என்னுடையவற்றுக்கும் இடையிலிருந்த கோடு அழியத்தொடங்கிற்று. என்னுடைய நினைவுகளை, *தி கைட் ரன்னரின்* பக்கங்களில், அமீர் வாழ்ந்து முடிக்க, நான் அவனுடையவைகளை வாழ்ந்துகொண்டிருப்பதைப் பார்க்கிறேன். அமீர், தன் தகப்பனாரின் வீட்டைக் கண்டடைந்ததைப் போல, வாசிர் அக்பர் கானில், என் தகப்பனாரின் பழையவீட்டை நான் கண்டுபிடித்த நிமிடத்தில் புனைவும் நிஜ வாழ்வும்

ஒன்றில் ஒன்று பொருந்திப்போனது போல, வேறெப்போதும் நிகழ்ந்திருக்கவில்லை என்றே நினைக்கிறேன்.

அதே தெருவிலிருந்த பாபாவின் வீட்டை நான் கண்டுபிடிக்க மூன்று நாட்களாகிற்று. என்னிடம் முகவரியில்லை, அந்த அண்டை அயலே வெகுவாக மாறிப்போயிருந்தது. அந்த நுழைவாயிற்கதவின், பழக்கமான அந்த வளைவைப் பார்க்கும்வரை நான் தேடிக்கொண்டே தான் இருந்தேன்.

என் பழைய வீட்டுக்குள் போக எனக்கு வாய்ப்புக் கிடைத்தது, அங்கிருந்த பஞ்ச்ஷிரி வீரர்கள் கருணையுடன் எனக்கு அந்த நினைவேக்கநடையை நிகழ்த்திக்கொள்ள அனுமதியளித்தார்கள். அமீரின் குழந்தைப்பருவ வீட்டிற்கு நிகழ்ந்ததைப் போலவே அங்கும் வர்ணப்பூச்சு மங்கியிருந்தது, புல்வெளி காய்ந்திருந்தது, மரங்களைக் காணவில்லை, சுவர்கள் உதிர்ந்துகொண்டிருந்தன. என்னுடைய நினைவிலிருந்த பெரிய வீட்டோடு ஒப்பிட இந்த வீடு உண்மையில் எவ்வளவு சிறியதாகயிருந்ததென்று நானும் வியந்துபோனேன். அந்த நுழைவாயிலின் உள்ளே அடியெடுத்து வைத்ததுமே அந்த நடைபாதையில் - சத்தியம் செய்கிறேன் - அமீர் அவனுடைய தந்தையின் வீட்டில் பார்த்ததைப் போன்ற, ரோஷேக்திட்டு-வடிவ எண்ணெய்க்கறையொன்றை நானும் பார்த்தேன். அங்கிருந்த வீரர்களுக்கு நன்றி கூறி, விடைகொடுத்தபோது நான் இன்னொன்றையும் புரிந்துகொண்டேன்; *தி கைட் ரன்னரை* மட்டும் நான் எழுதியிருக்கவில்லை என்றால், என் தகப்பனாரின் வீட்டைத்தேடிக் கண்டுபிடித்த அனுபவம் என்னை வெகுவாக உணர்ச்சிவசப்பட வைத்திருந்திருக்கும். ஆனால் அந்த அனுபவத்தை நான் முன்னமே அனுபவித்து விட்டேனே. அமீரின் அருகில், அவனுடைய தந்தையின் வீட்டு வாசலில் நின்று, நான் அந்த இழப்பை உணர்ந்திருக்கிறேன். அந்தத் துருப்பிடித்த இரும்புக்கம்பிகளைப் பிடித்துக்கொண்டு, தொய்ந்துகொண்டிருந்த கூரைகளையும், நொறுங்கிக்கொண்டிருந்த அந்த வாசற்படிகளையும் நாங்கள் இருவருமே பார்த்தோம். அந்தக் காட்சியை நான் முன்னமே எழுதிவிட்டதால் என்னுடைய உண்மையான அனுபவத்தின் உணர்வுகள் மட்டுப்பட்டுப்போயின. இப்படித்தான், கலை, நிஜ வாழ்வின் துயரங்களை மட்டுறுத்துக்கிறது எனலாம்.

தி கைட் ரன்னர் வெளியாகி பத்து வருடங்களாகிவிட்டன. நான் இப்போதும் இந்தப் புத்தகத்தை நேசிக்கிறேன். ஏடாகூடமான, கட்டுக்கடங்காத, பிரச்சனைக்குரிய, வம்புக்கார ஆனால் அதே சமயம் விரிந்த இதயமும், கண்ணிய நடத்தையும் கொண்ட

உங்கள் குழந்தையை நீங்கள் நேசிப்பதுபோல நான் இந்த நாவலை நேசிக்கிறேன். வெளிவந்து பத்தாண்டுகள் ஆனபிறகும் உலக அளவில் இதற்குக் கிடைக்கும் வரவேற்பைப் பார்த்து நான் ஆச்சரியப்படுகிறேன். வாசகர்கள்-அதன் திருப்பங்களுக்கும் திடுக்கிடல்களுக்கும், அதன் கதாபாத்திரங்களுக்கும், குற்றவுணர்வாலும் சுயசந்தேகத்தாலும் பீடிக்கப்பட்டிருக்கும் அமீருக்கும், தூய உள்ளமும், அகாலத்தில் மரணிக்கவிருப்பவனாக சபிக்கப்பட்டவனுமான ஹசனுக்கும்-இந்த கதைக்குக் கொடுக்கும் கவனத்தைப் பார்த்து நான் பூரித்துப்போகிறேன். இந்தக் கதை ஆஃப்கானிஸ்தான் என்றாலே, தோரா போராவின் குகைகளையும், கசகசாத்தோட்டங்களையும், பின் லேடனையும் நினைவில் கொணராமல், அதன் அசல் தன்மையோடு தங்கள் உள்ளங்களில் நிலைகொள்ளச் செய்திருப்பதாக வாசகர்கள் சொல்லும்போது, ஒரு ஆஃப்கனாக நான் பெருமிதம் கொள்கிறேன். என்னுடைய தாய்நிலத்தை, மகிழ்ச்சியற்ற, கடுந்தொல்லைகளுக்குள்ளான, துயர்பீடித்த ஒரு நிலமாக அல்லாமல், ஆஃப்கானிஸ்தானுக்கென்ற தனித்துவமான தோற்றத்தோடு தங்கள் மனங்களில் இருத்திக்கொள்ள இந்த நாவல் உதவியிருப்பதாக அவர்கள் சொல்லும்போது அதை எனக்குக் கிடைத்த மிகப்பெரிய கௌரவமாகக் கருதுகிறேன். இதை நீங்களும் ஒப்புக்கொள்வீர்கள் என்று நம்புகிறேன்.

உங்களுடைய ஊக்கத்துக்கும் உறுதுணைக்கும் என்றைக்குமான நன்றிகள்.

காலித் ஹுசைனி

ஒன்று

டிஸம்பர் 2001

1975 ஆம் ஆண்டின் மேகம் சூழ்ந்து கப்பிய வானத்துடன் குளிராக இருந்த ஒரு மழை நாளில் இருந்ததைப் போல இன்று நான் ஆனேன். அப்போது எனக்கு பனிரெண்டு வயது. உடைந்து சிதில மடைந்திருந்த மண் சுவரொன்றின் பின்னிலிருந்து உறைந்து போயிருந்த மலைகளுக்கிடையிலிருந்த குறுகிய சமவெளியை அகலக் குறைவான சிறிய தெருக்களின் சந்துகளில் குனிந்து பார்த்துக் கொண்டிருந்த அந்தக் கணத்தை நினைத்துக் கொள்கிறேன். மிக நீண்ட காலமாகிவிட்டது. பழைய நினைவுகளை மறக்கலாம், மறைக்கலாம் என்று சொல்வது எல்லாம் தவறு என்று நான் அறிந்து கொண்டேன். ஏனென்றால் நினைவுகள் தமது கூரிய நகங்களால் நம்மை நன்கு பற்றிப் பிடித்திருக்கின்றன. இன்று எண்ணிப் பார்க்கும்போது நாசமாகிப் போன அந்தக் குறுகிய தெருக்களையே கடந்த இருபத்தியாறு ஆண்டுகளாக நான் பார்த்துக் கொண்டிருக் கிறேன் என்பதை உணர்கிறேன்.

கடந்த கோடையின் ஒரு நாளில் பாகிஸ்தானிலிருந்த என் நண்பர் ரஹீம்கான் தொலைபேசியில் அழைத்து தன்னை சந்திக்க வரும்படி கூறியிருந்தார். தொலைபேசியை காதில் வைத்தபடி சமயலறையி லிருந்த எனக்கு தொலைபேசியில் அழைத்தது ரஹீம்கான் மட்டுமல்ல, எனது சரி செய்யப்படாத கடந்த கால பாவங்களும்தான்

என்று பட்டது. தொலைபேசியை வைத்தபின் கோல்டன் கேட் பூங்காவின் வட கோடியிலிருந்த ஸ்ப்ரெக்கள்ஸ் ஏரிக்கரையில் சற்று நடக்கலாம் எனச் சென்றேன். இளந்தென்றலால் தள்ளப்பட்ட டஜன் கணக்கான சிறிய படகுகள் சென்று கொண்டிருந்த ஏரியின் நீர்ப்பரப்பின்மேல் இளங்காலைச் சூரிய ஒளி மின்னிக் கொண்டிருந்தது. நீல நிற வால்களுடன் சிவப்பு நிற பட்டங்களிரண்டு வானில் பறப்பதைப் பார்த்தேன். இன்று எனது ஊர் என்று சொல்லிக் கொள்ளும் சான்ஃபிரான்ஸிஸ்கோ நகரை இரண்டு கண்கள் கொண்டு பார்ப்பதுபோல் அந்த இரண்டு பட்டங்களும் பூங்காவின் மேற்குக் கோடியில் காற்றாலைகள் மற்றும் மரங்களுக்கு மேல் உயரத்தில் மிதந்து நடனமிட்டுக் கொண்டிருந்தன. சட்டென்று என் காதில் பிளந்த உதடுகளைக் கொண்ட பட்ட விரட்டி ஹஸனின் கிசுகிசுப்புக் குரல் கேட்டது, "ஏய், உன்னிடம்தான் சொல்கிறேன், ஆயிரம்முறை முடிந்துவிட்டது".

வில்லோ மரத்தின் அருகிலிருந்த பூங்கா பெஞ்சில் அமர்ந்தேன். தொலைபேசியை வைப்பதற்கு முன் ரஹீம்கான் பேசிய விஷயத்தில் எதையோ செய்து இருக்கலாமோவென்ற எண்ணம் தோன்றியது. மீண்டும் நன்றாக இருக்க, நல்லபடியாக இருக்க ஒரு வழி இருக்கிறது. அந்த இரண்டு பட்டங்களையும் நான் பார்த்தேன். ஹஸனை நினைத்துக் கொண்டேன். அப்பாவை நினைத்தேன். அலி மற்றும் காபூலையும் நினைத்துக் கொண்டேன். 1975-ன் மழைக்காலம் வரை வாழ்ந்த வாழ்க்கையையும், இன்று இருப்பதைப் போல மாறிப் போன வாழ்க்கையையும் நினைத்துக் கொண்டேன்.

இரண்டு

நானும் ஹஸனும் சிறுவர்களாயிருந்தபோது, என் அப்பாவின் வீட்டு இடைவழிப் பாதையிலிருந்த பாப்ளார் மரங்களின் மீதேறி, உடைந்த கண்ணாடித் துண்டைக் கொண்டு சூரிய ஒளியை அண்டை வீடுகளின்மேல் பிரதிபலிக்கச் செய்து அவர்களுக்குத் தொல்லை கொடுப்பது எங்கள் வழக்கமாயிருந்தது. உயர்ந்திருக்கும் கிளைகளின் மேல் அமர்ந்திருக்கும் எங்கள் கால்சட்டைப் பைகளில் உலர்ந்த மல்பெரியும், வால்நட்டுகளும் நிறைந்திருக்கும். மல்பெரியைத் தின்று கொண்டு, கண்ணாடியைக் கைமாற்றிக் கொண்டு, ஒருவர் மீது ஒருவர் எறிந்து சிரித்து மகிழ்ந்து விளையாடிக் கொண்டிருப் போம். மரத்தினால் செய்யப்பட்ட சீன பொம்மை போன்ற சூரிய ஒளியில் பளீரிடும் வட்டவடிவமான முகத்தைக் கொண்ட ஹஸனை அந்த மரத்தின் மீது இன்னும் என்னால் பார்க்க முடிகிறது. அவனது தட்டையான அகன்ற மூக்கு மற்றும் ஒளியின் தன்மையைப் பொறுத்து தங்க நிறம், பச்சை நிறம், வெளிர் ஊதா நிறமென மின்னும் மூங்கில் இலையைப் போன்ற அவனது கூரிய விழி களையும், அவனது சிறிய காதுகளையும், தயார் செய்தபிறகு செய்த பிற்சேர்க்கை போன்ற அவனது முகவாயையும் என்னால் பார்க்க முடிகிறது. சீன பொம்மைத் தயாரிப்பாளனின் கருவியின் தவறுத லாலோ அல்லது அவனது சோர்வின் காரணமான அக்கறைக் குறை வினாலோ ஏற்பட்டது போலத் தோன்றும் அவனது பிளவுபட்ட உதட்டைக் கூட என்னால் பார்க்க முடிகிறது.

அந்த மரங்களில் அமர்ந்திருந்த சில நேரங்களில் அவனுடைய உண்டைவில் மூலம் வால்நட் கொட்டைகளைக் கொண்டு அண்டை

வீட்டாரின் ஒற்றைக்கண் ஜெர்மன் ஷெப்பர்ட் நாய்மீது அடிக்கும்படி ஹஸனிடம் சொல்லியிருக்கிறேன். ஆனால் அதனை ஹஸன் ஒருபோதும் விரும்பியதில்லை. நான் உண்மையிலேயே அவனை சற்று அழுத்தமாகக் கேட்டிருந்தால் அவன் மறுத்திருக்கவும் மாட்டான். ஹஸன் எதனையும் எப்போதும் எனக்கு மறுத்ததில்லை. உண்டைவில்லெறிதலில் மிகவும் நிபுணனாயிருந்தான். ஹஸனின் தந்தை அலி, எங்களைப் பிடிப்பதும் கடுமையான கோபம் கொள்வதும் வழக்கமாயிருந்தது. அவர் விரலை ஆட்டி எங்களை மரத்தை விட்டு இறங்கச் சொல்லுவார். அவர் கண்ணாடித் துண்டை எங்களிடமிருந்து பிடுங்கிக் கொள்வார். முஸ்லிம்களை தொழுகையிலிருந்து திசை திருப்புவதற்காக சாத்தான் கூட கண்ணாடி ஒளியைக் காண்பித்ததாக அவர் தாயார் சொன்னதாக அலி சொல்லுவார். "அதனை சாத்தான் சிரித்துக் கொண்டே செய்வான்" என்று கோபத்தால் சிவந்த முகத்தைக் கொண்டு தனது மகனைப் பார்த்துச் சொல்லுவார். சாத்தானுக்கு மனிதர்களைக் கெடுப்பதில் அவ்வளவு மகிழ்ச்சி என்பது அதற்கு அர்த்தம்.

தனது தந்தையின் கால்களை கீழ்நோக்கி பார்த்துக்கொண்டே அதனை ஆமோதிப்பதுபோல் முணுமுணுப்பான் ஹஸன். என்னை அவன் எப்போதுமே காட்டிக் கொடுத்தது இல்லை. அண்டை வீட்டார் மீது கண்ணாடி ஒளியை அடிப்பது, அவர்கள் வீட்டு நாய் மீது வால்நட் கொட்டைகளை எறிவது போன்றவையெல்லாம் என் ஐடியாக்கள்தான் என்று அவன் சொன்னதே இல்லை.

செங்கற்களைக் கொண்ட இருபுறமும் பாப்ளார் மரங்கள் நிற்கும் அந்தப் பாதை இரும்பினாலான ஒரு நுழைவாயிலில் முடியும். அந்த இரும்பு கிரில் கதவினைத் திறந்தால் என் அப்பாவின் பண்ணைக்குச் செல்ல முடியும். அந்தச் செங்கல்லாலான சாலையின் இடது பக்கம் வீடும், அதன் முடிவில் கொல்லைப்புறமும் அமைந்திருக்கும்.

காபூல் நகரின் வடக்குப் பகுதியிலிருந்த செல்வவளம் மிகுந்த வஸீர் அக்பர் கான் மாவட்டத்தில் என் அப்பா கட்டிய வீடு மிகமிக அழகானது என்று ஒவ்வொருவரும் சொல்வார்கள். காபூலிலேயே மிக அழகான வீடு என்று சிலர் அதனைப்பற்றி நினைப்பார்கள். வீட்டின் முன் வாசலின் அகலமான வழியின் இருபுறமும் ரோஜாச் செடிகள் நிறைந்திருக்கும். வீடு பளிங்குக் கற்கலாலான தரையுடன் பெரிய ஜன்னல்களுடன் அழகாக இருக்கும். என் அப்பாவால் மிகவும் கவனத்துடன் தேர்ந்தெடுக்கப்பட்ட இஸ்ஃபஹான் மொஸைக் கற்களால் குளியலறையின் தரைகள் அழகாக

அமைந்திருக்கும். வீட்டின் உள் சுவர்கள் கல்கத்தாவில் எனது அப்பாவால் வாங்கப்பட்ட தங்க வேலைப்பாடமைந்த அலங்காரத் திரைகளைக் கொண்டிருக்கும். வேலைப்பாட்டுடனான கிரிஸ்டல் தொங்கு விளக்குச் சரம் மேலிருந்து தொங்கிக் கொண்டிருக்கும்.

மேல்மாடியில் எனது அறை, அப்பாவின் அறை, அவருடைய படிப்பறை ஆகியவை இருக்கும். புகையிலையும் இலவங்கமும் கலந்த வாசனையுடனான அந்த படிப்பறை புகைக்கும் அறையுமாகும். அங்கிருந்த கருப்புத் தோல் நாற்காலிகளில் எனது அப்பாவும் அவருடைய நண்பர்களும் சாய்ந்து அமர்ந்திருக்க அலி இரவு உணவைப் பரிமாறுவார். அவர்கள் தங்கள் புகைக் குழாய்களை நிரப்பிக் கொள்வார்கள். அப்படி நிரப்புவதை என் அப்பா "புகைக் குழாயை பருக்கச் செய்வது" என்பார். அவர்கள் தங்களுக்கு மிகவும் பிடித்தமான விஷயங்களான அரசியல், வியாபாரம், கால்பந்தாட்டம் பற்றிப் பேசுவார்கள். சில சமயம் நானும் அவர்களுடன் இருக்க முடியுமா என்று அப்பாவிடம் கேட்டால் அறையின் வாசலில் நின்று கொண்டு "போ, இது பெரியவர்களுக்கானது. நீ ஏன் உனக்கான புத்தகங்களைப் படிக்கக்கூடாது?" என்று கூறி கதவினை அடைத்துக் கொள்வார். எனக்கு ஒரே திகைப்பாக இருக்கும். "ஏன் அவருடைய இந்த நேரங்களெல்லாம் பெரியவர்களுக்காவே இருக்கிறது?" என்று நினைத்துக்கொண்டு என் கால்களை நெஞ்சில் படும்படி மடக்கி வைத்துக் கொண்டு கதவினருகிலேயே அமர்ந்து விடுவேன். சிலசமயம் ஒரு மணி நேரமோ, இரண்டு மணி நேரமோ அவர்களது பேச்சையும், சிரிப்பொலிகளையும் கேட்டுக் கொண்டேயிருப்பேன்.

கீழே உள்ள ஹால், வட்டச் சுவர்களுடன் அலமாரிகளுடனிருக்கும். உள்ளே சட்டமிடப்பட்ட குடும்பப் புகைப்படங்களிருக்கும். அவற்றுள் மன்னர் நாதிர்ஷா கொல்லப்படுவதற்கு இரண்டு ஆண்டுகளுக்கு முன்னால் 1931-ல் அவருடன் எனது தாத்தா எடுத்துக் கொண்ட பழைய புகைப்படமும் இருக்கும். அந்தப் புகைப்படத்தில் அவர்களிருவரும் வேட்டைக்கான முழங்கால் வரை உயர்ந்த பூட்ஸுகளை அணிந்து, தோளின்மீது துப்பாக்கியுடன் கொல்லப் பட்ட மானின் மீது கால்களை வைத்துக் கொண்டு நிற்பார்கள். எனது பெற்றோர்களின் திருமணப் புகைப்படமும் இருக்கும். அதில் எனது அப்பா பிரமாதமான கருநிற சூட்டுடனும், எனது தயார் மென்னகை தவழும் வெள்ளுடை அணிந்த இளவரசியாகவும் இருப்பார்கள். எனது தந்தையும் அவருடைய நெருங்கிய நண்பரும் வர்த்தகக் கூட்டாளியுமான ரஹீம்கானுடன் இருக்கும் இன்னுமொரு புகைப்படத்தில் நானுமிருப்பேன். வீட்டிற்கு வெளிப்புறத்தில்

எடுக்கப்பட்ட அந்தப் புகைப்படத்தில் குழந்தையாயிருந்த என்னை சற்றே களைப்புடன் கூடிய முகத்துடன் என் தந்தை பிடித்துக் கொண்டிருப்பார். எனது விரல்கள் ரஹீம்கானையும் பற்றியிருக்கும்.

வீட்டின் உணவறையின் நடுவில் மஹோகனி மரத்தினாலான உணவு மேசை இருக்கும். முப்பது பேர் ஒரே நேரத்தில் தாராளமாக உணவருந்தும்படியான அந்த மேசை எனது அப்பாவின் ஆடம்பர விருந்துணர்வைக் காட்டும்படியாக இருக்கும். கிட்டத்தட்ட எல்லா வார இறுதிநாட்களிலும் அப்படிப்பட்ட ஆடம்பர விருந்தை என் அப்பா நடத்துவார். உணவறையின் ஒரு பகுதியில் பளிங்குக் கற்கலாலான கணப்பறை இருக்கும். குளிர்காலங்களில் எப்போதும் அந்தக் கணப்பறை ஆரஞ்சு வண்ண தீ சுவாலையுடன் இருக்கும்.

நகரக்கூடிய பெரிய கண்ணாடிக் கதவினைத் திறந்தால் அரைவட்ட வடிவிலான மேற்கூரையும் இரண்டு ஏக்கர் பரப்புள்ள கொல்லைப் புறமும் வரிசையாக நிற்கும் செர்ரி மரங்களும் தெரியும். கிழக்குப் பக்க சுவர்ப் பகுதியில் அப்பாவும் அலியும் ஒரு காய்கறித் தோட்டமிட்டிருந்தார்கள். அதில் தக்காளி, புதினா மற்றும் மிளகாயும் பயிரிட்டிருப்பார்கள். அவற்றுடன் சுவரருகில் சோளச் செடிகளும் வரிசையாக இருக்கும். அதிலிருந்த சோளக் கதிர்கள் எப்போதுமே பிடுங்கப்படாமல் இருந்ததால் நானும் ஹஸனும் அவற்றை "வேதனைப்படும் சோளச் சுவர்" என்றழைப்போம்.

தோட்டத்தின் தென் கோடியில் சலசலக்கும் மரங்களின் நிழலில் வேலையாட்களுக்கான மண் சுவர்களைக் கொண்ட நல்லதொரு குடிலிருக்கும். அங்கேதான் ஹஸன் தனது தந்தையுடன் வசித்தான்.

என்னைப் பிரசவித்தவுடன் எனது தாயார் இறந்த ஒரு ஆண்டு கழித்து 1964ஆம் ஆண்டின் மழைக்காலத்தில் அந்த சிறிய குடிலில்தான் ஹஸன் பிறந்தான்.

எங்களது வீட்டில் நான் வாழ்ந்த அந்த பதினெட்டு ஆண்டுகளில் விரல்விட்டு எண்ணக்கூடிய முறைகளே ஹஸனின் அந்த குடிலுக்கு நான் சென்றிருக்கிறேன். மலைக்குன்றுகளுக்கிடையே சூரியன் மறையும்வரை நாங்கள் விளையாடிக் கொண்டே இருப்போம். பின்னர் பிரிந்து ரோஜாத் தோட்டங்களின் வழியாக எனது வீட்டிற்கு நான் செல்வேன். பிறந்து தனது வாழ்நாள் முழுவதையும் எங்கு வாழ்ந்தானோ அந்த மண் குடிலுக்கு ஹஸன் செல்வான்.

எனக்கு நினைவிருக்கிறது. இரண்டு மண்ணெண்ணெய் விளக்குகள் மங்கலான ஒளியுடன் இருக்கும். அறையின் இரண்டு எதிர் பகுதிகளிலும் இரண்டு பாய்களிருக்கும். முனைகள் சிதைந்த பழைய கிழிந்த ஹீராட் தரை விரிப்பொன்று அவற்றுக்கு இடையே இருக்கும். ஒரு முக்காலியும், ஹஸன் ஓவியம் வரையும் மேசையொன்றும் மூலையில் இருக்கும். "அல்லாஹு அக்பர்" (இறைவன் மிகப் பெரியவன்) என மணிகளால் கோர்க்கப்பட்ட ஒரு அலங்காரத்தைத் தவிர சுவர்கள் வெறுமையாகவே இருக்கும். மஸாத் நகருக்கு எனது அப்பா சென்றிருந்தபோது அதனை அலிக்காக வாங்கி வந்திருந்தார்.

அந்த சிறிய குடிலில்தான் ஹஸனின் தாயார் சனோபர் 1964 ஆம் ஆண்டின் குளிர்காலத்தில் ஹஸனைப் பிரசவித்தாள். என்னைப் பிரசவிக்கும்போதே அதிக இரத்தப்போக்கால் என் தாய் இறந்தார். ஆனால் ஹஸனின் தாய் ஆடிப்பாடும் நாடோடிக் கூட்டம் ஒன்றுடன் ஓடிப் போய்விட்டாள். அதுவும் அவனைப் பிரசவித்த ஒரு வாரத்திற்குள்ளாகவே. ஆப்கானியர்களுக்கு மனைவி ஓடிப் போய்விடுதல் என்பது மரணத்தை விட மிகவும் மோசமானது.

தாய் என்றொருத்தி இருந்ததே இல்லை என்பது போல் ஒருபோதும் ஹஸன் தன் தாயைப் பற்றி பேசியதில்லை. அவள் எங்கே, எப்படி இருப்பாள் என்பதைப் பற்றி அவன் கனவேனும் கண்டிருப்பானா என்று நான் நினைப்பதுண்டு. அவளை சந்திக்க ஹஸன் ஏங்கியிருப்பானா என்றும் நினைத்ததுண்டு. நான் பார்த்தேயிராத என் தாய்க்காக வேதனை பட்டதைப்போல் அவன் வேதனை பட்டிருப்பானா? ஒருநாள் எங்கள் வீட்டிலிருந்து நானும் ஹஸனும் இஸ்திக்லால் நடுநிலைப் பள்ளிக்கருகிலிருந்த என் அப்பா எப்போதும் போகக் கூடாது என்று தடுத்திருந்த ராணுவ காப்பரண்களின் குறுக்கு வழியாக ஈரானிய நாட்டுத் திரைப்பட மொன்றைக் காண ஜைனப் திரையரங்கு நோக்கி நடந்தோம். அந்த நேரத்தில் என் அப்பா அவர் நண்பர் ரஹீம்கானை காண பாகிஸ்தான் சென்றிருந்தார். நாங்கள் ராணுவத் தடுப்புகளைச் சுற்றியிருந்த வேலியை தாண்டிக் குதித்து சேதமடைந்த ராணுவ டாங்கிகள் குப்பைகளாகக் கிடந்த பகுதிக்குச் செல்லும் சிறிய வழியைத் தாண்டினோம். அந்த ராணுவ டாங்கிகளில் ஒன்றின் நிழலில் ராணுவத்தினர் சிகரெட் புகைத்துக் கொண்டு சீட்டு விளையாடிக் கொண்டிருந்தனர். அவர்களில் ஒருவன் எங்களைப் பார்த்தான். அடுத்தவனிடம் ஏதோ சொல்லிவிட்டு, அவன் ஹஸனை அழைத்தான்.

"ஏய், உன்னை எனக்குத் தெரியும்" என்றான். நாங்கள் அந்த ராணுவ வீரனை ஒருபோதும் பார்த்ததில்லை. நன்கு மழிக்கப்பட்டிருந்த தலையுடன், கத்தரித்த தாடியுடன் குள்ளமாக பருமனானவனாக அவன் இருந்தான். அவன் எங்களை ஏளனமாகப் பார்த்து பல்லிளித்து சாய்ந்து பார்த்தது என்னை பயமுறுத்தியது. நான் ஹஸனிடம் கிசுகிசுத்தேன், "கண்டு கொள்ளாதபடி நடந்து கொண்டே இரு".

"ஏய்! ஹஸாரா! உன்னிடம் நான் பேசுகிறேனே, என்னைப் பார்," என்று அவன் கர்ஜித்தான். அவன் தன் கையிலிருந்த சிகரெட்டை தனக்கு அருகிலிருந்தவனிடம் கொடுத்துவிட்டு தனது கைக் கட்டை விரலையும் ஆள்காட்டி விரலையும் ஒன்றாக வட்டம் போலச் செய்து, தனது மற்றொரு கையின் நடுவிரலால் அந்த வட்டத்திற்குள் விட்டு விட்டு எடுத்தான். மீண்டும் மீண்டும் அதைச் செய்து விட்டு "உன் அம்மாவை எனக்குத்தெரியும். அது உனக்குத் தெரியுமா?" என்றான். "அவளை எனக்கு நன்றாகவே தெரியும். அவளை நான் அந்த சிறிய ஆற்றின் பின்வழியாக கொண்டு வருவேன் தெரியுமா உனக்கு?!" என்றான்.

ராணுவ வீரர்கள் எல்லோரும் சிரித்தனர். அவர்களில் ஒருவன் கிறீச்சிட்டுக் கத்தினான். ஹஸனை நடந்து கொண்டே இருக்கும்படி நான் சொன்னேன்.

சக ராணுவ வீரர்களுடன் கைகுலுக்கிக் கொண்டு சிரித்துக் கொண்டே அவன் சொன்னான், "அவளிடம் எத்தனை இறுக்கமான சிறிய சர்க்கரை யோனி இருந்தது". திரைப்படம் ஓடிக் கொண்டிருந்தபோது திரையரங்கின் இருளில் எனது அருகிலிருந்த ஹஸன் கேவிக்கேவி அழுவதைக் கேட்டேன். அவன் கன்னங்களில் கண்ணீர்த்தாரை வழிந்தோடியது. நான் இருக்கையிலிருந்தபடி அவனது அப்புற தோள்மீது கைபோட்டு என்னுடன் இறுக்கமாக அணைத்துக் கொண்டேன். அவன் என் தோளின்மீது சாய்ந்து கொண்டான். "வேறு யாரையோ சொல்வதற்குப் பதில் உன்னை அவன் தவறுதலாக சொல்லிவிட்டான்" என்று நான் மெல்லிய குரலில் கூறினேன். மீண்டும் அதனையே கூறினேன்.

சனோபர் ஓடிப் போனதில் ஆச்சர்யம் ஒன்றும் இல்லை என்று எல்லோரும் பேசிக் கொண்டார்கள். வேத நூலான குர்-ஆனை முழுமையாக மனப்பாடம் செய்திருந்த அலி, மிகவும் ஒழுக்கக் கேடான கேவலமான நடத்தையைக் கொண்ட தன்னைவிட பத்தொன்பது வயது குறைவான சனோபரை மணம் செய்து கொண்டபோது எல்லோரும் ஒருவித உணர்ச்சியால் தங்கள்

புருவத்தை சுழித்தனர். அலியைப் போன்றே சனோபரும் ஹஸாரா என்ற பழங்குடியினத்தின் ஷியா பிரிவைச் சேர்ந்தவள். அவர் திருமணம் செய்து கொள்ளும்படியான முறைப்பெண்ணும் ஆவாள் சனோபர். இந்த ஒற்றுமைகளுக்கு அப்பால் அவர்கள் இருவருக்கும் இடையில் பெரிய வேறுபாடு இருந்தது. பல ஆண்களை பாவம் செய்யத் தூண்டும்படியான பளபளப்பான பச்சை நிற விழிகளையும், குறும்பான வசீகர முகத்தையும் கொண்டிருந்தாள் சனோபர். ஆனால் அலியோ பக்கவாதத்தால் தாக்கப்பட்ட முகத்துடன் சிரிக்கக் கூட இயலாதபடி பயங்கரமான தோற்றத்தில் இருந்தார். கல் போன்ற இறுகிய முகத்துடனிருந்த அலி மகிழ்ச்சியாக இருக்கிறாரா அல்லது கவலையில் இருக்கிறாரா என்பது அவரது பழுப்பு நிறக் கண்கள் மூலமே அறிந்து கொள்ளக்கூடியதாக இருந்தது. ஆன்மாவின் சாளரங்கள் கண்கள் என்று சொல்லப்படுவதுண்டு. அலியின் உணர்ச்சி வெளிப்பாடுகள் கண்களினால் அறிந்து கொள்ளக் கூடியதாக இருந்தது என்பது உண்மை.

சனோபரின் நடையழகும், நடனமிடுவது போன்ற அவளது இடையழகும் ஆண்கள் மனதை மிகவும் சீரழித்தன என்று சொல்லக் கேட்டதுண்டு. ஆனால் போலியோ நோயால் தாக்கப்பட்ட அலியின் வலது கால் முறுக்கப்பட்டு, சூம்பி கால் எலும்பின் மீது மெல்லிய தோல் சுற்றப்பட்டது போலிருக்கும். எனக்கு நன்றாக நினைவிருக்கிறது. அப்போது எனக்கு எட்டு வயது. கடைத்தெருவுக்கு ரொட்டி வாங்கச் செல்லும்போது என்னையும் கொண்டு சென்றிருந்தார் அலி. நான் அவர் பின்னால் பாட்டொன்றை “ஹம்மிங்” செய்தபடி அவர் நடையைப் போன்றே நடக்க முயன்றபடி சென்று கொண்டிருந்தேன். அவரது கால் உள்வளைந்து தரையில் ஊன்றும்போது அவரது உடல் வலது பக்கம் அபாயகரமாக சாய்வதை நான் கவனித்தேன். ஒவ்வொரு அடியிலும் அவர் விழாதது ஒரு சிறிய அற்புதம் போலத் தோன்றியது. நான் அப்படி நடக்க முயற்சித்தபோது கிட்டத்தட்ட பாதையோரத்திலிருந்த வாய்க்காலில் விழப் பார்த்தேன். அவரைப் போன்று நடக்க எத்தனித்து விழ இருந்த என்னை அலி பிடித்து விட்டார். அவர் ஒன்றும் சொல்லவில்லை. அப்போதும் ஒன்றும் சொல்லவில்லை. பின்னரும் அது குறித்து அவர் பேசவில்லை. அவர் நடந்து கொண்டேயிருந்தார்.

அலியின் நடையும், முகமும் சின்னஞ் சிறுவர்களுக்கு அச்சமூட்டுவதாக இருந்தது. ஆனால் தொந்தரவு வளர்ந்த பிள்ளைகளிடமிருந்தே வந்தது. அவர்கள் அலியை துரத்தினர். அலி தாவிக் குதிப்பதைப் போல அவர்களும் செய்தனர். அவரை

“பபாலு” அல்லது நடனக்காரன் எனக் கேலியாக அழைத்தனர். “ஏய் பபாலு இன்றைக்கு யாரைச் சாப்பிட்டாய்?” எனக் கூவி கூச்சலிட்டனர். “தட்டை மூக்கு பபாலு” என்று அவரை கேலி செய்தனர்.

அலியும் ஹஸனும் ஹஸாரா இனத்தவர்களுக்கான மங்கோலாய்ட் வகை உடலமைப்பைப் பெற்றிருந்ததால் அவர்களை தட்டை மூக்கர் என்று கேலியாக அழைப்பார்கள். ஹஸாரா இனத்தவர் முகலாயர்களின் சந்ததியினர் என்று நான் அறிந்திருந்தேன். ஹஸாராக்கள் சீனர்களின் சாயல்களில் இருந்தார்கள். பள்ளிக்கூடப் புத்தகங்களில் அவர்களைப் பற்றிய விரிவான தகவல்களில்லை. ஒருநாள் எனது அப்பாவின் படிப்பறையில் என் தாயாருடைய புத்தகங்களுள் கொராமி எனப்படும் ஈரானியரால் எழுதப்பட்ட வரலாற்றுப் புத்தகம் ஒன்றினைக் கண்டேன். அதன் மீது படிந்திருந்த தூசிகளைத் தட்டி எனது அறைக்கு மறைத்து எடுத்துச் சென்றேன். அந்தப் புத்தகத்தின் ஒரு முழு அத்தியாயமும் ஹஸாராக்களுடைய வரலாறு பற்றியதாக இருந்தது எனக்குத் திகைப்பூட்டியது. அந்த முழு அத்தியாயமும் ஹஸனுடைய இனத்தவர்களுக்கு அர்ப்பணிக்கப்பட்டிருந்தது! எனது இனத்தவர்களான பஸ்டூன்கள் ஹஸாரா இனத்தவரை இன ரீதியாக கொடூரமாக அடக்கி நசுக்கியிருந்தனர் என்று புத்தகத்தில் இருந்தது. பத்தொன்பதாம் நூற்றாண்டில் பஸ்டூன்களுக்கு எதிராக ஹஸாராக்கள் கிளர்ந்து எழ முற்பட்ட போதும் அவர்களை பஸ்டூன்கள் “சொல்லமுடியாத குரூரமான வன்முறை” மூலம் அடக்கினார்கள் என்றும் அதில் எழுதப் பட்டிருந்தது. எனது பஸ்டூன் இனத்தவர்கள் ஹஸாராக்களை கொன்றனர், அவர்கள் நிலங்களில் இருந்து அவர்களை விரட்டி, அவர்கள் வீடுகளை தீயிட்டுக் கொளுத்தி, அவர்களது பெண்களை பிடித்து விற்றனர் என்றும் அந்த புத்தகத்தில் எழுதப்பட்டிருந்தது. ஹஸாராக்களை பஸ்டூன் இனத்தவர்கள் இப்படி நசுக்கி ஒடுக்கியதற்கான காரணங்களில் ஒன்று பஸ்டூன்களைப்போல் அவர்கள் சன்னி முஸ்லிம் பிரிவினர்களாக இல்லாமல் ஷியா முஸ்லிம்களாக இருந்ததும்தான் என்றும் அந்தப் புத்தகத்திலிருந்தது. எனக்குத் தெரிந்திராத, எனது ஆசிரியர்கள் கற்றுத் தந்திராத நிறைய விஷயங்களை அந்த புத்தகம் சொல்லியது. எனது அப்பாவும் இவற்றைப் பற்றி ஒன்றும் கூறியிருந்ததில்லை. எலிகளைத் தின்பவர்கள், தட்டையான மூக்கை உடையவர்கள், பொதி சுமக்கும் கழுதைகள் என்றெல்லாம் அம்மக்கள் அழைக்கப்பட்டதாகவும் அந்த புத்தகத்தில் கண்டேன். இத்தகைய கேலிப் பெயர்களை சப்தமிட்டுக் கூறி ஹஸனை அழைப்பதை நான் கேட்டிருக்கிறேன்.

அதற்கடுத்த வாரத்தில் அந்தப் புத்தகத்தையும் அதில் உள்ள ஹஸாரா இனத்தவர் பற்றிய அத்தியாயத்தையும் வகுப்பு முடிந்ததும் எனது ஆசிரியரிடம் காண்பித்தேன். ஆசிரியர் புத்தகத்தை மேலோட்டமாகப் புரட்டிவிட்டு, புத்தகத்தை மூடி என்னிடம் தந்துவிட்டு "இந்த ஒன்றைத்தான் ஷியாக்களால் நன்கு செய்ய முடியும்" என்றார். தனது காகிதத்தாள் கட்டை எடுத்துக் கொண்டு மேலும் சொன்னார், "தியாகிகளாகத் தங்களைக் காட்டிக் கொள்வார்கள்". ஷியா என்ற வார்த்தையை அவர் உச்சரிக்கும்போது ஏதோ கேவலமான நோயைப் பற்றிச் சொல்வது போல் அருவருப்பாய்க் கூறினார்.

பழங்குடியின மாண்பையும் குடும்பப் பாரம்பர்யத்தையும் காப்பதற்குப் பதிலாக அலியைத் தொந்தரவு செய்யும் குழந்தைகளுடன் சனோபரும் சேர்ந்து கொள்வாள். அலியின் தோற்றத்தைக் கேவலமாகக் கூறுவதில் எந்த வரைமுறையையும் அவள் கடைப்பிடிக்கவில்லை என்று நான் கேள்விப்பட்டிருந்தேன்.

"இது என்ன புருஷனா? வயதான கிழட்டுக் கழுதைகள் கூட இதற்குத் தேவலாம்". இப்படி கேலி செய்து அலட்சியமாகப் பேசுவாள்.

இந்தத் திருமணம் அலிக்கும் சனோபரின் தந்தைக்கும் இடையிலான ஏதோ ஒரு வகையான ஒப்பந்தம் என்று எல்லோரும் சந்தேகம் கொண்டனர். ஐந்து வயதிலேயே அநாதையான, எந்த சொத்தும், உடமைகளும் இல்லாத அலி, தனது மாமனாரின் மானத்தைக் காக்க சனோபரை மணந்ததாக அவர்கள் கூறிக் கொண்டனர்.

அலியை கேவலப்படுத்தி தொல்லை செய்பவர்களை அலி திருப்பி ஒன்றுமே செய்ததில்லை. அதற்குக் காரணம் ஒருவேளை அலியால் தன் ஒரு காலை இழுத்துக்கொண்டு துரத்த முடியாததாயிருக்கலாம் என்று நான் நினைக்கிறேன். அலியின் மகனாக சனோபருக்குப் பிறந்த ஹஸனே அந்தக் கொடுமைகளுக்கெல்லாம் அலிக்கு மருந்தாக இருந்தான். ஹஸன் பிறந்தது சாதாரண ஒரு எளிய சம்பவமாக இருந்தது. மகப்பேறு மருத்துவர்களில்லை. மயக்க மருந்துகளில்லை. எந்த நவீன கருவிகளும் இல்லை. சனோபர் பாயில் படுத்திருந்தாள். அருகே ஒரு தாதி உதவிக் கொண்டிருந்தாள். எவரையும் புண்படுத்தாத துன்புறுத்தாத ஹஸன் பிறந்ததற்கு அவளுக்கு எந்த உதவியும் தேவைப்பட்டிருக்கவில்லை. அவன்

பிரசவத்தில் வெளியே வரும்போதே புன்சிரிப்புடன் உலகுக்கு வந்தான்.

அலியின் கைகளிலிருந்த குழந்தையின் பிளவுபட்ட உதடுகளைக் கண்ட சனோபர் வெறுப்பாக உரக்க சிரித்ததாக தாதி ஒரு அண்டை வீட்டு வேலைக்காரப் பெண்ணிடம் ரகசியமாகக் கூறியிருந்தாள். அந்த வேலைக்காரப் பெண்ணோ பார்க்கும் எவரிடமும் எதையும் பேசும் வாயாடி.

"உனக்காக சிரிக்கக்கூடிய உன்னைப் போன்ற முட்டாள் குழந்தைக்குத் தந்தையாகிவிட்டாய்" என்று அலியைப் பார்த்துக் கூறிய சனோபர் குழந்தை ஹஸனை கையில் வாங்கக்கூட மறுத்து, ஐந்து நாட்களில் ஓடிப்போய் விட்டாள்.

எனக்கு உணவூட்டிய அதே தாதிப் பெண்ணையே ஹஸனை கவனித்துக் கொள்ள அப்பா அமர்த்தினார். பெரும் புத்தர் சிலைகளைக் கொண்ட பாமியான் நகரத்து நீல நிறக் கண்களுடைய ஹஸாரா பெண் அவள் என்று அலி எங்களிடம் சொல்லியிருந்தார். "அவளுக்கு என்ன இனிமையான குரல் தெரியுமா?" என்று எப்போதும் அலி எங்களிடம் சொல்வதுண்டு.

அவள் என்ன பாடினாள் என்பது எங்களுக்குத் தெரிந்திருந்தும் நாங்கள் கேட்கும் போதெல்லாம் அலி எண்ணற்ற முறை அவற்றைப் பாடியுள்ளார். அலி பாடுவதைக் கேட்க வேண்டும் என்பதற்காகவே நாங்கள் அவ்வாறு கேட்டோம்.

அலி தனது தொண்டையைச் செருமிக் கொண்டு ஆரம்பிப்பார்:

"அந்த உயர்ந்த மலைகளின்மீது நின்று
இறைவனின் சிங்கமான அலியின் பெயரை
உரக்கச் சொல்லுவோம்!
ஓ அலி, இறைவனின் சிங்கமே, மனிதர்களின் அரசனே
வேதனை நிறைந்த எங்கள் இதயங்களில்
மகிழ்ச்சியைக் கொண்டு வா!"

பாடிவிட்டு அலி சொல்லுவார், "ஓர் தாயிடம் பாலருந்திய மனிதர்களிடத்தில் காலத்தால் கூட உடைக்க முடியாத சகோதரத்துவம் உள்ளது" என்று. ஹஸனும் நானும் ஒரு தாயிடமிருந்தே பாலைப் பருகினோம். எங்களது முதல் அடியை ஒரே கொல்லைப்புறத்தின் அதே புல்வெளியிலேயே எடுத்து வைத்தோம். ஒரே கூரையின் கீழேயே எங்கள் முதல் வார்த்தைகளை உச்சரித்தோம்.

எனது வார்த்தை "அப்பா" என்றிருந்தது.

அவனது வார்த்தை என் பெயரான "அமீர்" என்றிருந்தது.

கடந்த காலத்தை தற்போது நினைத்துப் பார்க்கும்போது 1975ஆம் ஆண்டின் நிகழ்வும் அதனைத் தொடர்ந்து நடந்தவைகளுக்குமான அடிக்கல் எங்களது அந்த முதல் வார்த்தைகளிலேயே நாட்டப்பட்டு விட்டது என்றே நான் நினைக்கிறேன்.

மூன்று

பலூசிஸ்தானில் ஒரு கரடியுடன் எந்த ஆயுதமும் இல்லாமல் வெறுங்கையுடன் எனது அப்பா சண்டையிட்டிருந்தார். இந்தக் கதை வேறு எவரைப் பற்றியதாகவோ இருந்திருந்தால் அப்போதே அது கட்டுக்கதை என்று ஒதுக்கப்பட்டிருக்கும். ஏனெனில் எதனையும் மிகைப்படுத்திக் கூறுதல் ஆப்கானிய குணம் என்பது வருத்தமான ஒன்று. எவராவது தனது மகன் ஒரு டாக்டர் என்று கூறினால், அவரது குழந்தை உயர்நிலைப் பள்ளியில் நடந்த உயிரியல் பாடத் தேர்வில் தேறியிருக்கக் கூடும் என்பதற்கான வாய்ப்புக்களே அதிகம். ஆனால் எனது அப்பாவைப் பற்றிய கதைகளின் நம்பகத்தன்மை பற்றி எவரும் எப்போதும் சந்தேகித்ததில்லை. எனது அப்பாவின் முதுகில் இருக்கும் மூன்று தழும்புகளும் சந்தேகங்களைத் தெளிய வைக்கும். எனது அப்பா மல்யுத்தமிடுவதை எண்ணற்ற முறை நான் கற்பனை செய்து பார்த்திருக்கிறேன். ஏன், கனவுகள் கூட கண்டிருக்கிறேன்.

அப்பாவின் புனை பெயராக பிரபலமாயிருந்த “திருவாளர் சூறாவளி” என்று பொருள்படும் “தூஃபான் ஆகா” என்ற பெயரில் முதலில் அப்பாவை அழைத்தவர் அப்பாவின் நண்பரான ரஹீம்கான்தான். அது மிகச் சரியான புனை பெயராக இருந்தது. எனது தந்தை இயல்பாகவே ஆஜானுபாகுவான பலசாலியான பஸ்டூனாக இருந்தார். நல்ல உயரம், அடர்ந்த தாடி, சுருள் முடிகளுடனான தலை, ஒரு வில்லோ மரத்தையே பிடுங்கி விடும் என்று கருதக்கூடிய பலமான கைகள், பிசாசையே கருணைக்கு மண்டியிட்டுக் கெஞ்ச வைக்கக் கூடிய கூர்மையான பார்வையுடன்

இருந்தார் அவர். விருந்துக் கூடங்களில் ஆறரை அடி உயரமான அவர் நுழையும்போது சூரியகாந்திப் பூக்கள் சூரியனை நோக்கித் திரும்புவது போல அனைவரின் முகமும் அவரை நோக்கித் திரும்பும்.

அவர் உறங்கும்போதுகூட அவரை அசட்டை செய்துவிட முடியாது. சுவரை ஊடுருவும் எஞ்சின் ஒலி போன்ற அவரது குறட்டை ஒலிக்கு என் காதுகளில் பஞ்சை வைத்து அடைத்துக் கொண்டு போர்வைக்குள் பதுங்கிக் கொள்வேன். எனது அறை அப்பாவின் அறைக்கு மிக அருகிலேயே இருந்தது. இந்த குறட்டைச் சத்தத்தில் என் தாயார் எப்படி உறங்கினார் என்பது எனக்கு மர்மமான ஒன்றாகவே இருந்தது. என் தாயாரை எப்போதாவது சந்தித்தால் கேட்க வேண்டிய பல கேள்விகளில் ஒன்றாக அது இருந்தது.

எனக்கு ஐந்து அல்லது ஆறுவயதிருக்கும்போது அதாவது, 1960களின் இறுதியில் அநாதை விடுதி ஒன்றை கட்ட என் அப்பா முடிவு செய்தார். இந்தக் கதையை ரஹீம்கானின் மூலமே நான் அறிந்தேன். கட்டிடம் கட்டும் முன்னனுபவம் ஏதுமில்லாத எனது அப்பா அந்த அநாதை விடுதிக்கான கட்டிட வரைபடத்தை தானே தயார் செய்திருந்தார். அந்த முட்டாள்தனத்தை கைவிட்டு கட்டிடக் கலை நிபுணரொருவரை அமர்த்திக்கொள்ளும்படி பலரும் அறிவுறுத்தினர். ஆனாலும் பிடிவாதமான எனது அப்பா அதற்கு மறுத்துவிட்டார். எல்லோரும் ஆச்சர்யப்படும்படி காபூல் நதியின் தெற்கே ஜாடே மேவாண்ட் என்ற பகுதிக்கு அருகில் தனது சொந்தப் பணத்தைக் கொண்டு இரண்டு தளங்களைக் கொண்ட அந்த அநாதை விடுதியை அப்பா கட்டிவிட்டார். அந்தக் கட்டிடத்தின் எல்லாவகைச் செலவுகளையும், அரசு அதிகாரிகளுக்கு லஞ்சம் கொடுப்பது உட்பட அனைத்துச் செலவுகளையும் அப்பாவே செய்தார் என்று ரஹீம்கான் என்னிடம் சொன்னார்.

அந்த விடுதியைக் கட்ட மூன்றாண்டுகளாயின. அப்போது எனக்கு எட்டு வயதிருக்கும். விடுதியின் திறப்பு விழாவுக்கு ஒரு நாள் முன்னர் காபூல் நகருக்கு வடக்கே சில மைல்கள் தொலைவில் இருந்த கார்கா ஏரிக்கு அப்பா என்னை அழைத்துச் சென்றது நினைவிருக்கிறது. ஹஸனையும் என்னுடன் கூட்டிக் கொள்ளும்படி அப்பா என்னிடம் கூறினார். அவன் இல்லை, எங்கோ போய் விட்டான் என நான் பொய் சொன்னேன். எனக்கே எனக்கான அப்பாவாக அவர் இருக்க வேண்டும் என்று நான் விரும்பினேன். ஒரு முறை கார்கா ஏரியில் நானும் ஹஸனும் கல்லெறிந்து

கொண்டிருந்தோம். ஹஸனுடைய கல் எட்டு முறை நீரின் மேல் தாவித் தாவி சென்றது. என்னால் ஐந்து முறை தாவிச் செல்லும்படி மட்டுமே வீச முடிந்தது. அப்போது இதனைப் பார்த்துக் கொண்டிருந்த எனது அப்பா ஹஸனின் முதுகில் தட்டிக் கொடுத்தார். அவன் தோள் மீது கூட தன் கைகளைப் போட்டுக் கொண்டார்.

நானும் எனது அப்பாவும் ஏரிக்கரையிலிருந்த நாற்காலிகளில் அமர்ந்து கோஃப்டா சாண்ட்விச்களுடன் அவித்த முட்டை, சமைக்கப்பட்ட இறைச்சி உருண்டைகள், புளிக்குழைவு தடவப்பட்ட ரொட்டி ஆகியவைகளை உண்டோம். ஏரியின் நீர் நல்ல நீல நிறமாக இருந்தது. அதன் கண்ணாடி போன்ற தூய பரப்பு சூரிய ஒளியில் பளீரிட்டுக் கொண்டிருந்தது. வெள்ளிக் கிழமைகளில் எல்லாம் ஏரிக்கரை ஆட்களைக் கொண்டு நிரம்பி வழியும். ஆனால் நாங்கள் சென்ற அன்று வெள்ளிக்கிழமையாக இல்லாததால் நாங்களும் "ஹிப்பிகள்" என்றழைக்கப்பட்ட சில சுற்றுலாப் பயணிகளுமே இருந்தோம். அந்த நீள முடி கொண்ட ஹிப்பிகள் தண்ணீரில் காலைத் தொங்கவிட்டபடி மீன் பிடித் தூண்டில் களுடனிருந்தார்கள். ஏன் அவர்கள் நீளமாக முடி வளர்க்கிறார்கள் என்று நான் கேட்டதற்கு அப்பா பதிலொன்றும் சொல்லவில்லை. நாளை திறப்பு விழாவில் பேச வேண்டியதற்கான குறிப்புத்தாள்களில் பென்சிலால் சிலவற்றைக் குறித்துக் கொண்டிருந்தார் அவர். முட்டை ஓட்டின் துண்டொன்றை சாப்பிட்டுவிட்டால் அதனை அப்படியே வெளியே எடுத்துவிட வேண்டும் என்று பள்ளியில் ஒரு சிறுவன் சொன்னதைப் பற்றி முட்டையைத் தின்று கொண்டே என் அப்பாவிடம் கேட்டதற்கும் அவர் பதிலேதும் சொல்லவில்லை.

எனது சான்ட்விச்சைக் கடித்தேன். மஞ்சள் நிற முடியுடனிருந்த சுற்றுலாப் பயணியொருவன் மற்றொருவனின் முதுகில் அடித்தான். ஏரிக்கு அந்தப் பக்கம் தூரத்தில் மலைக் குன்றின் ஓரத்தில் ஒரு டிரக் லாரி ஓடிக் கொண்டிருந்தது. அந்த லாரியின் ஓரக் கண்ணாடியில் சூரிய ஒளி பட்டு பிரதிபலித்தது.

"அப்பா எனக்குத் தாகமாயிருக்கிறது" என்றதற்கு கையிலிருந்த காகிதத் தொகுப்பிலிருந்து தலையுயர்த்திய எனது அப்பா, வண்டியிலிருந்து சோடாவை எடுத்துக் கொள்ளும்படி சொன்னார்.

அடுத்தநாள் அநாதை விடுதிக்கு வெளியே போடப்பட்ட நாற்காலிகள் போதவில்லை. ஏராளமான மக்கள் அநாதை விடுதி திறப்பு விழாவை நின்று கொண்டே காண வேண்டி வந்தது. புதிய

கட்டடத்தின் பிரதான வாயிலின் முன்பு போடப்பட்டிருந்த சிறிய மேடையில் எனது அப்பாவுக்குப் பின்புறம் நான் அமர்ந்திருந்தேன். அன்று நல்ல காற்றடித்துக் கொண்டிருந்தது. அப்பா பச்சை நிற சூட்டும் தொப்பியும் அணிந்திருந்தார். அவர் பேசிக் கொண்டிருக்கும் போது அடித்த காற்றில் அவரது தொப்பி கீழே விழுந்து விட்டது. கீழே விழுந்த தொப்பியை எடுக்கும்படி எனக்கு அவர் சைகை செய்தார். அவர் எனது அப்பா என்பது எல்லோருக்கும் தெரியும் என்பதால் எனக்கோ உற்சாகம். அவர் மைக்குக்கு அருகில் சென்று கட்டடம் தனது தொப்பியை விட உறுதியானது என்றார். எல்லோரும் சிரித்தனர். அப்பா தனது பேச்சை முடித்துக் கொண்டதும் அனைவரும் எழுந்து நின்று வாழ்த்தினர். அவர்கள் நீண்ட நேரம் தங்கள் கைகளை தட்டி பாராட்டினர். எல்லோரும் வந்து அவருடன் கை குலுக்கினர். அவர்களுள் சிலர் என் தலையைக் கோதிவிட்டு என்னுடனும் கை குலுக்கினர். எனது அப்பாவைப் பற்றி, எங்களைப் பற்றி எனக்கு ஒரே பெருமையாக இருந்தது.

அப்பாவின் வெற்றிகளுக்குப் பின்னாலும், மக்களுக்கு அவர் மேல் சந்தேகமிருந்தது. அப்பா செய்து கொண்டிருந்த வியாபார வர்த்தகங்கள் அவரது சொந்த உழைப்பினால் உருவானவை அல்ல என்றும், எனது அப்பாவின் அப்பாவைப் போல் அவரும் சட்டம் படிக்க வேண்டும் என்றும் அவர்கள் சொன்னார்கள். தனது வியாபாரத்தில் மட்டுமல்லாது காபூல் நகரத்தின் மிகப் பெரிய பணக்காரர்களில் ஒருவராகவும் ஆகி அவர்கள் சொன்னவை எல்லாம் தவறு என்று நிரூபித்தார் எனது அப்பா. அப்பாவும், ரஹீம்கானும் தரை விரிப்புகளை ஏற்றுமதி செய்யும் பெரிய நிறுவனத்தையும், இரண்டு மருந்து நிறுவனங்களையும், ஒரு உணவு விடுதியையும் உருவாக்கி வெற்றிகரமாக நடத்தினார்கள்.

அவர் திருமணம் நல்லபடியாக இருக்காது என்று எல்லோரும் அலட்சியமாகப் பரிகசித்தபோது, நன்கு கல்வி கற்ற காபூலின் மிகவும் மதிப்புமிக்க அழகான தூய்மையான பெண் என்று புகழப்பட்ட ஸோஃபியா அக்ரமி என்ற பெயருள்ள எனது தாயாரை அவர் மணந்தார். என் தாயார் பல்கலைக் கழகத்தில் ஃபார்ஸி இலக்கியத்தைக் கற்பித்தவர் மட்டுமல்ல, அவர் உயர்குலத்தில் பிறந்தவருமாவார். என் அப்பா அவரை “எனது இளவரசியே” என்று விளையாட்டாக அழைப்பார்.

தனக்கான விருப்பங்களின்படியே தன்னைச் சுற்றி இருந்த உலகை எனது அப்பா வடிவமைத்துக் கொண்டார். இருந்தபோதும் அதில்

என்ன பிரச்சினை என்றால், அப்பா உலகத்தை வெறும் கறுப்பு வெள்ளையாகவே பார்த்தார். அவருக்கு கறுப்பு எது, வெள்ளை எது என்பதை மட்டுமே தீர்மானிக்க வேண்டி இருந்தது. அப்படிப்பட்ட நபர்மீது பயமின்றி அன்பு செலுத்துதல் என்பதும் இயலாதது. அவரை ஓரளவு வெறுக்கவும் கூட செய்யலாம்.

நான் ஐந்தாம் தரத்தில் படித்துக் கொண்டிருக்கையில் இஸ்லாமிய மதக்கோட்பாடுகளை போதிக்கும் முல்லா ஒருவர் இருந்தார். அவரது பெயர் முல்லா பைத்துல்லாஹ் கான். அவர் குள்ளமாகவும், பருமனாகவும், முகம் நிறைய அம்மை வடுக்களுடன், கரகரத்த குரலில் பேசுபவராகவும் இருந்தார். ஏழைவரி எனப்படும் ஜக்காத் கொடுப்பதன் நன்மைகள் குறித்தும், இஸ்லாமியர்களின் ஹஜ் புனிதப் பயணம் பற்றியும் பாடம் நடத்திக் கொண்டிருந்தார். ஐந்து வேளைத் தொழுகைகளின் முறைகள் பற்றியும் பாடமெடுத்தார். குர்ஆன் வேதத்திலிருந்து சில பகுதிகளையும் கண்டிப்புடன் மனனம் செய்ய வைத்தார். சில வேளைகளில் அவர் கையில் வில்லோ மரத்தின் குச்சி ஒன்றிருக்கும். அரபுச் சொற்களை மிகச் சரியாக உச்சரிக்கும்படி செய்வார். இருந்தபோதும் அந்த அரபுச் சொற்களின் அர்த்தங்களை எங்களுக்கு அவர் சொன்னதில்லை. மதுவருந்துதல் மிகக்கொடிய பாவம் என்று ஒருநாள் அவர் சொன்னார். அப்படி மது அருந்துபவர்கள் அந்தப் பாவத்திற்கு கியாமத் நாள் எனப்படும் இறுதித் தீர்ப்பு நாளில் பதில் சொல்ல வேண்டும் என்றும் அவர் சொன்னார். அந்த நாட்களில் மதுவருந்துதல் என்பது காபூல் நகரத்தில் சாதாரணமான ஒன்றாக இருந்தது. அதற்காக யாரும் யாரையும் பொது இடங்களில் வைத்து கசையால் அடிக்கவில்லை. ஆனாலும் அப்படி மதுவருந்தும் ஆப்கானியர்கள் மரியாதை காரணமாக தனி இடங்களில் மதுவருந்தினர். குறிப்பிட்ட சில மருந்துக் கடைகளிலிருந்து மருந்து என்ற பெயரில் ஸ்காட்ச் விஸ்கியை பழுப்பு நிற காகிதங்களில் சுற்றி மக்கள் வாங்கிச் சென்றனர். அந்த மருந்துக் கடைகளைப் பற்றி அறிந்தவர்களின் பார்வையில் படாதிருக்கும்படி அதனை மறைத்தும் எடுத்துச் செல்வார்கள்.

நாங்கள் எனது அப்பாவின் படிப்பறையிலிருந்தபோது முல்லா ஃபைத்துல்லாஹ் கான் நடத்திய பாடம் பற்றி அப்பாவிடம் சொன்னேன். அந்த அறையின் மூலையில் கட்டியிருந்த குடி மேடையிலிருந்து விஸ்கியை என் அப்பா கோப்பையில் ஊற்றிக் கொண்டிருந்தார். அவர் நான் சொன்னதைக் கேட்டார். தலையை ஆட்டினார். ஒரு மிடறு குடித்தார். அவர் தோல் நாற்காலியில் அமர்ந்து, என்னைத் தன் தொடையில் சாய்த்துக் கொண்டார். அவர்

பெரியதாக காற்றை இழுத்து மூச்சை விட்டார். ஏதோ ஏகாந்தத்தில் இருப்பது போல் மீசை வழியே காற்றை வெளியேற்றினார். அவரை நான் கட்டியணைத்துக் கொள்வதா அல்லது அவர் மடியிலிருந்து பயத்தால் எழுவதா என்று என்னால் தீர்மானிக்க முடியவில்லை.

"நீ கற்றுக் கொள்ள வேண்டிய கல்வியை விடுத்து, இப்போது கற்றுக் கொள்வதைக் கொண்டு குழப்பமடைகிறாய் என்று நினைக்கிறேன்" என்றார் அவர்.

"ஆனால் அவர் சொன்னது உண்மை என்றால் உங்களை இது பாவியாக்குகிறதே, அப்பா".

அப்பா தனது வாயில் ஒரு ஐஸ் கட்டியை இட்டு கடித்தார்.

"பாவம் என்பதைப் பற்றி உனது அப்பா என்ன நினைக்கிறார் என்று உனக்குத் தெரிய வேண்டுமா?"

"ஆமாம்"

"அப்படியானால் நான் சொல்கிறேன்" என்ற அப்பா சொன்னார், "இப்போது முதலில் இதனைத் தெரிந்து கொள், அமீர். மதிப்புள்ள எதனையும் அந்த தாடி வைத்த முட்டாள்களிடமிருந்து உன்னால் ஒருபோதும் கற்றுக்கொள்ள முடியாது".

"நீங்கள் முல்லா பைத்துல்லாஹ் கானைச் சொல்கிறீர்களா?"

அப்பா தனது கையிலிருந்த கோப்பையால் மறுத்து ஆட்டிக் காண்பித்தார். அதிலிருந்த ஐஸ் கட்டிகள் கினுங்கின. "நான் எல்லோரையும் சொல்கிறேன். சுய உரிமைகள் நிறைந்த அந்த குரங்குகளின் தாடிகள் மீது மூத்திரமடிக்க வேண்டும்".

எனக்கு சிரிப்பு வந்தது. சுய உரிமை மிகக் கொண்டுள்ள எந்தக் குரங்கின் தாடி மீதும் அப்பா மூத்திரமடிப்பது மிகவும் அதிகம் என்று எனக்குப்பட்டது.

"வணக்க மணி மாலைகளைக் கையில் பிடித்துக் கொண்டு அவர்களால் புரிந்து கொள்ள இயலாத மொழியில் எழுதப்பட்ட புத்தகத்தை வாசிப்பதைத் தவிர அவர்கள் வேறு ஒன்றும் செய்வதில்லை". ஒரு மிடறைக் குடித்து விட்டு சொன்னார், "அவர்கள் கையில் ஆப்கானிஸ்தான் விழுந்து விடாமல் இறைவன் நமக்கு உதவட்டும்".

எனது சிரிப்புக்கு இடையில் நிதானித்து நான் கேட்டேன், "முல்லா பைத்துல்லாஹ் கான் நல்லவராகத் தெரிகிறாரே?".

"ஜெங்கிஸ்கானும் அப்படித்தான் தெரிந்தார்" என்று விட்டு, "அதைப்பற்றி இப்போது போதும். நீ பாவம் என்றால் என்னவென்று கேட்டாய். நான் அதை உனக்குக் சொல்ல விரும்புகிறேன். கவனிக்கிறாயா?".

வாயை அழுத்தமாக மூடிக்கொண்டு "ஆமாம்" என்றேன். இருந்தும் சிரிப்பை அடக்கியதால் எழுந்த ஒலி மூக்கின் வழியே ஒரு வித சத்தத்துடன் வந்தது. அதனால் எனக்கு மீண்டும் சிரிப்பு வந்தது.

இனிமேல் நான் சிரிக்கக் கூடாது என்பது போல் அப்பாவின் கண்கள் என்னை கண்டிப்பாகப் பார்த்தன. "நான் உன்னோடு பேசுகிறேன். புரிகிறதா?" என்றார்.

அந்த சில வார்த்தைகளைக் கொண்டு என்னை எப்படி பற்றிக் கொள்கிறார் என்று வியந்தபடியே "ஆமாம் எனது இனிய அப்பா" என்றேன். அருமையான கணங்கள் கடந்துகொண்டிருந்தன. இதுபோன்று அபூர்வமாகவே நிகழும். அதனை வீணாக்கும் முட்டாளாக நான் இருந்தேன்.

"நல்லது. அந்த முல்லா கற்பிப்பது ஒன்றுமில்லை. ஒரு பாவம் மட்டும்தான் உள்ளது. அது திருடுவது. மற்ற பாவங்கள் எல்லாமே திருட்டுகளின் வேறுவடிவங்கள்தான்" என்று விட்டு "உனக்குப் புரிகிறதா?" என்றார்.

"இல்லை அப்பா" என்று பயமில்லாமல் சொன்னேன். பொறுமை குறைந்தது போன்று ஒரு பெருமூச்சை அப்பா விட்டார். அவர் பொறுமையற்றவர் இல்லை என்பதால் அந்த பெருமூச்சு என்னையும் பற்றிக் கொண்டது.

அவர் இருட்டுவதற்கு முன் வீட்டுக்கு வருவது கிடையாது என்பதை நான் நினைத்துக் கொள்கிறேன். இரவு உணவை நான் தனியாகவே உண்டு கொண்டிருந்தேன். கட்டடப் பணியை மேற்பார்வையிட்டுக் கொண்டும், கட்டளைகள் பிறப்பித்துக் கொண்டும் இருப்பார் எனது அப்பா என்பதை அறிந்து கொண்டே அலி வரும்போது அவரிடம் அப்பா எங்கே என்று கேட்பேன். கட்டப்படும் அந்த விடுதிக்கான அநாதைகளை நான் வெறுத்தேன். அந்த அநாதைகள் தங்கள் பெற்றோருடனே இறந்திருக்க வேண்டும் என்று நான் விரும்பினேன்.

“நீ ஒரு மனிதனைக் கொல்லும்போது, அவன் வாழ்க்கையைத் திருடுகிறாய்” என்று அப்பா சொன்னார். “ஒரு கணவனின் மீதான மனைவியின் உரிமையைத் திருடுகிறாய். அவனது குழந்தைகளின் தந்தையைத் திருடுகிறாய். நீ ஒரு பொய்யைச் சொல்லும்போது, ஒருவருடைய உண்மையின் மீதான உரிமையைத் திருடுகிறாய். நீ ஏமாற்றும்போது நேர்மையாக இருப்பதைத் திருடுகிறாய். புரிகிறதா?” என்றார்.

எனக்குப் புரிந்தது. அப்பாவுக்கு ஆறு வயது இருக்கும்போது, நள்ளிரவில் ஒரு திருடன் என் தாத்தாவின் வீட்டிற்குள் வந்து விட்டான். மரியாதைக்குரிய நீதிபதியாக இருந்த எனது தாத்தா அவனை எதிர்த்தபோது, அவன் என் தாத்தாவின் கழுத்தில் கத்தியால் குத்த, அவர் உடனடியாக இறந்துவிட்டார். எனது அப்பாவின் தந்தையை அவன் திருடிவிட்டான். அடுத்தநாள் மதியத்திற்கு முன் மக்கள் அந்தத் திருடனைப் பிடித்துவிட்டனர். அவன் குண்டூஸ் பகுதியிலிருந்து வந்தவனாக இருந்தான். மாலை வேளைத் தொழுகைக்கு இரண்டு மணி நேரம் முன்பு மக்கள் அவனைத் தூக்கிலிட்டு விட்டனர். இந்தக் கதையை சொன்னது எனது அப்பா அல்ல, ரஹீம்கான். நான் எப்போதும் எனது அப்பாவைப் பற்றி மற்றவர்களிடமிருந்தே தெரிந்து கொண்டேன்.

“திருடுவதைவிட மோசமான மிகவும் மோசமான செயல் எதுவுமில்லை, அமீர்” என்று அப்பா சொன்னார். தனக்கு உரிமையில்லாத எந்த ஒன்றையும் திருடுபவனை அது ஒருவனது வாழ்க்கையாகவோ அல்லது சிறிய ரொட்டித்துண்டாகவோ இருக்கட்டும். அவன் மீது நான் காறித்துப்புவேன். அப்படிச் செய்வதற்கு இறைவன் அருளட்டும். இது உனக்குப் புரிகிறதா?” என்றார் அப்பா.

“ஆமாம் அப்பா” என்றேன்.

“இறைவன் என்றொருவன் இருப்பானேயாகில், நான் விஸ்கி குடிப்பதையும், பன்றி இறைச்சி உண்பதையும் கவனிப்பதை விட நிறைய முக்கியமான வேலைகள் அவனுக்கு உண்டு என்று நான் நம்புகிறேன். பாவத்தைக் குறித்த இந்த எல்லாப் பேச்சுகளும் என்னை மீண்டும் தாகம் கொள்ள வைத்துள்ளன” என்றார்.

அவர் தனது கண்ணாடிக் கோப்பையை நிரப்புவதைப் பார்த்துக் கொண்டே நாம் இப்போது பேசி எவ்வளவு நேரமாகிவிட்டது என்றெனக்கு ஆச்சர்யமாக இருந்தது. என்மீது அப்பாவுக்கு

எப்போதும் சிறிது வெறுப்பு இருந்ததாகவே எனக்குப்பட்டது. ஏன் அப்படி இருக்கக் கூடாது? அவரைப் போன்று ஓரளவேனும் மாறும் கௌரவமான காரியத்தை நான் செய்திருக்க வேண்டும். ஆனால் நான் அவரைப் போன்று மாறவில்லை. சுத்தமாக அவரைப் போன்று மாறவே இல்லை. பள்ளிக் கூடத்தில் ஷேர்ஜாங்கி எனப்படும் "பாடல்களாலான யுத்தம்" என்ற விளையாட்டை நாங்கள் விளையாடுவதுண்டு. ஃபார்ஸி மொழிப்பாட ஆசிரியர் அந்த விளையாட்டை முறைப்படுத்தினார். அந்த விளையாட்டில் நீங்கள் ஒரு பாடலின் பத்தியை பாட வேண்டும். உங்களுக்கு எதிர் விளையாட்டுக்காரர் நீங்கள் முடிக்கும் வரியின் கடைசி எழுத்தை முதலாவதாகக் கொண்டு ஒரு பாடல் பகுதியை அறுபது வினாடிகளுக்குள் பாட வேண்டும். எனது வகுப்பின் ஒவ்வொரு வரும் அவரவர் குழுவில் நான் சேர வேண்டும் என்று விரும்பு வார்கள். ஏனெனில் அப்போது பதினொன்றாம் வயதில் இருந்த எனக்கு கய்யாம், ஹாபிஸ் அல்லது ரூமியின் மஸ்னவி போன்றவை களிலிருந்து டஜன் கணக்கான பாடல்கள் அத்துப்படி. ஒரு முறை, நான் என் வகுப்பிலுள்ள அனைவரையும் வெற்றி கொண்டேன். அன்று இரவு இதனை என் அப்பாவிடம் நான் சொன்னபோது தலையை லேசாக ஆட்டிக்கொண்டு "நல்லது" என்று மட்டும் முணுமுணுத்தார்.

இப்படியாக நான் எனது அப்பாவின் கடுமையிலிருந்து இறந்து போன என் தாயாரின் புத்தகங்களுக்குள் மூழ்கிவிட்டேன். அந்தப் புத்தகங்களுடன் ஹஸனும் என்றும் சொல்லலாம். நான் எல்லாவற்றையும் படித்தேன். ரூமி, ஹாபிஸ், ஷாஅதி, விக்டர் ஹ்யூகோ, ஜுல்ஸ் வெர்னே, மார்க் ட்வைன், இயான் ஃபிளெம்மிங் இப்படி எல்லோருடைய நூல்களையும் படித்தேன். என் தாயாருடைய புத்தகங்களுள் சலிப்பூட்டும் வரலாற்றுப் புத்தகங் களைத் தவிர மற்றெல்லாவித நாவல்கள், காவியங்களையும் படித்தது எனது கைச் செலவுக்கான பணத்தை புத்தகங்களில் செலவிட வைத்தது. சினிமா பார்க் என்னும் இடத்தினருகிலிருந்த புத்தகக் கடையில் வாரம் ஒரு புத்தகம் என்று வாங்கி வாசித்தேன். புத்தக அலமாரி நிரம்பியதும் புத்தகங்களை அட்டைப் பெட்டிகளில் சேர்க்கத் துவங்கினேன்.

ஒரு கவிதாயினியை மணப்பது என்பது வேறு. ஒரு வேட்டை போல கவிதைப் புத்தகங்களில் தன்னை புதைத்துக் கொள்ளும் மகனுக்கு தந்தையாக இருப்பது என்பது வேறுதான். ஆம், அப்பா என் கவிதை வாசிப்பை வேட்டை என்றுதான் கருதினார் என்றே

நான் நினைக்கிறேன். உண்மையான ஆண் மகன் கவிதையை வாசிப்பதில்லை. அவை எழுதப்படாமல் இறைவன் தடுப்பானாக. உண்மையான ஆண்மகன் - அவன் அப்பா இளமைக் காலத்தில் கால்பந்து விளையாடியது போன்று கால் பந்தாட்டத்திலேயே ஈடுபடவேண்டும். இப்போது அவையெல்லாம் மனதை உருக்குகிற வைகளாக உள்ளன. 1970ஆம் ஆண்டில் ஆப்கானிஸ்தானில் தொலைக்காட்சி என்ற ஒன்று இல்லாதபோது அப்பா, தான் கட்டிக் கொண்டிருந்த அநாதை விடுதி வேலைகளை நிறுத்திவிட்டு ஈரான் தலைநகர் டெஹ்ரானுக்கு உலகக் கோப்பை விளையாட்டைக் காணச் சென்றார். அத்தகைய ஒரு ஈடுபாட்டை எனக்கும் ஏற்படுத்த கால்பந்தாட்டக் கழகங்களில் என் பெயரையும் அப்பா சேர்த்தார். ஆனால் நான் இருந்த கால்பந்தாட்டக் குழுவுக்கு பரிதாபகரமான ஒரு விளையாட்டு வீரனாகவே நான் இருந்தேன். மெலிந்த கால்களுடன் என் பக்கமே வராத பந்துக்காக கலவரத்துடன் இருப்பேன். தலைக்கு மேல் கைகளை உயர்த்தி "என்பக்கம் அனுப்பு, என் பக்கம் அனுப்பு" என்று கிறீச்சிட்ட குரலில் கத்துவதே என் ஆகக்கூடிய முயற்சியாக இருந்தது. விளையாட்டுகளுக்கு நான் பொருத்தமானவனில்லை என்பது நன்கு தெளிவானபோது என்னை மிகவும் ஈடுபாடு கொண்ட ரசிகனாக மாற்றுவதற்காக விடாமல் அப்பா முயன்றார். அதனை நான் சமாளித்தேன். என்னால் முடியாதா என்ன? எவ்வளவு முடியுமோ அந்தளவுக்கு எனக்கு விருப்பம் இருப்பது போல் நடித்தேன். காந்தஹார் குழுவுக்கு எதிராக எங்கள் காபூல் குழு கோல் அடித்தபோது நான் மகிழ்ச்சி ஆரவாரம் செய்தேன். எங்கள் குழுவுக்கு எதிராக ஆட்ட நடுவர் தண்டனை அளித்தபோது நான் அவரை புண்படுத்தும்விதமாக கோபமாகக் குரல் கொடுத்தேன். ஆனால் இவையெல்லாவற்றிலும் இருந்த போலித் தன்மையை கண்டுகொண்ட அப்பா, தனது மகன் கால்பந்தாட்டக் காரனாகவோ அல்லது கால்பந்தாட்ட ரசிகனாகவோ இருக்க முடியாது என்றுணர்ந்து என்னை வற்புறுத்துவதை விட்டுவிட்டார்.

எனக்கு நன்றாக நினைவிருக்கிறது. ஒரு புத்தாண்டின் தொடக்க நாளான வசந்த காலத்தின் முதல் நாளன்று புகாஷி போட்டிக்கு அப்பா என்னை கொண்டு சென்றார். இன்றிருப்பதைப் போல அன்றும் புகாஷி என்பது ஆப்கானிஸ்தானின் மனதூறிய தேச விருப்பமாக இருந்தது. இந்த வீரமிகுந்த விளையாட்டில் ஷப்பண்டாஸ் என்றழைக்கப்படும் குதிரை வீரன், தனது குதிரையிலிருந்தபடி ஒரு ஆடு அல்லது கால்நடையின் உடலை தரையிலிருந்து எடுத்துக் கொண்டு மைதானம் முழுவதும் படுவேகத்தில் சுற்றி வந்து வட்டமிடப்பட்டுள்ள ஓரிடத்தில்

போடவேண்டும். ஆனால் அவனைப் போன்ற குதிரை வீரர் கூட்டமொன்று துரத்திப்பிடித்து அவனிடமிருந்து அந்த உடலை பறிக்க முயற்சிக்கும். அந்த முயற்சியில் தள்ளுதல், உதைத்தல், பற்றிப் பிடித்தல், குத்துதல் எல்லாம் இருக்கும். மைதானத்தில் குதிரை வீரர்கள் பாய்ந்து செல்லும்போது மைதானம் முழுவதும் புழுதி பறக்கும். குதிரைகளின் வாயிலிருந்து தள்ளிய நுரை காற்றில் பறக்கும். குதிரை வீரர்கள் இப்படிப் போட்டி போடும்போது கூடியிருக்கும் மக்கள் கூட்டம் உற்சாகத்தில் பெருங்கூச்சலிடும். குதிரைகளின் குளம்படிச் சத்தத்தில் பூமியே அதிரும். குதிரை வீரர்களின் படுவேகமான ஓட்டத்தை நாங்கள் மேலிருந்து பார்த்துக் கொண்டிருந்தோம்.

அப்படிப் பார்த்துக் கொண்டிருக்கையில் அப்பா ஒருவரைச் சுட்டிக்காட்டி, “அமீர், ஆட்களுக்கு நடுவே உட்கார்ந்திருப்பவரைப் பார்” என்றார்.

நான் பார்த்தேன்.

“அவர்தான் ஹென்றி கிஸ்ஸிங்கர்”, என்றார்.

“அப்படியா” என்றேன். எனக்கு ஹென்றி கிஸ்ஸிங்கரைத் தெரியாது. நான் கேட்டிருக்கலாம். ஆனால் அந்த நேரத்தில் ஒரு ஷப்பண்டாஸ் குதிரையிலிருந்து கீழே விழுந்து குதிரைகளின் குளம்படிகளில் சிக்கிக் கொண்டதை பயத்துடன் பார்த்துக் கொண்டிருந்தேன். அவனது உடல் அங்கும் இங்குமாக அடித்து இழுத்துச் செல்லப்பட்டு இறுதியில் ஓரிடத்தில் கிழிந்து சிதைந்த பொம்மை போல ஒதுங்கியது. அவன் ஒருமுறை வேகமாகத் துடித்து அடங்கினான். அவன் கால்கள் கன்னா பின்னாவென்று மடங்கிக் கிடந்தன. அவனைச் சுற்றியிருந்த மணல் முழுவதும் ரத்த வெள்ளமானது.

நான் அழத் தொடங்கினேன்.

வீட்டிற்கு வரும் வழியெல்லாம் அழுதுகொண்டே வந்தேன். காரின் ஸ்டீயரிங் வீலை என் அப்பா எப்படி முறுக்கிப் பிடித்திருந்தார் என்பது எனக்கு நன்கு நினைவிருக்கிறது. அப்பாவின் கை முறுக்கிப் பிடிப்பதும் விடுவதுமாக இருந்தது. அமைதியாக காரை ஓட்டிக்கொண்டு தனது வெறுப்பை மறைக்க அப்பா எவ்வளவு முயன்றார் என்பதை என்னால் எப்போதுமே மறக்க இயலாது.

அன்றைய இரவில் எனது அப்பாவின் படிப்பறையை நான் கடக்கும்போது அப்பா அவர் நண்பர் ரஹீம்கானிடம் பேசிக் கொண்டிருந்ததைக் கதவினருகில் சென்று உன்னிப்பாகக் கேட்டேன்.

"... அவன் ஆரோக்கியமாக இருப்பதற்கு நன்றி," ரஹீம்கான் சொல்லிக் கொண்டிருந்தார்.

"எனக்குத் தெரியும். ஆனால் அவன் எப்போதும் புத்தகங்களுக் குள்ளேயே மூழ்கிக் கிடக்கிறான் அல்லது கனவுகளில் மிதப்பது போல் வீட்டிற்குள் சுற்றித் திரிகிறான்".

"அப்புறம்?"

சலிப்புடன் கிட்டத்தட்ட கோபமடைந்த நிலையில் அப்பா சொன்னார், "நான் அப்படியிருக்கவில்லை" என்று. ரஹீம்கான் சிரித்தார்.

"குழந்தைகள் வண்ணம் பூசும் புத்தகங்களல்ல; உங்களுக்கு பிடித்தமான நிறத்தை அவர்கள் மீது உங்களால் பூச முடியாது" என்றார் ரஹீம்கான்.

"நான் சொல்கிறேன். அப்படி நான் இருக்கவில்லை. என்னுடன் சேர்ந்து வளர்ந்த எந்தக் குழந்தையும் அப்படியிருக்கவில்லை" என்றார் அப்பா.

"சில சமயங்களில் நீ மிகவும் சுயநலமுள்ளவனாக இருக்கிறாய், தெரியுமா?" என்றார் ரஹீம்கான்.

இப்படி அப்பாவிடம் பேசக் கூடிய ஒரே மனிதர் ரஹீம்கான்தான்.

"அதற்கும் இதற்கும் என்ன சம்பந்தம்?" என்றார் அப்பா.

"சம்பந்தமில்லையா?" என்று கேட்டார் ரஹீம்கான்.

"இல்லை" என்றார் அப்பா.

"அப்புறம் என்ன?" என்றார் ரஹீம்கான்.

அப்பா தோல் நாற்காலியில் மாறி உட்காரும் ஒலியை நான் கேட்டேன். நான் என் கண்களை மூடி கதவில் காதுகளை நன்கு பொருத்தி கேட்கவும் விரும்பினேன். கேட்காதிருக்கவும் ஆசைப் பட்டேன்.

"சில நேரங்களில் அண்டை வீட்டுச் சிறுவர்களுடன் அவன் தெருவில் விளையாடுவதை நான் இந்த ஜன்னலின் வழியாகப் பார்த்திருக்கிறேன். அவனை எப்படி அவர்கள் தள்ளி விடுகிறார்கள், அவன் விளையாட்டுப் பொருட்களை பிடுங்கிக் கொள்கிறார்கள், எப்படி அவனை இந்தப் பக்கமும் அந்தப் பக்கமும் இழுக்கிறார்கள் என்பதை எல்லாம் பார்த்திருக்கிறேன். தெரியுமா உனக்கு? அவன் எப்போதுமே திருப்பி அடித்ததில்லை. எப்போதும் அவன் வெறுமனே தலையைத் தொங்கப் போட்டுக்கொண்டு..." அப்பா முடிக்கவில்லை.

ரஹீம்கான் சொன்னார், "அப்படியென்றால் அவன் வன்முறை யாளனில்லை".

"ரஹீம், நான் அந்த பொருளில் சொல்லவில்லை. அது உனக்குத் தெரியும். அவனிடம் ஏதோ குறை தெரிகிறது" என்றார் அப்பா.

"ஆமாம். அற்பமான ஏதோ ஒரு அம்சம்".

"தற்காப்பு என்பது அற்பமானதல்ல. அண்டை வீட்டுப் பையன் கள் அவனை தொந்தரவு செய்யும்போது எப்போதும் என்ன நடக்கும் என்றுனக்குத் தெரியுமா? ஹஸன் வந்து அவர்களை விரட்டி அடிப்பான். இதனை நானே என் கண்களால் பார்த்திருக்கிறேன். ஹஸனும் என் மகனும் வீடு திரும்பும்போது நான் கேட்பேன், ஹஸனுக்கு முகத்தில் அந்த சிராய்ப்பு எப்படி ஏற்பட்டது என்று. அதற்கு அமீர் சொல்வான், "அவன் கீழே விழுந்து விட்டான்," என்று. நான் சொல்கிறேன் ரஹீம். அமீரிடம் ஏதோ குறை உள்ளது," என்றார் அப்பா.

"அவனே தன்னைச் சரிப்படுத்திக் கொள்ளும்படி நீ விட வேண்டும்," என்றார் ரஹீம்கான்.

"அவன் என்ன செய்யப் போகிறான்? தானே நிற்க முடியாத ஒரு பையன் என்னவாகவும் ஆக முடியாத ஒரு மனிதனாகவே வளர்வான்," என்றார் அப்பா.

"எப்போதும் போலவே நீ இதனையும் பெரிதாக்குகிறாய்", என்றார் ரஹீம்கான்.

"நான் அப்படி நினைக்கவில்லை" என்றார் அப்பா.

"உன்னுடைய வியாபாரத்தை உன்னைத் தொடர்ந்து எப்போதும் அவன் நடத்தப் போவதில்லை என்று நீ பயப்படுகிறாய். அதனால்தான் உனக்குக் கோபம்", என்றார் ரஹீம்கான்.

"இப்போது யார் பெரிது படுத்துவது?" என்று சொல்லி அப்பா தொடர்ந்தார். "கவனி. உனக்கும் அவனுக்கும் அருமையான ஒரு அன்னியோன்யம் இருக்கிறது என்பதில் எனக்கு மகிழ்ச்சிதான். சிறிது பொறாமை இருந்தாலும், மகிழ்ச்சியே அதிகமாக இருக்கிறது உங்கள் நெருக்கம் பற்றி நினைக்கும்போது. அவனைப் புரிந்து கொள்ளும்படியான இன்னொருவர் வேண்டும். என்னால் அது முடியாது என்பது இறைவனுக்குத் தெரியும். அமீரைப் பற்றி என்னால் சொல்ல முடியாத ஏதோ ஒன்று என்னை மிகவும் தொந்தரவு செய்கிறது. அது..."

சரியான வார்த்தையை அப்பா தேடுவது எனக்குத் தெரிந்தது. அவர் தணிந்த குரலில் கூறினார். இருந்தபோதும் அது எனக்குக் கேட்டது.

"அவன் என் மனைவியிடமிருந்து பிரசவமானதை நான் பார்க்க வில்லை. அவன் என் மகன் என்பதை நான் நம்பவில்லை".

அடுத்த நாள் காலை எனது காலை உணவு வேளையில் ஏதும் கஷ்டத்திலிருக்கிறாயா என்று ஹஸன் என்னிடம் கேட்டதற்கு நான் பட்டென்று முறித்தாற்போல, "உன் வேலையை மட்டும் பார்" என்றேன்.

அற்பமான சின்ன விஷயம் என்று ரஹீம்கான் நினைத்தது தவறாக இருந்தது.

நான்கு

1933ஆம் ஆண்டு எனது அப்பா பிறந்தார். மன்னர் ஜாஹீர்ஷா தனது நாற்பது ஆண்டுகால ஆப்கானிய ஆட்சியைத் துவக்கினார். காபூல் நகரத்துப் பிரபலமான பெரிய குடும்பத்து இளம் வயதினரான சகோதரர்கள் இருவர் தங்களது தந்தையின் ஃபோர்டு வண்டியில் வந்து கொண்டிருந்தார்கள். ஹஸிஸ் என்னும் போதை மருந்தும் ஃபிரெஞ்ச் மதுவும் அவர்களை பக்மான் சாலையில் சென்று கொண்டிருந்த ஹஸாரா இன கணவனையும் மனைவியையும் வண்டியால் மோதி உயிரிழக்கச் செய்தது. அந்த ஹஸாரா தம்பதியின் அநாதையான ஐந்துவயதுக் குழந்தையையும், அந்த இளைஞர் களையும் மிகவும் பிரபலமான நேர்மைக்குப் பெயர் போன நீதிபதியாயிருந்த எனது தாத்தாவிடம் கொண்டு வந்தனர். அந்த இளைஞர்களின் வாதங்களையும் கருணைக்கு இறைஞ்சிய அவர்களின் தந்தையின் மொழியையும் கேட்ட என் தாத்தா, காந்தஹார் சென்று ஒரு ஆண்டு ராணுவ சேவை புரிய வேண்டும் என்று உத்தரவிட்டார். அவர்களுக்கு அளிக்கப்பட்ட தண்டனை கடுமையானது என்றாலும் சரியானதே என்று எல்லோரும் ஒப்புக் கொண்டனர். அநாதையான அந்தக் குழந்தையை தாத்தாவே தத்தெடுத்துக் கொண்டார். வேலையாட்களிடம் அவனுக்கு எல்லாவற்றையும் கற்றுக் கொடுக்கும்படியும் அவனை அன்பாக நடத்தும்படியும் கூறினார். அந்தப் பையன்தான் அலி.

நானும் ஹஸனும் ஒன்றாக வளர்ந்ததைப் போலவே அலியின் கால்களை போலியோ நோய் தாக்கும்வரை எனது அப்பாவும் அலியும் விளையாட்டுத் தோழர்களாக வளர்ந்தனர். அப்பாவும்

அலியும் செய்த குறும்புகளையெல்லாம் அப்பா எப்போதும் எங்களிடம் சொல்வார். ஆனால் அலி தனது தலையை ஆட்டிக் கொண்டே "ஆகா சாகிப்" என்றழைத்து, "அந்தக் குறும்புகளின் காரணகர்த்தா யாரென்றும், ஏழை வேலைக்காரன் யாரென்றும் அவர்களிடம் சொல்லிவிடுங்கள்," என்பார். அப்பா இதனைக் கேட்டு நன்றாகச் சிரிப்பார். ஆனால் இந்த அத்தனைக் கதைகளிலும் அலியை தனது நண்பன் என்று அப்பா சொன்னதே இல்லை.

இதில் முக்கியமான விஷயம் என்னவென்றால் ஹஸனும் நானும் நண்பர்கள் என்று ஒருபோதும் நான் நினைத்ததில்லை. கையை விட்டுவிட்டு சைக்கிளை ஓட்ட நாங்கள் கற்றுக் கொண்டதா யிருக்கட்டும், அட்டைப் பெட்டியைக் கொண்டு கேமரா செய்த தாயிருக்கட்டும், குளிர்காலம் முழுவதும் பட்டம் விட்டதாகவோ இருக்கட்டும். எனக்கு மொட்டையடித்த தலையுடன் பிளந்த உதடுகளுடன் சிரிக்கும் சீன பொம்மை போன்ற பையன் ஆப்கானியனாகத் தெரியாததும் இருக்கட்டும்.

இவைகளை சட்டை செய்ய வேண்டாம். ஏனெனில் வரலாற்றை சமாளித்து வெற்றி கொள்வது என்பது எளிதானதல்ல. அதே போன்றுதான் மதமும். நான் பஸ்டூன் இனத்தவன். அவனோ ஹஸாரா இனத்தவன். நான் சன்னி மதப்பிரிவைச் சார்ந்தவன். அவனோ ஷியா. இதனை எதுவும் எப்போதும் மாற்றப் போவதில்லை.

ஆனால் நாங்கள் குழந்தைகளாயிருந்தபோது ஒன்றாகவே தவழக் கற்றுக் கொண்டோம். எந்த வரலாறும், இனத்தன்மையும், சமூக அமைப்பும் அல்லது மதமும் அதனையும் மாற்ற முடியாது. எனது வாழ்க்கையின் ஆரம்பகால பனிரெண்டு ஆண்டுகளின் பெரும் பாலான நேரங்களை ஹஸனுடன் விளையாடுவதிலேயே கழித்தேன். சில நேரங்களில் எனது மொத்த இளமைப் பருவமும் ஒருவரை ஒருவர் துரத்திப் பிடித்துக் கொண்டு, எனது வீட்டுக் கொல்லைப் புறத்தில் ஒருவரை ஒருவர் துரத்திக் கொண்டு, திருடன்-போலீஸ் விளையாட்டு விளையாடிக் கொண்டு, கௌபாய்-செவ்விந்தியர்கள் விளையாட்டு விளையாடிக் கொண்டு, பூச்சிகளைப் பிடித்துத் துன்புறுத்திக் கொண்டு - (இதில் ஒரு பெரிய வண்டின் கொடுக்கு களைப் பிடுங்கி அதனை ஒரு நூலில் கட்டி அது பறக்க எத்தனிக்கும் ஒவ்வொரு முறையும் அடித்தது ஒரு மறக்க முடியாத சாதனை) திரிந்த அந்த ஒட்டு மொத்த இளமைக்காலமும் ஒரு நீண்ட சோம்பேறித் தனமான கோடைக்காலம் போன்றே தோன்றும்.

வடக்கிலுள்ள மலைப்பகுதிக்குச் செல்லும் கோச்சி என்ற நாடோடிகளை விரட்டியிருக்கிறோம். அந்தக் கூட்டத்தினரின் ஆடுகளின் சப்தத்தையும், அவர்களது ஒட்டகங்களின் கழுத்து மணி சப்தத்தையும் கேட்டு அவர்கள் எங்கள் அண்டைப் பகுதிக்கு வந்துவிட்டதை அறிந்து கொள்வோம். அந்தக் கூட்டத்தினரின் தூசு படிந்து குளிராலும் வெயிலாலும் பாதிக்கப்பட்ட முகத்துடனிருந்த ஆண்களையும், கைகளிலும் கால்களிலும் வெள்ளியிலான வளையங்களையும், பல வண்ண மணிகளினாலான உடைகளை அணிந்த பெண்களையும் காண ஓடுவோம். அவர்களது ஆடுகளின் மேல் கற்களை எறிவோம். அவர்களது கழுதைகள் மீது தண்ணீரை பீய்ச்சியடிப்போம். ஹஸனை வேதனைப்படும் சோளச் சுவர் மீது அமரச் செய்து அவனது உண்டைவில் கொண்டு நாடோடிகளின் ஒட்டகங்கள் மீது கல்லெறியச் செய்வேன்.

ஜான் வெய்ன் நடித்த ரியோ பிராவோ திரைப்படத்தை எனது மிகவும் பிடித்தமான புத்தகக் கடைக்கருகிலிருந்த சினிமா பார்க் என்ற திரையரங்கில் பார்த்தோம். அதுதான் நாங்கள் பார்த்த முதல் மேற்கத்திய திரைப்படம். ஜான் வெய்னை சந்திப்பதற்காக என்னை ஈரானுக்குக் கொண்டு செல்லும்படி அப்பாவிடம் நான் கெஞ்சியது நினைவிருக்கிறது. ஒரு ட்ரக் எஞ்ஜினின் சப்தம் போல அதிரடியாகச் சிரித்த அப்பா குரல் மாற்றிப் பதிவு செய்வதைப் பற்றி எங்களுக்கு விளக்கினார். நானும் ஹஸனும் திகைத்தோம். ஜான் வெய்ன் ஃபார்ஸி மொழியைப் பேசவில்லை, அவர் ஈரானியன் அல்ல என்பதைக் கேட்டதும் மேலும் ஆச்சர்யமுற்றோம். நாங்கள் காபூலில் எப்போதும் காணும் நட்பான, நீண்ட முடிகளை உடைய ஆண்களையும், பெண்களையும் போன்ற அமெரிக்கர்தான், வெய்ன். நாங்கள் ரியோ பிராவோவை மூன்று முறை பார்த்தோம். ஆனால் மிகவும் பிடித்தமான தி மேக்னிஃபீஸண்ட் செவன் என்ற திரைப்படத்தை பதின்மூன்று முறை பார்த்தோம். அந்தத் திரைப்படத்தின் இறுதியில் மெக்ஸிகன் குழந்தைகள் சார்லஸ் பிரான்ஸனை புதைக்கையில் படம் பார்க்கும் ஒவ்வொரு முறையும் அழுதோம். ஃபார்ஸி மொழியிலிருந்த அந்தத் திரைப்படமும் ஈரானியப் படமில்லை என்றானது.

வஸீர் அக்பர்கான் மாவட்டத்தின் மேற்குப் புறமிருந்த புதிய நகரம் என்றழைக்கப்பட்ட காபூலின் ஷாரே நூ பகுதியின் மணம் கமழும் தெருக்களில் நாங்கள் நடந்து திரிந்தோம். கடைத்தெருவுக்கு வருபவர்களின் சளசளவென்ற சப்தத்திற்கிடையில் நாங்கள் பார்த்த திரைப்படங்களைப் பற்றிப் பேசி நடப்போம். வியாபாரிகள்,

பிச்சைக்காரர்கள் நிறைந்த நெருக்கடி மிகுந்த குறுகிய சந்துகளில் நாங்கள் அலைந்து திரிந்தோம். ஒவ்வொரு வாரமும் கைச் செலவுக்கென எங்களுக்கு பத்து பத்து ஆப்கானிகளை அப்பா தருவார். அதனைக் கொண்டு கோக்க-கோலாவும், பாதாம்பருப்பு போன்றவைகள் வைத்த ஐஸ்கிரீம்களையும் வாங்கி உண்போம்.

பள்ளியின் கல்வியாண்டுகளில் எங்களுக்கு அனைத்தும் தினசரி வழக்கப்படியில் அமைந்திருந்தன. நான் சோம்பலுடன் மெதுவாக எழுந்து குளியலறைக்குச் செல்லும்போது, ஹஸன் குளித்து முடித்து தனது தந்தையுடன் தொழுதுவிட்டு எனக்கான காலை உணவைத் தயாரித்துக் கொண்டிருப்பான்.

மூன்று சர்க்கரைக் கட்டிகளுடன் பாலற்ற கருப்புத் தேநீர், எனக்குப் பிடித்தமான செர்ரி பழக்குழைவு தடவிய ரொட்டித் துண்டுகளுடன் மிக நேர்த்தியாக உணவு மேசையின் மீது வைக்கப்பட்டிருக்கும். நான் உண்டு, எனது வீட்டுப் பாடம் செய்து கொண்டிருக்கையில் ஹஸன் எனது படுக்கையை எடுத்து வைத்து, என் ஷுக்களை பாலிஷ் செய்து, எனது உடைகளை இஸ்திரி செய்து, எனது புத்தகப்பையை பென்ஸில்களுடன் தயார் செய்வான். தன் மூக்கடைத்த குரலில் பழைய ஹஸாரா இனப்பாடல்களை துணிகளை இஸ்திரி செய்யும்போது ஹஸன் பாடுவதைக் கேட்டிருக்கிறேன். திரையரங்குகளில் ஆறு மாதங்கள் ஓடிய ஸ்டீவ் மெக்குயின் நடித்த புல்லிட் என்ற திரைப்படத்தில் வந்த, எல்லோருக்கும் பொறாமையை ஏற்படுத்திய கறு நிற ஃபோர்ட் மஸ்டங் காரில் என்னை வைத்துக்கொண்டு அப்பா செல்வார். வாசல் புல்வெளிக்கு நீர் பாய்ச்சுவது, இரவு உணவுக்கான இறைச்சியை மசாலா தடவி தயார் செய்வது, கடைத்தெருவிலிருந்து புதிய ரொட்டிகளை வாங்கிவருவது, தரையைத் துடைப்பது, துணிகளை துவைத்து உலர்த்துவது போன்ற வேலைகளில் அலிக்கு உதவிக் கொண்டு ஹஸன் வீட்டிலேயே இருப்பான்.

பள்ளி முடிந்து வந்ததும், நானும் ஹஸனும் ஒரு புத்தகத்தைக் கையிலெடுத்துக்கொண்டு வஸீர் அக்பர்கான் மாவட்டத்தில் எனது தந்தையின் சொத்துக்கருகிலிருந்த ஒரு குன்றினை நோக்கி நடப்போம்.

குன்றில் பெயரில்லாத பெயரில்லாத கல்லறைகளுடன் மரம் செடி கொடிகள் சூழ்ந்த புழக்கமில்லாத மையவாடி (சவ அடக்கஸ்தலம்) ஒன்றிருக்கும். மழையிலும் பனியிலும் அடிபட்டு மையவாடியின் நுழைவாயில் கதவுகள் அரித்துப் போயிருக்கும். உயரக்குறைவான

சுவர்கள் சிதைந்து போயிருக்கும். நுழைவாயிலின் அருகே ஒரு மாதுளை மரம் இருக்கும். ஒரு கோடை நாளில் அலி அடுக்களையில் பயன்படுத்தும் கத்தியைக் கொண்டு அந்த மரத்தில் செதுக்கினேன், “காபூலின் சுல்தான்களான அமீரும் ஹஸனும்” என்று. அந்த மரம் எங்களுடையது போன்று ஆனது. நானும் ஹஸனும் அம்மரத்தின் கிளைகளின் மீதேறி இரத்தச் சிவப்பான மாதுளைகளைப் பறிப்போம். பழத்தைத் தின்று விட்டு கைகளை புற்களின் மீது துடைத்த பின், நான் ஹஸனுக்கு என் புத்தகத்திலிருந்து படித்துக் கொடுப்பேன். அவனுக்கு வாசிக்கத் தெரியாதாகையால் கால்களை மடக்கி உட்கார்ந்து கொண்டு வெயிலும் மாதுளை மர நிழலும் ஆடும் முகத்துடன் புல்லைப் பிடுங்கிக் கொண்டே என் கதைப் புத்தகத்திலிருந்து நான் வாசிப்பதை அமைதியாகக் கேட்டுக் கொண்டிருப்பான். அலியைப் போன்றே படிப்பறிவற்றவனாக ஹஸன் வளர்ந்திருந்தான். சனோபரின் வயிற்றிலிருந்து வேண்டா வெறுப்பாகப் பிறப்பிக்கப் பட்ட ஹஸனுக்கு - ஒரு வேலைக்காரனுக்கு படிப்பு எதற்கு என்றே அனைவரும் எண்ணினார்கள். அவனுக்குக் கல்வியறிவு இல்லாத தால் ஹஸன் அவனுக்கு மறுக்கப்பட்ட கல்வியின் மர்மமான ஒரு நிலைக்கு இழுத்துச் செல்லப்பட்டான். அவனுக்கு நான் பாடல் களையும், கதைகளையும், புதிர்களையும் படித்துக் காண்பிப்பேன். என்னைவிட நன்றாக அவன் புதிர்களை விடுவிப்பதைக் கண்ட நான் புதிர்களைப் படிப்பதை நிறுத்திவிட்டேன். எனவே சாதாரண முல்லா நஸ்ருதீனும் அவர் கழுதையும் போன்றவற்றை நான் அவனுக்கு வாசித்துக் காட்டுவேன். நாங்கள் மணிக்கணக்கில் அந்த மரத்தின் கீழ் அமர்ந்திருப்போம். மேற்கில் சூரியன் மறைந்து வெளிச்சம் குறைவாக இருந்தபோதும் இன்னும் ஒரு கதைக்கோ அல்லது அத்தியாயத்திற்கோ இந்த வெளிச்சம் போதும் என்று கூறி மேலும் வாசிக்கச் சொல்லுவான்.

ஹஸனுக்கு நான் வாசித்துக் கொடுத்ததில் அவனுக்குப் புரியாத ஒரு பெரிய வார்த்தை வந்தபோது அதுவே எனக்குப் பிடித்த பகுதியானது. அதனைக் கொண்டு அவனது அறியாமையை நான் வெளிக்கொண்டு வந்து காண்பிப்பேன். ஒரு முறை முல்லா நசுருதீனின் கதையொன்றை நான் படித்துக் காட்டிக் கொண்டிருக் கையில் ஹஸன் என்னை ஓரிடத்தில் நிறுத்தும்படிக் கூறி அந்த வார்த்தைக்கு என்ன அர்த்தம் என்று கேட்டான்.

“எந்த வார்த்தை?” என்றேன்.

“சித்தசுவாதீனமில்லா” என்ற வார்த்தை.

நான் சிரித்தபடி, “அந்த வார்த்தைக்கு உனக்கு அர்த்தம் தெரியாதா?” என்றேன்.

“தெரியாது. அமீர் ஆகா” என்றான்.

“அது மிகவும் சாதாரண வார்த்தைதானே?!” என்றேன்.

“இருந்தும் எனக்குத் தெரியவில்லை”, என்றான்.

நான் அவனை புண்படுத்தியிருந்தாக அவனது புன்னகைக்கும் முகம் காட்டவில்லை.

“எனது பள்ளியில் படிக்கும் எல்லோருக்கும் அதன் அர்த்தம் தெரியும்” என்று கூறி, அந்த வார்த்தைக்கு “சாதுர்யமுள்ள நல்ல புத்திசாலி” என்று அர்த்தம் என்று நான் சொன்னேன். உனக்காக அதனை ஒரு வாக்கியத்தில் வைத்துக் கூறுகிறேன். “ஹஸன் சித்த சுவாதீனமில்லாதவன்”, என்றேன்.

“அப்படியா” என்று அவன் தலையை ஆட்டினான். அதனைக் குறித்து பின்னர் மிகவும் வேதனை அடைந்தேன். எனது பழைய சட்டையையோ அல்லது எனது உடைந்து போன விளையாட்டு சாமானையோ கொடுத்து அதனை சரிக்கட்ட முயன்றேன். நான் செய்த தவறை அது சரிசெய்துவிடும் என்று எனக்கு நானே சொல்லிக் கொண்டேன்.

பத்தாம் நூற்றாண்டின் பாரசீகப் பெரு வீரர்களைப் பற்றிய காவியமான ஷாநாமா என்னும் புத்தகமே ஹஸனுக்கு மிகவும் பிடித்த ஒன்றாக இருந்தது. அந்தப் புத்தகத்தின் அனைத்து அத்தியாயங்களையும் அவன் மிகவும் விரும்பினான். அதில் பழைய மன்னர்களான ஃபெரிதூன், ஜால் மற்றும் ருடாபேஹ் ஆகியவர்களை அவனுக்கு மிகவும் பிடித்திருந்தது. ஆனால் எனக்கும் அவனுக்கும் பிடித்தமாக இருந்தது ருஸ்தம் என்ற பெருவீரனும் அவனுடைய பறக்கும் குதிரையான ரக்ஷ் என்பதனையும் பற்றிய “ருஸ்தமும் ஷொஹ்ராபும்” என்ற கதைதான். ருஸ்தம், ஷொஹ்ராபை போரில் கடுமையாகத் தாக்கிய பின்னரே அறிகிறான் ஷொஹ்ராப் தனது காணாமல் போன மகன் என்று. பெருந்துயர் மண்டிய ருஸ்தம் இறக்கும் தனது மகனின் வார்த்தைகளைக் கேட்கிறான்.

நீ என் தந்தையாக இருக்கிறாய் என்பதைவிட,

உன்னுடைய மகனின் குருதி தோய்ந்த வாளுடன்
நீ இருக்கிறாய். நீ உன்னுடைய வறட்டுப் பிடிவாதத்தால்
பீடிக்கப்பட்டிருக்கிறாய். அன்பின் பக்கம் திரும்பும்படி
உன்னை அழைக்கிறேன். எனது தாயாரின் நினைவுகளை
மனதில் இருத்திக் கொள்ள உன்னிடம் மன்றாடுகிறேன்.
ஆனால் எனது வேண்டுதல்கள் எல்லாம் உன்னுள்
வீணாகிவிட்டன. சந்திப்பின் சமயம் இப்போது போய்விட்டது...

“அமீர் ஆகா, தயை செய்து மீண்டும் அதனைப் படி” என்று ஹஸன் கூறுவான். இந்தப் பகுதியை அவனுக்குப் படித்துக் காட்டுகையில் சில சமயம் ஹஸனின் கண்களிலிருந்து கண்ணீர் தாரை தாரையாக விழும். நாங்கள் யாருக்காக அழுகிறோம் என்று எனக்கு ஒரே ஆச்சர்யமாக இருக்கும். துயரம் மிகுந்து உடைகளைக் கிழித்துக் கொண்டு தன் தலையை சாம்பலில் மூடிக் கொண்ட ருஸ்தத்திற்காகவா அல்லது தனது தந்தையின் அன்பிற்காக ஏங்கி இறந்து கொண்டிருக்கும் ஷொஹ்ராபிற்காகவா? என்வரையில் ருஸ்தமின் விதியில் சோகத்தை என்னால் காண முடியவில்லை. எல்லா தந்தைமார்களும் தங்களது மகன்களைக் கொல்லும் ரகசிய ஆசையை இதயத்தில் பதுக்கி வைத்துக் கொண்டிருப்பதில்லையா?

1973ஆம் ஆண்டு ஜுலை மாதத்தின் ஒரு நாளில் ஹஸனிடம் இன்னொரு விளையாட்டைச் செய்தேன். அவனுக்காக நான் படித்துக் கொண்டிருக்கும் போது சட்டென்று புத்தகத்திலிருந்து விலகி, நானாக எனக்குத் தோன்றிய கதையைப் படிப்பேன். சந்தேகம் வராதிருக்க பக்கங்களைப் புரட்டிக் கொண்டே இதனைச் செய்வேன். இது ஹஸனுக்குத் தெரியாது. பக்கங்களில் உள்ள வார்த்தைகள் அவனைப் பொறுத்தவரையில் புரியாத மர்மமான புதிர்களே. சாவிகளைக் கையில் வைத்துக் கொண்ட ரகசிய தாழ்வறைகளே வார்த்தைகள். கதை அவனுக்குப் பிடித்திருக்கிறதா என்று கேட்கையில் அவன் கைதட்டலைப் பார்த்து எனக்கு வரும் சிரிப்பை அடக்கிக் கொள்வேன்.

“என்ன செய்கிறாய்?” என நான் கேட்பேன். அதற்கு அவன் கைத்தட்டலை நிறுத்தாமலே, “வெகு நாட்களாக நீ படித்த கதைகளிலேயே இதுதான் சிறப்பானது” என்பான்.

நான் பலமாகச் சிரித்தபடியே “உண்மையாகவா?” என்பேன்.

“உண்மையிலேயே” என்பான்.

"அது வசீகரமானதுதான்" என்று நான் முணு முணுத்தேன். அதனை நான் உண்மையாகவே சொன்னேன். இது எதிர்பாராதது. "நிச்சயமாகச் சொல்கிறாயா? ஹஸன்", என்று கேட்பேன்.

அவன் இன்னும் கைகளைத் தட்டியபடியே, "அது மிக அருமையாக இருந்தது, அமீர் ஆகா. நாளையும் எனக்காக இன்னும் படிப்பாயா?" என்பான். தனது கொல்லைப்புறத்தில் புதையலைக் கண்டெடுத்த ஒரு மனிதனைப் போல திகைத்து, "வசீகரமான கவர்ச்சியான விஷயம்தான்" என்றேன். குன்றிலிருந்து கீழே இறங்குகையில் என் தலைக்குள் வெடிகள் வெடிப்பது போல நினைவுகள் வெடித்தன. நீ படித்தவற்றிலேயே சிறந்த கதை என்று அவன் சொன்னான். அவனுக்காக நான் ஏகப்பட்ட கதைகளைப் படித்திருந்தேன். ஹஸன் என்னிடம் ஏதோ கேட்டான்.

நான் "என்ன?" என்றேன்.

"வசீகரமானது என்றால் என்ன அர்த்தம்?" என்றான்.

நான் சிரித்தேன். அவனைக் கட்டிப்பிடித்து அவன் கன்னத்தில் முத்தமிட்டேன்.

அவன் மிகவும் மகிழ்ந்து முகம் முழுக்க சிவக்க "இந்த முத்தம் எதற்காக?" என்றான்.

அவனை நட்பாகத் தள்ளி விட்டு லேசாகச் சிரித்தேன்.

"நீ ஒரு இளவரசன். ஹஸன் நீ ஒரு இளவரசன். உன்னை நான் மிகவும் விரும்புகிறேன்" என்றேன்.

அன்றிரவில் எனது முதல் சிறுகதையை எழுதினேன். அதற்கு எனக்கு அரை மணி நேரமானது. ஒரு மனிதன் கண்டெடுத்த மந்திரக் குவளை பற்றிய கதையாகும் அது. அந்த மந்திரக் குவளையில் அவன் அழுத கண்ணீர் விழும் போது அது முத்துக்களாக மாறும். ஆனால் அம்மனிதன் ஏழையாகவே இருந்தாலும் அவன் மகிழ்ச்சியுள்ள வனாகவே இருந்ததால், அவன் அபூர்வமாகவே அழுதான். எனவே பணக்காரனாகவேண்டி அவன் தான் துயரமாக இருப்பதற்கான வழி களைத் தேடி பணக்காரனானான். முத்துக்கள் அவனிடம் குவியத் தொடங்கியதும் அவனது பேராசையும் வளர்ந்தது. தனது மனைவியின் இறந்த உடலுடன் கையில் கத்தியை வைத்துக் கொண்டு முத்துக் குவியலின் மீதமர்ந்து குவளையில் அழுதபடி ஆதரவற்று அவன் இருப்பதாகக் கதை முடியும்.

நான் எழுதிய அந்தக் கதையுடன் என் அப்பாவின் படிப்பறை நோக்கிச் சென்றேன். அங்கே எனது அப்பாவும் ரஹீம்கானும் புகைத்தபடி மதுவருந்திக் கொண்டிருந்தனர்.

ஸோஃபாவில் சற்றே சாய்ந்து பின்புறமாகத் தலையை இருத்திக் கொண்டு அப்பா கேட்டார், "என்ன அமீர் அது?". அவர் முகத்தைச் சுற்றி நீல நிறப் புகைப்படலம். அவரது பார்வை என் தொண்டையை வறளச் செய்தது. நான் தொண்டையைச் சரி செய்துகொண்டு ஒரு கதையை எழுதி இருப்பதாகச் சொன்னேன்.

அப்பா தலையை ஆட்டிக் கொண்டு சிரித்தபடி ஆர்வமாக இருப்பதாகக் காட்டிக் கொண்டு, "சரி, அது நல்லதுதான் இல்லையா?" என்றார். அவ்வளவுதான். புகைப்படலத்தினூடாக என்னைப் பார்த்தார்.

அங்கு நான் நின்றிருந்தது அனேகமாக ஒரு நிமிடத்திற்குள்தான் இருக்கும். ஆனால் இந்நாள்வரை அந்த நேரம்தான் என் வாழ்வின் நீண்ட நிமிடமாக இருந்தது. வினாடிகள் நீண்ட இடைவெளியில் கடந்தன. என்னைச் சுற்றி காற்று அடர்ந்தது போலிருந்தது. எனது இதயத் துடிப்பு அதிகமானது. அப்பா என்னையே பார்த்துக் கொண்டிருந்தார். ஆனால் எனது கதையைப் படிக்கவில்லை.

எப்போதும் போலவே இப்போதும் ரஹீம்கானே என்னைக் காக்க வந்தார். அவர் தனது கைகளை நீட்டி எனக்கு ஆதரவாக போலியற்று புன்னகைத்தார்.

"அமீர் ஜான் நான் அதனைப் பார்க்கலாமா? அதனைப் படிப்பதற்கு எனக்கு மிகவும் விருப்பமாக உள்ளது" என்றார். இந்த "ஜான்" என்னும் வார்த்தை மிகவும் அன்பும் நெருக்கமும் தவழும் வார்த்தை. அந்த வார்த்தையை ஒருபோதும் அப்பா என் பெயருடன் சேர்த்துப் பயன்படுத்தியதில்லை.

தோள்களைக் குலுக்கிக்கொண்டு அப்பா எழுந்து நின்றார். ரஹீம்கானால் அவரும் காப்பாற்றப்பட்டது போல ஆசுவாசமானார்.

"ரஹீமிடம் அந்தக் காகிதங்களைக் கொடு. நான் வெளியே போகத் தயாராவதற்கு மேலே செல்கிறேன்" என்று கூறி அப்பா படிப்பறையை விட்டுச் சென்றார். அப்பாவை நீண்ட நாட்கள் நான் மிகப் பெருமையாக பெரியதாகக் கொண்டாடி இருக்கிறேன். ஆனால் இப்போது என் நரம்புகளைத் திறந்து அவரது சாபக்கேடான குருதியை என் உடலிலிருந்து வெளியேற்ற விரும்பினேன்.

ஒரு மணி நேரம் கழித்து அவர்களிருவரும் எனது அப்பாவின் காரில் ஒரு விருந்துக்குச் சென்றார்கள். செல்வதற்கு முன்னால் ரஹீம்கான் எனது கதையையும் அதனுடன் ஒரு மடித்த காகிதத் துண்டையும் கொடுத்துவிட்டுச் சென்றார். அவர் அப்படிக் கொடுக்கும்போது ஒரு மென்னகையுடன் கண்களை சிமிட்டி "உனக்குத்தான். பின்னர் படி" என்றார். ஒரு கணம் கழித்து எந்த பத்திரிகை ஆசிரியராலும் கூட கொடுத்திருக்க முடியாத ஒரு பாராட்டு வார்த்தையை ரஹீம்கான் என்னிடம் சொன்னார். என்னை மேலும் எழுதும்படி ஊக்குவித்த அந்த வார்த்தை "சபாஷ்" என்பதாகும்.

அவர்கள் சென்ற பின்னர் நான் எனது படுக்கையில் அமர்ந்தபடி ரஹீம்கான் எனது தந்தையாக இருக்க வேண்டும் என்று ஆசைப்பட்டேன். அப்புறம் எனது அப்பாவைப் பற்றி நினைத்தேன். அவரது பரந்து விரிந்த மார்பில் என்னைச் சாய்த்துப் பிடிப்பது எவ்வளவு நன்றாக இருக்கும். காலை வேளைகளில் அவர் உடலிலிருந்து பூசப்பட்ட நறுமண வாடை, என் முகத்தில் உரசும் அவர் தாடி, இவற்றையெல்லாம் நினைத்துப் பார்த்தேன். அந்த நினைவுகளிலிருந்து வெளிவந்தபோது எனக்கு வாந்தி வருவது போன்ற உணர்வு மேலிட குளியலறையில் சென்று வாந்தி எடுத்தேன்.

அன்றிரவு என் படுக்கையில் படுத்தபடி ரஹீம்கான் கொடுத் திருந்த துண்டுக் கடிதத்தை மீண்டும் படித்துக் கொண்டே இருந்தேன். அந்த கடிதம் இப்படி இருந்தது.

அமீர் ஜான்,

உனது கதையை நன்றாகப் படித்தேன். அருமையாக இருந்தது. எல்லாப் புகழும் இறைவனுக்கே! இறைவன் உனக்கு சிறப்பான திறமையை வழங்கி இருக்கிறான். அந்தத் திறமையை மேம்படுத்தி வளர்த்தெடுப்பது இப்போது உனது கடமையாகிவிட்டது. ஏனெனில் இறைவன் அளித்த திறமையை பயன்படுத்தாமல் வீணாக்குபவன் கழுதை போன்றவன். நீ உனது கதையை நேர்த்தியாக இலக்கணப் பிழையின்றி நல்ல நடையில் எழுதியிருக்கிறாய். ஆனால் உனது கதையில் மிகவும் தாக்கத்தை ஏற்படுத்தியது அதில் உள்ள உள்ளுறை உண்மை. அந்த உண்மை ஒரு வேளை நீயே அறியாததாக இருக்கலாம். அப்படியிருந்தால் ஒரு நாளில் உனக்கது தெரியவரும். சிலர் எழுத்தையே முழுநேரப் பணியாகக் கொண்டிருந்தும் அவர்களால் எழுத்தாளர்கள் என்ற நிலையை

அடையவே முடியாதபடி இருக்கிறார்கள். உனது முதல் கதையிலேயே அதற்குரிய உத்திகளுடன் அந்த நிலையை நீ அடைந்திருக்கிறாய்.

எனது கதவுகள் உனக்காகத் திறந்தே இருக்கின்றன அமீர்ஜான். அது எப்போதும் உனக்காகத் திறந்தே இருக்கும். நீ சொல்லக்கூடிய எந்தக் கதையையும் நான் கேட்பேன். சபாஷ்!.

உனது நண்பன்
ரஹூம்

ரஹீம்கானின் கடிதம் தந்த உற்சாகத்தில் மிதந்தபடி, அந்தக் கதையை கையில் எடுத்துக் கொண்டு அலியும் ஹஸனும் படுத் துறங்கும் கீழ்தளத்திலிருந்த அறைக்கு வேகமாகச் சென்றேன். அந்த நேரத்தில் மட்டுமே அவர்கள் உறங்குவார்கள். நான் ஹஸனை எழுப்பி, “ஒரு கதை கேட்க விரும்புகிறாயா” என்றேன்.

தூக்கம் நிறைந்த கண்களை கசக்கி சோம்பல் முறித்துக் கொண்டே “இப்போதா? இப்போது நேரம் என்ன?” என்றான்.

“நேரத்தை விடு. இது சிறப்பான ஒரு கதை. நானே எழுதியது” என்று அலி எழுந்துவிடாதபடி ஹஸனின் காதில் கிசுகிசுத்தேன். ஹஸனின் முகம் பிரகாசமானது.

போர்வையை விட்டு வெளியே வந்து “அப்படியானால் அதனை நான் கேட்டாக வேண்டுமே” என்றான்.

கதையை நான் அவனுக்கு வீட்டு ஹாலில் வைத்துப் படித்துக் காண்பித்தேன். இப்போது அவனிடம் எந்த வார்த்தை விளையாட் டையும் நான் காட்டவில்லை. ஹஸன் கதையின் திருப்பங்களுக் கேற்ப முகத்தில் மாற்றங்களைக் காண்பித்தபடி கதையில் மூழ்கிப் போனான். கதையின் கடைசி வாக்கியத்தை நான் முடித்ததும் ஹஸன் ஓசையின்றி உற்சாகமாகக் கைகளைத் தட்டினான்.

“எல்லாப் புகழும் இறைவனுக்கே. அமீர் ஆகா. சபாஷ்” என்று கூறி ஹஸன் மிகவும் மகிழ்ச்சியாகச் சிரித்தான்.

“உனக்குப் பிடித்திருக்கிறதா?” என்றேன். பாராட்டுப் பெறுவது என்பது எத்தனை இனிமையானது. எனது கதைக்கான இரண்டாவது பாராட்டையும் பெற்றுக் கொண்டே இப்படி நினைத்தேன்.

“இறைவன் நாடினால் நீ ஒரு நாளில் பெரிய எழுத்தாளனாகி விடுவாய். உலகம் முழுவதும் உனது கதைகளை எல்லோரும் படிப்பார்கள்” என்று ஹஸன் சொன்னான்.

அவன் அப்படி சொன்னதை மிகவும் விரும்பியபடி "நீ மிகைப்படுத்திப் பேசுகிறாய் ஹஸன்" என்றேன்.

"இல்லை. ஒரு நாளில் நீ மிகப் பெரிய ஆளாகி பிரபலமடைவாய்" என்று அழுத்தமாகக் கூறினான். இன்னும் எதையோ சொல்லப் போவது போல அவன் சிறிது நேரம் மௌனமாகி தொண்டையை சரி செய்துகொண்டு நிதானித்து கேட்டான்.

"கதையைப் பற்றி ஒரு கேள்வி கேட்க நீ என்னை அனுமதிப்பாயா?"

"நிச்சயமாக" என்றேன்.

"நல்லது..." என்று ஆரம்பித்தவன் தொடர முடியாமல் நிறுத்தினான்.

"சொல்லு ஹஸன்" என்றேன்.

எனக்குள்ளிருந்த பாதுகாப்பற்ற எழுத்தாளன் அவன் கேள்வி கேட்பதை விரும்பாதபோதும் நான் புன்னகைத்துக் கொண்டே அப்படிச் சொன்னேன்.

"அந்த மனிதன் ஏன் அவன் மனைவியைக் கொன்றான்? அவன் கண்ணீருக்காக ஏன் எப்போதும் துன்பத் துயரத்திலேயே இருக்க வேண்டும்? அவன் வெங்காயத்தை முகர்ந்து கண்ணீர் விட்டிருக்கக் கூடாதா?" என்று ஹஸன் கேட்டான்.

நான் திடுக்கிட்டேன். நன்கு வெளிப்படையாகத் தெரியும் அந்தக் கேள்வி எனக்குள் எழவில்லை. எனது உதடுகளை நான் சுழித்தேன். எழுதுவதற்கான முக்கியமான விஷயமான உத்தி என்பதை அன்றைய இரவில் நான் கற்றுக் கொண்டதாக எனக்குத் தோன்றியது. கதைக் கருவில் உள்ள குறையையும் அன்று நான் தெரிந்து கொண்டேன். இது எனக்கு ஹஸனால் கற்பிக்கப்பட்டது. படிக்க முடியாத, வாழ்க்கையில் ஒரு வார்த்தையைக் கூட அதுவரை எழுதியிருக்காத ஹஸன் இதனைக் கற்பித்தான். சட்டென்று ஒரு குளிர்ந்த கனத்த குரல் என் காதில் ஒலித்தது. "படிப்பறிவில்லாத அந்த ஹஸாராவுக்கு என்ன தெரியும்? உன்னை எப்படி அவன் விமர்சிப்பது?" என்றது அந்தக் குரல்.

"நல்லது..." என்று தொடங்கிய நான் அந்த வாக்கியத்தை எப்போதுமே முடிக்கவில்லை. ஏனென்றால் சட்டென்று ஆப்கானிஸ்தானே மாறிப் போய் விட்டது.

ஐந்து

இடிஇடிப்பது போன்ற ஏதோ ஒலி கேட்டது. பூமி அதிர்ந்தது. துப்பாக்கிகளின் வெடி ஒலியை நாங்கள் கேட்டோம். ஹஸன் அழுதான். நாங்கள் ஹாலை விட்டு வெளியே வந்தோம். கீழ்த்தளத்தில் அலி பித்துப் பிடித்தது போல அங்கும் இங்கும் நொண்டி நொண்டி நடந்து கொண்டிருந்ததை நாங்கள் கண்டோம்.

தனது அப்பாவை நோக்கி ஓடிக்கொண்டே, "அப்பா, அது என்ன சத்தம்?" என்று பயத்தில் கதறிக்கொண்டே கேட்டான் ஹஸன். அலி எங்கள் இருவரையும் சேர்த்து அணைத்துப் பிடித்துக் கொண்டார். ஒரு வெள்ளொளி பளிச்சிட்டு வானை வெள்ளி போலக் காட்டியது. அது மீண்டும் பளிச்சிட்டது. அதனைத் தொடர்ந்து துப்பாக்கிகளின் கடுமையான வெடி ஒலி கேட்டது.

"அவர்கள் வாத்துக்களை வேட்டையாடுகிறார்கள்", தெளிவற்ற குரலில் அலி சொன்னார். "அவர்கள் வாத்துக்களை இரவு நேரங்களில்தான் வேட்டையாடுவார்கள். பயப்படாதீர்கள்" என்றார்.

தூரத்தில் சைரன் ஒலி கேட்டது. எங்கோ கண்ணாடிகள் உடையும் சப்தமும் யாரோ கூச்சலிடுவதும் கேட்டது. தூக்கம் கலைந்த கண்களுடன் இரவு உடைகளுடன் மக்கள் தெருக்களில் நின்றிருந் தார்கள். ஹஸன் அழுது கொண்டேயிருந்தான். அலி அவனை இன்னும் நெருக்கமாக அணைத்துக் கொண்டார். பின்னர், ஹஸன் மீது நாம் பொறாமைப் பட்டிருக்கக் கூடாது என்று எனக்குள் நான் சொல்லிக் கொண்டேன்.

அடுத்தநாள் காலை வரை நாங்கள் கலவரமான பயத்திலேயே இருந்தோம். துப்பாக்கியால் சுடும் சப்தமும், குண்டு வெடிக்கும் ஓசையும் ஒரு மணி நேரத்திற்கும் குறைவாகவே கேட்டது. ஆனால் எங்களில் எவருமே தெருக்களில் துப்பாக்கியால் சுடும் ஓசையை கேட்டதில்லையாகையால் அந்த சப்தங்கள் எங்களை மிகவும் பயமுறுத்திவிட்டன. வெடிகுண்டுகள் மற்றும் துப்பாக்கிகளின் வேட்டுச் சத்தம் அல்லாத வேறு ஒலிகளைக் கேட்டறியாத குழந்தைகளைக் கொண்ட ஆப்கானிய தலைமுறை இன்னும் பிறக்கவில்லை. மறுநாள் சூரியன் உதிப்பதற்காக உணவறையில் கலவரத்துடன் அமர்ந்திருந்த எங்களில் ஒருவருக்கும் வாழ்க்கை முறை முடிந்து விட்டதாகத் தோன்றவில்லை. அது எங்களது வாழ்க்கை முறை. அதுவரை இல்லை என்றால், அதுதான் முடிவின் ஆரம்பமாகிப் போனது. முடிவு, அதிகாரப் பூர்வமான முடிவு முதலாவதாக 1978 ஆம் ஆண்டு ஏப்ரல் மாதத்தில் நடந்த கம்யூனிஸ்ட் புரட்சியின் போது ஏற்பட்டது. பின்னர் 1979ஆம் ஆண்டின் டிஸம்பர் மாதத்தில் நானும் ஹஸனும் விளையாடித் திரிந்த அதே தெருக்களில் ரஷ்ய ராணுவ டாங்கிகள் ஓடியது எனக்குத் தெரிந்த ஆப்கானிஸ் தானுக்கு மரணத்தைக் கொண்டு வந்து இன்றும் தொடர்ந்து கொட்டிக் கொண்டிருக்கும் குருதியுகத்தைத் தொடங்கி வைத்தது.

சூரியன் உதிப்பதற்கு சற்று முன்னதாக அப்பாவின் கார் வந்தது. கதவை அடித்து சாத்திவிட்டு அப்பா மாடிப்படியில் தடதடவென்று ஏறினார். அவர் கதவைத்திறந்தார். அவர் முகத்தில் ஏதோ ஒன்றைக் கண்டேன். அது நான் முன்னெப்போதும் அவர் முகத்தில் பார்த்திராதது. அதனால்தான் அது இன்னதென்று உடனடியாக எனக்குத் தெரியவில்லை. அது பயம் என்று அறிந்து கொள்ள எனக்கு சிறிது நேரம் பிடித்தது. "அமீர்! ஹஸன்!" என்று கூப்பிட்டுக் கொண்டே எங்களை நோக்கி ஓடி வந்தவர், "அவர்கள் எல்லா சாலைகளையும் மூடிவிட்டார்கள். தொலைபேசி வேலை செய்ய வில்லை. எனக்கு மிகவும் கவலையாக உள்ளது" என்றார். எங்களை சிறிது நேரம் கட்டிப் பிடித்துக் கொண்டார். அன்றிரவு நடந்ததற்கு நான் மிகவும் ஆனந்தம் அடைந்தேன்.

அவர்கள் வாத்துக்களை துப்பாக்கியால் சுட்டுக் கொண்டிருக்க வில்லை. அந்த 1973ஆம் ஆண்டின் ஜுலை 17-ன் இரவில் அவர்கள் அதிகமாக எதனையும் சுட்டுக் கொண்டிருக்கவில்லை. அடுத்த நாள் காலையில் மன்னராட்சி என்பது கடந்த கால விஷயம் என்பதை காபூல் பார்த்தது. மன்னர் ஜாஹீர்ஷா இத்தாலியில் இருந்தார். அவர் இல்லாத நிலையில் அவரது மைத்துனர் தாவூத் நாற்பதாண்டு கால

ஜாஹீர்ஷாவின் ஆட்சியை இரத்தமற்ற புரட்சியின் மூலம் முடிவுக்குக் கொண்டு வந்து விட்டார்.

அடுத்த நாள் காலை என் அப்பாவின் படிப்பறைக்கு வெளியே நானும் ஹஸனும் குனிந்தபடி அமர்ந்திருந்தது நினைவிலிருக்கிறது. அப்பாவும் ரஹீம்கானும் பாலற்ற கருநிற தேநீரைக் குடித்தபடி காபூல் வானொலியின் உடனடி செய்திகளைக் கேட்டுக் கொண்டிருந்தார்கள்.

"அமீர் ஆகா?" என்று கிசுகிசுத்த குரலில் ஹஸன் அழைத்தான்.

"என்ன?" என்றேன்.

"குடியரசு என்றால் என்ன?" என்றான்.

நான் தோள்களைக் குலுக்கிக் கொண்டே "எனக்குத் தெரியாது" என்றேன்.

அப்பாவின் வானொலிப் பெட்டியில் அந்த வார்த்தையை அடிக்கடி சொல்லிக் கொண்டிருந்தார்கள்.

"அமீர் ஆகா" என்று மீண்டும் அழைத்தான் ஹஸன்.

"என்ன?" என்றேன்

"குடியரசு என்றால் அப்பா என்றா அர்த்தம்? நான் இங்கிருந்து போக வேண்டுமா?" என்றான்.

"அப்படி இருக்கும் என்று நான் நினைக்கவில்லை" என்று நான் கிசுகிசுத்தேன்.

மீண்டும் அமீர் ஆகா என்றழைத்த ஹஸன், "என்னையும் என் அப்பாவையும் அவர்கள் பிரிப்பதை நான் விரும்பவில்லை" என்றான்.

நான் புன்னகைத்தேன்.

"கழுதையே, போதும் நிறுத்து. உன்னை யாரும் இங்கிருந்து அனுப்பவில்லை" என்றேன்.

"அமீர் ஆகா" என்றழைத்தான் ஹஸன்.

"நீ நமது மரத்தில் ஏற விரும்புகிறாயா?" என்றான்.

எனக்கு நல்ல சிரிப்பு வந்தது. ஹஸனைப் பற்றிய இன்னொரு விஷயம் என்னவென்றால் சரியான விஷயத்தை எப்போது பேச வேண்டும் என்பது அவனுக்குத் தெரியும். வானொலிச் செய்திகள் மிகவும் சலிப்பூட்டுபவையாக இருந்தன. ஹஸன் தயாராவதற்காக அவனுடைய குடிலுக்கு சென்றான். நான் ஒரு புத்தகத்தை எடுக்க மாடிக்கு ஓடினேன். பின்னர் சமயலறைக்குச் சென்று எனது பைகளை பைன் கொட்டைகளால் நிரப்பிக் கொண்டு வெளியே எனக்காகக் காத்திருக்கும் ஹஸனை நோக்கி சென்றேன். நாங்கள் முன் வாயிற்கதவைத் திறந்து கொண்டு குன்றை நோக்கிச் சென்றோம்.

வீடுகள் இருந்த தெருக்களைக் கடந்தோம். கரடு முரடான ஒரு பாதை வழியாக குன்றை நோக்கி நடந்தோம். அப்போது ஹஸனின் முதுகில் சட்டென்று கல் ஒன்று விழுந்தது. நாங்கள் திரும்பிப் பார்த்தோம். எனக்கு பயமேற்பட்டது. ஆஸிஃபும் அவனது இரண்டு கூட்டாளிகளான வலீயும் கமாலும் எங்களை நெருங்கி வந்து கொண்டிருந்தனர்.

ஆஸிஃப் எனது அப்பாவின் நண்பரான விமான ஓட்டி மஹ்மூதின் மகன். அவனது வீடு எங்களது வீட்டிற்குத் தெற்கே உயர்ந்த சுவர்களுடன் தென்னை மரங்கள் சூழ்ந்த செல்வச் செழிப்பான இடத்தில் இருந்தது. காபூல் நகரத்தின் வஸீர் அக்பர்கான் பகுதியில் வசிக்கும் குழந்தையாக இருந்தால் உங்களுக்கு ஆஸிஃபையும் அவன் கையில் அணிந்திருந்த இரும்பும் பித்தளையும் கலந்த பூண்வளையத்தையும் பற்றித் தெரிந்திருக்கும். நல்ல வேளையாக எனக்கு அதில் சொந்த அனுபவமில்லை. ஜெர்மானிய தாய்க்கும் ஆப்கானியத் தந்தைக்கும் பிறந்த வலுவான அழகான நீல நிறக் கண்களையுடைய ஆஸிஃப் மற்ற குழந்தை களைவிட உயரமாக இருந்தான். அவனது கொடூர முரட்டுத்தனம் தெருக்களில் மிகவும் பிரபலம். தன் சொற்களை மீறாத கூட்டாளிகள் புடைசூழ அவன் ஒரு அரசன் தனது நாட்டில் பவனி வருவதைப் போல சுற்றிக் கொண்டிருந்தான். அவன் வார்த்தைகளே சட்டம். அதை நீங்கள் மீறினால் அந்த பித்தளை வளையங்களே உங்களுக்கு பாடம் புகட்டும். கார்டேஹ்-சார் மாவட்டத்தின் சிறுவன் ஒருவன் மீது அந்த வளையத்தால் அவன் அடிப்பதைப் பார்த்திருக்கிறேன். அந்தப் பாவப்பட்ட சிறுவனை மயக்கமடையும்படி ஆஸிஃப் அடித்தபோது ஆஸிஃபின் கண்களில் தெரிந்த குரூரத்தை நான் ஒதுபோதும் மறக்க மாட்டேன். வஸீர் அக்பர் கான் பகுதிச் சிறுவர்கள் சிலர் அவனுக்கு “காதைத் தின்னும் ஆஸிஃப்” என்று பட்டப்பெயர் வைத்திருந்தனர். பட்டம் விடுவதில் வந்த

சண்டையொன்றில் ஒரு சிறுவனின் வலது காதை சாக்கடைக் கால்வாயிலிருந்து தேடி எடுக்கும்படி செய்து விட்டதாலேயே ஆஸிஃபுக்கு அந்தப் பெயர். ஆனால் அந்தப் பெயரை அவனுக்கு நேரே சொல்லி காதை இழக்க எவரும் விரும்பவில்லை. பல ஆண்டுகள் கழித்து ஆஸிஃபுக்கு ஃபார்ஸி மொழியில் கூட இல்லாத சரியான ஒரு பெயர் ஆங்கிலத்தில் எனக்குக் கிடைத்தது. அதுதான் சமூகத்திற்கு எதிரான பைத்தியக் காரன் என்று பொருள்படும் ஒரு வார்த்தையான *Sociopath*.

அண்டைப் பகுதி பையன்கள் அலியை மிகவும் துன்புறுத்தியதை விட ஆஸிஃபின் செயல்கள் மிகவும் கொடுமையானவையாக இருந்தன. அவன்தான் "நடனக்காரன் அல்லது பபாலு மற்றும் யாரை இன்று தின்றாய்?" போன்ற கேலிப் பேச்சைத் தொடங்கி வைத்தவன். இதுபோன்ற நிறைய மன வேதனையை ஏற்படுத்தும் வார்த்தைகளை அவன் உருவாக்கி அலிக்கு துன்பத்தைக் கொடுத்தான்.

அவன் தன் பூட்ஸ் கால்களால் தரையை உதைத்துப் புழுதியைக் கிளப்பியபடி தன் கைகளை இடுப்பில் வைத்துக் கொண்டு எங்களை நோக்கி நடந்து வந்தான்.

"ஏய் எடுபிடி"!" என்றான். இது அவனது மிகப் பிரபலமான வசை மொழி. அந்த மூன்று பெரிய பையன்களும் எங்களை நெருங்கியதும் ஹஸன் எனக்குப் பின்னால் சென்றான். ஜீன்ஸ் கால்சட்டையும், டீ ஷர்ட்டுகளுமணிந்த மூன்று உயரமான பையன்கள் இப்போது எங்கள் முன் நின்றார்கள். ஆஸிஃப் தன் முரட்டுக் கைகளை நெஞ்சின் மீது வைத்துக் கொண்டு குரூரமாக சிரித்தான். ஆனால் முன்பே இப்படி எனக்கு நடந்துள்ளது. எனது அப்பாவின் செல்வாக்கு காரணமாக என்னை ஆஸிஃப் துன்புறுத்துவதில்லை. அவன் தனது முகத்தை ஹஸனை நோக்கித் திருப்பியபடி "ஏய் தட்டை மூக்கு! பபாலு எப்படி இருக்கிறான்?" என்றான். ஹஸன் ஒன்றும் பேசாமல் இன்னும் ஓரடி பின்னால் நடந்தான்.

"ஏய், பொடியன்களா! சேதி தெரியுமா?" என்று அவன் முகத்தின் குரூர சிரிப்பு மறையாமல் கேட்டுவிட்டு அவனே சொன்னான்.

"மன்னர் போய்விட்டார். நல்லதாகப் போயிற்று. ஜனாதிபதி வாழ்க! தாவூத்கானை எனது அப்பாவுக்குத் தெரியும், அது உனக்குத் தெரியுமா அமீர்?" என்றான்.

"எங்க அப்பாவுக்கும் தெரியும்" என்றேன் நான். நான் சொன்னது உண்மையா பொய்யா என்று எனக்கே தெரியாது.

நான் சொன்னதைப் போன்றே ஆஸிஃப் கேலியாகச் சொன்னான். கமாலும் வலீயும் சேர்ந்து கொண்டனர். இப்போது எனது அப்பா அங்கே இருக்க வேண்டும் என்று நான் விரும்பினேன்.

"தாவூத்கான் கடந்த ஆண்டு என் வீட்டில் விருந்து சாப்பிட்டார்" என்றான். இதற்கு நான் என்ன சொல்வேன் என்று கொக்கரித்தான்.

இந்தத் தனிமையான இடத்தில் நாங்கள் கூச்சலிட்டால் யாருக்காவது கேட்குமா என்று நான் நினைத்தேன். எனது வீடோ ஒரு கிலோமீட்டர் தொலைவிலிருந்தது. எனக்கு நாங்கள் வீட்டிலேயே இருந்திருக்கலாமோ என்று தோன்றியது.

"எங்கள் வீட்டுக்கு தாவூத்கான் அடுத்தமுறை விருந்துண்ண வரும்போது நான் என்ன சொல்வேன் தெரியுமா?" என்ற ஆஸிஃப் சொன்னான், "நான் ஒரு வீரமுள்ள ஆணிடம் ஒரு வீரமுள்ள ஆண் பேசுவது போல அவரிடம் பேசுவேன். எதிர்காலம் பற்றிய தெளிவான பார்வை உள்ள பெருந்தலைவனான ஹிட்லரைப் பற்றிப் பேசுவேன். ஹிட்லர் தொடங்கிய பெருஞ்செயலை முடிக்க அனுமதித்திருந்தால் உலகம் எவ்வளவு சிறந்த இடமாக இருக்கும் என்பதை தாவூத்கான் நினைவில் கொள்ளும்படி சொல்வேன்" என்றான்.

"ஹிட்லர் ஒரு பைத்தியக்காரனைப் போன்று எண்ணற்ற அப்பாவி மக்களைக் கொல்ல உத்தரவிட்டவன் என்று என் அப்பா சொன்னார்" என்று வாய் தவறி சொல்லிவிட்டேன்.

ஆஸிஃப் கொக்கரித்தான். "அவன் ஜெர்மானியைச் சேர்ந்த என் அம்மா சொல்வது போல சொல்கிறான். என் அம்மாவுக்கு எல்லாம் நன்றாகத் தெரியும். நீ உண்மையைத் தெரிந்து கொள்ளக் கூடாது என்று அவர்கள் உன்னை இப்படி நம்ப வைத்திருக்கிறார்கள்", என்றான்.

அவன் சொன்னதில் உள்ள "அவர்கள்" என்பது யார் என்று எனக்குத் தெரியாது. அவர்கள் எந்த உண்மையை மறைக்கிறார்கள் என்றும் எனக்குத் தெரியாது. அவற்றை நான் அறிந்து கொள்ளவும் விரும்பவில்லை. நான் இப்போதும் ஏதும் பேசியிருக்கக் கூடாது என்று எண்ணினேன். எனது அப்பா அங்கு வரவேண்டும் என்றும் விரும்பினேன்.

"பள்ளிகளில் தரப்படாத புத்தகங்களையும் நீ படிக்க வேண்டும்" என்றான் ஆஸிஃப். "என்னிடம் இருக்கிறது. எனது கண்கள் இப்போது திறந்து விட்டன. எனக்கான ஒரு நோக்கம் இருக்கிறது. அதனை ஜனாதிபதியுடன் நான் பகிர்ந்து கொள்ளப் போகிறேன். அது என்னவென்று உனக்குத் தெரியுமா?" என்றான்.

எனது தலையை நான் ஆட்டினேன். அவன் எப்படியும் அதனைச் சொல்வான். அவன் கேள்விகளுக்கு பதிலை எப்போதும் அவனே சொல்வான்.

அவனுடைய நீல நிற கண்கள் ஹஸனை நோக்கித் திரும்பின. அவன் சொன்னான், "ஆப்கானிஸ்தான் பஸ்டூன்களின் பூமி. அது எப்போதும் அப்படியே இருந்தது, இனியும் அப்படியே இருக்கும். நாங்கள்தான் உண்மையான ஆப்கானியர்கள். இந்த தட்டை மூக்கு களுக்கு இங்கு இடமில்லை. இந்த மக்கள் நம் தாய்நாட்டை மாசு படுத்தி விட்டனர். நமது முகத்தை அழுக்காக்கி விட்டனர். நமது குருதியை தூய்மையற்றதாக்கி விட்டனர்". அவன் தனது கைகளை வேகமாக ஆட்டியபடி சொன்னான், "ஆப்கானிஸ்தான் பஸ்டூன் களுக்கே. இதுதான் எனது குறிக்கோள்".

ஆஸிஃப் தனது பார்வையை இப்போது என் மீது திருப்பினான். ஒரு பெருங்கனவிலிருந்து வெளி வந்தவனைப் போல அவன் தோன்றினான்.

"ஹிட்லர் மிகத் தாமதமாகத் தொடங்கி விட்டார். ஆனால் நமக்கு தாமதமாகவில்லை" என்றான்.

அவன் தனது ஜீன்ஸ் கால் சட்டையின் பின் பைகளுக்குள் கைகளை விட்டான்.

"மன்னர் இதுவரை செய்யவேண்டியிருந்ததை, செய்யாமல் விட்டுவிட்டதை செய்யும்படி ஜனாதிபதியிடம் நான் சொல்லுவேன். ஆப்கானிஸ்தானின் அழுக்கான ஹஸாராக்களை ஆப்கானிஸ்தானை விட்டுப் போகும்படி செய்யச் சொல்லுவேன்" என்றான் ஆஸிஃப்.

"நாங்கள் உன்னைத் தொல்லையா செய்கிறோம்? எங்களைப் போகவிடு ஆஸிஃப்" என்று நடுங்கும் குரலில் நான் சொன்னேன். எனது குரல் நடுங்கியதற்காக நான் என்னை வெறுத்தேன்.

"ஓ, நீங்கள் தொல்லை கூட செய்வீர்களா?" என்றான் ஆஸிஃப். அவன் கால்சட்டைப் பையிலிருந்து வெளி வந்த கைகளில் அந்த

பித்தளை வளையம் இருப்பதைப் பார்த்து எனக்கு நடுக்கமேற் பட்டது.

"நீங்கள் என்னை நிரம்பத் தொல்லை செய்கிறீர்கள். உண்மையில் இந்த ஹஸாராவை விட நீயே என்னை அதிகம் தொல்லை செய்கிறாய். நீ எப்படி அவனிடம் பேசலாம், விளையாடலாம், உன்னைத் தொடவிடலாம்?" என்ற அவன் குரலில் வெறுப்பு இருந்தது. வலீயும் கமாலும் அவனுடன் ஆமோதித்து தலை யாட்டினார்கள்.

ஆஸிஃபின் கண்கள் சுருங்கின. அவன் தன் தலையை ஆட்டிக் கொண்டே அவன் தோற்றம் போன்றே குரூரமாகக் கேட்டான், "நீ எப்படி அவனை உனது நண்பன் என்றழைக்கலாம்?"

"அவன் என் நண்பனில்லை. அவன் எனது வேலைக்காரன்". நான் உளறினேன். உண்மையிலேயே நான் அப்படி நினைத்துத்தான் சொன்னேனா? உண்மையில் அப்படி அல்ல. நிச்சயமாக அல்ல. உண்மையில் ஹஸனை நான் நண்பன் என்பதற்கும் மேலாக ஒரு சகோதரனைப் போன்றே பாவித்தேன்.

அது அப்படியானால் அப்பாவின் நண்பர்கள் அவர்கள் குழந்தை களுடன் வீட்டிற்கு வரும்போது அந்தக் குழந்தைகளுடன் ஹஸனையும் சேர்த்துக் கொண்டு நான் ஏன் விளையாடவில்லை? எவரும் இல்லாதபோது மட்டுமே நான் ஏன் ஹஸனுடன் விளையாடினேன்?

ஆஸிஃப் அந்த பித்தளை வளையங்களை தன் கைகளில் மாட்டிக் கொண்டே என்னை பயங்கரமாகப் பார்த்தான். "அமீர், இந்தப் பிரச்சினையின் ஒரு பகுதியாக நீயும் இருக்கிறாய். உன்னைப் போன்ற உன் அப்பாவைப் போன்ற முட்டாள்கள் இவர்களை சேர்க்கவில்லை என்றால் இப்போதே இவர்களை நாங்கள் துரத்தி விடுவோம். அவர்களெல்லாம் அவர்களுடைய ஹஸாராஜாட்டுக்குச் சென்று அழுகிப் போவார்கள். நீ ஆப்கானிஸ்தானுக்கே ஒரு களங்கமாக இருக்கிறாய்" என்றான்.

அவன் இதனை அழுத்தமாகச் சொன்னதைப் போன்றே அவன் பைத்தியக்காரக் கண்கள் தோற்றமளித்தன. அவன் என்னைப் புண்படுத்த விரும்பியே இதனைச் சொன்னான். அவன் தனது கைகளை முறுக்கி இறுக்கிப் பிடித்தபடி என்னை நோக்கி வந்தான்.

எனக்குப் பின்னால் பரபரப்பாக ஏதோ நடப்பது தெரிந்தது. என் ஓர விழிகளில் ஹஸன் குனிந்து உடன் நிமிர்வது தெரிந்தது. ஆஸிஃபின் கண்கள் எனக்குப் பின்னால் நடப்பதைக் கண்டு படபடத்து விரிந்தன. அதேபோன்று வலீயிடமும் கமாலிடமும் உணர்ச்சிகள் தோன்றியதைக் கண்டேன்.

நான் திரும்பினேன். ஹஸனின் கைகளில் உண்டைவில்லெறியும் கவட்டை இருந்தது. அதன் ரப்பர் பட்டையை நன்றாகப் பின்னுக்கு இழுத்திருந்தான். அதில் நல்ல கருங்கல் துண்டு ஒன்று இருந்தது. அதனை அவன் ஆஸிஃபின் முகத்திற்குக் குறி வைத்திருந்தான். அந்தப் பட்டையை பலமாக இழுத்ததனால் அவன் கைகளில் லேசான நடுக்கம் இருந்தது. அவன் புருவங்களில் வியர்வை வழிந்து கொண்டிருந்தது.

"ஆகா, எங்களை விட்டுவிடு" என்று உச்சமான குரலில் கூறினான் ஹஸன். அவன் ஆஸிஃபை "ஆகா" என்றழைத்தது எனக்கு ஆச்சர்யமாக இருந்தது. அது போன்ற மற்றவர்களைத் தாழ்த்தும் ஒரு வர்க்க அமைப்பில் வாழ்வதாக வாழ்க்கை இருந்ததை எண்ணி ஆச்சரியமாக இருந்தது.

ஆஸிஃப் தனது பற்களைக் கடித்தான். "ஏய், தாயற்ற ஹஸாரா, அதனைக் கீழே போடு", என்றான் ஆஸிஃப்.

"எங்களைப் போகவிடு" என்றான் ஹஸன்.

ஆஸிஃப் சிரித்து, "உனக்குத் தெரியவில்லையா? நாங்கள் மூன்று பேர் இருக்கிறோம். நீங்கள் இரண்டு பேர்தான்", என்றான்.

ஹஸன் தோள்களைக் குலுக்கினான். அவன் பயந்ததாகத் தெரியவில்லை. ஆனால் அவனது முகபாவங்களை நன்கு அறிந்த எனக்கு அவனுள் பயம் மிகவும் அதிகமாக இருந்தது தெரிந்தது.

"சரிதான், ஆகா. ஆனால் என்னிடம் கல்லிருப்பது உனக்குத் தெரியவில்லையா? நீ லேசாக நகர்ந்தால் போதும் உனது பட்டப் பெயரான "காது கடிப்பவன்" என்பதை "ஒற்றைக் கண் ஆஸிஃப்" என்று மாற்றிக் கொள்ள வேண்டிவரும். "நான் உனது இடது கண்ணைக் குறி வைத்திருக்கிறேன்" இப்படிச் சொன்னவனின் குரல் அவனுள் இருந்த பயத்தை மறைப்பதாக இருந்தது எனக்குத் தெரிந்தது.

ஆஸிஃபின் வாய் சுழித்தது. வலீயும் கமாலும் இவற்றை ரசித்துப் பார்த்துக் கொண்டிருந்தனர். ஆஸிஃப் வில்லிலிருந்து ஹஸனுக்குப் பார்வையை மாற்றினான். அந்தப் பார்வை கனமான ஒன்றாக இருந்தது. ஹஸன் சொன்ன வார்த்தைகளில் இருந்த வலிமையைப் புரிந்து கொண்டவன் போன்று ஆஸிஃப் தனது கையை கீழே இறக்கினான்.

"ஏய், ஹஸாரா! நீ என்னைப் பற்றி ஒன்று தெரிந்து கொள்ள வேண்டும். இது இத்துடன் முடிவடைந்துவிடவில்லை" என்றான் மனதில் கருவிக் கொண்டே. "ஏய், அமீர் இது உனக்கும் முடிவானதல்ல. ஒரு நாள் வைத்துக் கொள்கிறேன்" என்றபடி ஆஸிஃப் பின் வாங்கினான். அவன் சகாக்களும் அவனுடன் பின் வாங்கினர்.

"உனது ஹஸாரா இன்று பெரிய தவறைச் செய்துவிட்டான், அமீர்" என்று கூறியபடியே அவனும் அவன் கூட்டாளிகளும் சென்று விட்டனர்.

அவர்கள் சென்று மறைவதைப் பார்த்தேன்.

ஹஸன் லேசாக நடுங்கும் தன் கைகளால் வில்லை இடுப்பில் சொருக முயற்சித்தான். அவனது உதடுகள் சிரிக்க முயன்றன. அவன் கால் சட்டையை இடுப்பில் கட்டிக் கொள்ள அவனுக்கு ஐந்து முறை முயற்சி செய்ய வேண்டிவந்தது. ஆஸிஃபும் அவன் கூட்டாளிகளும் எங்களை தாக்கக் கூடும் என்ற பயத்திலேயே நாங்கள் பேசாமல் நடந்தோம். அவர்கள் அப்படிச் செய்யவில்லை என்பது சிறிது ஆசுவாசமாக இருந்திருக்க வேண்டும். ஆனால் அப்படி இல்லை. இல்லவே இல்லை.

அடுத்த இரண்டு ஆண்டுகளுக்கு பொருளாதார வளர்ச்சி மற்றும் மறுசீரமைப்பு என்ற வார்த்தைகள் காபூலிலிருந்த பலரது பேச்சாக இருந்தது. மன்னராட்சி என்பது ஒழிக்கப்பட்டு ஜனாதிபதியால் நடத்தப்படும் குடியரசின் ஆட்சி வந்தது. சிறிது காலம் புத்திளமை பெற்றது போன்ற உணர்வு தேசம் முழுவதும் நிலவியது. பெண்களின் உரிமைகள் பற்றியும் நவீன தொழில் நுட்பங்கள் பற்றியும் மக்கள் பேசினார்கள்.

காபூலின் ஆர்க் எனப்படும் அரண்மனையில் புதிய தலைவர் வந்தபோதும் நாட்டின் பெரும்பாலான பகுதிகளில் வாழ்க்கை வழக்கம் போலவே இருந்தது. மக்கள் சனிக்கிழமை தொடங்கி

வியாழக்கிழமை வரை உழைத்தார்கள். வெள்ளிக் கிழமையன்று பூங்காக்களில் குவிந்து பொழுது போக்கினார்கள். பக்மானின் கார்கா ஏரியின் கரைகளிலிருந்த தோட்டங்களில் மக்கள் விளையாடிக் களித்தனர். பயணிகளை நிரப்பிக் கொண்ட பலவண்ண பேருந்துகளும் லாரிகளும் காபூல் நகரின் குறுகிய தெருக்களில் ஓடின. இந்த வண்டிகளின் படிகளிலும் பம்பர்களிலும் தொங்கிக் கொண்டு ஓட்டுநர்களின் உதவியாளர்கள் ஒலி கனத்த காபூல் வார்த்தைகளில் ஓட்டுநர்களுக்கு வழியொதுக்கிக் கொண்டிருந் தார்கள். புனித ரமலான் மாதத்தின் இறுதியில் வரும் மூன்று நாட்கள் கொண்ட ஈதுப்பெருநாள் கொண்டாட்டங்களில் காபூல் மக்கள் சிறப்பான வண்ண வண்ண புத்தாடைகள் அணிந்து தங்களது உறவுக்காரர்கள் வீடுகளுக்கு சென்றனர். மக்கள் ஒருவரையொருவர் கட்டி அணைத்துக் கன்னத்தில் முத்தமிட்டு "ஈத் முபாரக்" என்று ஈத் பெருநாள் வாழ்த்துக்களை பரிமாறிக் கொண்டனர். ஈத் பெருநாள் மகிழ்ச்சிகரமானதாக இருந்தது. குழந்தைகள் தங்கள் பரிசுப் பொருட்களை பெற்றுக் கொண்டனர். நன்கு அவித்த வண்ணங்கள் துவைத்த முட்டைகளைக் கொண்டு குழந்தைகள் விளையாடி மகிழ்ந்தனர்.

1974ஆம் ஆண்டின் குளிர்காலத் தொடக்கத்தில் நானும் ஹஸனும் கொல்லைப் புறத்தில் பனிக் கோட்டை கட்டி விளையாடிக் கொண்டிருக்கையில் "ஹஸன், ஆகா சாகிப் உன்னை அழைக்கிறார்" என்றார் அலி. அவர் வெள்ளுடை அணிந்து கைகளை மார்பின் மீது கட்டிக் கொண்டு முன் வாயிலில் நின்று கொண்டிருந்தார். அவர் வாயிலிருந்து மூச்சுக் காற்று வெளியேறிக் கொண்டிருந்தது.

ஹஸனும் நானும் ஒருவரை ஒருவர் பார்த்து புன்னகைத்துக் கொண்டோம். நாங்கள் நாள் முழுவதும் இந்த அழைப்பை எதிர்பார்த்துக் கொண்டே இருந்தோம். அன்று ஹஸனுக்கு பிறந்த நாள். "அப்பா, எதற்காக அவர் அழைக்கிறார்? எங்களுக்கு சொல்லேன்" என்று ஹஸன் தனது அப்பாவிடம் கேட்டான். அவன் கண்கள் ஒளி சிந்தின.

அலி தோள்களைக் குலுக்கி, "என்னிடம் அவர் ஒன்றும் சொல்லவில்லை" என்றார்.

"அலி, சொல்லுங்களேன்" என்று நான் கேட்டேன். "அது படம் வரையும் புத்தகமா அல்லது ஒரு புதிய துப்பாக்கியா?" என்றும் நான் கேட்டேன்.

ஹஸனைப் போலவே, அலிக்கும் பொய் சொல்ல முடியாது. ஒவ்வொரு ஆண்டும் ஹஸனின் பிறந்த நாளுக்கோ அல்லது என்னுடைய பிறந்த நாளுக்கோ எனது அப்பா என்ன வாங்கிக் கொண்டு வந்துள்ளார் என்பது தெரியாது என்று அலி நடிப்பார். பின்னர் அவரிடமிருந்து விஷயங்களைக் கறந்து விடுவோம். ஆனால் இந்த முறை அவருக்குத் தெரியாது என்பது உண்மை போலவே தோன்றியது.

ஹஸனுடைய பிறந்த நாளுக்கு பரிசளிப்பதை ஒரு போதும் எனது அப்பா தவற விட்டதே இல்லை. அவனுக்கு என்ன வேண்டும் என்று முன்பெல்லாம் கேட்பார். ஆனால் ஹஸன் தனது மென்மையான நற்குணத்தால் இன்னது வேண்டும் என்று சொல்வதில்லையாதலால் அப்படிக் கேட்பதை அப்பா விட்டுவிட்டார்.

ஒவ்வொரு குளிர்காலத்திலும் அவனுக்காக அப்பா எதையேனும் வாங்கித் தருவது வழக்கமாக இருந்தது. ஒரு ஆண்டு ஜப்பான் தயாரிப்பான விளையாட்டு ட்ரக் ஒன்றை வாங்கிக் கொடுத்தார். ஒரு ஆண்டு பேட்டரியில் ஓடும் வண்டி, இன்னொரு ஆண்டு தண்டவாளத்துடன் கூடிய ரயில்வண்டி. இப்படி வாங்கிக் கொடுப்பார். கடந்த ஆண்டு அப்பா "தி குட் தி பேட் அண்ட் அக்லி" என்ற கிளின்ட் ஈஸ்ட்வுட் நடித்த திரைப்படத்தில் கிளின்ட் ஈஸ்ட்வுட் அணிந்திருந்த அதே கௌபாய் தொப்பியை வாங்கிக் கொடுத்து அவனுக்கு ஆச்சர்யமளித்தார். அந்த குளிர்காலம் முழுவதும் நானும் ஹஸனும் அந்தத் தொப்பியை மாற்றி மாற்றி அணிந்து கொண்டு அந்தத் திரைப்படத்தின் இசையை வாயால் இசைத்துக் கொண்டு பனிக்குவியல்கள் மீதேறி ஒருவரை ஒருவர் துப்பாக்கியால் சுட்டு விளையாடிக் கொண்டிருந்தோம்.

நாங்கள் எங்கள் கையுறைகளை கழற்றி விட்டு பனி படிந்த பூட்ஸுகளை வாசலில் கழற்றி வைத்தோம். முன்னறைக்கு நாங்கள் சென்றதும் எனது அப்பா குள்ளமான வழுக்கைத் தலையுடன் பழுப்பு நிற சூட்டும் செந்நிற கழுத்துப் பட்டையும் அணிந்திருந்த ஒரு இந்தியருடன் கணப்பு அடுப்பு அருகில் அமர்ந்திருந்ததைக் கண்டோம்.

மெல்லச் சிரித்துக் கொண்டே "ஹஸன், உனது பிறந்தநாள் பரிசை சந்தித்துக்கொள்" என்றார் அப்பா.

நானும் ஹஸனும் ஒன்றும் புரியாமல் ஒருவரையொருவர் பார்த்துக் கொண்டோம். அங்கு எங்கும் வண்ணக் காகிதத்தால் சுற்றப்

பட்ட அன்பளிப்பு இல்லை. எந்தப் பையும் இல்லை. எந்த விளையாட்டுப் பொருளும் இல்லை. எங்கள் பின்னால் அலி நின்று கொண்டிருந்தார். அப்பாவுடன் கணிதப் பாட ஆசிரியரின் சாயலைக் கொண்ட அந்த இந்தியர் இருந்தார். அவ்வளவுதான்.

அந்த இந்தியர் ஹஸனை நோக்கி கையை நீட்டியபடி, “நான் டாக்டர் குமார், உங்களைச் சந்திப்பதில் மிக்க மகிழ்ச்சி” என்றார். அவர் ஃபார்ஸி மொழியை ஹிந்தி மொழியைப் போன்று கனத்துப் பேசினார்.

“அஸ்ஸலாமு அலைக்கும்” என்று ஹஸன் ஒன்றும் புரியாத நிலையில் கூறினான். அவன் இவரைப் பார்த்துக் கொண்டிருந்தாலும் அவன் கண்கள் அவன் பின்புறமிருந்த அவன் அப்பாவின் பக்கமே இருந்தது. அலி ஹஸனுக்கு அருகில் சென்று அவன் தோள்களில் தனது கையை வைத்தார்.

ஒன்றும் புரியாமல் திகைத்த ஹஸனை எனது அப்பா நேரிடையாகப் பார்த்து, “நான்தான் டாக்டர் குமாரை அழைத்து வந்தேன். டாக்டர் குமார் ஒரு முகமாற்று அறுவை சிகிச்சை நிபுணர்” என்றார்.

அந்த இந்திய டாக்டர் கேட்டார், “அப்படி என்றால் என்ன வென்று உனக்குத் தெரியுமா?”

அவன் தெரியாது என்று தலையை ஆட்டி என் உதவியைக் கோருவது போலப் பார்த்தான். நானும் தெரியாதென தோள்களைக் குலுக்கினேன். குடல்வால் நோய் வந்தால் அதனைச் சரிசெய்ய ஒரு அறுவை சிகிச்சை நிபுணரைப் பார்க்க வேண்டும் என்பதை மட்டுமே நான் அறிந்திருந்தேன். இதுவும் எனக்கு எப்படித் தெரியும் என்றால் என்னுடன் படிக்கும் வகுப்புத் தோழன் ஒருவனுக்கு இந்நோய் வந்து சரியான நேரத்தில் அறுவை சிகிச்சை நிபுணரிடம் கொண்டு போகாத தால் அவன் இறந்து போனதாக என் வகுப்பாசிரியர் கூறியிருந்ததி லிருந்து தெரிந்ததுதான். நாங்கள் இருவரும் அலியைப் பார்த்தோம். அவரும் எதுவும் சொல்ல முடியாததுதான். அவர் கண்களில் ஏதோ சோகம் தெரிய அவர் முகம் உணர்ச்சியற்று இருந்தது.

“நல்லது. மனிதர்களின் உறுப்புகளில் ஏதும் குறை இருந்தால் சரி செய்வது, சில சமயங்களில் முகத்திலும் சரி செய்வதே எனது வேலை” என்றார் டாக்டர் குமார்.

“அப்படியா” என்றபடி ஹஸன் டாக்டர் குமாரிடம் இருந்து அப்பாவைப் பார்த்து பின் அலியைப் பார்த்தான். அவன் தனது மேலுதடுகளை தொட்டுப்பார்த்து மீண்டும் “அப்படியா” என்றான்.

அப்பா சொன்னார், “இது மனதில் நீ நினைத்துக் கொண்டிருந்த வழக்கம் போன்ற பரிசல்லதான். ஆனால் இந்தப் பரிசு உன்னுடன் என்றென்றும் இருக்கும்”.

“அப்படியா” என்ற ஹஸன் தன் உதடுகளை நாவால் தடவிக் கொண்டே, “ஆகா சாகிப், அது.. அது..” என்று இழுத்தான்.

அதனைப் புரிந்து கொண்டு இடைபுகுந்த டாக்டர், “கொஞ்சம் கூட வலிக்காது. அறுவை சிகிச்சையின்போது நடந்தது என்ன வென்று தெரியாதபடிக்கு உனக்கொரு மருந்தினை நான் தருவேன்” என்றார்.

“அப்படியா” என்ற ஹஸன் ஆசுவாசமடைந்து புன்னகைத்தான். “நான் பயப்படவில்லை, ஆகா சாகிப், நான் சும்மா...” என்றான் ஹஸன். ஹஸன் வேண்டுமானால் ஏமாந்திருக்கலாம். நான் ஏமாறவில்லை. ஏனெனில் உங்களுக்கு வலிக்காது என்று டாக்டர்கள் கூறுகிறார்கள் என்றால் உங்களுக்கு வலிக்கும் என்பது பொருள் என்று எனக்குத் தெரியும். எனக்கு ஓராண்டுக்கு முன்பு சுன்னத் எனப்படும் விருத்த சேதனம் செய்யப்பட்டதை பயத்துடன் நினைத்துக் கொண்டேன். பத்து வயது வரை அப்பா எனக்கு அதனைச் செய்யாமலிருந்தது என்னால் எப்போதும் மன்னிக்க இயலாத ஒன்று.

எனக்கும் ஹஸனுக்கு இருந்தது போல ஏதேனும் ஒன்றிருந்தால் அப்பாவின் அனுதாபத்தைப் பெறலாமே என்று ஆசையாக இருந்தது. அது சரியல்ல. அப்பாவின் அன்பைப் பெற ஹஸன் ஏதும் பிரத்யேகமாகச் செய்யவில்லை. அவன் அத்தகைய குறையுடனேயே பிறந்திருந்தான்.

அறுவை சிகிச்சை நல்லபடியாக நடந்தது. பேண்டேஜ் கட்டு களை அவிழ்த்தவுடன் எங்கள் எல்லோருக்கும் அதிர்ச்சியாக இருந்தது. டாக்டர் குமார் விளக்கியவுடன் எங்களுக்கு ஆசுவாச மேற்பட்டது. அந்த சிகிச்சை எளிதான ஒன்றல்ல. ஏனென்றால் ஹஸனின் மேலுதடு அவலட்சணமான பெருத்த திசுக்களால் ஆனது. நர்ஸ் தந்த கண்ணாடியில் தன் முகத்தைப் பார்த்த ஹஸன் பயந்தலறுவான் என்று நான் நினைத்தேன். ஹஸன் நீண்ட

சிந்தனையோடு கண்ணாடியில் பார்த்துக் கொண்டிருந்தான். அலி அவன் கையை ஆதரவாகப் பற்றியிருந்தார். அவன் என்னவோ சொன்னான். எனக்குப் புரியவில்லை. நான் என் காதுகளை அவன் வாயருகில் கொண்டு சென்றேன். அவன் மீண்டும் முணுமுணுத்தான்.

"மிக்க நன்றி" என்பதாக அது இருந்தது. அவன் உதடுகள் சுழிந்தன. அவன் என்ன செய்கிறான் என்றெனக்குத் தெரிந்தது. அவன் புன்னகைத்திருந்தான். அவன் தாயின் கருப்பையில் இருந்து வெளிவந்தபோது புன்னகைத்ததைப் போலவே புன்னகைத் திருந்தான்.

வீக்கம் மெல்ல வடிந்தது. காயம் மெல்ல ஆறியது. அது மூக்கிற்குக் கீழே ஒரு மெல்லிய கோடுபோல விரைவிலேயே மாறியது. அதற்கடுத்த குளிர் காலத்தில் அது இன்னும் நன்றாக மாறிப் போய்விட்டது. ஆனால் அது மிகவும் வஞ்சகமான ஒன்றை உள் வைத்திருந்தது. ஏனெனில் ஹஸன் புன்னகைப்பதை நிறுத்திய குளிர்காலமாக அது இருந்தது.

ஆறு

குளிர்காலம்

ஒவ்வொரு ஆண்டின் பனி விழும் முதல் நாளன்று நான் செய்வதைக் கூறுகிறேன். அதிகாலையில் எழுந்து வீட்டை விட்டு வெளியே வந்து மார்பில் கைகளைக் கட்டிக் கொண்டு உறை பனியின் குளிர்மையை அனுபவிப்பேன். எங்கள் வீட்டிற்குள்ள பாதை, எனது அப்பாவின் கார், சுவர்கள், மரங்கள், வீட்டின் கூரைப் பகுதி மற்றும் குன்றுகள் ஆகியவற்றில் உறைபனி படர்ந்திருப்பதைப் பார்ப்பேன். என் முகத்தில் மென்னகை தவழும். வானம் நிர்மால்யமாக நீல நிறத்திலிருக்கும். பனி மிகவும் வெண்மையாக கண்களைப் பறிக்கும்படி இருக்கும். கைநிறைய பனிக்கட்டியை அள்ளி வாய்க்குள் இட்டு காக்கை கரைவது போன்ற அதன் உடையும் ஓசையைக் கேட்பேன். அப்படியே வெறுங்கால்களுடன் நடந்து சென்று ஹஸனையும் இந்த அழகைப் பார்க்க அழைப்பேன்.

ஒரு இரும்பு அடுப்பை வாங்க முடிந்த தந்தையை உடைய காபூலின் எல்லாக் குழந்தைகளுக்கும் இந்தக் குளிர் காலம் மிகவும் பிடித்தமானது. இந்த உறைபனி காலத்தில் பள்ளிகளை மூடி விடுவார்கள். எனக்குக் குளிர் காலம் என்பது நீண்ட பகுதியின் முடிவாகவும் மூன்று மாத விடுமுறைக் காலத்தின் தொடக்கமாகவும் இருந்தது. அந்த விடுமுறைக்காலத்தில் கணப்படுப்பின் அருகில மர்ந்து நானும் ஹஸனும் சீட்டு விளையாடுவோம். எல்லா

செவ்வாய்க் கிழமைகளிலும் சினிமா பார்க் திரையரங்கில் இலவச ரஷ்யத் திரைப்படங்களைப் பார்ப்போம். காலையில் பனிமனிதனை உருவாக்கி மதிய உணவாக சோற்றுடன் டர்னிப் குர்மா கலந்த உணவை உண்ணுவோம்.

அப்புறம் பட்டம் விடுதல். அவற்றைப் பறக்க விடுதல். ஓட விடுதல்.

சில அதிர்ஷ்டமில்லாத குழந்தைகளுக்கு குளிர்காலம் பள்ளி யாண்டின் முடிவாக இருப்பதில்லை. அவர்களுக்கு சுய விருப்பப் பாட வகுப்புகள் அந்த விடுமுறைக் காலத்தில் நடத்தப்படும். எனக்குத் தெரிந்தவரை எந்தக் குழந்தையும் தன் சுய விருப்பத்தின் பேரில் இந்த வகுப்புகளுக்குச் செல்வதில்லை. அவர்களின் பெற்றோர்களே அந்த விருப்பங்களை முடிவு செய்கிறார்கள். அதிர்ஷ்டவசமாக எனது அப்பா அப்படிப்பட்டவராய் இருக்க வில்லை. எங்கள் தெருவுக்கு அருகில் இருந்த அஹமது என்ற சிறுவனை எனக்கு நினைவிருக்கிறது. அவனது தந்தை ஒரு மருத்துவர் என்று நினைக்கிறேன். அஹமதுக்கு வலிப்பு நோய் இருந்தது. அவன் எப்போதும் ஒரு உல்லன் மேற்சட்டையணிந்து கறுப்பு நிற ஃபிரேமுடன் உள்ள கண்ணாடி அணிந்திருப்பான். ஆஸிஃபால் தாக்கப்படுபவர்களில் இவனும் ஒருவனாக இருந்தான். அவர்களது கருப்பு ஓபல் கார் போகும்படி அந்தப் பாதையில் உறைந்திருக்கும் பனியை வேலைக்கார ஹஸாரா சிறுவன் சுரண்டி அகற்றுவதை எனது அறையின் ஜன்னல் வழியே தினமும் நான் பார்ப்பேன். அஹமதும் அவனது தந்தையும் தினமும் அந்தக் காரில் ஏறுவதைப் பார்ப்பதை நான் வழக்கமாக்கிக் கொண்டிருந்தேன். அஹமது உல்லன் மேற்சட்டையணிந்து அதன் மேல் குளிர் கோட் அணிந்து பேனாவும் பென்சிலும் புத்தகங்களும் நிறைந்த பையைத் தூக்கிச் செல்வான். அவர்கள் காரை கிளப்பி எடுத்து தெருமுனை சென்று மறையும் வரை பார்த்திருந்துவிட்டு மீண்டும் என் போர்வைக்குள் புகுந்து கொள்வேன். போர்வையை தாடை வரை இழுத்துவிட்டுக் கொண்டு ஜன்னல் வழியே தொப்பி போட்டது போல் உறைபனி படர்ந்திருக்கும் குன்றுகளைப் பார்ப்பேன். மீண்டும் உறக்கம் வரும் வரை அப்படிப் பார்த்துக் கொண்டே யிருப்பேன்.

காபூலின் குளிர்காலத்தை நான் மிகவும் நேசித்தேன். இரவு நேரங்களில் பனித்திவலைகள் என் ஜன்னலின் மீது விழுவதனால் ஏற்படும் மெல்லிய ஒலியைக் கேட்பதற்காகவும், பாதைகளில் உறைந்திருக்கும் பனி என் ரப்பர் பூட்ஸின் கீழே கரமுரவென்று

நொறுங்கும் ஓசையைக் கேட்பதற்காகவும், கொல்லைப் புறத்தில் குளிர் காற்று வீசும்போது கணப்படுப்பின் அருகில் உட்கார்ந்து வெதுவெதுப்பான சூட்டை அனுபவிப்பதற்காகவும் நான் குளிர்காலத்தை மிகவும் நேசித்தேன். ஆனால் இவற்றிற்கெல்லாம் மேலாக மரங்கள் உறைந்திருக்க சாலைகள் உறை பனியால் மூடியிருக்க எனக்கும் அப்பாவுக்கும் உள்ள இடைவெளி மிகவும் குறையும் என்பதால் குளிர்காலத்தை மிகவும் நேசித்தேன். அதற்குக் காரணமானவை பட்டங்கள். அப்பாவும் நானும் ஒரே வீட்டில் வசித்தாலும், வேறுபட்ட இரண்டு உலகில் இருந்தோம். அந்த இரண்டு உலகிற்கும் இடையில் இருந்த மெல்லிய தொடர்பு காகிதத்தினாலான பட்டங்களால் உருவானது.

ஒவ்வொரு குளிர்காலத்திலும் காபூலின் மாவட்டங்கள் ஒரு பட்டம் விடும் போட்டியை நடத்தும். அந்தப் போட்டி தினம் குளிர்காலத்தின் ஒதுக்கித்தள்ள முடியாத சிறப்பான ஒரு நாளாக இருக்கும். அந்தப் போட்டி நாளின் முதல் நாள் இரவில் நான் தூங்கியதே இல்லை. தூக்கம் வராமல் படுக்கையில் புரண்டு கொண்டே இருப்பேன். கை விரல் நிழல்களைக் கொண்டு சுவற்றில் நிழலுருவங்களை உண்டாக்குவேன். போர்வையை சுற்றிக்கொண்டு இருளில் பால்கனியில் உட்கார்ந்து கூட இருப்பேன். ஒரு பெரும் யுத்தத்திற்கு முதல் நாள் பதுங்கு குழியில் உறக்கம் பிடிக்காமல் தவிக்கும் ஒரு போர்வீரனைப் போல இருப்பேன். அந்தப் பட்டம் விடும் போட்டி காபூலில் கிட்டத்தட்ட போரைப் போன்றதுதான்.

எல்லா யுத்தங்களுக்கும் போலவே இந்தப் போருக்கும் நீங்கள் தயாராக வேண்டும். கொஞ்ச காலம் எங்களுக்கான பட்டங்களை நானும் ஹஸனும் செய்து கொண்டிருந்தோம். ஹிராட் நகரிலிருந்து அப்பா வாங்கி வந்திருந்த பீங்கானிலான குதிரை வடிவ உண்டியலில் வாராந்திர கைச் செலவுக்காக அப்பா தரும் பணத்தை குளிர் காலத்திற்கு முன்னதாக சேர்த்தோம். குளிர்காலக் காற்று வீசத் தொடங்கி, கட்டி கட்டியாக பனி விழத் தொடங்கியதும் அந்தக் குதிரையின் வயிற்றுப் பகுதியிலிருந்த கதவைத் திறந்து பணத்தை எடுத்துக் கொண்டு கடைத்தெருவுக்குச் சென்றோம். அங்கு மூங்கில், பசை, நூல், காகிதம் வாங்கினோம். மூங்கிலை சீவுவதற்கு மணிக்கணக்கில் தினமும் உழைத்தோம். எளிதாக கீழே இறங்கி மேலெழும்பும்படியான மெல்லிய காகிதத்தை வெட்டித் தயார் செய்ய வேண்டி இருந்தது. பட்டம் என்பது துப்பாக்கி என்றால் நூல்தான் துப்பாக்கிக் குண்டுகள். கண்ணாடித் தூளுடன் பசையைக் கலந்து ஐந்நூறு அடி நீளமுள்ள நூலை அந்தக் கலவையில் நனைத்து

எடுத்தோம். கண்ணாடிப் பசைக் கலவை பூசப்பட்ட அந்த நூலை கொல்லைப்புற மரங்களில் கட்டி காய விடுவோம். மறுநாள் போருக்குத் தயாராக உள்ள அந்த நூலை ஒரு மரத்துண்டில் சுற்றுவோம். பனி உருகி மழைக்காலம் தொடங்கும்போது காபூலின் ஒவ்வொரு பையனின் விரல்களிலும் குளிர்காலத்தில் பட்டம் விட்டதற்கான நூலறுத்த தழும்புகள் இருக்கும். பள்ளியின் முதல் நாளன்று நானும் எனது பள்ளித் தோழர்களும் எங்கள் காயங்களைக் ஒப்பிட்டுக்காட்டி சச்சரவிட்டது எனக்கு நினைவிலிருக்கிறது. கண்ணாடி நூலினால் ஏற்பட்ட காயங்கள் ஆற சரியாக இரண்டு வாரங்கள் கூட ஆகும். ஆனால் அதனைப் பற்றி ஒருவரும் கவலைப்படுவதில்லை. அவை விரைந்து கடந்து போன மனத்திற்கு மிகவும் பிடித்த குளிர்காலத்தின் நினைவடையாளங்கள். வகுப்புத் தலைவன் விசில் அடித்ததும் எல்லோரும் ஒரே வரிசையில் மீண்டும் ஒரு குளிர்காலத்திற்கு ஏங்கியபடி நீண்ட கல்வியாண்டிற்கான வகுப்பறைகளில் நுழைவோம்.

ஆனால் நானும் ஹஸனும் பட்டம் தயாரிப்பதில் சிறந்தவர்கள் என்பதை விட பட்டம் விடுவதில் சிறந்தவர்கள் என்பது விரைவிலேயே தெளிவாகிவிட்டது. பட்டம் தயாரிப்பதில் எப்போதும் ஏதாவது தவறு நடந்து கொண்டே இருந்தது. எனவே அப்பா எங்கள் இருவரையும் பட்டம் வாங்குவதற்காக ஸைஃபோ என்பவரிடம் கொண்டு சென்றார். கிட்டத்தட்ட பார்வையற்ற வயதானவரான ஸைஃபோ செருப்புத் தைக்கும் தொழில் செய்து வந்தார். ஆனால் அவர் காபூலின் மிகப் பிரபலமான பட்டம் செய்பவராகவும் இருந்தார். காபூல் நதியின் வடக்குக் கரையில் நெரிசல் மிகுந்ததொரு தெருவில் அவரது குடிசை வீடு இருந்தது. சிறை அறை போன்ற அவரது கடையில் குனிந்து நுழைந்து ஒரு சிறிய கதவைத் திறந்து மரப்படிகளில் குனிந்து இறங்கி ஸைஃபோ தனது அருமையான பட்டங்களை வைத்திருக்கும் அடித்தளத்திற்கு செல்வது எனக்கு நினைவிலிருக்கிறது. ஒரே மாதிரியான மூன்று பட்டங்களையும் அவற்றுக்கான நூல்களையும் அப்பா வாங்குவார். நான் புதுமையான பெரிய பட்டத்தை கேட்டால் அப்பா எனக்காக அதனை வாங்கித் தருவார். அதே போன்று ஹஸனுக்கும் வாங்கிக் கொடுப்பார். சில நேரங்களில் ஹஸனுக்கும் வாங்கிக் கொடுக்கக் கூடாது என்று நினைப்பேன். அவருக்கு மிகவும் பிடித்தமானவனாக நானே இருக்க வேண்டும் என்று விரும்பினேன்.

இந்தப் பட்டம் விடும் போட்டி ஆப்கானிஸ்தானின் மிகப் பழைய குளிர்கால பாரம்பர்ய வழக்கம். அது போட்டி நடக்கும்

காலைப் பொழுதில் துவங்கி வெற்றி பெற்ற ஒரு பட்டம் மட்டும் வானில் பறக்கும் வரை நடக்கும். ஒரு ஆண்டு பகல் பொழுது முடிந்தும் போட்டி தொடர்ந்து கொண்டு இருந்தது எனக்கு நினைவிருக்கிறது. தங்கள் குழந்தைகளை உற்சாகப்படுத்த சாலை ஓரங்களிலும் மாடிகள் மீதும் மக்கள் கூடி இருப்பார்கள். தெருக்கள் முழுவதும் தங்களது கண்ணாடி நூல்களை வெட்டி வெட்டி இழுத்துக் கொண்டு வானத்தில் பட்டத்தை ஏற்றிக் கொண்டே தங்களது போட்டியாளனின் கண்ணாடி நூலை அறுப்பதற்கான நிலையை முயற்சித்துக் கொண்டிருப்பார்கள். ஒவ்வொரு போட்டியாளனுக்கும் ஒரு உதவியாளன் கையில் நூல் பந்தைப் பிடித்துக் கொண்டிருப்பான். எனக்கு ஹஸன் உதவியாளனாக இருந்தான்.

ஒரு முறை எங்களுக்கு அருகிலுள்ள பகுதிக்கு குடியேறிய ஹிந்தி பேசும் சிறுவன் சொன்னான் அவர்கள் சொந்த ஊரில் நடக்கும் பட்டப் போட்டிகளில் கடுமையான விதிகளும் ஒழுங்கு முறைகளும் உண்டு என்று. "ஒரு தனிப்பட்ட குறிப்பிட்ட இடத்தில் நின்று கொண்டு பட்டம் விட வேண்டும். காற்று வீசும் திசைக்கு செங்கோணத்தில் நிற்க வேண்டும். உங்கள் கண்ணாடி நூலை அலுமினியம் கலந்து தயாரிக்கக் கூடாது" என்றெல்லாம் விதிகள் உண்டு என்று பெருமையாக அவன் சொன்னான்.

ஹஸனும் நானும் ஒருவரையொருவர் பார்த்துக் கொண்டோம். நூற்றாண்டின் தொடக்கத்தில் ஆங்கிலேயர்களும், 1980-களின் இறுதியில் ரஷ்யர்களும் கற்றுக் கொண்டதை இந்த ஹிந்தி பேசும் சிறுவன் விரைவில் கற்றுக் கொள்வான். அது என்னவெனில் ஆப்கான் நாட்டு மக்கள் தனித்துவமிக்க சுதந்திரமானவர்கள்; வழக்கமாகச் செய்பவைகளை அவர்கள் பெருவிருப்பத்துடன் செய்வார்கள்; சட்டங்கள் விதிகள் ஆகியவற்றை அருவருப்புடன் வெறுப்பார்கள் என்பதுதான். எனவே பட்டம் விடும் போட்டியிலும் அப்படித்தான். இதில் விதிகள் மிக எளியவை. அதாவது விதிகளே இல்லை. பட்டத்தை விடு. எதிரிகளின் பட்டத்தை அறு. வாழ்த்துக்கள். அவ்வளவுதான்.

அதனுடன் முடிந்துவிடுவதில்லை. உண்மையான வேடிக்கையே பட்டம் அறுபட்டவுடன்தான் தொடங்கும். அது அறுபட்ட பட்டம் காற்றில் அடித்துச் செல்லப்பட்டு எவருடைய வீட்டுக் கொல்லைப் புறத்திலோ, ஏதாவது மரத்திலோ அல்லது எவர் வீட்டுக் கூரையிலோ தங்கும் வரை அதனை பட்டம் விரட்டும் சிறுவர் கூட்டம் விரட்டிச்

சென்று எடுப்பதாகும். கூட்டம் கூட்டமான சிறுவர்கள் தெருக்களில் அப்படிச் செல்வது, தள்ளு முள்ளுகளில் ஈடுபடுவது நான் எங்கோ படித்த ஸ்பெயின் தேசத்து காளைச் சண்டை போன்றிருக்கும். ஒரு முறை ஒரு பட்டத்தை எடுப்பதற்காக பக்கத்து வீட்டுச் சிறுவன் ஒரு பைன் மரத்தின் மீதேறினான். அவன் ஏறிய கிளை முறிந்து முப்பது அடி உயரத்திலிருந்து விழுந்தான். அவன் முதுகெலும்பு முறிந்து விட்டது. அவனால் அதற்குப் பின்னர் எப்போதுமே நடக்க முடியவில்லை. ஆனால் அவன் கைகளில் பட்டம் இருந்தது. ஒரு பட்ட விரட்டியின் கையில் பட்டம் பிடிபட்டால் அதனை அவரிடமிருந்து எவராலும் பிடுங்க முடியாது. அது சட்டவிதி அல்ல. தொன்று தொட்டு இருந்து வரும் வழக்கம்.

குளிர்காலப் போட்டியின் கடைசியாக விழுந்த பட்டமே பட்ட விரட்டியின் மிக விருப்பமான பரிசு. கௌரமான அது விருந்தினர் களிடம் மிகப்பெரும் பாராட்டைப் பெறும்படி வைக்கப்பட வேண்டிய ஒரு கௌரவமான வெற்றிக் கேடயம் போன்றதாகும். இறுதிப் போட்டிக்கான இரண்டு பட்டங்கள் மட்டும் வானில் இருக்கையில் ஒவ்வொரு பட்ட விரட்டியும் அறுபடும் இறுதிப் பட்டத்தைப் பிடிக்கத் தயாராவார்கள். எங்கிருந்து ஓடிப்பிடிக்க வேண்டும் என்ற கணக்குடன் ஒவ்வொருவரும் ஒரு இடத்தைத் பிடித்து நிற்பார்கள். இறுகிய தசைகள் செயல்படத் தயாராக இருக்கும். கழுத்துகள் புடைக்கும். கண்களில் ஒரு வித வேகம் தெரியும். சண்டையும் தள்ளுமுள்ளுகளும் ஏற்படும். இந்த நிலை கடைசிப் பட்டம் அறுபடும் வரை நீடிக்கும்.

பல ஆண்டுகளாக நிறைய பட்ட விரட்டிகளை நான் பார்த்திருக் கிறேன். ஆனால் நான் பார்த்தவர்களிலேயே ஹஸன்தான் சிறந்த பட்ட விரட்டி. அவனுக்கு ஏதோ ஓர் உள்ளறிவு இருந்ததைப் போன்று பட்டம் எங்கு விழும் என்பதை அவன் மிகச் சரியாக கணிப்பது பயங்கரமானதொரு உண்மையாகும்.

எனக்கு நன்றாக நினைவிருக்கிறது. மேக மூட்டம் நிறைந்து வானம் கருத்திருந்த அந்த நாளில் நானும் ஹஸனும் பட்டம் விட்டுக் கொண்டிருந்தோம். அண்டைப் பகுதி, தெருவோர கழிவு வாய்க்கால்கள், குறுகிய தெருக்கள் என்று எல்லா பகுதிகளிலும் அவனை நான் துரத்திக் கொண்டிருந்தேன். அவனைவிட ஒரு வயது நான் மூத்தவனானாலும் அவன் என்னைவிட வேகமாக ஓடினான்.

மூச்சிறைத்து ஒழுங்கற்ற குரலில் நான் கத்தினேன். “ஹஸன்! கொஞ்சம் பொறு!” என்று. “இந்தப் பக்கம்” என்று சுழன்று திரும்பி

தன் கையை ஆட்டிக் கொண்டே சொன்ன ஹஸன் சென்ற பக்கத்தைப் பார்த்தேன். அது பட்டம் சென்ற திசைக்கு எதிராக இருந்தது.

"நாம் தோற்றுக் கொண்டிருக்கிறோம்! தவறான பக்கம் நாம் ஓடுகிறோம்!" என்று நான் கத்தினேன்.

"என்னை நம்பு!" என்று அவன் சொன்னதை நான் கேட்டேன். அவன் சென்ற திக்கை நான் அடைந்து மேலே வானத்தைக் கூடப் பார்க்காது தலையை கீழே தாழ்த்தியபடி வியர்வையில் நனைந்து முதுகில் ஒட்டிய சட்டையுடன் அவன் ஓடுவதை நான் பார்த்தேன். ஒரு சிறிய கல்லில் கால் தடுக்கி நான் விழுந்து விட்டேன். நான் ஹஸனை விட வேகமானவனில்லை என்பதுடன் உடல் பலமற்ற வனும் கூட. அவனது இயல்பான உடல் பலத்தின் மீது நான் எப்போதும் பொறாமையுடனே இருந்தேன். நான் கீழே விழும்போது ஹஸன் தெருவின் இன்னொரு முனையில் சென்று மறைவதைக் கண்டேன். என் முழங்காலில் பட்ட அடியால் ஏற்பட்ட வலியுடன் நான் தத்தித்தத்தி அவனைத் தொடர்ந்தேன்.

இஸ்திக்லால் நடு நிலைப் பள்ளிக்கருகிலிருந்த சிதிலமடைந் திருந்த ஒரு சாலைக்கு நாங்கள் வந்துவிட்டோம். அங்கு ஒரு பக்கம் லெட்டூஸ் என்ற பயிரும் மறுபக்கம் புளிப்பு செர்ரி மரங்களும் கொண்ட வயல்வெளி ஒன்று இருந்தது. ஒரு மரத்தின் கீழ் கை நிறைய உலர்ந்த மல்பெரியைத் தின்று கொண்டு ஹஸன் உட்கார்ந்திருந்ததை நான் கண்டேன்.

வாந்தி வருவது போன்ற குடல் புரட்டலுடன் திணறித் திணறி நான் கேட்டேன் "இங்கே நாம் என்ன செய்யப் போகிறோம்?" என்று.

அவன் புன்னகைத்தபடி என்னிடம் சொன்னான் "என்னுடன் உட்கார், அமீர் ஆகா!".

நான் அவனருகில் கிட்டத்தட்ட விழுவது போன்று, மெல்லிய பனிப் படலத்தின் மீது மூச்சிரைத்தபடி சாய்ந்தேன். "நீ நமது நேரத்தை வீணாக்கிக் கொண்டிருக்கின்றாய். பட்டம் வேறு திசையில் போய்க் கொண்டிருந்ததை நீ பார்க்கவில்லையா?" என்றேன்.

ஹஸன் தன் வாயில் ஒரு மல்பெரியைப் போட்டுக் கொண்டே சொன்னான், "அது வந்து கொண்டிருக்கிறது" என்று. எனக்கு மூச்சிரைத்துக் கொண்டிருந்தது. ஆனால் அவன் களைப்படைந்த தாகக் கூடத் தோன்றவில்லை.

நான் கேட்டேன், "எப்படி உனக்குத் தெரியும்?" என்று.

அவன் சொன்னான், "எனக்குத் தெரியும்".

"எப்படி உனக்குத் தெரியும்?" என்றேன்.

அவன் என் பக்கம் திரும்பினான். அவனது மொட்டையடித்த தலையிலிருந்து வியர்வைத் துளிகள் விழுந்துருண்டன. அவன் கேட்டான், "அமீர் ஆகா, எப்போதாவது நான் உன்னிடம் பொய் சொல்லி இருக்கிறேனா?".

அவனுடன் சிறிது விளையாடலாம் என்று சட்டென்று எண்ணமிட்ட நான் சொன்னேன், "எனக்குத் தெரியாது. நீ பொய் சொல்லியிருக்கிறாயா?" என்றேன்.

தனக்கு அகௌரவமிழைக்கப்பட்டதான பார்வையுடன் அவன் சொன்னான், "சீக்கிரத்திலேயே நான் அசிங்கத்தைத் தின்பேன்" என்று.

"உண்மையாகவா? நீ அதைச் செய்வாயா?" புதிரான பார்வையை என்மீது வீசியபடி அவன் கேட்டான், "எதைச் செய்வதைக் கேட்கிறாய்?" என்றான்.

"அசிங்கத்தைத் தின்று என்று நான் சொன்னால்" என்றேன். அவனுக்குத் தெரியாத பெரிய வார்த்தைகளில் நான் விளையாடியதைப் போலவே அப்போதும் நான் குரூரமானவனாகவே இருந்திருக்கிறேன். அது ஒரு கேவலமான வழியானாலும் ஹஸனிடம் இப்படி விளையாடுவதில் எனக்கு ஒரு சுகமானதொரு உணர்ச்சி இருந்தது. அதாவது பூச்சிகளைப் பிடித்து சித்ரவதை செய்யும்போது உண்டாகுமே அது போல.

அவன் என் முகத்தை நீண்ட நேரம் உற்று நோக்கினான். இரண்டு சிறுவர்களான நாங்கள் அந்தப் புளிக்கும் செர்ரி மரத்தினடியில் அமர்ந்து கொண்டு ஒருவரை ஒருவர் பார்த்துக் கொண்டிருந்தோம். ஹஸனின் முகம் மாற்றமடைந்தது. அது மாறாமலும் இருந்திருக்கலாம். நான் எப்போதும் பார்த்தறிந்திருந்த ஒரு முகத்தின் கீழே ஆழத்தில் இன்னொன்று மறைந்து தெரிவதைப் போல இருந்தது. இது போன்று முன்னரும் நடந்திருந்தது. அது என்னை சிறிது அதிர்ச்சியடையவும் வைத்தது. ஒரு கணத்துளியில் தோன்றிய அந்த முகம் என்னை துணுக்குற வைத்தது. அவன் இமைத்தான். மீண்டும் பழைய ஹஸனானான்.

என்னை நேரிட்டுப் பார்த்துக் கொண்டே இறுதியாக சொன்னான், "நீ சொன்னால் நான் நிச்சயம் செய்வேன்" என்று. நான் என் பார்வையைத் தாழ்த்திக் கொண்டேன். அன்று முதல் இன்றுவரை ஹஸனைப் போன்று தாங்கள் சொல்லும் ஒவ்வொரு வார்த்தையிலும் சரியான அர்த்தங் கொண்டு பேசும் எவரையும் நேரிட்டுப் பார்ப்பது எனக்கு மிகக் கடினமாகிவிட்டது.

"ஆனால் எனக்கு மலைப்பாக இருக்கிறது. அதைப் போன்று செய்யும் படி எப்போதாவது நீ சொல்வாயா, அமீர் ஆகா" என்றான் ஹஸன்.

அவனுடன் விளையாட்டாக எதனையும் செய்து அவனுடைய விசுவாசத்தை நான் சோதித்தால், பதிலுக்கு அவன் அவன்மீது நான் வைத்திருக்கும் நம்பிக்கையை சோதிப்பான்.

இந்த மாதிரிப் பேச்சை தொடங்கியிருக்க வேண்டாமென்று நான் நினைத்தேன். நான் வலிய புன்னகைத்தபடி, "முட்டாள்தனமாகப் பேசாதே ஹஸன், நான் அப்படிச் சொல்லமாட்டேன் என்பது உனக்குத் தெரியும்" என்றேன்.

ஹஸன் இயல்பாகப் புன்னகைத்தபடி கூறினான், "எனக்கு தெரியும்". பேசும் ஒவ்வொரு வார்த்தையையும் அதன் அர்த்தத்தி லேயே சரியாகப் பேசுபவர்கள், மற்றவர்கள் எல்லோரும் அப்படியே பேசுகிறார்கள் என்று நினைத்துக் கொள்கிறார்கள்.

வானத்தில் தன் விரலைச் சுட்டிக் காட்டி, "அதோ வருகிறது அது" என்றான் ஹஸன். அவன் எழுந்து தனக்கு இடப்பக்கமாக சில தப்படிகள் நடந்தான்.

பட்டம் எங்களை நோக்கித் தாழ்ந்து வருவதை நான் கண்டேன். பட்ட விரட்டிகளின் கூட்டமொன்றின் காலடிச் சத்தங்கள், கூச்சல்கள் எங்களை நெருங்குவதை நான் கேட்டேன். அவர்கள் தங்கள் நேரத்தை வீணடித்துக் கொண்டிருந்தார்கள். ஏனெனில் சிரித்தபடி தன் கைகளை விரித்து பட்டத்தை நோக்கி நின்று கொண்டிருந்தான் ஹஸன். அவனுடைய விரிந்த கைகளில் பட்டம் விழவில்லை யென்றால், இறைவன் என்றொருவன் இருந்தால் என் கண்களைக் குருடாக்கட்டும். அப்படி இருந்தது அவன் செய்கை.

□ □ □

1975ஆம் ஆண்டின் குளிர்காலத்தில் ஹஸன் ஒரு பட்டத்தை கடைசியாக விரட்டிச் சென்றதை நான் பார்த்தேன்.

□ □ □

வழக்கமாக ஒவ்வொரு பகுதியினரும் தமக்கான பட்டம் விடும் போட்டியை நடத்துவார்கள். ஆனால் அந்த ஆண்டு எனது பகுதியான வஸீர் அக்பர் கான் பகுதியில் போட்டியிட மற்ற மாவட்டங்களான கார்டே சார், கார்டே பர்வான், மெக்ரோ ரயான் மற்றும் கோட்டே ஸாங்கி போன்றவைகளும் அழைக்கப் பட்டிருந்தன. இந்தப் போட்டி பற்றியே எங்கும் ஒரே பேச்சாக இருந்தது. கடந்த இருபத்தைந்து ஆண்டுகளில் நடந்த போட்டிகளில் இந்தப் போட்டியே பெரியது என்ற பேச்சும் இருந்தது.

பெரிய பட்டம் விடும் போட்டியொன்றிற்கு நான்கு நாட்கள் முன்னர் குளிர்காலத்தின் ஓரிரவில் நானும் அப்பாவும் அப்பாவின் படிப்பறையின் கணப்படுப்பின் செந்தணலினருகில் தேநீரை உறிஞ்சிக் கொண்டே பேசிக் கொண்டிருந்தோம். அதற்கு முன்பு சாதத்துடன் காலிஃப்ளவர் குழம்பும், உருளைக் கிழங்கு கூட்டுடன் எங்களுக்கு இரவு உணவைப் பறிமாறிவிட்டு அலி ஹஸனுடன் ஓய்வெடுக்க சென்று விட்டார். அப்பா தனது புகைக்கும் குழாயை நிரப்பிக் கொண்டிருந்தார். ஹிராட்மலைப் பகுதியிலிருந்து ஓநாய்க் கூட்டமொன்று ஊருக்குள் நுழைந்ததால் பயந்து போயிருந்த மக்கள் ஒரு வாரம் வரை வீட்டிற்குள்ளேயே இருந்ததைப் பற்றி சொல்லு மாறு நான் கேட்டுக் கொண்டிருக்கையில், அப்பா தன் புகைக்கும் குழாயை பற்றவைத்துக் கொண்டே சாதாரணமாகக் கேட்டார், “இந்த ஆண்டின் போட்டியில் நீ வெல்வாய் என எண்ணுகிறேன். நீ என்ன நினைக்கிறாய்?”.

என்ன நினைப்பது, என்ன சொல்வது என்று எனக்கொன்றும் தெரியவில்லை. எதனை முத்தாய்ப்பாக வைத்து அவர் கேட்கிறார்? நான் நல்லதொரு பட்டம் விடும் போட்டியாளன்தான். உண்மையில் மிக நல்லதொரு போட்டியாளன்தான். சில முறை வெற்றி பெறும் நிலைக்கு அருகில் வந்திருக்கிறேன். ஒரு முறை இறுதிப் போட்டி வரை கூட வந்திருக்கிறேன். ஆனால் வெற்றி பெறுவது என்ற நிலைக்கு அருகில் வருவது என்பது வெற்றி பெறுவதில்லை. இல்லையா? அப்பா வெற்றி பெறுவதையே வழக்கமாகக் கொண்டிருந்தார். எந்த ஒன்றில் மனதை வைக்கிறாரோ அதில் வெற்றி பெறுவதை வழக்கமாகக் கொண்டிருந்தார். அதனையே அவர் தனது மகனிடம் எதிர்பார்க்கும் உரிமை அவருக்கில்லையா? நான் வெற்றி பெறுவதாகக் கற்பனை செய்து பாருங்கள்...

அப்பா புகைத்துக் கொண்டே பேசிக் கொண்டிருந்தார். நான் கவனிப்பது போன்று பாவனை செய்து கொண்டிருந்தேன்.

உண்மையிலே என்னால் கவனிக்க முடியவில்லை. ஏனெனில் அப்பா என்னிடம் சாதாரணமாகக் கேட்டது என் மனதில் ஒரு தீர்மானத்தை விதைத்து விட்டது. அது, இந்த ஆண்டுப் போட்டியில் வெல்வது என்பதே. நான் வெற்றி பெற்றுவிடப் போகிறேன். வேறு எந்த வழியும் தோன்றவில்லை. நானே வெற்றி பெறப் போகிறவனாக இருந்தேன். கடைசி பட்டத்தை பறக்க விடுபவனாக நானே இருந்தேன். பின்னர் அதனை வீட்டிற்குக் கொண்டு சென்று அப்பாவிடம் காண்பிப்பேன். அவரிடம் அதனைக் காண்பித்த மாத்திரத்தில் அவர் மகன் வெற்றிகரமானவனாவான். ஒரு துர்தேவதை போன்று இந்த வீட்டில் நான் வாழும் வாழ்க்கை ஒரு முடிவுக்கு வரலாம். என் மனதை கற்பனையில் மிதக்க விட்டேன். சில்வர் பாத்திரங்களின் ஒலி மற்றும் எப்போதாவது நடக்கும் முணுமுணுப்பிற்குப் பதிலாக இரவு உணவு வேளையில் உரையாடலும் சிரிப்பொலிகளும் இருக்கும். பக்மானுக்கு வெள்ளிக் கிழமைகளில் அப்பாவுடன் காரில் செல்வதாகவும் கார்கா ஏரிக்கு அருகில் சிற்றுண்டி உண்பதாகவும் மனத்திரையில் ஓட்டிப் பார்த்தேன். மிருகக் காட்சி சாலைக்கு சென்று மர்ஜான் என்ற சிங்கத்தை நாங்கள் பார்ப்போம். இவற்றிற்கெல்லாம் இடையில் அப்பா கொட்டாவி விட்டுக் கொண்டோ அடிக்கடி தன் கைக் கடிகாரத்தை பார்க்காமலோ இருக்கலாம். அப்பா எனது கதைகளில் ஒன்றைக் கூடப் படிக்கலாம்.

அவர் ஏதாவதொன்றைப் படிப்பார் என்ற எண்ணத்தில் நான் நூறு கதைகளை எழுதியிருக்கலாம். ரஹீம் கான் என்னை அமீர் ஜான் என்று அன்பு ததும்ப அழைத்தது போல் அப்பாவும் என்னை அழைக்கலாம். என் தாயாரை நான் மரணமடையச் செய்ததற்கு மன்னிக்கப்படலாம்.

ஒரே நாளில் பதினான்கு பட்டங்களை தாம் வெட்டியதைக் குறித்து அப்பா என்னிடம் சொல்லிக் கொண்டிருந்தார். நான் அவர் பேச்சின் சரியான எல்லா இடங்களிலும் சிரித்தேன், தலை யாட்டினேன், புன்னகைத்தேன். ஆனால் அவர் பேசியதில் எந்த வார்த்தையையும் நான் கவனிக்கவில்லை. இப்போது எனக்கென் றொரு பெரிய குறிக்கோள் இருந்தது. நான் அப்பாவை ஏமாற்றப் போவதாகயில்லை. நிச்சயமாக இந்த முறை ஏமாற்றப் போவதில்லை.

போட்டிக்கு முன்னிரவில் கடுமையான பனிப்பொழிவு இருந்தது. காற்று மரங்களின் கிளைகளை உலுப்பிக் கொண்டு,

ஜன்னல் கதவுகளை முட்டி மோதச் செய்து கொண்டிருந்த வேளையில் நானும் ஹஸனும் பஞ்ச்பார் என்ற விளையாட்டை விளையாடிக் கொண்டிருந்தோம். அந்த குர்ஷியைத் தயார் செய்து தரும்படி நான் அலியிடம் கேட்டிருந்தேன். குர்ஷி என்பது என்னவெனில் உயரம் குறைந்த ஒரு மேசையின் கீழ் மின்சார கணப்படுப்பு ஒன்றை வைத்து அந்த மேசையை கனமான போர்வையால் மூடி விடுவதுதான். அந்த மேசையைச் சுற்றி படுக்கை விரிப்புகளையும், பஞ்சு பொதிந்த சாய்வுகளையும் கொண்ட இருக்கைகளில் இருபது பேர் வரை அமர்ந்து கொண்டு தங்கள் கால்களை மேசையினடியில் விட்டுக் கொண்டு இருக்க முடியும்படியானதாக அலி அமைத்திருந்தார். அந்த பனி நாட்கள் முழுவதும் நானும் ஹஸனும் அப்படி அமர்ந்து கொண்டு சீட்டு, செஸ் போன்ற விளையாட்டுகளை விளையாடிக் கொண்டிருப்பதை வழக்கமாகக் கொண்டிருந்தோம். பெரும்பாலும் பஞ்ச்பார் என்ற விளையாட்டையே அதிகம் விளையாடிக் கொண்டிருந்தோம்.

நான் ஹஸனின் பத்து டைமண்ட்களை அடித்துவிட்டேன். அடுத்த அறையில் அப்பாவும் ரஹீம்கானும் இன்னும் சிலருடன் சேர்ந்து கொண்டு வியாபாரம் சம்பந்தமாகப் பேசிக் கொண்டிருந் தனர். அவர்களுள் ஒருவர் ஆஸிஃபின் தந்தை என்பதை நான் கண்டு கொண்டேன். காபூல் வானொலிச் செய்திகள் சுவர்களைத் தாண்டி என்னால் கேட்கக் கூடியதாக இருந்தது.

ஹஸன் ஒரு ஆறை அடித்து அதற்குப் பகரமாக அவன் ஜாக்கி களைப் பெற்றுக் கொண்டான். வெளிநாட்டு மூலதனம் பற்றி வானொலியில் தாவூத்கான் எதனையோ அறிவித்துக் கொண்டிருந்தார்.

"நாம் காபூலில் தொலைக்காட்சி வசதியைப் பெறுவோம் என்று அவர் சொல்கிறார்" என்றேன் நான்.

உடன் ஹஸன் கேட்டான், "யார்?" என்று. "ம், ஜனாதிபதி தாவூத்கான்டா, முகரக் கட்டை" என்றேன்.

ஹஸன் கேலியாகச் சிரித்தபடி, "அது ஈரானில் முன்பே உள்ளதாக நான் கேள்விப்பட்டுள்ளேன்", என்றான்.

நான் பெருமூச்சுவிட்டபடி, "அந்த ஈரானியன்களை..."

ஏராளமான ஹஸாராக்களுக்கு ஈரான் ஒருவிதமான புகலிடம் என்று நான் அனுமானித்திருந்தேன். ஏனெனில் ஹஸாராக்களைப்

போல ஈரானியர்களும் ஷியா முஸ்லிம்களாக இருந்தார்கள். சிரித்துக் கொண்டே மெல்ல பேசி ஒரு கையால் முதுகில் தட்டிக் கொடுத்துக் கொண்டே, மற்றொரு கையால் உங்கள் பையிலிருப்பதை எடுத்துக் கொள்பவர்கள் என்று ஈரானியர்களைப் பற்றி எனது ஆசிரியர் கூறி இருந்தது எனக்கு நினைவுக்கு வந்தது. இதனை எனது அப்பாவிடம் நான் சொன்னபோது எனது ஆசிரியரை ஒரு பொறாமை கொண்ட ஆப்கானியர் என்றார். ஆசியக் கண்டத்தில் வளர்ந்து வரும் பெரும் சக்தியாக ஈரான் இருக்கும்போது உலகில் உள்ள ஏராளமான மக்கள் ஆப்கானிஸ்தானை உலக வரைபடத்தில் கூடக் காண முடிவதில்லை என்பதுதான் பொறாமைக்குக் காரணம் என்றார். “அப்படி சொல்வது புண்படுத்துவதாகும்” என்று சொன்ன அப்பா, “பொய்யை சொல்லிக் கொண்டு சுகம் பெறுவதை விட உண்மையைச் சொல்லி புண்படுவது நல்லது”, என்றார்.

“உனக்காக ஒரு தொலைக்காட்சிப் பெட்டியை ஒரு நாள் நான் வாங்குவேன்” என்றேன்.

ஹஸனுடைய முகம் பிரகாசமானது.

“உண்மையாகவா?”, என்றான்.

“நிச்சயமாக. அது கறுப்பு வெள்ளைப் பெட்டியாக இருக்காது. அப்போது நாம் வளர்ந்திருப்போம். உனக்கொன்று. எனக்கொன்று”, என்றேன்.

“நான் எனது ஓவியங்களை வைத்திருக்கும் மேசையின் மேல் அதனை வைப்பேன்” என்று ஹஸன் சொன்னான்.

அவன் அப்படிச் சொன்னது எனக்கு வருத்தமாக இருந்தது. ஹஸன் எப்படிப்பட்டவன் என்பதற்காகவும், அவன் எங்கே வாழ்ந்தான் என்பதற்காகவும் எனக்கு வருத்தமேற்பட்டது. அவன் தந்தை வாழ்ந்து வந்ததைப் போலவே, கொல்லைப்புறத்தில் அந்த மண் குடிலில் வாழ்வதை அவன் எப்படி ஏற்றுக் கொண்டான் என்பதை நினைக்கையில் எனக்கு வருத்தமேற்பட்டது. நான் எனது கடைசிச் சீட்டை எடுத்து ஒரு ராணியையும் பத்தையும் கீழிறக்கினேன்.

ஹஸன் ராணியை எடுத்துக் கொண்டான். “ஆகா சாகிப்பை மிகவும் பெருமையடையும்படி நாளை நீ செய்யப் போகிறாய் என்று நான் நினைக்கிறேன்” என்றான்.

"நீ அப்படி நினைக்கிறாயா?" என்றேன்.

"இறைவன் நாடினால்!", என்றான்.

நானும் அது போன்றே கூறினேன். ஆனாலும் என் உதடுகளி லிருந்து வந்த அந்த சொற்கள் முழு உண்மையுடன் வரவில்லை. இது ஹஸனிடம் காணப்படும் ஒன்று. அவன் தூய்மையான இறை நம்பிக்கையாளனாக இருந்தான்.

நான் அவன் ராஜாவை அடித்துவிட்டு ஸ்பேட்களைக் கொண்ட "ஏஸ்" சீட்டை என் இறுதி சீட்டாக ஆடினேன். அதை அவன் எடுக்க வேண்டும். நான் வெற்றி பெற்றிருப்பேன். ஆனால் நான் வெற்றி பெறும்படி ஹஸன் என்னை விட்டிருப்பான் என்ற சந்தேகத்தில் நான் புதிய விளையாட்டுக்காக சீட்டுகளை களைத்தேன்.

"அமீர் ஆகா" என்றான்.

"என்ன?"

"உனக்குத் தெரியுமா. நான் எங்கே வாழ்கிறேனோ அது எனக்குப் பிடித்திருக்கிறது" என்றான். அவன் எப்போதும் என் மனதிலுள்ளதை அறிந்தே வந்திருந்தான்.

"இது எனது வீடு" என்றான்.

"எதுவாக இருந்தாலும் இருக்கட்டும். மீண்டும் தோற்றுப் போவதற்குத் தயாராகு" என்றேன்.

ஏழு

அடுத்த நாள் காலையில் காலை உணவுக்கான கறுப்புத் தேநீரைத் தயாரித்துக் கொண்டே ஹஸன் ஒரு கனவு கண்டதாகச் சொன்னான். “நீ, நான், ஆகா சாகிப், ரஹீம்கான், எனது தந்தை இன்னும் ஆயிரக்கணக்கான மக்கள் இப்படி எல்லோரும் கார்கா ஏரிக்கருகில் இருந்தோம். நல்ல வெதுவெதுப்பான சூரிய ஒளி நிரம்பிய பொழுதாக அது இருந்தது. ஏரித்தண்ணீர் கண்ணாடியைப் போன்று தெளிவாக இருந்தது. ஆனால் ஏரியில் எவரும் நீந்தி விளையாட வில்லை. ஏனெனில் ஏரியில் கொடுமையான ஒரு அரக்கன் வந்திருப்பதாக எல்லோரும் பேசிக் கொண்டிருந்தனர். அது தண்ணீரின் அடியில் நீந்திக் கொண்டு காத்திருந்தது”.

அவன் சர்க்கரையைச் சேர்த்துக் கொண்டே எனக்கொரு கப் தேநீரை ஊற்றி, சிலமுறை அதன் மீது ஊதிவிட்டு என் முன்னால் வைத்தான். “எல்லோரும் பயந்து கொண்டிருக்கையில், அமீர் ஆகா நீ உன் ஷூக்களை உதறிவிட்டு, உன் சட்டையைக் கழற்றி விட்டு, “அரக்கன் எதுவுமில்லை. அதனை நான் உங்களனைவருக்கும் காட்டுகிறேன்” என்று சொல்லிவிட்டு உன்னை எவரும் தடுக்கும் முன்னரே நீ ஏரித்தண்ணீருக்குள் பாய்ந்து விடுகிறாய். நானும் உன்னைப் பின் தொடர்ந்தேன். இருவரும் நீந்தினோம்” என்றான்.

“ஆனால் உனக்குத்தான் நீந்தத் தெரியாதே” என்றேன்.

ஹஸன் சிரித்தான். “அது கனவு. என்ன வேண்டுமானாலும் உன்னால் செய்ய முடியும். கேளு. எல்லோரும் கூச்சலிடுகிறார்கள்,

"வெளியே வாருங்கள், வெளியே வாருங்கள்" என்று. ஆனால் நாம் அந்த குளிர்ந்த நீரில் நீந்திக் கொண்டே இருக்கிறோம். ஏரியின் நடுப்பகுதிவரை சென்று நீந்துவதை நிறுத்துகிறோம். கரைப்பக்கம் திரும்பிக் கொண்டு மக்களை நோக்கி கைகளை ஆட்டுகிறோம். அவர்கள் நமக்கு எறும்புகளைப் போன்று தோன்றுகிறார்கள். ஆனால் அவர்களின் கைதட்டல் ஒலியை நம்மால் கேட்க முடிகிறது. அவர்களுக்கு இப்போது தெரிகிறது. அரக்கன் ஏதுமில்லை. வெறும் தண்ணீர்தான். அதன்பின்னர் அந்த ஏரியின் பெயரை அவர்கள் மாற்றி விடுகிறார்கள் "காபூலின் சுல்தான்களான அமீர் ஹஸன் ஏரி" என்று. அதன் பின்னர் ஏரியில் நீந்துபவர்களிடம் நாம் பணம் வசூல் செய்பவர்களாகிறோம்", என்றான்.

"அப்படியானால் இந்தக் கனவிற்குப் பொருள் என்ன?" என்றேன்.

அவன் எனது ரொட்டியின் மீது பழக் குழைவைத் தடவி என் முன் வைத்துக் கொண்டே, "எனக்குத் தெரியவில்லை. உன்னால்தான் சொல்ல முடியும் என்று நம்பிக் கொண்டிருக்கிறேன்" என்றான்.

"இது சும்மா ஒன்றுமில்லாத கனவு. அதில் ஒன்றும் இல்லை" என்றேன்.

"எல்லா கனவுகளுக்கும் அர்த்தம் உண்டு என்று எனது தந்தை சொல்லுவார்" என்றான்.

நான் கொஞ்சம் தேநீரைக் குடித்தேன். "நீ ஏன் அவரிடம் கேட்கக் கூடாது. அவர் நல்ல அறிவாளி" என்று நான் விரும்பியதைவிட கத்தரித்த மாதிரி சொன்னேன். அன்றிரவு முழுவதும் நான் உறங்கவே யில்லை. புரண்டு புரண்டு படுத்துக் கொண்டிருந்தேன். கண்களை மூடவேயில்லை. ஹஸனுக்கு முன்னால் நான் இன்னும் அற்ப மாகவே இருந்தேன். மன்னிப்பு கேட்க முனைந்தும் அப்படிச் செய்ய வில்லை. நான் ஒரு மாதிரியாக இருப்பதை ஹஸன் புரிந்து கொண் டான். ஹஸன் எப்போதுமே என்னைப் புரிந்து கொள்ளுவான்.

மேல்மாடியில் அப்பாவின் குளியலறையிலிருந்து தண்ணீர் விழும் ஓசையை என்னால் கேட்க முடிந்தது.

புத்தம்புது பனி படர்ந்திருந்த தெருக்கள் பிரகாசித்தன. வானம் எந்தக் களங்கமுமற்று நீலமாக இருந்தது. எங்கள் தெருவின் வீடுகளின் கூரைகளை பனி போர்வை போல் போர்த்தியிருந்தது. தெருவில் வரிசையாக இருந்த குட்டையான மல்பெரி மரங்களின்

கிளைகளில் பனி கட்டிகளாக தொங்கிக் கொண்டிருந்தது. ஓரிரவுக்குள் எல்லா சந்து பொந்துகளிலும், வாய்க்கால்களிலும் பனி மூடியிருந்தது. நானும் ஹஸனும் வீட்டை விட்டு வெளியே வந்தபோது பனிப் படலங்களின் கண்ணைப் பறிக்கும் ஒளியால் நான் கண்களை இறுக்கிக் கொண்டேன். அலி கதவை மூடிக் கொண்டார். அவர் வாய்க்குள் ஒரு பிரார்த்தனையை ஓதும் முணுமுணுப்பு சப்தத்தை என்னால் கேட்க முடிந்தது. அவரது மகன் வீட்டை விட்டு செல்லும் போதெல்லாம் அவர் ஒரு பிரார்த்தனையை ஓதுவார்.

எங்கள் தெருவில் இத்தனை மக்களை நான் எப்போதும் பார்த்த தில்லை. குழந்தைகள் பனிப்பந்துகளைக் கொண்டு எறிந்து துரத்திப் பிடித்து சிரித்து விளையாடிக் கொண்டிருந்தனர். பட்டம் விடும் போட்டியாளர்கள் தங்களது உதவியாளர்களான நூல் கண்டை வைத்திருப்பவர்களுடன் சேர்ந்து கடைசி நிமிட தயாரிப்பில் இருந்தார்கள். அடுத்தடுத்த தெருக்களிலிருந்து வரும் சலசலவென்ற பேச்சொலியையும், சிரிப்பொலிகளையும் என்னால் கேட்க முடிந்தது. வீட்டு மாடிகளின் மீதும், பால்கனிகளிலும் மக்கள் கூட்டமாக நின்று கொண்டும், உட்கார்ந்து கொண்டும் இருந்தனர். அவர்களது ஃபிளாஸ்குகளில் இருந்து சூடான தேநீரின் ஆவி வந்து கொண்டிருந்தது. கேஸட் ப்ளேயரிலிருந்து அஹமத் ஜாஹீரின் இசை துள்ளிக் குதித்து வந்து கொண்டிருந்தது. மிகப் பிரபலமான இசைக் கலைஞரான அஹமத் ஜாஹீர் ஆப்கானிய இசையுலகில் புரட்சிகர மாற்றத்தை ஏற்படுத்தியவர். பாரம்பர்ய இசைக்கருவிகளான ஹார்மோனியம், தபலா போன்றவற்றிற்குப் பதிலாக எலக்ட்ரிக் கிடார், ட்ரம்ஸ் போன்ற கருவிகளைப் பயன்படுத்தியவர். அவர் எளிய முறைகளை தவிர்த்து பழைய பாடகர்களை கிட்டத்தட்ட வெறுப்பூட்டினார் என்றே சொல்ல வேண்டும். சாதாரணமாகப் புன்னகைத்துக் கொண்டே அவர் பாடுவார். சில சமயங்களில் பெண்களை நோக்கிப் புன்னகைப்பார். நான் எனது பார்வையை எங்கள் வீட்டு மேல் பகுதிக்குத் திருப்பினேன். அங்கே எனது அப்பாவும் ரஹீம்கானும் உல்லன் ஸ்வெட்டர்களை அணிந்து கொண்டு தேநீரை உறிஞ்சியபடி பெஞ்சில் அமர்ந்திருந்தார்கள். அப்பா தன் கைகளை ஆட்டினார். அவர் ஆட்டியது என்னை நோக்கியா அல்லது ஹஸனை நோக்கியா என்று என்னால் சொல்ல முடியவில்லை.

“நாம் தொடங்கி இருந்திருக்க வேண்டும்” என்றான் ஹஸன். அவன் ரப்பரிலான கருநிற பனி பூட்ஸுகளையும், பளிச்சிடும் பச்சை நிறத்தினாலான மேற்சட்டையை ஸ்வெட்டரின் மேலும், நிறம் மங்கிப் போன காட்ராய் கால்சட்டையும் அணிந்திருந்தான். அவன் முகத்திலடித்த சூரிய ஒளியில் அவன் மேலுதட்டில் இருந்த வடு எப்படி ஆறியிருந்தது என்பதை நான் கண்டேன்.

திடீரென்று நான் போட்டியிலிருந்து விலக எண்ணினேன். எல்லாவற்றையும் கட்டி எடுத்துக் கொண்டு வீட்டிற்குச் செல்லலாம் என்று நினைத்தேன். நான் என்ன நினைத்துக் கொண்டிருந்தேன்? என்னவாகும் என்று முன்பே தெரிந்திருந்தும் நான் எப்படி இதில் நுழைந்தேன்? அப்பா மேலிருந்தபடி என்னை கவனித்துக் கொண்டிருந்தார். அவரது பார்வை என்னை சூரிய ஒளி சுடுவது போல் சுடுவதாக உணர்ந்தேன். இது பெருந்தோல்வியாக இருக்கும், எனக்கும் கூட என்றெண்ணினேன்.

“பட்டத்தை இன்று பறக்க விட நான் விரும்புகிறேனா என்பது எனக்கு நிச்சயமாகத் தெரியவில்லை” என்றேன்.

“இது மிகவும் அழகான ஒரு தினம்”, என்றான் ஹஸன். நான் எங்கள் வீட்டு மாடிப் பகுதியை பார்ப்பதை தவிர்க்கும் முயற்சியாக பார்வையை கீழே மாற்றினேன். “என்னவென்று தெரியவில்லை. நாம் வீட்டிற்குப் போகலாம்”, என்றேன்.

அவன் என்னருகில் வந்து தாழ்ந்த குரலில் சொன்னது என்னை சிறிது அச்சமூட்டியது. “நினைவில் வைத்துக்கொள் அமீர் ஆகா. அரக்கன் இல்லை, ஒரு அழகிய தினம்” என்றான்.

நான் எப்படி அவனிடம் ஒரு திறந்த புத்தகமாகத் தெரிகிறேன்? அவன் மூளைக்குள் என்ன இருக்கிறது? பள்ளிக்குச் செல்பவனாக வும், எழுதவும் படிக்கவும் தெரிந்தவனாகவும் நான் மட்டுமே இருந்தேன். இது கொஞ்சம் தொந்தரவானதுதான் என்றாலும், உங்களுக்கு என்ன தேவை என்பதை ஒருவர் எப்போதும் தெரிந்து செய்வதில் ஒருவித வசதியும் சுகமும் இருக்கிறது.

“அரக்கன் இல்லை” என்று எனக்கே ஆச்சர்யமளிக்கும் விதத்தில் சிறிது தைரியம் பெற்றவனாக நான் சொன்னேன்.

அவன் மென்னகையுடன், “அரக்கன் இல்லை” என்றான்.

“நிச்சயமாகவா?”

அவன் கண்களை மூடிக்கொண்டான். தலையை ஆட்டினான். தெருக்களில் விரைந்து ஓடிவிளையாடி பனிக்கட்டிகளை எறியும் குழந்தைகளை நான் பார்த்தேன்.

“அழகான நாள்தான், இல்லையா?” என்றேன்.

“நாம் பறக்க விடுவோம்” என்றானவன்.

ஹஸன் தனது கனவை தானே தயாரித்திருக்கலாம். ஆனால் எனக்குள் அந்த மாற்றம் நிகழ்ந்துவிட்டது. அது சாத்தியமாயிருந்ததா? சாத்தியமற்றது என்று நான் முடிவு செய்தேன். ஹஸனோ, நானோ அந்த அளவிற்கு அறிவிற் சிறந்தவர்களில்லை. ஆனால் அது தயாரிக்கப்பட்ட கனவோ இல்லையோ, அது எனக்குள் ஆவலைத் தூண்டிவிட்டது. நான் என் சட்டையை களைந்துவிட்டு ஏரியில் நிச்சயமாக நீந்தலாம். ஏன் கூடாது?

“நாம் அதனைச் செய்வோம்” என்றேன்.

ஹஸனின் முகம் பிரகாசமானது, “நல்லது” என்று அவன் சொன்னான். சிவப்பும் மஞ்சளும் கொண்ட, குறையேதுமற்று ஸைஃபோவினால் செய்யப்பட்ட பட்டத்தை ஹஸன் உயர்த்தினான். அவன் தன் விரல்களை நக்கிக் கொண்டு பட்டத்தை உயர்த்திப் பிடித்து காற்று எந்தப் பக்கம் வீசுகிறது என்று பார்த்தான். கோடைகளில் நாங்கள் பட்டம் விடும்போது பொடியான மணலை வீசி காற்றின் திசையை அவன் சோதிப்பான். ஹஸன் நிறுத்தும்வரை நூல்கண்டு என் கைகளில் உருண்டது. அவன் ஒலிம்பிக் வீரன் தன் தங்கப் பதக்கத்தை உயர்த்திப் பிடிப்பது போல் பட்டத்தை தலைக்கு மேல் பிடித்துக் கொண்டிருந்தான். எங்களது வழக்கமான சைகையான நூலை சுண்டி இழுப்பதை நான் செய்தபோது, ஹஸன் புரிந்து கொண்டு பட்டத்தை குட்டிக் கரணம் அடிக்க வைத்தான்.

பள்ளிக் கூடத்திலிருந்த முல்லாக்களிடமும், என் அப்பாவிடமும் சிக்கிக் கொண்ட எனக்கு இறைவன் பற்றிய சரியானதொரு முடிவுக்கு வர இயலாமலிருந்தது. ஆனால் பள்ளிக்கூடத்தில் இஸ்லாமியக் கல்வி வகுப்பில் கற்றுக் கொண்டிருந்த குர்ஆன் வேதத்தின் வாக்கியமொன்றை நான் ஓதினேன். நான் நீண்ட ஆழமான மூச்சை இழுத்து வெளியே விட்டபடி நூலை இழுத்தேன். ஒரு நிமிடத்திற்குள் எனது பட்டம் வானில் ராக்கெட் போல சீறிப் பாய்ந்தது. காகிதத்தினாலான ஒரு பறவை தன் சிறகுகளை அசைப்பதால் வரும் ஓசை போல அதனிடமிருந்து ஓசை வந்தது.

ஹஸன் தன் கைகளைத் தட்டினான். விசிலடித்தபடி என் அருகில் வந்தான். நான் அவனிடம் நூல்கண்டை கொடுத்துவிட்டு நூலைக் கையில் பிடித்துக் கொண்டேன். அவன் உடனே தொங்கிக் கொண்டிருந்த நூலை கண்டிற்குள் சுற்றிக் கொண்டான்.

காகித சுறாமீன்கள் இரைக்காக அலைவதைப் போல, வானத்தில் இப்போது குறைந்தது இரண்டு டஜன் பட்டங்கள் பறந்தன. ஒரு மணி நேரத்திற்குள்ளாகவே நீலம், மஞ்சள், சிவப்பு என இரண்டு மடங்காகிப் போன பட்டங்கள் வானில் ஏறி சுற்றின. குளிர்த்தென்றல் என் தலையை வருடிச் சென்றது. பட்டம் எளிதாகப் பறக்கவும், உயரே ஏறவும் ஏதுவான காற்றாக அது இருந்தது. ஹஸன் நூல் கண்டைப் பிடித்தபடி என்னருகில் நின்றிருந்தான். அவன் கைகள் இப்போதே ரத்த விளாராக இருந்தன.

விரைவில் வெட்டுதல் ஆரம்பமானது. முதலில் தோற்ற பட்டங்கள் கட்டுப்பாட்டை இழந்து சுழன்றன. அழகிய வால்களுடன் பட்ட விரட்டிகளுக்கான பரிசுப் பொருளாக அவை கீழே விழுந்தன. பட்ட விரட்டிகள் தெருக்களில் கூச்சலிட்டுக் கொண்டு ஓடுவதை இப்போது என்னால் கேட்க முடிந்தது. இரண்டு தெருக்கள் தாண்டி சண்டை நடப்பதைப் பற்றி யாரோ சொல்லிக் கொண்டிருந்தார்கள்.

மாடியில் அப்பாவும் ரஹீம்கானும் உட்கார்ந்திருந்ததை அடிக்கடி நான் பார்த்துக்கொண்டு அவர்கள் என்ன நினைப்பார்கள் என எண்ணிக் கொண்டிருந்தேன். அவர் என்னை உற்சாகப் படுத்தினாரா? அல்லது நான் தோற்றுப் போவதை ரசிப்பாரா? பட்டம் விடுவதில் இதுதான் ஒரு விஷயம். பட்டம் போலவே உங்கள் மனமும் மாறி மாறி மிதக்கும்.

எங்கு பார்த்தாலும் பட்டங்கள். நான் இன்னும் என் பட்டத்தை பறக்க விட்டுக் கொண்டிருந்தேன். என் கண்கள் அப்பாவையே மாறி மாறி பார்த்துக் கொண்டிருந்தன. என் பட்டம் இன்னும் பறப்பதை எண்ணி அவர் ஆச்சரியப் படுவாரா? நீ இதற்கு மேலும் பறக்க விடமாட்டாய் என எண்ணுவாரா? நான் என் பார்வையை மீண்டும் வானை நோக்கித் திருப்பினேன். ஒரு சிவப்பு நிறப்பட்டம் என் பட்டத்தை நெருங்குவதை நான் சட்டென்று கண்டுவிட்டேன். அவன் கீழிருந்து என் பட்டத்தை அறுக்க முயற்சித்தபோது நான் சட்டென்று சுண்டி இழுத்து அவனை பொறுமை இழக்கச் செய்து வெட்டினேன்.

பட்ட விரட்டிகள் தாங்கள் பிடித்த பட்டங்களை உயரே தூக்கியபடி தெருவின் இருபக்கமிருந்தும் ஓடிக் கொண்டிருந்தார்கள்.

அவற்றை அவர்களுடைய பெற்றோர்களிடமும், நண்பர்களிடமும் காட்டினார்கள். ஆனால் இன்னும் சிறந்த பரிசு வர வேண்டிய திருக்கிறது என்பது எல்லோருக்கும் தெரியும். பெரிய பரிசு இன்னும் வானில் பறந்து கொண்டிருந்தது. வெள்ளை சுருள் வாலுடன் இருந்த பளீரென்ற மஞ்சள் பட்டம் ஒன்றை நான் கண்டேன். எனது ஆள் காட்டி விரலில் ஒரு வெட்டுக்காயம் ஏற்பட்டு ரத்தம் என் உள்ளங்கையில் வழிந்தது. ஹஸனிடம் நூலைக் கொடுத்துவிட்டு ரத்தத்தை உறிஞ்சிவிட்டு, விரலை என் ஜீன்ஸ் பேன்டில் அழுத்திக் கொண்டேன்.

ஒரு மணி நேரத்திற்குள் பறந்து கொண்டிருந்த பட்டங்களின் எண்ணிக்கை ஐம்பதிலிருந்து ஒரு டஜனாகக் குறைந்தது. அவற்றுள் எனது பட்டமும் ஒன்று. கடைசி பனிரெண்டு பட்டங்களுக்குள் நான் வந்து விட்டேன். இந்தப் போட்டி நீளும் என்பது எனக்குத் தெரிந்தே இருந்தது. ஏனெனில் இதில் விளையாடுபவர்கள் திறமையான வர்கள். அவர்களை பழைய உத்திகளைக் கொண்டு தோற்கடிக்க முடியாது. உயர்த்தி கரணம் அடிக்கச் செய்யும் பழைய உத்தி ஹஸனுக்கு மிகவும் பிடித்தமான ஒன்றாக இருந்தது.

பிற்பகல் மூன்று மணியின் போது, மேகங்கள் கறுத்துத் திரண்டு சூரியன் அவற்றின் பின்னால் மறைந்தது. நிழல்கள் நீளத் தொடங்கின. கூரைகளிலும் மாடிகளிலும் இருந்து பார்த்துக் கொண்டிருந்தவர்கள் தலைப்பாகையை கட்டிக்கொண்டு கனமான கோட்டை அணிந்து கொண்டனர். இப்போது வானில் வெறும் ஆறு பட்டங்களே எஞ்சியிருந்தன. இன்னும் எனது பட்டம் பறந்து கொண்டிருந்தது. எனது கால்கள் வலித்தன. கழுத்து விரைத்துக் கொண்டது. சுவற்றில் பனி சிறிய படலங்களாக சேர்வதைப் போல ஒவ்வொரு பட்டம் தோற்கும் போதும் எனது நம்பிக்கை கூடிக் கொண்டே வந்தது. கடைசி கட்டம் வரை பறந்து கொண்டிருந்த ஒரு நீல நிற பட்டத்தின்மீது எனது கண்கள் திரும்பிக் கொண்டே இருந்தன.

நான் கேட்டேன், “அவன் எத்தனை பட்டங்களை அறுத்திருக்கிறான்?”

“நான் பதினொன்றை எண்ணியிருக்கிறேன்” என்றான் ஹஸன்.

“அது யாருடையதாக இருக்கலாம் என்று உனக்குத் தெரியுமா?” என்றேன்.

ஹஸன் தன் நாக்கால் “க்ளக்” என்ற ஒலி எழுப்பிக் கொண்டு தனது தாடையில் விரலை வைத்தான். ஹஸனுக்கு எதனையாவது

தெரியவில்லை என்றால் இப்படித்தான் செய்வான். அந்த நீல நிறப்பட்டம் சிவப்பு கலந்த ஊதா நிறத்தினாலான பெரிய பட்டம் ஒன்றை அறுத்துவிட்டு பெரிய கரணம் ஒன்றைப் போட்டது. பத்து நிமிடங்கள் கழித்து அது மேலும் இரண்டு பட்டங்களை அறுத்து பட்டவிரட்டிகளின் கூட்டத்தை அறுபட்ட இரண்டு பட்டங்களையும் துரத்தும்படி செய்தது.

அடுத்த அரைமணி நேரத்தில் வெறும் நான்கு பட்டங்களே எஞ்சியிருந்தன. இன்னும் எனது பட்டம் பறந்து கொண்டிருந்தது. காற்றின் ஒவ்வொரு வீச்சும் எனக்குத் தோதாகவே இருந்ததால், நான் தவறுதலான எந்த அசைவையும் மேற்கொள்ளுவதற்கான வாய்ப்பு இல்லாமலே இருந்தது. இவ்வளவு அதிர்ஷ்டகரமாகவும், எல்லாம் எனது கட்டுப்பாட்டுக்குள் இருப்பதான இந்த நிலையை நான் எப்போதுமே அனுபவித்ததில்லை. மாடிப்பகுதிகளைப் பார்க்க நான் பயப்படவில்லை. வானிலிருந்து எனது பார்வையை மாற்றவும் பயப்படவில்லை. நான் புத்திசாலித்தனமாக கவனமாக விளையாட வேண்டி இருந்தது. அடுத்த பதினைந்து நிமிடங்களில் அந்த மகிழ்ச்சிகரமான கனவு உண்மையானது போல், வானில் இரண்டு பட்டங்களே எஞ்சியிருந்தன. ஒன்று என்னுடையது. மற்றொன்று அந்த நீல நிறப் பட்டம்.

இரத்தம் தோய்ந்த கைகளால் நான் கண்ணாடி நூலினை பற்றிக் கொண்டிருந்தேன். சூழ்நிலை மிகவும் இறுக்கமாக இருந்தது. மக்கள் தங்கள் கால்களை தரையில் உதைத்துக் கொண்டு, கைதட்டி, விசிலடித்து கூவினர் "அறு அவனை, அறு அவனை" என்ற பொருளில் "பாபோரேஷ்" "பாபோரேஷ்" என்று. அந்தக் கூச்சலில் அப்பாவின் குரலும் ஒன்றாக இருக்குமோ என்ற திகைப்பு எனக்கு ஏற்பட்டது. இசையொலி எங்கும் வெடித்துக் கொண்டிருந்தது. கொறிக்கும் உணவுகளின் சூடான வாசனை வீடுகளிலிருந்து வந்து கொண்டிருந்தது.

ஆனால் நான் கேட்டதெல்லாம் என் தலைக்குள் துடித்துப் பாயும் இரத்தத்தின் ஒலியைத்தான். நான் அதனை மட்டுமே கேட்கவும் விரும்பினேன். எனது கண்களுக்குத் தெரிந்ததெல்லாம் அந்த நீல நிறப்பட்டம் மட்டும்தான். வெற்றியின் நறுமணம் என் நாசியில் பட்டது. முக்தி. விமோசனம். அப்பா கூறியதைப் போல அல்லாமல் பள்ளிக் கூடத்தில் சொல்லிக் கொடுத்ததைப் போல இறைவன் என்றொருவன் இருப்பானேயானால் அவன் என்னை வெற்றி பெறச் செய்ய வேண்டும். அந்த மற்றொரு சிறுவன் எதற்காக விளையாடு

கிறான் என்றெனக்குத் தெரியாது. வெறும் பெருமையடித்துக் கொள்வதற்காக இருக்கலாம். ஆனால் இதுவரை கவனிக்கப்படாத, செவி மடுக்கப்படாத, பார்க்கப்படாத என்னை, எல்லோரும் பொருட்படுத்தச் செய்யும்படியான ஒரு வாய்ப்பாகும் இது எனக்கு. இறைவன் என்றொருவன் இருப்பானேயானால், எனக்கு சாதகமாக காற்றை வீசச் செய்யட்டும். எனது நீண்டகால வேதனை மறையட்டும். நிறைய அனுபவித்துவிட்டேன். சட்டென்று நம்பிக்கை என்பதே அறிவாகிப் போனது. நான் வெற்றி பெறப் போகிறேன். அது எப்பொழுது என்பதுதான் விஷயமே.

அது மிக விரைவாகவே வந்துவிட்டது. ஒரு காற்றலை என் பட்டத்தை உயர்த்தியது. அதனை நான் பயன்படுத்திக்கொண்டு நூலை லேசாக விட்டு வெட்டி மேலே இழுத்தேன். அந்த நீல நிறப் பட்டத்திற்கு மேல் வளைத்து இழுத்தேன். அந்த நிலையை தக்க வைத்துக் கொண்டேன். தான் சிரமமான நிலையில் இருப்பது அந்த நீல நிறப் பட்டத்திற்கு தெரியும். அது அந்த நிலையிலிருந்து மீள ஆதரவற்று முயற்சித்தது. நான் விடவில்லை. நான் எனது நிலையை பிடித்து வைத்துக் கொண்டேன். போட்டி முடிவுக்கு வந்து விட்டதை கூட்டத்தினர் உணர்ந்து கொண்டனர். ரோமானியர்கள் சண்டை யிடுபவர்களைத் தூண்டி "அவனைக் கொல்லு, அவனைக் கொல்லு" என்று கூச்சலிடுவதைப் போல, கூட்டத்தினரின் "அறு அவனை, அறு அவனை" என்ற கூச்சல் அதிகரித்தது.

"கிட்டத்தட்ட வந்துவிட்டாய்! அமீர் ஆகா! கிட்டத்தட்ட" என்று ஹஸன் ஆவல் மேலிடக் கூறினான்.

அந்தக் கணம் வந்தது. என் கண்களை மூடிக் கொண்டு நூலின் மீதிருந்த பிடியை லேசாக விட்டேன். காற்று அதனை இழுத்தபோது அது எனது கைகளை மீண்டும் பதம் பார்த்தது. பிறகு...

அதனைத் தெரிந்து கொள்ள கூட்டத்தினரின் ஆரவார ஒலியை நான் கேட்க வேண்டியிருக்கவில்லை. அதனைப் பார்க்க வேண்டியும் இருக்கவில்லை. ஹஸன் கூச்சலிட்டுக் கொண்டே என் கழுத்தைக் கட்டிக் கொண்டான்.

"சபாஷ்! சபாஷ்! அமீர் ஆகா!"

என் கண்களைத் திறந்தேன். வேகமாக ஓடிக் கொண்டிருக்கும் காரிலிருந்து கழன்ற டயர் போல் அந்த நீல நிறப்பட்டம் சுற்றிச் சுழன்று வீழ்வதைப் பார்த்தேன்.

எதையோ பேச முயற்சித்து, இயலாமல் நான் விழித்தேன். சட்டென்று நான் தூக்கப்பட்டேன். கீழே பார்த்தேன். ஒல்லியான குள்ளமான பன்னிரெண்டு வயதுடைய, கறுநிற தோல் கோட்டும், சிவப்பு கைக்குட்டையும், நிறம் மங்கிய ஜீன்ஸ் பேன்ட்டும் அணிந்த சிறுவன். அவனது பழுப்பு நிற கண்களைச் சுற்றி கறு நிற வளையங்களிலிருந்தன. அவன் குறுகிய தோள்களை உடையவனாக இருந்தான். அவனது பழுப்பு நிற மயிர்க்கற்றையை தென்றல் காற்று கலைத்தது. அவன் என்னைப் பார்த்தான். நாங்கள் ஒருவரை யொருவர் பார்த்து சிரித்துக் கொண்டோம்.

நான் கூச்சலிட்டேன். அனைத்தும் உயிர்ப்புடனும் வண்ணங் களுடனும் நன்றாகவும் இருந்தன. நான் எனது கையை ஹஸன் மீது போட்டேன். இருவரும் துள்ளிக் குதித்தோம். இருவரும் சிரித்தோம். இருவரும் அழுதோம்.

அவன் சொன்னான், "நீ வெற்றி பெற்று விட்டாய் அமீர் ஆகா! நீ வெற்றி பெற்று விட்டாய்!"

என்னால் சொல்ல முடிந்ததெல்லாம், "நாம் வென்று விட்டோம், நாம் வென்று விட்டோம்" என்பதாகத்தான் இருந்தது. ஆனால் ஒரு கணத்திற்குள் இதுவெல்லாம் நடக்காதது போல அழகியதொரு கனவிலிருந்து விழித்து எழுந்தது போல இருந்தது. சமயலறைக்குள் சென்று பேசுவதற்கு ஹஸனைத்தவிர வேறு யாருமில்லாதது போலவும், எப்போதும் உடைகளை உடுத்தி அப்பாவுக்காக காத்திருப்பது போலவும், பழைய வாழ்க்கையே தொடர்வது போலவும் இருந்தது. அப்பா மாடியின்மீது நின்று தன் முஷ்டிகளை உயர்த்தி வேகமாக ஆட்டிக் கொண்டு, பலமாக கைதட்டுவதையும் கண்டேன். என்னைப் பற்றி மிகுந்த பெருமையுடன் மாடிமேல் அப்பா நிற்பதைக் கண் டேன். எனது பனிரெண்டாண்டு கால வாழ்வில் மிகப்பெருமையான ஒரே கணமாக அது இருந்தது.

இப்போது ஹஸன் தன் கைகளை வேகமாக விலக்கினான். நான் புரிந்து கொண்டு "ஹஸன் நாம் இப்போது..." என்றேன்.

"எனக்குத் தெரியும்" என்றவன் என்னைக் கட்டித் தழுவுவதை விட்டு விட்டு "இறைவன் நாட்டம் இருந்தால், இதனை நாம் பின்னர் கொண்டாடுவோம். இப்போது தோற்றறுந்து போன அந்த நீல நிறப் பட்டத்தை உனக்காகக் கொண்டு வர நான் விரட்டிச் செல்கிறேன்" என்றவன், நூல் கண்டைத் தரையில் போட்டுவிட்டு ஓடினான். அவனது நீளமான மேல் சட்டையின் முனை தரையிலிருந்த பனிப்படர்வினை இழுத்துக் கொண்டு சென்றது.

"ஹஸன் அதனைக் கொண்டு வந்து விடு" என்று நான் உரக்கக் கூவினேன்.

பூட்ஸுகளால் பனிக் கட்டிகளை மிதித்துத் துவைத்தபடி தெருவின் முடுக்குக்கு அவன் சென்று விட்டான். அவன் நின்று, திரும்பி, அவன் வாயில் இரு கைகளையும் குவித்து வைத்துக் கொண்டு "உனக்கான ஆயிரம் முறை முடிந்து விட்டது" என்று கத்தினான். அவனுக்கேயான அந்த மென்னகையை படரவிட்டு அவன் அந்த முடுக்கில் மறைந்து போனான். அதைப் போன்றதொரு புன்னகையை இருபத்தாறு ஆண்டுகள் கழித்து நிறமிழந்து மங்கிப் போனதொரு பழைய புகைப்படத்தில்தான் நான் கண்டேன்.

அனைவரும் என்னை வந்து வாழ்த்திக் கொண்டிருக்கையில் எனது பட்டத்தை நான் பின்னுக்கு இழுக்கத் தொடங்கினேன். என்னை வாழ்த்தியவர்களுடன் நான் கைகுலுக்கி நன்றிகளைத் தெரிவித்தேன். இளஞ்சிறார்கள் கண்கள் பளிச்சிட பேச்சற்று என்னை ஒரு கதாநாயகனைப் போலப் பார்த்துக் கொண்டிருந்தார்கள். என் முதுகில் பலரும் தட்டிக் கொடுத்து தலையை வருடினார்கள். எனது பட்டத்து நூலை திரும்ப இழுத்துக் கொண்டே அவர்களுக்கு என் புன்னகையை பதிலாக அளித்துக் கொண்டிருந்தேன். ஆனால் எனது மனது அந்த நீல நிறப் பட்டத்தின் மீதே இருந்தது.

என் பட்டத்தைக் கையில் எடுத்துக் கொண்டு, நூலை கண்டில் நன்றாகச் சுற்றிக்கொண்டே இன்னும் சிலரிடமும் கைகுலுக்கியபடி வீட்டை நோக்கி நடந்தேன். வீட்டின் நுழைவாயிலின் கிரில் கதவுகளை நான் அடைந்தபோது அங்கே அலி எனக்காகக் காத்திருந்தார். கதவுகளின் வழியே தன் கைகளை நுழைத்து என் கைகளைப் பற்றிக் குலுக்கி "வாழ்த்துக்கள்!" என்றார்.

பட்டத்தையும் நூல்கண்டையும் அவர் கையில் கொடுத்துவிட்டு "நன்றி அலி ஜான்!" என்றேன்.

"உங்களுக்காக நான் பிரார்த்தித்துக் கொண்டே இருந்தேன்" என்றார்.

"அப்படியானால் இன்னும் தொடர்ந்து பிரார்த்தியுங்கள். நாங்கள் இன்னும் முடிக்கவில்லை" என்றேன்.

தெருவுக்குள் விரைந்து திரும்பினேன். அப்பாவைப் பற்றி அலியிடம் நான் ஒன்றும் கேட்டிருக்கவில்லை. அவரை சந்திக்க

நான் அதுவரை விரும்பவில்லை. எனக்குள் ஒரு திட்டம் இருந்தது. மிகப் பெரிய வெற்றியுடன் அதற்கான கேடயத்தை இரத்தம் தோய்ந்த என் கைகளில் பிடித்திருந்தேன். தலைகள் திரும்பி கண்கள் நிலை கொள்ளும் ஒரு வெற்றி. ருஸ்தமும் ஷொஹ்ராபும் ஒருவரை யொருவர் உருவாக்கிய அமைதியானதொரு அற்புதத் தருணம். அந்த முதிய பெருவீரன் இளைய வீரனை நோக்கி நடந்து அவனுடைய திறனை ஒத்துக் கொண்டு கட்டித் தழுவுகிறான். பழிவாங்குதல், மோட்சம், மீட்சி. அப்புறம்? என்றென்றைக்கும் ஆனந்தம். வேறென்ன?

வஸீர் அக்பர்கான் மாவட்டத்தின் தெருக்கள் எல்லாம் எண்களி டப்பட்டு ஒன்றுக்கொன்று செங்கோணத்தில் அழகான வலையைப் போல அமைந்திருந்தன. வளர்ந்து கொண்டிருந்த அந்தப் பகுதியில் வீடுகள் கட்டப் பட்டுக் கொண்டும் இருந்தன. மதில் சுவர்கள் எட்டு அடி உயரத்திற்கு அமைந்திருந்தன. எல்லா தெருக்களிலும் இங்குமங்கும் ஓடி நான் ஹஸனைத் தேடிக் கொண்டிருந்தேன். எல்லா இடங்களிலும் விழா முடிந்ததன் அறிகுறியாக விருந்துண்ட மேசை நாற்காலிகளை மக்கள் எடுத்துக் கொண்டிருந்தனர். உண்ட உணவுப் பாத்திரங்களை எடுத்துக் கொண்டிருந்தனர். இன்னமும் மாடிகளின் மேல் உட்கார்ந்து கொண்டிருந்த சிலர் என்னை கூவி வாழ்த்தினார்கள்.

எங்கள் தெருவுக்கு தெற்குப்புறமிருந்த நான்காவது தெருவில் என் அப்பாவின் நண்பரான பொறியாளரின் மகனான உமரை நான் பார்த்தேன். அவர்கள் வீட்டு முன்புறத்தில் அவனது சகோதரனுடன் அவன் கால் பந்தை உதைத்து விளையாடிக் கொண்டிருந்தான். உமர் மிகவும் அருமையானதொரு பையனாக இருந்தான். நானும் அவனும் நான்காம் வகுப்பில் ஒன்றாகப் படித்தபோது அவன் எனக்கு நல்ல தொரு பால்பாய்ன்ட் பேனாவை அன்பாகக் கொடுத்திருந்தான்.

“அமீர் நீ ஜெயிச்சுட்டேன்னு கேள்விப்பட்டேன். வாழ்த்துக்கள்!” என்றான்.

“நன்றி. நீ ஹஸனைப் பார்த்தாயா?” என்றேன்.

“உங்கள் வீட்டு ஹஸாரா சிறுவனா?” என்றான்.

நான் தலையை ஆட்டினேன்.

உமர் பந்தை தலையில் அடித்து அவன் சகோதரனுக்கு அனுப்பிய படி, "அவன் சிறந்த பட்ட விரட்டி என கேள்விப் பட்டிருக்கிறேன்" என்றான். அவனது சகோதரனின் தலையால் ஆடப்பட்ட பந்து இப்போது உமரிடம் வந்தது. அதனை உமர் பிடித்து மேலும் கீழுமாக அடித்தான். "இருந்தாலும் அவன் எல்லாவற்றையும் எப்படி செய்கிறான் என்பது எனக்கு ஆச்சர்யமாகவே இருக்கும். அதாவது, அந்த இடுங்கிய கண்களுடன்" என்றான் உமர்.

பட்டென்று சிரித்த உமரின் சகோதரன் பந்தை கேட்டான். உமர் அதனை கவனிக்கவில்லை.

"நீ அவனைப் பார்த்தாயா?" என நான் கேட்டேன். உமர் தன் கையால் தென்மேற்கு திசையைக் காட்டி "சிறிது நேரத்திற்கு முன்னால் கடைத்தெருவை நோக்கி அவன் ஓடிக் கொண்டிருந்ததைப் பார்த்தேன்" என்றான்.

"நன்றி" என்றபடி நான் அந்த இடத்தை விட்டகன்றேன்.

நான் மார்க்கெட் பகுதியை அடைந்தபோது சூரியன் குன்று களுக்குப் பின்னால் மறைந்து அந்தி வானம் நீல நிற மற்றும் செந் நிறங்களால் தீட்டப்பட்ட ஓவியம் போல மாறிக் கொண்டிருந்தது. சில கட்டடங்களுக்கு அப்பாலிருந்த ஹாஜி யாக்கூப் பள்ளி வாசலிலிருந்து இறை விசுவாசம் கொண்டவர்களை மேற்கு நோக்கி தலை தாழ்த்தி தொழுகை செய்வதற்கான அழைப்பொலி கேட்டது. ஐவேளைத் தொழுகையின் எந்த ஒரு வேளையையும் ஹஸன் எப்போதும் விட்டதில்லை. நாங்கள் விளையாடிக் கொண்டிருக்கும் போது கூட, என்னிடம் காத்திருக்கச் சொல்லிவிட்டு கொல்லைப்புற மிருந்த கிணற்றிலிருந்து நீரிறைத்து தூய்மைபடுத்திக் கொண்டு அவன் குடிலுக்குள் தொழச் சென்று விடுவான். அவன் தொழுது விட்டு சில நிமிடங்கள் கழித்து புன்முறுவலுடன் வெளியே வரும் போது சுவற்றின் மீது உட்கார்ந்தபடியோ அல்லது ஏதேனும் மரத்தில் சாய்ந்தபடியோ நானிருப்பதைக் காண்பான். இருந்தும் அவன் இன்றிரவு நேரத்தொழுகையை என்னால் தவற விடப் போகிறான் என்று நினைத்தேன். வியாபாரிகள் தங்களது அன்றைய பேரங்களை முடித்தபடி கடைகளை அடைத்துக் கொண்டிருந்தனர். கடைத்தெரு காலியாகிக் கொண்டிருந்தது. பறவை இறைச்சிக்கடைக்கு அடுத்து மின்னணு கால்குலேட்டரை வாங்க முடிந்த அந்தக் கடைத் தெருவின் மண் பாதையில் நான் நடந்து கொண்டிருந்தேன். பல அடுக்கு கிழிந்த ஆடைகளை அணிந்திருந்த பிச்சைக்காரர்கள் அமர்ந்திருக்க, தரை

விரிப்பு வியாபாரிகள் தரை விரிப்புகளைத் தங்கள் தோள்களில் சுமந்தபடி சென்று கொண்டிருக்க, துணி வியாபாரிகளும், இறைச்சிக் கடை வியாபாரிகளும் தங்கள் கடைகளை அடைத்துக் கொண்டிருந் தார்கள். ஜனக்கூட்டம் நிறைந்த அந்த சந்தில் நான் நுழைந்தேன். ஹஸனைக் குறித்த எந்த அடையாளமும் இல்லை. பைன் விதைப் பெட்டிகளையும், உலர் திராட்சை மூட்டைகளையும் தன் கோவேறு கழுதையின் மீது ஏற்றிக் கொண்டிருந்த உலர்பழ வியாபாரி ஒருவரிடம் நான் ஹஸனைப் பற்றிக் கூறி விசாரித்தேன். அந்த வியாபாரி நீல நிறத்தில் ஒரு டர்பனை தலையில் கட்டியிருந்தார்.

என்னை நீண்டநேரம் உற்றுப் பார்த்துவிட்டு "நான் அவனைப் பார்த்திருக்கலாம்" என்றார்.

"எந்தப் பக்கம் அவன் சென்றான்?" எனக் கேட்டேன்.

"நீ சொன்ன அடையாளத்துடன் ஒரு பையன் அந்தப் பக்கம் ஓடியதைப் பார்த்தேனென நான் நினைக்கிறேன். அவன் கையில் ஒரு பட்டம் இருந்தது. நீல நிறப் பட்டம்" என்றார் அவர்.

"அப்படியா?" என்றேன் நான். அவன் வாக்குறுதி அளித்திருந் தான், "உனக்கான ஆயிரம் முறை முடிந்து விட்டது" என்று. அவன் தனது வாக்குறுதியைக் காப்பாற்றி எனக்கான கடைசி பட்டத்தையும் விரட்டிப் பிடித்து விட்டான்.

கோவேறு கழுதையின் மீது இன்னுமொரு பெட்டியை ஏற்றிக் கொண்டே தொண்டையை செறுமியபடி "இன்னேரம் அவர்கள் அவனைப் பிடித்திருக்கக் கூடும்" என்றார் அந்த முதிய வியாபாரி.

"யார்?"

"உன்னைப் போலவே நல்லுடை அணிந்து கொண்டு அவனைத் துரத்திச் சென்றவர்கள்" என்றபடி இருள் நெருங்கும் வானத்தைப் பார்த்து "நீ ஓடிப் போ. என் தொழுகைக்கான நேரத்தை நீ தாமதப் படுத்துகிறாய்" என்ற அவர், என்னை மேலும் கீழுமாகப் பார்த்து விட்டு "இந்த நேரத்தில் உன்னைப் போன்ற பையன் ஒரு ஹஸாரா பையனை ஏன் தேட வேண்டும்?" என்றார். கௌபாய் பேண்ட் என்று அழைக்கும் தோல் கோட்டையும் ஜீன்ஸையும் நான் அணிந் திருந்ததைப் பார்த்துத்தான் அவர் அப்படி கேட்டார். அமெரிக்கப் பொருளை சொந்தமாகக் கொண்டிருப்பது, அதுவும் புதிய தொன்றைக் கொண்டிருப்பது செல்வச் செழிப்பின் அடையாளமாக அறியப்பட்டது.

“நான் அவனைக் கண்டுபிடித்தாக வேண்டியிருக்கிறது ஆகா” என்றேன்.

“அவன் உனக்கு என்ன வேண்டும்?” என்ற அந்த வியாபாரியின் கேள்வியை மிகச்சரியாக கவனிக்காமல் பொறுமையில்லாமல் எதனைக் கேட்டாலும் வேகமான பதில் அந்த வியாபாரியிடமிருந்து வராது என்பதை நினைத்துக் கொண்டே, “அவன் எங்கள் வேலைக்காரனின் மகன்” என்றேன்.

அந்த வயதான வியாபாரி தனது சாம்பல் நிற புருவத்தை உயர்த்தியபடி “அவனா? அக்கறையான முதலாளியைக் கொண்ட அவன் அதிர்ஷ்டசாலியான ஹஸாராதான். அவன் அப்பா மண்டி யிட்டு கீழே குனிந்து உங்கள் பாதங்களை தன் கண் இமைகளால் துடைக்க வேண்டும்” என்றார்.

“சொல்லப் போகிறீர்களா, இல்லையா?” என்றேன். கோவேறு கழுதையின் முதுகின் மேல் தன் கையை ஊன்றியபடி தெற்கு திசையை காட்டினார் அந்த முதிய வியாபாரி. அவர் சொல்லி முடிப்பதற்குள் நான் அந்த சந்திற்குள் நுழைந்து விட்டேன்.

அடுத்து சிறிது நேரம் கடைத் தெருவுக்குள் நான் சுற்றியலைந்தும் ஹஸனைப் பார்க்க முடியவில்லை. ஒருவேளை அந்த முதிய வியாபாரியின் கண்கள் அவரை ஏமாற்றியிருக்கக் கூடும். அந்த நீல நிறப் பட்டத்தை மட்டும் அவர் கண்டிருக்கக் கூடும். அந்தப் பட்டம் என் கைகளில் தவழும் ஆனந்தத்தை நினைத்தபடி, ஒவ்வொரு சந்திலும் ஒவ்வொரு கடையிலும் தேடினேன். ஹஸனைக் காணவேயில்லை.

ஹஸனைக் கண்டுபிடிப்பதற்குள் இருட்டிவிடும் என நான் கவலைப்பட்ட நேரத்தில் பேச்சுக் குரல்கள் கேட்டன. சப்தம் வந்த அந்த தனியான மண் சாலையை நான் அடைந்தேன். அந்த சாலை கடைத்தெருவின் பிரதான சாலைக்கு செங்குத்தாக அமைந்திருந்தது. குரல் ஒலிகள் வந்த இடத்தை நோக்கி மெதுவாக நான் நடந்தேன். எனது பூட்ஸுகள் மண்ணில் அழுத்தமாகப் புதைந்தன. என் மூச்சுக் காற்று பனியில் வெண்மையான மேகம் போன்று சென்றது. நீரோடை சலசலத்துக் கொண்டு திராட்சைத் தோட்டம் இருந்த சாலைக்கு இணையாக அந்த சந்து இருந்தது. எனக்கு அடுத்தப் பக்கம் இருந்த மண்ணாலான குடிசைகள் மீது பனி படர்ந்திருந்தது. அந்தக் குடிசைகளைச் சுற்றி பனி படர்ந்த சைப்ரஸ் மரங்கள் நின்றிருந்தன. அந்த வீடுகள் இரண்டு வரிசைகளில் அமைந்திருந்தன.

அந்தக் குரல்கள் அந்த வரிசை வீடுகளின் ஒருபுறமிருந்து இப்போது சற்று உரக்கக் கேட்டன. அவ்வீடுகளை நோக்கி நான் மெதுவாக நகர்ந்தேன். மூச்சைப் பிடித்துக் கொண்டு சந்து முனையிலிருந்து பார்த்தேன்.

மேலும் போக முடியாத தெருவின் கடைசியில் தாக்குதலுக்குத் தயாரானவன் போல் கை முஷ்டியை இறுக்கிப் பிடித்துக் கொண்டு கால்களை விரித்து வைத்தபடி ஹஸன் நின்றிருந்தான். அவனுக்குப் பின்னால் குப்பை மீது எனது அப்பாவின் அன்பை நான் பெறுவதற்காதாரமான அந்த நீல நிறப்பட்டம் இருந்தது.

முன்பொருமுறை அந்த மலைக் குன்றுகளுக்கு அருகில் உண்டைவில் கொண்டு என்னை ஹஸன் காத்தபோது இருந்த அந்த மூன்று பையன்களும் அவனை மறித்து நின்று கொண்டிருந்தார்கள். வலீயும் கமாலும் ஆஸிஃபின் இரண்டு பக்கமும் நின்றிருந்தார்கள். எனது உடல் இறுக்கமடைந்து எனது முதுகுத்தண்டு சில்லிட்டதை என்னால் உணர முடிந்தது. சரியான தருணம் கிடைத்ததைப் போன்று ஆஸிஃப் நின்றுகொண்டிருந்தான். அவன் தனது பித்தளை வளையத்தை முறுக்கிப் பிடித்துக் கொண்டிருந்தான். மற்ற இரண்டு பையன்களும் கால்களை மாற்றி மாற்றி வைத்தபடி ஹஸனையும் ஆஸிஃபையும் மாறி மாறி பார்த்துக் கொண்டிருந்தார்கள். அது ஏதோ ஒரு வன விலங்கைப் பிடித்தது போலவும், அதனை ஆஸிஃப் மட்டுமே தாக்கி ஊனப்படுத்த முடியும் என்பது போலவும் இருந்தது.

“ஏய் ஹஸாரா, உன் உண்டைவில் எங்கே?” என்று தன் பித்தளை வளையத்தை இறுக்கிப் பிடித்தபடி ஆஸிஃப் கேட்டான். “அன்றைக்கு என்ன சொன்னாய்? என்னை ஒற்றைக் கண் ஆஸிஃப் என்று கூப்பிடுவார்கள் என்றுதானே? சரிதான். உண்மையிலேயே புத்திசாலித்தனமானதுதான். உன் கையில் ஒரு ஆயுதத்தை வைத்துக்கொண்டு அப்படி புத்திசாலித்தனமாக நடந்து கொள்வது எளிதானதுதான்”.

பிடித்து வைத்த மூச்சை நான் இன்னும் வெளியே விடவில்லை என்பதை உணர்ந்தேன். நான் மெதுவாக மிக மெதுவாக என் மூச்சை விட்டேன். என்னுடனே வளர்ந்த என் முதல் நினைவுக் குறிப்பில் பிளந்த உதடுகளைக் கொண்ட அந்தப் பையன் இருந்த நிலையை நான் பார்த்துக் கொண்டிருந்தேன்.

“ஹஸாரா, இன்று உனக்கு அதிர்ஷ்டமான நாள்” என்றான் ஆஸிஃப். அவன் முகத்தை என்னால் காண முடியவில்லை என்றாலும்

கூட அவன் பற்களைக் கடித்துக் கொண்டு பேசிக் கொண்டிருந்தான் என்று என்னால் நிச்சயமாகப் பந்தயம் கட்ட முடியும்.

"உன்னை நான் மன்னிக்கக் கூடிய மனநிலையில் இருக்கிறேன். அதற்கு என்ன சொல்கிறீர்கள் நண்பர்களே" என்று அவன் தன் கூட்டாளிகளைப் பார்த்துக் கேட்டான்.

"அவன் நம்மிடம் மிகவும் மோசமாக நடந்து கொண்டிருந்தும் அவனை மன்னிப்பது கருணையிலும் கருணை" என்றான் கமால். அவன் குரலில் இருந்த லேசான பயம் ஹஸன் மேல் உள்ள பயம் அல்ல என்பது எனக்குத் தெரிந்தது. ஆஸிஃப் என்ன செய்யப் போகிறான் என்பதிலேயே அவனுக்கு பயம் இருந்தது.

ஆஸிஃப் அதனை மறுத்து தன் கைகளை ஆட்டிக் கொண்டே சொன்னான், "மன்னிப்பு. ம்... அது நடந்து விட்டது. இருந்த போதும் இந்த உலகில் எதுவுமே இலவசமில்லை. எனவே எனது மன்னிப்பிற்கும் சிறியதொரு விலை உண்டு" என்றான்.

"அதுதான் நியாயம்" என்றான் கமால்.

"எதுவுமே இலவசமில்லை" என்றான் வலீ.

ஹஸனை நோக்கி ஓரடி முன் வைத்தபடி, "நீ ஒரு அதிர்ஷ்டக்கார ஹஸாரா" என்றான் ஆஸிஃப். "ஏனென்றால் உன்னை மன்னிப்பதற்கான விலை அந்த நீல நிறப் பட்டம்தான். இது நியாயமான பேரம் இல்லையா, நண்பர்களே?" என்றான் ஆஸிஃப்.

"மிகவும் நியாயமானது" என்றான் கமால். நான் நின்று கொண்டிருந்த இடத்திலிருந்து கூட ஹஸனின் கண்களில் பயத்தைக் காண முடிந்தது. ஆனால் அவன் மறுத்து தலையை ஆட்டியபடி, "அமீர் ஆகா போட்டியில் வென்று விட்டான். அவனுக்காக இந்தப் பட்டத்தை நான் விரட்டிச் சென்றேன். நான் நியாயமாகவே அதனைப் பிடித்தேன். இந்தப் பட்டம் அவனுக்குச் சொந்தமானது" என்றான்.

"விசுவாசமான ஹஸாரா. ஒரு நாயைப் போன்ற விசுவாசம்" என்றான் ஆஸிஃப்.

கமால் ஒரு விதமாகச் சிரித்தான்.

"நீ அவனுக்காக தியாகம் செய்யும் முன்பு நான் சொல்லப் போவதைப் பற்றி எண்ணிப்பார். அவன் இதனைப் போன்றே

உனக்கு செய்வானா? மற்ற விருந்தினர்கள் இருக்கும்போது அவன் ஏன் உன்னை விளையாட்டுகளில் சேர்த்துக் கொள்வதில்லை என்று எப்போதாவது சிந்தித்திருக்கிறாயா? வேறு யாரும் இல்லாதபோது மட்டுமே அவன் ஏன் உன்னோடு விளையாடுகிறான்? ஏன் என்று நான் சொல்கிறேன் ஹஸாரா. அவனுக்கு நீ அசிங்கமான வளர்ப்புப் பிராணி போலத்தான். அவன் சலிப்படையும்போது விளையாடவும், அவன் கோபமாக இருக்கையில் உதைக்கவுமான ஒரு பிராணிதான் நீ. அதனை விட மேலாக உன்னை எண்ணிக்கொண்டு உன்னையே நீ ஒருபோதும் ஏமாற்றிக் கொள்ளாதே" என்றான் ஆஸிஃப்.

"நானும் அமீர் ஆகாவும் நண்பர்கள்" என்று ஹஸன் சொன்னான். அவன் முகம் வெளிறியிருந்தது.

"நண்பர்கள்?" என்று சொல்லிவிட்டு ஆஸிஃப் சிரித்தான். "பைத்தியக்கார முட்டாளே, உன் கனவிலிருந்து ஒரு நாள் விழித்துக் கொண்டு அவன் எவ்வளவு நல்ல நண்பன் என்பதை நீ உணர்வாய். இது போதும். அந்தப் பட்டத்தைக் கொடு" என்றான் ஆஸிஃப்.

ஹஸன் குனிந்து கருங்கல் ஒன்றை எடுத்தான்.

ஆஸிஃப் அச்சத்தால் ஓரடி பின்னால் வைத்துக் கொண்டு "ஹஸாரா உனக்கான கடைசி வாய்ப்பு இதுதான்" என்றான்.

கல்லைக் கையால் இறுக்கிப் பிடித்துக்கொண்டு ஓங்கியதே ஹஸனின் பதிலாக இருந்தது.

ஆஸிஃப் தனது குளிர்காலக் கோட்டைக் கழற்றி மெதுவாக மடித்து சுவற்றின் மீது வைத்தபடி சொன்னான், "உன் விருப்பப் படியே" என்று.

நான் என் வாயைத் திறந்தேன். ஆனால் பேச்சு வரவில்லை. நான் வாயைத் திறந்து பேசியிருந்தால் என் வாழ்க்கை வேறுவிதமாக இருந் திருக்கும். ஆனால் நான் முடக்கு வாதம் வந்தவனைப் போல் பேசாது இருந்தேன்.

ஆஸிஃப் தன் கைகளால் சைகை செய்தான். மற்ற இரண்டு பேரும் சற்றே விலகி ஹஸனை சுற்றி வளைத்துக் கொண்டனர்.

"நான் என் மனதை மாற்றிக் கொண்டு விட்டேன். அந்தப் பட்டத்தை நீயே வைத்துக் கொள். ஆனால் என்றும் நீ என்னைப் பற்றி நினைத்துக் கொண்டிருக்கும்படி உன்னை ஒன்று செய்யப்

போகிறேன்" என்ற ஆஸிஃப் தாக்கத் தொடங்கினான். ஹஸன் கல்லால் அடித்தான். ஆஸிஃப் ஆத்திரத்தில் கத்திக் கொண்டே ஹஸன் மீது பாய்ந்து அவனைக் கீழே தள்ளினான். வலீயும், கமாலும் அவனுடன் சேர்ந்து கொண்டனர்.

நான் என் கைகளைக் கடித்துக் கொண்டு கண்களை மூடிக் கொண்டேன்.

ஒரு நினைவு

ஹஸனும் நீயும் ஒரே முலைப்பாலையே உண்டீர்கள் என்பதுனக்குத் தெரியுமா? உனக்குத் தெரியுமா அமீர் ஆகா? அவள் பெயர் சக்கீனா. அவள் பாமியான் பகுதியைச் சேர்ந்த நீல நிறக் கண்களையுடைய ஹஸாரா பெண். உங்களுக்காக அவள் திருமண வீடுகளில் பாடப்படும் பழைய பாடல்களைப் பாடுவாள். ஒரே முலைப்பாலை உண்டவர் களிடையே சகோதரத்துவம் இருக்கிறது என்று எல்லோரும் சொல் வார்கள். அது உனக்குத் தெரியுமா?

ஒரு நினைவு

"குழந்தைகளா! ஆளுக்கு ஒரு ரூபாய்தான்! வெறும் ஒரு ரூபாய்தான். அது உண்மையை மூடியிருக்கும் திரையை விலக்கித் தெளிவிக்கும்" என்று மண் சுவர் அருகே அமர்ந்திருந்த அந்த முதிய ஜோசியக்காரன் கூவிக் கொண்டிருந்தான். பார்வையற்ற அவன் கண்கள் உருக்கிய வெள்ளி போல ஆழத்தில் தெரிந்தன. தனது கைத்தடியின் ஆதரவில் சாய்ந்திருந்த அந்த முதிய ஜோசியக்காரனின் கைகளிலொன்று அவனது குழி விழுந்த கன்னங்களைத் தடவிக் கொண்டிருந்தது. "ஒரு ரூபாய் தானே?" என்றபடி ஹஸன் அந்த ஜோசியக்காரனின் சுருக்கம் விழுந்த கையில் காசை வைத்தான். எனக்கெனவும் ஒரு ரூபாயை நான் வைத்தேன். "அருளாளனும் அன்பாளனுமான அல்லாஹ்வின் பெயரால்!" என்று அந்த ஜோசியக்காரன் மெதுவாகக் கூறிக் கொண்டே ஹஸனின் கையை முதலில் பிடித்து, நீண்டு வளர்ந்திருந்த நகத்தைக் கொண்ட விரலால் ஹஸனின் உள்ளங்கையில் தட்டி தட்டி வருடிக் கொண்டே ஹஸனின் முகம், கன்னங்கள் ஆகியவற்றைத் தாண்டி ஹஸனின் காது வரை கொண்டு சென்றான். அந்த ஜோசியக்காரனின் விரல் ஹஸனின் கண்களின் மீது ஊர்ந்து நின்றது. சற்று அங்கேயே தாமதித்தது. அந்த முதிய ஜோசியக்காரனின் முகத்தில் ஏதோ ஒரு உணர்ச்சி ஓடியது. நானும் ஹஸனும் ஒருவரையொருவர் பார்த்துக் கொண்டோம். அந்த முதிய மனிதன் ஹஸனின் கையைப் பிடித்து ஒரு ரூபாயை திருப்பித் தந்துவிட்டு என்னிடம் திரும்பி, "என் இளைய நண்பனே, உனக்கெப்படி?" என்றான். சுவரின் மறுபக்கத்தில் ஒரு சேவல் கூவியது. அந்த முதிய

மனிதன் என் கையை பிடிக்க முனைந்தபோது நான் என் கையை பின் வலித்துக் கொண்டேன்.

ஒரு கனவு

பனிப்புயலில் நான் சிக்கி விட்டேன். காற்று மிகப் பலமாக வீசி என் கண்களின் மீது பனிப்படலங்கள் படிகின்றன. நான் பனிப் படலங் களினூடே சிக்கித் தடுமாறுகிறேன். உதவி வேண்டி அழைக்கும் என் குரலொலி பலமாக வீசும் காற்றினுள் அமிழ்ந்து விடுகிறது. நான் கீழே விழுந்து பனிப் படர்வின்மீது அடிக்கிறேன். பனி வெண்மையில் சிக்கிக் கொண்ட என் காதுகளில் பனிக்காற்று ஓலமிடுகிறது. எனது காலடித் தடங்களை பனி அழிப்பதை நான் பார்க்கிறேன். காலடித் தடங்களற்ற ஒரு பிசாசைப் போல என்னை நான் உணர்கிறேன். நான் மீண்டும் ஓலமிடுகிறேன். என் காலடித் தடங்கள் மறைந்ததைப் போன்றே நம்பிக்கையும் தேய்கிறது. ஆனால் இம்முறை சன்னமான ஒரு பதில் ஒலி கேட்கிறது. என் கண்களை பனியிலிருந்து மறைத்துக்கொண்டு எழுந்து உட்காருகிறேன். கடுமையான பனிப் பொழிவினூடே பல வண்ணங்களாலான ஒரு அசைவை காணுகிறேன். எனக்கு நன்கு தெரிந்த ஒன்று தோன்றுகிறது. ஒரு கையால் என்னைத் தொடுகிறது.

அந்த உருவத்தின் உள்ளங்கைகளின் ஆழமான காயங்களிலிருந்து குருதி வழிந்து பனியின் மீது விழுவதை நான் காண்கிறேன். நான் கையை எடுக்கிறேன். சட்டென்று பனி போய்விடுகிறது. நாங்கள் இப்போது மேகங்கள் மென்மையாக நகர்ந்து கொண்டிருக்கும் வானத்தின் கீழே பசும் புல்வெளி ஒன்றில் நின்று கொண்டிருக்கின்றோம். சிவப்பு, ஆரஞ்சு, மஞ்சள், பச்சை நிறத்தலான பல பட்டங்களை வானில் பார்க்கிறேன். முற்பகலின் ஒளியில் அவை மின்னுகின்றன.

□ □ □

அந்த சந்து முழுவதும் குப்பைகள். பழைய சைக்கிள் டயர்கள், காலி பாட்டில்கள், கிழிந்த சஞ்சிகைகள், நிறமிழந்த செய்தித்தாள்கள் இவையெல்லாம் செங்கற்களும் சிமெண்ட்டும் இருந்த அந்த பகுதி யில் இறைந்து கிடந்தன. சுவரோரமாக பழைய ஸ்டவ் ஒன்று கிடந்தது. ஆனால் இந்தக் குப்பைகளினிடையே இரண்டு விஷயங்களை என்னால் பார்க்க முடியாமலிருக்க முடியவில்லை. ஒன்று சுவரோரமாக இருந்த அந்த நீல நிறப் பட்டம். மற்றொன்று பழைய செங்கல் குவியல் மீது கிடந்த பழுப்பு நிறத்தினாலான ஹஸனின் காட்ராய் பேண்ட்.

வலீ சொன்னான், "இது பெரிய பாவம் என்று என் அப்பா சொல்லுவார்" என்று. இதனைச் சொல்லும்போது அவன் குரலில் பயமும், தூண்டுதலும், நிச்சயமற்ற தன்மையும் கலந்திருந்தன. ஹஸன் தலை குப்புறக் கிடந்தான். கமாலும் வலீயும் ஹஸனின் கைகளை முறுக்கி அவன் முதுகுப்புறம் அமுக்கி பிடித்துக் கொண்டிருந்தார்கள். ஆஸிஃபின் பூட்ஸுகள் ஹஸனின் பிடரியின் மீது இருந்தன.

"உன் அப்பாவுக்குத் தெரியாது. மரியாதையற்ற ஒரு கழுதைக்குப் பாடம் புகட்டுவதில் பாவம் ஏதுமில்லை" என்றான் ஆஸிஃப்.

வலீ என்னவோ மறுதலித்து முணுமுணுத்தான். கமாலை நோக்கித் திரும்பிய ஆஸிஃப் "நீ...?" என்றான்.

"ம்... நான்..." என்ற கமாலிடம் ஆஸிஃப் சொன்னான் "இவன் வெறும் ஒரு ஹஸாராதானே?"

ஆனால் கமால் முகத்தைத் திருப்பிக் கொண்டான்.

"சரி. நீங்கள் இவனை நன்றாகப் பிடித்துக் கொண்டால் போதும்" என்ற ஆஸிஃப், ஹஸனின் பின்புறத்தை உயர்த்தினான். ஒரு கையை ஹஸனின் மேல் வைத்துக்கொண்டு தனது பேண்டை அவிழ்த்தான் ஆஸிஃப்.

ஹஸன் முண்டக்கூட இல்லை. அவன் முகத்தைக் கவனித்தேன். அறுக்கப்படப் போகிற ஆடு போல அவன் தரையில் கிடந்தான்.

□ □ □

நாளை இஸ்லாமிய ஆண்டின் கடைசி மாதமான துல்ஹஜ் மாதத்தின் பத்தாவது நாள். மூன்று நாள் விழாவான ஹஜ்ஜுப் பெருநாளின் முதல் நாள். அதனை தியாகத் திருநாள் எனப் பொருள் படும் ஈத்–ஏ–குர்பான் என ஆப்கானியர்கள் அழைப்பார்கள். அந்த நாள் இறைவனின் தூதரான இப்ராஹும் தனது மகனை இறைவனுக்குப் பலியிட முனைந்த நாள். வெண்ணிறத்தினாலான கரிய காதுகளைக் கொண்ட ஒரு ஆட்டை இந்த ஆண்டும் அப்பா வாங்கி வந்திருந்தார். அப்பா, நான், ஹஸன், அலி உள்பட எல்லோரும் கொல்லைப்புறத்தில் நின்றிருந்தோம்.

முல்லா தனது தாடியை தடவிக் கொண்டே ஓதிக் கொண்டிருந்தார். கூடவே அப்பாவும் மெல்லிய குரலில் ஓதிக் கொண்டிருந்தார். இறைச்சியை ஆகுமானதென ஹலாலாக்குவதற்கான சம்பிரதாயத்தின்

நீளம் அப்பாவுக்கு எரிச்சலைத் தந்தது. மதத்தின் எல்லா விஷயங்களையும் நையாண்டி செய்வது போலவே இந்தப் பெருநாளின் பின்னுள்ள விஷயங்களையும் அப்பா நையாண்டி செய்வார். ஆனால் அந்த தியாகத் திருநாளின் மீது அவர் மரியாதை கொண்டிருந்தார். வெட்டப்படும் ஆட்டின் இறைச்சியை மூன்று பங்காக வைத்து, ஒன்றை தன் குடும்பத்திற்கும், இன்னொன்றை சுற்றத்தார், நண்பர்களுக்கும் மூன்றாவது பங்கை ஏழைகளுக்கும் பகிர்ந்தளிப்பது என்பது ஒரு விதிமுறையாகும். ஆனால் ஒவ்வொரு ஆண்டும் எல்லாவற்றையும் ஏழைகளுக்கே கொடுத்து விடுவார் அப்பா. பணக்காரர்கள் ஏற்கனவே கொழுத்துத்தான் இருக்கிறார்கள் என்பார் அப்பா.

முல்லா ஓதி முடித்துவிட்டார். அவர் நீண்ட சமையலறைக் கத்தியைக் கையில் எடுத்துக் கொண்டார். வெட்டும் கத்தியை வெட்டப்படப் போகும் ஆடு பார்க்கக் கூடாது என்பது ஒரு சம்பிரதாயம். இன்னொரு சம்பிரதாயமாக சக்கரைக் கட்டியை ஆட்டிற்கு ஊட்டினார் அலி. ஆடு கால்களை உதைத்தது. ஆட்டை இழுத்து அதன் கழுத்தில் கத்தியை வைத்தார் முல்லா. ஆடு அறுபடுவதற்கு ஒரு கணம் முன்பு நான் அந்த ஆட்டின் கண்களைப் பார்த்தேன். அந்த பார்வை என் கனவில் பல வாரங்கள் துன்புறுத்திக் கொண்டே இருக்கும். நான் ஏன் இதனை ஒவ்வொரு ஆண்டும் பார்க்கிறேன் என்பது எனக்குத் தெரியவில்லை. அதன் இரத்தக்கறை புல்லின் மீதிருந்து மறைந்த பின்னரும் என கனவில் அந்த பயங்கரமான காட்சி வந்து பயமுறுத்திக் கொண்டே இருக்கும். ஆனால் நான் பார்த்துக் கொண்டே இருந்தேன். அந்த கால்நடைக்கு அது புரியுமென்று நான் மடத்தனமாக கற்பனை செய்தேன். அது ஒரு உயர்வான காரியத்திற்காக பலியிடப்படுவதாக புரிந்து கொள்ளும் என்று நான் கற்பனை செய்தேன். அந்தப் பார்வை...

□ □ □

நான் பார்ப்பதை நிறுத்தி வேறு பக்கம் பார்த்தேன். என் மணிக்கட்டிலிருந்து சூடாக ஏதோ வழிவதை உணர்ந்தேன். சட்டென்று பார்த்தேன். இன்னும் என் கையை நான் கடித்துக் கொண்டிருப்பதை உணர்ந்தேன். வேறொன்றையும் என்னால் உணர முடிந்தது. நான் அழுது கொண்டிருந்தேன். ஆஸிஃபின் அசைவுகளின் ஒலியை என்னால் கேட்க முடிந்தது.

ஒரு முடிவை எடுப்பதற்கான கடைசி வாய்ப்பு எனக்கிருந்தது. நான் என்னவாக இருக்கப் போகிறேன் என்பதற்கான கடைசி வாய்ப்பு. எல்லா சந்தர்ப்பங்களிலும் என்னைக் காக்க ஹஸன்

நின்றதைப் போல என்னவானாலும் ஆகட்டும் என்று நான் நிற்க வேண்டும். அல்லது ஓடிப் போக முடியும்.

முடிவில், நான் ஓடினேன்.

நான் ஓடினேன். ஏனெனில் நான் கோழை. ஆஸிஃப் என்னை ஏதும் செய்து விடுவானோ என்று நான் பயந்தேன். எனக்குக் காயம் ஏற்படும் என்று நான் பயந்தேன். இப்படி சொல்லிக்கொண்ட நான் ஹஸன் இருந்த பக்கம் திரும்பினேன். இப்படி நான் நம்பிக் கொண்டேன். ஆனால் கோழைத்தனத்திற்குள் நான் இருந்தேன். ஆஸிஃப் சொன்னது சரியாகப் பட்டது. எதுவுமே இந்த உலகில் இலவசம் இல்லை. அதனாலேயே நான் ஓடிக் கொண்டிருந்தேன். அப்பாவின் அன்பை வெல்லுவதற்காக நான் பலியிடும் ஆடாக ஹஸன் இருக்கலாம். அதற்கான விலையாக ஹஸன் இருக்கலாம். அது சரியான நியாயமான விலைதானா? யோசிப்பதற்குள் என் மனதில் அந்தக் கேள்விக்கான விடை வந்தது. "அவன் வெறும் ஹஸாராப் பயல்தானே, இல்லையா?" என்று.

நான் கடைத் தெருவுக்கு திரும்பி ஓடினேன். கடைத்தெருவே காலியாக இருந்தது. ஒரு கடைக்கு முன்னால் வியர்க்க விறுவிறுக்க, தொடை நடுங்கியபடி நின்றிருந்தேன்.

ஒரு பதினைந்து நிமிடம் கழித்து ஓடும் காலடி ஒலிகள் கேட்டன. ஆஸிஃபும் அவன் கூட்டாளிகளும் சிரித்துக் கொண்டே ஓடுவதை கடைக்குப் பின் பதுங்கிக் கொண்டு பார்த்தேன். இன்னும் பத்து நிமிடங்கள் என்னை பிடித்து வைத்துக் கொண்டேன். நான் ஹஸன் இருந்த பகுதியை நோக்கி சென்றேன். குறைந்த ஒளியில் ஹஸன் என்னை நோக்கி நடந்து வருவதைக் கண்டேன். இலைகளற்ற பிர்ச் மரத்தின் அருகில் அவனை நான் சந்தித்தேன்.

அவன் கையில் அந்த நீல நிறப் பட்டம் இருந்தது. முதலில் நான் பார்த்தது அதைத்தான். அந்தப் பட்டத்தில் ஏதும் சேதம் இருக்கிறதா என்பதை நான் பார்க்கவில்லை என்று என்னால் இப்போது பொய் சொல்ல முடியாது. அவன் சட்டையின் முன்பக்கம் மண் அப்பியிருந்தது. கழுத்துப் பட்டியின் அருகில் சட்டை கிழிந் திருந்தது. அவன் நின்றான். குலைந்து விழுந்து விடப் போவதைப் போல அவன் கால்கள் தள்ளாடின. அவனாகவே தன்னை நிதானப்படுத்திக் கொண்டு பட்டத்தை என்னிடம் கொடுத்தான்.

“இவ்வளவு நேரம் எங்கே இருந்தாய்? உன்னை நான் தேடிக் கொண்டே இருந்தேன்” என்று கற்களை மெல்லுவது போன்ற குரலில் நான் கேட்டேன்.

ஹஸன் தன் சட்டையின் கைப் பகுதியால் தன் முகத்தையும் கண்ணீரையும் துடைத்துக் கொண்டான். அவன் ஏதாவது சொல்லட்டும் என்று நான் நின்றிருந்தேன். ஆனால் அந்த மங்கலான வெளிச்சத்தில் நாங்கள் பேச்சற்று நின்றிருந்தோம். அந்த வெளிச்சக் குறைவான பொழுதில் என் முகத்தில் நிழல் படிந்து என்னை மறைத்ததற்காக அந்தப் பொழுதின்மீது எனக்கு மிகவும் நன்றியுணர்ச்சி ஏற்பட்டது. எல்லாம் எனக்குத் தெரியும் என்பதை அவன் அறிவானா? அப்படி அவனுக்குத் தெரியும் என்றால், அவன் கண்களுக்குள் என்னால் என்ன பார்க்க முடியும்? குறை கூறுதலையா? கௌரவக் குறைச்சலையா? அல்லது இறைவன் தடுப்பானாக! நான் மிகவும் பயந்த என் துரோகமான வஞ்சகத் தையா? எல்லாவற்றையும்விட இதனையே அவன் கண்களில் பார்ப்பதை என்னால் தாங்கிக் கொள்ள முடியவில்லை.

அவன் ஏதோ சொல்ல எத்தனித்தான். அவன் குரல் உடைந்தது. அவன் வாயை மூடினான். திறந்தான். மீண்டும் மூடினான். ஓரடி பின்னால் நகர்ந்தான். தன் முகத்தைத் துடைத்துக் கொண்டான். சந்தில் என்ன நடந்தது என்பதை நாங்கள் பேசிக் கொள்ள வேண்டிய தருணம் அதுவாகவே இருந்தது. அவன் உடைந்து கதறுவான் என நான் நினைத்தேன். அவன் அப்படிச் செய்யாதது எனக்கு ஆசுவாச மாக இருந்தது. அவன் குரல் உடைந்திருப்பதைக் காணாதது போல நான் பாவனை செய்தேன். அவன் பேண்டின் பின் பகுதியிலிருந்த கறுத்த கறையை காணாது பாவனை செய்ததைப் போலவே அவன் குரல் உடைந்ததைக் காணாதது போல பாவித்தேன். அல்லது அவன் கால் வழியாக வழிந்த இரத்தத் துளிகள் பனியின் மீது ஏற்படுத்திய கறையைக் காணாதது போல நடித்து பாவித்ததைப் போல செய்தேன்.

“ஆகா சாகிப் கவலைப்படுவார்” என்ற ஒன்றே அவன் சொன்ன தாக இருந்தது. அவன் திரும்பி நொண்டி நொண்டி நடந்து சென்றான்.

நான் எண்ணியபடியே நடந்தது. புகை நிறைந்த படிப்பறையின் கதவைத் திறந்து உள்ளே சென்றேன். அப்பாவும் ரஹீம்கானும் தேநீரை உறிஞ்சிக் கொண்டே வானொலிப் பெட்டியிலிருந்து வந்த செய்தி யைக் கேட்டுக் கொண்டிருந்தார்கள். அவர்கள் என்னை நோக்கித் திரும்பினர். எனது அப்பாவின் உதடுகளில் புன்னகை தவழ்ந்தது.

அவர் தனது கைகளை விரித்தார். நான் பட்டத்தைக் கீழே வைத்து மயிர் அடர்ந்திருந்த அவரது கைகளுக்குள் புகுந்து கொண்டேன். அவரது இதமான மார்பில் என் முகத்தைப் புதைத்து அழுதேன். அப்பா என்னை இன்னும் அழுத்தமாகப் பற்றிக் கொண்டு என்னை முன்னும் பின்னும் தாலாட்டுவது போல் ஆட்டினார். அவரது அணைப்பிற்குள் எல்லாவற்றையும் மறந்தேன். அது மிகவும் நன்றாக இருந்தது.

எட்டு

ஒரு வார காலம் நான் ஹஸனை அதிகமாக சந்திக்கவில்லை. நான் எழும்போது எனக்கான ரொட்டியும், தேநீரும், அவித்த முட்டையும் உணவு மேசையில் இருக்கும். எனக்கான உடைகள் இஸ்திரி செய்யப்பட்டு ஹஸன் எப்போதும் இஸ்திரி செய்யும் மேசையருகிலிருந்த பிரம்பு நாற்காலியில் வைக்கப்பட்டிருக்கும். அவன் நான் உண்ணத் தொடங்குவதற்காகக் காத்திருந்து, உண்ணும் போது என் உடைகளை இஸ்திரி செய்தபடி நானும் அவனும் உரையாடுவது வழக்கம். துலிப் மலர் வனங்களைப் பற்றிய ஹஸாரா பாடலைப் பாடுவது கூட அவன் வழக்கம். இப்போதோ மடிக்கப் பட்ட உடைகள் மட்டுமே எனக்காகக் காத்திருந்தன. என்னால் உண்டு முடிக்க முடியவில்லை.

கடுங்குளிரான ஒரு காலை வேளையில் என் தட்டிலிருந்த முட்டையை நான் எடுத்துக் கொண்டிருக்கையில் வெட்டிய விறகுகளுடன் அலி உள்ளே நுழைவதைப் பார்த்தேன். ஹஸன் எங்கே என்று அவரிடம் கேட்டேன்.

கணப்படுப்பின் அருகில் குனிந்து சிறிய கதவொன்றினைத் திறந்த படி அலி சொன்னார், "அவன் தூங்கப் போய்விட்டான்" என்று.

ஹஸனால் என்னோடு விளையாட முடியுமா என்று கேட்டதற்கு கையில் ஒரு விறகுக்கட்டையை வைத்துக்கொண்டு அலி என்னைப் பார்த்தார். அவர் முகத்தில் கவலை படர்ந்திருந்தது. "சமீப காலமாக அவன் தூங்குவதற்கே எப்போதும் ஆசைப்படுகிறான் போலத்

தெரிகிறது. ஆனால் அவன் போர்வைக்குள் நெளிந்து கொண்டே இருக்கிறான். நான் உன்னை ஒன்று கேட்கலாமா?'' என்றார் அலி.

''கேட்க வேண்டியிருந்தால் கேட்கலாம்''.

''பட்டம் விடும் போட்டிக்குப் பின்னர் ரத்தக் காயத்துடன், கிழிந்த சட்டையுடன் வந்தான். என்ன நடந்தது என்று நான் கேட்டதற்கு சில பையன்களுடன் பட்டம் சம்பந்தமாக சின்ன சண்டை, வேறொன்றுமில்லை என்றான்'', என்றார் அலி.

நான் ஒன்றும் சொல்லவில்லை. என் தட்டிலிருந்த முட்டையை உருட்டிக் கொண்டே இருந்தேன்.

''என்னிடம் சொல்லாத எதுவும் அவனுக்கு நடந்து விட்டதா, அமீர் ஆகா?''

நான் மறுப்பதுபோல் தோள்களைக் குலுக்கி ''எனக்கு எப்படித் தெரியும்?'' என்றேன்.

''என்னிடம் சொல்லு. அல்லாவின் நாட்டப்படி அவனுக்கு எதுவும் நடந்திருந்தால் நீ சொல்வாயா?'' என்றார்.

நான் முன்பே சொன்னபடி, ''அவனுக்கு எதுவும் நடந்திருந்தால் எனக்கெப்படித் தெரியும்?'' என்று சிடுசிடுத்தேன். ''அவனுக்கு உடல் நிலை சரியில்லாமலிருக்கலாம். எல்லோருக்கும் ஏதாவது நோய் வந்து கொண்டே இருக்கிறது, அலி. எனக்குக் குளிரில் விறைத்து விடுவது போல இருக்கிறது. கணப்படுப்பை பற்ற வைக்கப் போகிறீர்களா இல்லையா?'' என்றேன்.

வரும் வெள்ளிக்கிழமையன்று ஜலாலாபாத் போகலாமா என்று அப்பாவிடம் நான் கேட்டேன். அவரது மேசைக்குப் பின்புறமிருந்த ஆடு நாற்காலியில் அமர்ந்து ஆடிக் கொண்டு செய்தித்தாள் வாசித்துக் கொண்டிருந்தார். அவர் செய்தித்தாளைக் கீழே வைத்தார். அப்பாவை வயதானவராகக் காட்டும் எனக்குப் பிடிக்காத அந்த மூக்குக் கண்ணாடியைக் கழற்றினார். அவர் வாழவேண்டிய காலம் மிகவும் அதிகமாக இருக்கையில் அவர் ஏன் அந்தக் கண்ணாடியை அணிய வேண்டும் என்பது என் எண்ணமாக இருந்தது.

''ஏன் போகக் கூடாது? போகலாமே'' என்றார் அப்பா. சமீப கால மாக நான் கேட்ட ஒவ்வொன்றிற்கும் அப்பா சம்மதமே தெரிவித்தார். இரு நாட்களுக்கு முன்பு சார்ல்டன் ஹெஸ்டனின்

எல்சிட் சினிமாவை அரியானா திரையரங்கில் பார்க்கலாமா என்று அப்பா கேட்டார். "ஜலாலாபாத்திற்கு ஹஸனையும் கொண்டு செல்ல நீ விரும்புகிறாயா?" என்று கேட்டார்.

அப்பா இப்படி ஏன் அந்த சூழலைக் கெடுக்க வேண்டும் என்று நான் எண்ணியபடி, "அவனுக்கு சுகமில்லை" என்றேன்.

ஆடு நாற்காலியில் ஆடுவதை நிறுத்திவிட்டு "உண்மையாகவா? என்னவாயிற்று அவனுக்கு?" என்றார். நான் தலையை ஆட்டி, கணப்படுப்பின் அருகிலிருந்த சோபாவில் நன்கு அமர்ந்தபடி, "அவனுக்கு ஜலதோஷமோ என்னவோ. அவன் தூங்கிவிட்டான் என்று அலி சொன்னார்" என்று கூறினேன்.

"கடந்த சில தினங்களாக அவனை அதிகம் பார்க்க முடிய வில்லை" என்றார் அப்பா.

அவர் கவலையுடன் இப்படிச் சொன்னதை வெறுத்தவனாக நான் சொன்னேன், "வெறும் ஜலதோஷம்தான். வேறொன்றுமில்லை. நாம் வெள்ளிக்கிழமை போகிறோம், இல்லையா அப்பா?".

அவர் மேசையைத் தள்ளியபடி, "ஆமாம், ஆமாம். அவன் வந்தா னென்றால் உனக்கு நன்றாக இருக்கும் என்று நினைத்தேன்" என்றார்.

"நாம் இருவரும் வேடிக்கையாகக் கழிக்கலாம்" என்றேன்.

அப்பா சிரித்தபடி, "கதகதப்பான உடையை அணிந்து கொள்" என்றார்.

நான் விரும்பியிருந்தபடி நாங்கள் இரண்டு பேர் மட்டுமாகத்தான் இருந்திருக்க வேண்டும். ஆனால் இன்னும் இரண்டு டஜன் ஆட்களை அப்பா அழைத்து விட்டார். ஃபிரான்ஸில் பொறியியல் படித்த தனது ஒன்று விட்ட சகோதரனான ஹுமாயூனை அப்பா அழைத்திருந்தார். ஹுமாயூனுக்கு ஜலாலாபாத்தில் ஒரு வீடு இருந்தது. அவர் தனது இரண்டு மனைவிகளையும் குழந்தை களையும் கொண்டு வருவதாகக் கூறினார். அவர் ஜாலாலாபாத்தில் இருக்கையில் அவருடைய ஒன்று விட்ட சகோதரி ஷஃபீக்காவும் அவர் குடும்பமும் ஹிராட் நகரிலிருந்து வருவார்கள். அவர் தன்னுடைய உறவுக்காரரான நாதிரையும் கொண்டு வருவார். நாதிருக்கும் ஹுமாயூனுக்கும் சிறிய சச்சரவு இருந்தது. நாதிரை அழைத்தால் அவர் சகோதரர் ஃபரூக்கையும் அழைக்க வேண்டும். இல்லையென்றால் அவர் மகள் வீட்டுத் திருமணத்திற்கு எங்களை அழைக்காமல் போகலாம்.

நாங்கள் எல்லோரும் மூன்று வேன்களில் ஏறிக் கொண்டோம். அப்பா, ரஹீம்கான், ஹுமாயூன் இருந்த வேனில் நான் ஏறிக் கொண்டேன். ஹுமாயூனை நான் சித்தப்பா என்று பொருள் படும்படி அழைத்தேன். வயது மூத்த எந்த ஆணையும் மரியாதையாக அழைக்க அப்பா எனக்குக் கற்றுக் கொடுத்திருந்தார். அதுவே பெண்ணாக இருந்தால் அத்தை என்று பொருள்படும் வார்த்தையை பயன்படுத்தி மரியாதையாக அழைக்க அப்பா எனக்குக் கற்றுக் கொடுத்திருந்தார். ஹுமாயூன் சித்தப்பாவின் இரண்டு மனைவிகளும், அவருடைய இரட்டைக் குழந்தைகளான இரண்டு பெண் குழந்தைகளும் வந்திருந்தனர். மூத்த மனைவி சிறிது வயதானவளாகவும் கைகளில் மருக்களுடனும் இருந்தாள். இரண்டாவது மனைவி நிறைய வாசனைத் திரவியங்கள் பூசி, நடனமிடும் கண்களையும் கொண்டவளாக இருந்தாள். அந்த இரட்டைப் பெண் குழந்தைகளுக்கிடையில் நான் சிக்கிக் கொண்டதைப் போன்று அமர்ந்திருந்தேன். ஜலாலாபாத்திற்கான வழி மலைப்பாதையாக இருந்தது. இரண்டு மணி நேரம் செல்லக் கூடிய அந்த மலைப் பாதைகளின் ஒவ்வொரு ஊசி முனையிலும் வண்டி திரும்பும்போது எனக்கு குடலைப் புரட்டியது. ஆப்கானியர் களுக்கே உரித்தான முறையில் ஒவ்வொருவரும் கிரீச்சிட்டபடி உரக்க பேசிக் கொண்டிருந்தனர். எனக்கு காரில் பயணம் செய்யும்போது உண்டாகும் ஒரு விதமான குமட்டல் இருந்ததால் அந்த இரண்டு பெண்களில் ஜன்னலோரம் அமர்ந்திருந்தவளிடம் அந்த இருக் கையை தரமுடியுமாவெனக் கேட்டேன். எனக்கு நல்ல காற்று தேவைப்பட்டது. அவள் உடனடியாக மறுத்து விட்டாள். பரவாயில்லை, ஆனால் எனக்கு வாந்தி வந்தால் அவளது புத்தாடை மீது எடுக்க வேண்டிவரும் என்று நான் அவளிடம் சொன்னேன். ஒரு நிமிடம் கழிந்தது. நான் ஜன்னலோரமாகச் சாய்ந்தேன். மலைச் சாலை ஏறுவதையும் சட்டென்று இறங்குவதையும் பல நிறத்தினாலான ட்ரக் லாரிகள் மனிதர்களை அடைத்துக் கொண்டு விரைந்து செல்வதையும் நான் பார்த்தேன். தூய்மையான காற்றை விழுங்கும்படி என் வாயைத் திறந்து கொண்டு, காற்றை என் முகத்திலடிக்கவிட்டு கண்களை மூட முயன்றேன். இன்னும் எனக்கு அந்த வயிற்றுப் புரட்டல் மாறவேயில்லை. ஒரு விரல் என்னைத் தொட்டது. அது அந்த இரட்டையர்களான ஃபஸீலாவினுடையதோ அல்லது கரீமாவினுடையதோ, தெரியவில்லை.

“என்ன?“ என்றேன்.

"அந்த பட்டம் விடும் போட்டியைப் பற்றி எல்லோரிடமும் நான் சொல்லிக் கொண்டிருந்தேன்" என்று அப்பா சொன்னார். வண்டியின் மையப் பகுதியிலிருந்த இருக்கைகளிலிருந்து சித்தப்பா ஹுமாயூனும் அவரது மனைவிகளும் என்னைப் பார்த்து முறுவலித்தனர்.

"அன்றைக்கு வானத்தில் ஒரு நூறு பட்டங்களாவது இருந்திருக்கும்" என்ற அப்பா என்னிடம், "அப்படித்தானே அமீர்?" என்றார்.

"நானும் அப்படித்தான் நினைக்கிறேன்" என்று முணுமுணுப்பாகக் கூறினேன்.

"ஒரு நூறு பட்டம் ஹுமாயூன் ஜான். இறுதிவரை பறந்தது அமீரின் பட்டம்தான். கடைசியாக அவன் வெற்றி கொண்டது ஒரு அழகான நீல நிறப் பட்டத்தை. அதனை அமீரும் ஹஸனும் விரட்டிப் பிடித்தார்கள். அது வீட்டில் இருக்கிறது" என்றார் அப்பா பெருமையாக.

"பாராட்டுக்கள்" என்றார் சித்தப்பா ஹுமாயூன். அவரது முதல் மனைவி கைகளை தட்டினாள். "வாஹ், வாஹ்! உன்னைப்பற்றி எங்களுக்கெல்லாம் பெருமையாக இருக்கிறது" என்று கூறிய அவளுடன் இரண்டாவது மனைவியும் சேர்ந்து கொண்டாள். எல்லோரும் என்னைப்பற்றி எப்படியெல்லாம் பெருமையாக உணர்ந்தார்கள் என்று பேசிக்கொண்டே இருந்தார்கள். வண்டியை ஓட்டும் அப்பாவின் அருகே அமர்ந்திருந்த ரஹீம்கான் மட்டும் ஒன்றும் பேசவேயில்லை. அவர் என்னைப் பார்த்தது ஒரு மாதிரியாக இருந்தது.

"வண்டியை நிறுத்துங்க அப்பா" என்றேன்.

"என்ன?" என்ற அப்பாவிடம் "வாந்தி வருவது போல இருக்கிறது" என்றேன். எனக்கருகில் உட்கார்ந்திருந்த இரட்டையரின் முகம் கோணலாகியது. ஜன்னலோரம் உட்கார்ந்திருந்தவள் சொன்னாள், "பெரியப்பா, அவன் முகம் மஞ்சளாகி விட்டது. என் புது உடையை கெடுத்துக் கொள்ள நான் விரும்பவில்லை. வண்டியை நிறுத்துங்கள்" என்று.

அப்பா வண்டியை நிறுத்தினார். ஆனால் நான் வாந்தி எடுத்து விட்டேன். சாலையின் ஓரத்திலிருந்த பாறை மீது நான் உட்கார்ந்திருந்தேன். எல்லோரும் காற்று வாங்கிக் கொண்டிருந்தார்கள்.

சித்தப்பா ஹுமாயூனுடன் அப்பா புகைத்துக் கொண்டிருந்தார். இரட்டையரில் ஒருத்தி மீது நான் வாந்தி எடுத்ததால் அவள் அழுது கொண்டிருந்தாள். அவளிடம் ஜலாலாபாத்தில் புது உடை வாங்கித் தருவதாக ஹுமாயூன் சொல்லிக் கொண்டிருந்தார். நான் என் கண்களை மூடிக்கொண்டு சூரியனின் பக்கம் முகத்தைத் திருப்பினேன். சுவற்றில் கைகளைக் கொண்டு உண்டாக்கப்படும் நிழலுருவங்களைப் போல கண் இமைகளுக்குள் உருவங்கள் தோன்றின. அவை இணைந்து ஒன்றாகி கலந்து ஒரே பிம்பமாக மாறியது. அது அந்த சந்தின் பழைய செங்கற்குவியலின் மீது கிடந்த ஹஸனின் பழுப்பு நிற காட்ராய் பேண்டாக இருந்தது.

சித்தப்பா ஹுமாயூனின் வெள்ளை நிறத்தினாலான இரட்டை மாடிகளைக் கொண்ட வீடு பெரிய பால்கனியுடன் ஆப்பிள் மற்றும் பெர்ஸிமான் மரங்களைக் கொண்ட தோட்டத்துடன் சுற்றுச் சுவர் கொண்டு அமைந்திருந்தது. அடர்ந்த செடிகளை வனவிலங்குகளின் உருவத்தில் தோட்டக்காரர் வெட்டி அமைத்திருந்தார். மரகத நிற ஓடுகளிட்ட அழகான நீச்சல் குளமொன்றும் இருந்தது. காலியாய் இருந்த நீச்சல் குளத்தில் இருந்த பனிப் படர்வின் மீது என் கால்களை தொங்கவிட்டபடி நீச்சல் குளத்தின் ஓரத்தில் நான் அமர்ந்திருந்தேன். சித்தப்பா ஹுமாயூனின் குழந்தைகள் கொல்லையின் மறு புறத்தில் ஒளிந்து பிடித்து விளையாடிக் கொண்டிருந்தார்கள். அடுக்களையி லிருந்து வெங்காயத்தை வதக்கும் மணமும், பிரஷ்ஷர் குக்கரின் ஓசையும், இசை மற்றும் சிரிப்பொலிகளும் வந்து கொண்டிருந்தன. பால்கனியில் அப்பா, ரஹீம்கான், சித்தப்பா ஹுமாயூன் மற்றும் சித்தப்பா நாதிர் ஆகியோர் அமர்ந்து புகைத்துக் கொண்டிருந்தார்கள். ஃபிரான்ஸின் காட்சிகளைக் கொண்ட படம் காட்டும் ஸ்லைடு களையும் படம் காட்டும் கருவியையும் தான் கொண்டு வந்திருப்ப தாக ஹுமாயூன் சொல்லிக் கொண்டிருந்தார். அவர் ஃபிரான்ஸி லிருந்து வந்து பத்து ஆண்டுகளாகியும் இன்னும் அந்த அபத்தமான ஸ்லைடுகளை வைத்துப் படம் காட்டிக் கொண்டிருந்தார்.

இதனை இப்படி உணர்ந்திருக்கக் கூடாதுதான். இறுதியாக அப்பாவும் நானும் நண்பர்களாகி விட்டோம். சில தினங்கள் முன்பு மிருகக் காட்சி சாலைக்கு சென்று மர்ஜான் என்ற சிங்கத்தைப் பார்த்தோம். யாரும் கவனிக்காதபோது கரடி மீது ஒரு கல்லை நான் எறிந்தேன். அதன் பின்னர் தாக்கோடாஸ் கபாப் உணவு விடுதிக்கு சென்று ஆட்டு இறைச்சியிலான கபாபை, சுடச்சுட தயாரான ரொட்டியுடன் உண்டோம். இந்தியாவுக்கும் ரஷ்யாவுக்கும் அப்பா சென்று வந்த கதையை என்னிடம் சொன்னார். கைகளும்

கால்களுமற்ற ஒரு தம்பதி 47 ஆண்டுகளுக்கு முன்னால் திருமணம் செய்து கொண்டு பதினோரு குழந்தைகளுடன் பம்பாயில் வாழ்வதைப் பற்றி சொன்னார். அப்பாவின் கதைகளைக் கேட்டுக்கொண்டு அவருடன் முழு தினத்தையும் செலவிடுவது ஆனந்தமானது. இத்தனை ஆண்டுகளும் எதற்காக ஏங்கினேனோ அது கை கூடிவிட்டது. ஆனால் இந்த தருணம் நான் காலை ஆட்டிக் கொண்டிருக்கும் இந்த நீச்சல் குளம் போல வெறுமையாக இருந்தது.

சித்தப்பா ஹுமாயூனின் மனைவிகளும், குழந்தைகளும் கோழி குருமாவுடன் இரவு உணவைப் பரிமாறினார்கள். எங்களது பாரம்பர்ய குஷன் திண்டுகளில் உட்கார்ந்து கொண்டு தரைவிரிப்புகளின் மீது வைக்கப்பட்ட பெரிய தட்டிலிருந்து எல்லோரும் ஒன்றாக சாப்பிட்டோம். எனக்கு பசி இல்லை என்றாலும் அப்பா, சித்தப்பா, ஃபரூக் சித்தப்பா, ஹுமாயூனின் இரண்டு மகள்கள் ஆகியோருடன் சாப்பிட்டேன். உணவுக்கு முன்னால் சிறிது மதுவருந்தி இருந்த அப்பா, அந்தப் பட்டப் போட்டியில் நான் வெற்றி பெற்றதையும், கடைசி பட்டத்தை நான் வீட்டிற்குக் கொண்டு வந்ததையும் பற்றி உளறிக் கொண்டிருந்தார். அவரது கனமான குரல் அறையையே ஆக்ரமித்துக் கொண்டிருந்தது. கேட்டுக் கொண்டிருந்தவர்கள் உணவுத் தட்டிலிருந்து தங்கள் தலையை உயர்த்தி வாழ்த்துக்களைத் தெரிவித்தனர். ஃபரூக் சித்தப்பா தனது மற்றொரு கையால் என் முதுகில் தட்டிக் கொடுத்தார். என் கண்ணுக்குள் கத்தியைக் கொண்டு குத்துவது போல நான் உணர்ந்தேன்.

அப்பாவும் அவர் பங்காளிகளும் சில மணி நேரம் சீட்டு விளையாடியபின் நள்ளிரவு கடந்ததும் சாப்பிட்ட அதே அறையிலேயே விரிப்புகளை விரித்து படுத்து விட்டனர். பெண்கள் மேல் மாடிக்கு சென்று விட்டனர். மேலும் ஒரு மணி நேரம் கடந்தும் என்னால் உறங்க முடியவில்லை. எனது உறவினர்கள் குறட்டை ஒலி எழுப்பிக் கொண்டு உறங்கிக் கொண்டிருக்கையில் நான் படுக்கையில் புரண்டு கொண்டிருந்தேன். ஜன்னலின் வழியே நிலவின் ஒளிக் கற்றை ஊடுருவி வந்து கொண்டிருந்தது.

"ஹஸன் வன்புணர்ச்சிக்காளானதை நான் பார்த்தேன்" என்று சொல்லிக் கொண்டேன். அப்பா உறக்கத்தில் மூழ்கியிருந்தார். சித்தப்பா ஹுமாயூன் வினோத ஒலி எழுப்பினார். எவரோ எழுந்து நான் சொன்னதைக் கேட்டிருக்கக் கூடும் என்று எனக்குத் தோன்றியது. எனவே அத்தகைய ஒரு பெரிய பொய்யுடன் நான் தொடர்ந்து இருக்க முடியாது என்றெனக்குத் தோன்றியது. ஆனால் எவரும் எழுந்திருக்க

வில்லை. அமைதி தொடர்ந்து கொண்டிருந்தது. எனது புதிய சாபத்தைப் பற்றி நான் புரிந்து கொண்டேன். அதனைக் கடந்து நான் போகிறேன்.

நாங்கள் ஏரியில் நீந்தியது பற்றிய ஹஸனின் கனவைப் பற்றி நான் நினைத்தேன். எந்த அரக்கனும் இல்லை, வெறும் தண்ணீர்தான் என்று அவன் சொன்னான். அவன் தவறுதலாக சொல்லியிருந்தான். ஏரியில் அரக்கன் இருந்தான், அவன் ஹஸனை தனது கைகளால் பிடித்து, ஆழத்திற்கு இழுத்துச் சென்று விட்டான். நான்தான் அந்த அரக்கன்.

அந்த இரவு முதல்தான் நான் தூக்கமின்மை வியாதிக்காரனாக ஆனேன்.

அடுத்த வாரத்தின் நடுப்பகுதிவரை நான் ஹஸனிடம் பேச வில்லை. எனது மதிய உணவின் பாதியை நான் உண்டிருந்தேன். ஹஸன் பாத்திரங்களை எடுத்துக் கொண்டிருந்தான். நான் மேலே ஏறி என் அறைக்கு சென்று கொண்டிருந்தபோது ஹஸன் கேட்டான். குன்றிலேற உனக்கு விருப்பமா என்று. எனக்கு சோர்வாக இருக்கிறது என்று நான் சொன்னேன். ஹஸனும் மிகவும் சோர்வாகக் காணப் பட்டான். அவன் இளைத்திருந்தான். அவன் வீங்கிய கண்களைச் சுற்றி கருவளையங்கள் தோன்றியிருந்தன. அவன் மீண்டும் கேட்ட போது, நான் விருப்பமற்று ஒத்துக் கொண்டேன்.

எங்கள் பூட்ஸுகள் பனியில் புதைய நாங்கள் குன்றின் மீது ஏறினோம். எங்களில் யாரும் பேசவில்லை. நாங்கள் எங்கள் மாதுளை மரத்தினடியில் அமர்ந்தோம். நான் தவறு செய்து விட்டது எனக்குத் தெரிந்தது. நான் இந்தக் குன்றுக்கு வந்திருக்கக் கூடாது. மரத்தின் மீது "அமீரும் ஹஸனும் காபூலின் சுல்தான்கள்" என்று சமையலறைக் கத்தியைக் கொண்டு செதுக்கி இருந்ததைப் பார்த்துக் கொண்டு என்னால் நிற்க முடியவில்லை.

ஷா நாமா புத்தகத்திலிருந்து வாசிக்கச் சொல்லி அவன் கேட்டபோது நான் மறுதலித்து எனது அறைக்குத் திரும்பிச் செல்ல விரும்புகிறேன் என்று அவனிடம் சொன்னேன். அவன் வேறெங்கோ பார்த்துக் கொண்டு தோள்களைக் குலுக்கினான். நாங்கள் வந்த வழியிலேயே எதுவும் பேசாமல் அமைதியாகத் திரும்பி நடந்தோம். என் வாழ்க்கையில் முதன் முறையாக வஸந்த காலத்திற்காக என்னால் காத்திருக்க முடியாமற் போயிற்று.

1975ஆம் ஆண்டின் மீதமிருந்த குளிர் காலப் பகுதியின் என் நினைவுகள் தெளிவற்று மந்தமாக இருந்தன. அப்பா வீட்டில் இருக்கையில் நான் மகிழ்ச்சியாக இருந்தது நினைவிருக்கிறது. நாங்கள் ஒன்றாக உணவருந்தினோம். திரைப்படத்திற்கு சென்றோம். சித்தப்பா ஹுமாயூன் வீட்டிற்கோ சித்தப்பா ஃபரூக் வீட்டிற்கோ சென்றோம். ரஹீம்கான் வந்த சில வேளைகளில் அவர்களுடன் சேர்ந்து தேநீர் அருந்த அப்பா அனுமதித்தார். எனது சில கதை களையும் கூட அவர் வாசித்தார். அது மிக நன்றாக இருந்தது. அது தொடரும் என்று கூட நான் நம்பினேன். அப்பாவும் அப்படி நம்பியிருக்கக் கூடும் என்று நான் நினைக்கிறேன். எங்கள் இருவருக்கும் இன்னும் நன்றாகத் தெரிந்திருக்க வேண்டும். பட்டம் விடும் போட்டிக்குப்பின் சில மாதங்கள் நானும் அப்பாவும் முன்னெப்போதும் இருந்திராத ஒரு இனிமையான உறவில் மிதந் தோம். காகிதம், பசை மற்றும் மூங்கிலாலான ஒரு விளையாட்டுப் பொருள் எங்களுக்கிடையேயிருந்த தூரத்தை அகற்றிவிடும் என்று எங்களை நாங்களே ஏமாற்றிக் கொண்டோம்.

அப்பா வெளியே செல்லும்போது - மிக அதிகமாக அவர் வெளியில்தான் இருப்பார் - நான் என்னறைக்குள் சென்று கதவை மூடிக்கொள்வேன். நான் புத்தகங்களைப் படித்தேன். கதைகளை எழுதினேன். குதிரைகளை வரையக் கற்றுக் கொண்டேன். ஹஸன் சமையலறையில் புழங்கும் ஓசையையும், தேநீர்ப்பாத்திரத்தின் விசில் ஒலியையும் நான் கேட்டேன். கதவை அடைக்கும் ஓசைக்காகக் காத்திருந்து பின்னரே நான் உணவருந்த கீழே சென்றேன். பள்ளி திறக்கும் முதல் நாளை என் காலண்டரில் வளையமிட்டு, தினங்களை எண்ணத் தொடங்கினேன்.

எனக்குள் அச்சத்தை ஏற்படுத்தும்படியாக, ஹஸன் எங்களுக்குள் பழைய உறவை உண்டாக்கும்படி நடந்து கொண்டேயிருந்தான். கடைசியாக நடந்தது நினைவுக்கு வருகிறது. நான் என் அறையில் ஐவான்ஹோவின் ஃபார்ஸி மொழிபெயர்ப்பொன்றை வாசித்துக் கொண்டிருந்தேன். அவன் என் கதவைத் தட்டினான்.

"என்ன?" என்றேன்.

"நான் ரொட்டி வாங்க வெளியே செல்கிறேன். நீ என்னுடன் வர விரும்புவாயா?" என்று அவன் மறுபக்கத்திலிருந்து கேட்டான்.

என் நெற்றிப் பொட்டைத் தடவிக் கொண்டே, "நான் படிக்கப் போகிறேன்" என்றேன். சமீப காலமாக ஹஸன் இருக்கும் போதெல்லாம் எனக்குத் தலைவலி வந்து விடுகிறது.

"நல்ல கதகதப்பான நாள் இன்று" என்றான்.

"எனக்குத் தெரியும்" என்றேன்.

"வெளியே நடந்தால் நன்றாக இருக்கும்" என்ற அவனிடம் "நீ போ" என்றேன்.

"நீ என்னுடன் வர வேண்டும் என்று விரும்புகிறேன்" என்றான். நேரம் கடந்தது. எதுவோ கதவில் மோதியது போல இருந்தது. அது அவன் நெற்றியாக இருக்கலாம்.

"நான் என்ன செய்தேன் என்று தெரியவில்லை அமீர் ஆகா! நீ சொல்ல வேண்டும். நாம் ஏன் இனிமேல் விளையாடக் கூடாது என்று எனக்குத் தெரியவில்லை" என்றான்.

"நீ ஒன்றும் செய்யவில்லை ஹஸன். பேசாமல் போ" என்றேன்.

"நீ சொல்லு, நான் அதனை நிறுத்தி விடுகிறேன்" என்றான்.

என் கால் முட்டிகளால் நெற்றிப் பொட்டை அழுத்திப் பிடித்தபடி என் தலையைப் புதைத்துக் கொண்டேன்.

கண்களை இறுக்கி மூடிக்கொண்டு நான் சொன்னேன், "நீ எதனை நிறுத்த வேண்டும் என்று நான் சொல்கிறேன்".

"எதுவானாலும்" என்றான்.

"என்னை நீ தொந்தரவு செய்யாதிருக்க வேண்டும். நீ போய் விடுவதையே நான் விரும்புகிறேன்" என்று சிடுசிடுப்பாகக் கூறினேன்.

அவன் அதனைப்போன்றே சிடுசிடுத்து கதவை உடைத்து வந்து என்னிடம் சொல்ல வேண்டும் என்று நான் விரும்பினேன். அது விஷயத்தை எளிதாக்கி நன்றாக்கிவிடும் என்று நினைத்தேன். ஆனால் அப்படியொன்றையும் அவன் செய்யவில்லை. சிறிது நேரம் கழித்து நான் கதவைத் திறந்து பார்த்தபோது அவன் அங்கேயில்லை. நான் என் படுக்கையில் விழுந்து தலையணைக்குள் முகத்தைப் புதைத்தபடி அழுதேன்.

அதற்குப் பிறகான எனது வாழ்க்கையின் மையத்தை ஹஸன் கலக்கி ஆக்கிரமித்துவிட்டான். முடிந்தவரை அவனை சந்திக்காத படிக்கு என் தினசரி செயல்பாடுகளை அமைத்துக் கொண்டேன். அவன் என்னருகிலிருக்கையில் அறையில் பிராணவாயுவே அற்றுப் போவதைப்போல் என் மார்பு இறுகி மேலும் மூச்சுக் காற்றை இழுக்க முடியாமல் திணறினேன். அவன் இல்லை என்றபோதும் அவன் இருப்பதாக உணர்ந்து திணறினேன். அவன் செய்திருந்த அனைத்து செயல்களிலும் அவனிருந்தான். நான் எங்கு திரும்பி னாலும் அவனுடைய விசுவாசத்தை, மாறாத அப்பழுக்கற்ற விசுவாசத்தின் அடையாளங்களைக் கண்டேன்.

வசந்த காலத்தின் தொடக்கத்தில் பள்ளி திறக்க சில நாட்களே எஞ்சியிருந்த போது நானும் அப்பாவும் தோட்டத்தில் துலிப் கிழங்கு களை நட்டுக் கொண்டிருந்தோம். பெரும்பாலான பனிப்படர்வுகள் உருகி, வட பகுதியிலிருந்த குன்றுகளின் மீதிருந்த பசிய புற்கள் தெரியத் தொடங்கியிருந்தன. அந்தப்பொழுது குளிரான அழகான காலையாய் இருந்தது. எனக்கருகில் தரையைத் தோண்டி நான் கொடுத்திருந்த கிழங்குகளை அப்பா ஊன்றிக் கொண்டிருந்தார். துலிப் கிழங்கை எல்லோரும் எப்படி தவறான பருவத்தில் பயிரிடுகிறார்கள் என்று அப்பா சொல்லிக் கொண்டிருந்தபோது, நான் கேட்டேன் “புதிய வேலைக்காரர்களை வேலைக்கமர்த்துவது பற்றி எப்போதாவது சிந்தித்ததுண்டா?” என்று.

துலிப் கிழங்கை தரையில் போட்டு, மண் அள்ளும் கரண்டியை தரையில் குத்திவிட்டு தனது கையுறைகளைக் கழற்றினார் அப்பா. நான் அவரையே பார்த்துக் கொண்டிருந்தேன். “ம்ம்.. என்ன கேட்டாய்?” என்றார்.

“சும்மா கேட்டேன். அவ்வளவுதான்” என்றேன்.

“நான் ஏன் அப்படிச் செய்யவேண்டும்?” என்று வெடுக்கென்று கேட்டார்.

“நீங்கள் செய்ய மாட்டீர்கள் என நினைக்கிறேன். சும்மா வெறுமனே கேட்டேன்” என்று முணுமுணுத்தேன்.

“உனக்கும் ஹஸனுக்கும் ஏதும் பிரச்சினையா? ஏதோ உங்களுக் குள் இருக்கிறதென்று எனக்குத் தெரியும். ஆனால் எதுவாக இருந் தாலும் நான் தலையிடப் போவதில்லை. நீதான் அதனைச் சரி செய்ய வேண்டும்” என்றார்.

"வருத்தப்படுகிறேன், அப்பா" என்றேன்.

அப்பா மீண்டும் தன் கையுறைகளை அணிந்து கொண்டார். "அலியுடன்தான் நான் வளர்ந்தேன்" என்று பல்லைக் கடித்துக் கொண்டு கூறினார் அப்பா. "எனது அப்பா அலியைக் கொண்டு வந்தார். அலி மீது சொந்த மகனைப் போலவே அன்பு காட்டினார். எனது குடும்பத்துடன் அலி நாற்பது ஆண்டு காலமாக இருக்கிறான். விசுவாசமான நாற்பது ஆண்டுகள். அவனை நான் சட்டென்று வெளியே அனுப்பி விடுவேன் என்று நீ நினைக்கிறாயா?" என்று என் பக்கம் திரும்பிய அவர் முகம் துலிப்பைப் போன்றே சிவந் திருந்தது. "உன்னை நான் அடித்ததே இல்லை அமீர். ஆனால் இதனை நீ மீண்டும் சொன்னால்..." என்று சொல்லியபடி தன் தலையை ஆட்டிக் கொண்டு தூரமாக நோக்கினார். "எனக்கு நீ இழுக்கைக் கொண்டு வருகிறாய். ஹஸன்... ஹஸன் எங்கும் போகப் போவதில்லை. உனக்குப் புரிகிறதா?" என்றார்.

நான் கீழே பார்த்தபடி ஒரு கைப்பிடி மணலை எடுத்து என் விரல்களின் வழியே கீழே விட்டேன்.

"உனக்குப் புரிகிறதா என்று கேட்டேன்" என்று அப்பா கர்ஜித்தார்.

நான் பயந்து பின் வாங்கியபடி "புரிகிறது அப்பா" என்றேன்.

"ஹஸன் எங்கேயும் போகப் போவதில்லை" என்று வெடுக் கென்று கூறினார். தனது கருவியால் குழி ஒன்றைத் தோண்டிய அப்பா, தேவைக்கும் மேல் அதிகமான வேகத்தில் அடித்தார்.

"அவன் நம்மைச் சேர்ந்தவன். அவன் நம்முடன்தான் வாழ்வான். இது அவன் வீடு. நாம் அவனது குடும்பம். இதைப்போன்று இனி எப்போதும் கேட்காதே" என்றார்.

"நான் கேட்க மாட்டேன். மன்னியுங்கள் அப்பா" என்றேன்.

எஞ்சிய துலிப் கிழங்குகளை எதுவும் பேசாமல் அமைதியாக விதைத்தோம்.

அடுத்த வாரத்தில் பள்ளி தொடங்கியவுடன் எனக்கு சிறிது ஆசுவாசமேற்பட்டது. மாணவர்கள் பள்ளிக்கு முன் தரையில் உதைத்து புழுதி கிளப்பியபடியும், கூட்டம் கூட்டமாக பேசிக் கொண்டும், தங்கள் வகுப்புத் தலைவனின் விசில் ஒலிக்காகக் காத்துக் கொண்டும் இருந்தனர். அவர்களிடம் புதிய குறிப்பேடுகளும்

கூர் தீட்டப்பட்ட பென்சில்களுமிருந்தன. அப்பா பள்ளியின் நுழைவு வாயிலுக்கு செல்லும் மண் பாதையில் வண்டியை ஓட்டினார். பள்ளிக் கட்டிடம் இரண்டு அடுக்கு மாடியுடன் உடைந்த ஜன்னல்களுடன் இருந்தது. சில இடங்களில் சுவர் வண்ணம் அதன் அசல் நிறத்துடன் இருந்தது. பெரும்பாலான மாணவர்கள் பள்ளிக்கு நடந்தே வந்தனர். அப்பாவின் மஸ்டங் கார் பொறாமையைத் தூண்டும்படி இருந்தது. நான் முன்னர் இருந்த மனநிலையில் இருந்திருந்தால் மிகவும் பெருமையாக நடந்திருப்பேன். ஆனால் எனக்கு ஒரு மாதிரியாக இருந்தது. ஒரு வெறுமை. அப்பா என்னிடம் எதுவும் சொல்லாமலே வண்டியை ஓட்டிச் சென்றார்.

பட்டம் விடும் போட்டியில் ஏற்பட்ட வடுக்களை காட்டிப் பேசிக் கொண்டு நான் வரிசையில் நின்றேன். பள்ளிக்கூட மணி ஒலித்ததும் நாங்கள் எங்களுக்கென ஒதுக்கப்பட்ட வகுப்பறைகளுக்கு இரண்டிரண்டு பேர் கொண்ட வரிசையில் சென்றோம். நான் பின் வரிசையில் உட்கார்ந்து கொண்டேன். ஃபார்ஸி மொழி ஆசிரியர் எங்களுக்கான பாடப்புத்தகங்களைக் கொடுத்ததும், நிறைய வீட்டுப் பாடங்கள் கிடைக்க வேண்டும் என்று நான் பிரார்த்தனை செய்தேன்.

நீண்ட நேரம் தனித்து இருப்பதற்கான வாய்ப்பை பள்ளி எனக்குத் தந்தது. ஒரு சிறிது நேரம் அந்த குளிர் காலத்தில் நடந்ததும், நான் சம்பவிக்க விட்டதுமான விஷயங்கள் மனதை ஆக்ரமித்தது. சில வாரங்கள் புவியீர்ப்பு விசை, முடுக்கம், அணுக்கள், செல்கள், ஆங்கிலோ ஆப்கன் போர் ஆகியவை ஹஸனைப் பற்றியும் அவனுக்கு நடந்ததைப் பற்றியும் மறக்கடித்திருந்தன. ஆனால் என் மனம் எப்போதும் அந்த குறுகிய சந்திலேயே இருந்தது. ஹஸனின் பழுப்பு நிற காட்ராய் பேண்ட் பழைய செங்கற் குவியலின் மீது கிடந்ததிலேயே இருந்தது. கிட்டத்தட்ட கறுப்பு என சொல்லக் கூடிய பனிப் படர்வின் மீது வீழ்ந்திருந்த இரத்தக் கறையின் மீது இருந்தது.

கோடை காலத்தின் தொடக்கத்தில் ஒரு மந்தமான பிற்பகலில் குன்றுக்கு செல்லலாம் என ஹஸனை நான் அழைத்தேன். நான் எழுதிய புதிய கதையை கேட்கலாம் என்று நான் அவனை அழைத்தேன். நான் அவனை அழைத்தபோது அவன் உலர்த்துவதற்காக துணிகளைக் கொடியில் போட்டுக் கொண்டிருந்தான். அவன் அந்த வேலையை விரைந்து முடித்ததில் என்னுடன் வரவேண்டும் என்ற அவனது ஆவலை நான் கண்டேன்.

லேசாகப் பேசியபடி நாங்கள் குன்றின் உச்சியை அடைந்தோம். அவன் என் பள்ளியைப் பற்றியும் என்ன படிக்கிறேன் என்பதைப் பற்றியும் கேட்டான். நான் என் ஆசிரியர்களைப் பற்றி சொன்னேன். குறிப்பாக விரல்களுக்கிடையில் ஒரு உலோகத் துண்டை வைத்து விரல்களை இறுக்கிப் பிடித்து தண்டனைகொடுக்கும் கணக்காசிரியர் பற்றி சொன்னேன். இந்த தண்டனை வகுப்பில் அதிகம் பேசும் மாணவர்களுக்கானது என்றேன். இதனைக் கேட்டு பயந்தவனாக, அந்த தண்டனையை நான் அனுபவித்திருக்கவே மாட்டேன் என தான் நம்புவதாகக் கூறினான். இதில் அதிர்ஷ்டம் செய்வதற்கு ஒன்றுமேயில்லை என்பதை அறிந்தவனாக நான் சொன்னேன், “நான் அதிர்ஷ்டக்காரன்” என்று. நானும் வகுப்பில் பேசி மாட்டிக் கொண்டிருக்கிறேன். ஆனால் எனது அப்பா பிரபலமான பணக்காரராக இருந்ததால் அந்த உலோகத்துண்டு தண்டனையி லிருந்து தப்பித்திருந்தேன்.

மையவாடியின் (சவ அடக்கஸ்தலத்தின்) சுவரினருகில் மாதுளை மர நிழலில் நாங்கள் அமர்ந்தோம். இன்னும் இரண்டொரு மாதங்களில் குன்றின் மீது மஞ்சள் நிற செடிகள் வளர்ந்து போர்வை போல் போர்த்தி விடும். ஆனால் அந்த ஆண்டு வசந்த காலம் வழக்கத்தை விட சற்றே நீண்டு கோடைகாலத்தை மெதுவாக நகர்த்தியிருந்தது. புல்வெளிகள் இடையிடையே காட்டுப் பூக்களுடன் பசுமையாக இருந்தன. எங்களுக்குக் கீழே வஸீர் அக்பர்கான் பகுதியின் வெள்ளை சுற்றுச் சுவர்களுடன், தட்டையான மேல் தளங்களைக் கொண்ட வீடுகள் சூரிய ஒளியில் பளீரிட்டன. வீட்டுக் கொல்லைப் புறங்களில் உலருவதற்காக இடப்பட்டிருந்த துணிகள் காற்றில் ஆடிக் கொண்டிருந்தன.

நாங்கள் டஜன் கணக்கில் மாதுளைகளை சேகரித்தோம். நான் கொண்டு வந்திருந்த கதையின் முதல் பக்கத்தைத் திறந்தேன். பின்னர் அதனைக் கீழே வைத்தேன். நான் எழுந்து நன்கு பழுத்து விழுந் திருந்த மாதுளைப் பழம் ஒன்றைக் கையிலெடுத்தேன்.

பழத்தைக் கையில் தூக்கிப் போட்டு பிடித்துக் கொண்டே, “இப்போது நானுன்னை இதனைக் கொண்டு அடித்தால் என்ன செய்வாய்?” என்றேன்.

ஹஸனின் முகத்திலிருந்த புன்னகை மறைந்தது. அவன் ஒரு முதியவனைப் போன்று காட்சியளித்தான். இல்லை, முதியவன் போலில்லை. முதிர்ந்தவன் போன்று தோன்றினான். அது சாத்தியம்

தானா? அவனது முகத்தில் கோடுகள் தோன்றின. அவன் கண்களைச் சுற்றி எல்லைகள் போன்று கோடுகள் உருவாயின. நான் ஒரு கத்தியை எடுத்து அதனைப்போன்று கோடுகள் இட்டுக் கொண்டிருந்திருக்கலாம்.

"என்ன செய்வாய்?" என்று மீண்டும் நான் கேட்டேன்.

அவன் முகம் வெளிறியது. நான் அவனுக்கு படித்துக் காட்டுவதாக சொன்ன கதை காற்றில் அவனுக்கருகே படபடத்துக் கொண்டிருந்தது. நான் அவன் மீது மாதுளையை எறிந்தேன். அது அவனது மார்பில் பட்டு சிவப்பு பழச்சாற்றைத் தெறித்தது. ஹஸன் திகைத்து, வேதனையால் உள்ளுக்குள் அழுதான்.

"திருப்பி என்னை அடி" என்று நான் கத்தினேன். அவன் மார்பின் மீதிருந்த பழச்சாற்றுக் கறையிலிருந்து என்மீது பார்வையை திருப்பினான்.

"எழுந்திரு. என்னைத் தாக்கு" என்று நான் சொன்னேன்.

ஹஸன் எழுந்தான். கடற்கரையின் சாந்தமான அலைகளில் விளையாடிய ஒருவனை கடுமையான அலை ஒன்று தாக்கியதால் ஏற்படும் பாதிப்பைப் போல ஹஸன் பார்த்துக் கொண்டு நின்றிருந்தான்.

இம்முறை மாதுளையால் அவன் தோள் மீது அடித்தேன். பழச்சாறு அவன் முகத்தில் தெறித்தது.

"என்னை திருப்பி அடி" என்று கத்தினேன். அடிக்கத் தூண்டியபடி இன்னும் கத்தினேன்.

அவன் என்னை அடிக்க வேண்டும் என்று நான் விரும்பினேன். என்னாலுண்டான தவறுக்கான தண்டனையை அவன் எனக்குத்தர வேண்டும் என்று நான் விரும்பினேன். எனவே நான் இரவில் நிம்மதியாக உறங்க முடியும் என்று நினைத்தேன். எங்களுக்கு இடையே இருந்த பழைய உறவு நிலை மீண்டும் உருவாகலாம். ஆனால் நான் ஹஸனை எத்தனை முறை அடித்தும் அவன் பதிலுக்கு ஒன்றுமே செய்யவில்லை. "நீ ஒரு கோழை. நீ ஒரு படு பயங்கரமான கோழை" என்று நான் கூறினேன்.

நான் அவனை எத்தனை முறை அடித்தேன் என்று எனக்குத் தெரியவில்லை. நான் தளர்ந்து அயர்ச்சியடைந்து அடிப்பதை

நிறுத்தியது மட்டுமே எனக்குத் தெரிந்தது. துப்பாக்கிப் படை யொன்றினால் தாக்கப்பட்டது போல ஹஸனின் உடல் முழுவதும் செந்நிற மாதுளைச் சாறு வழிந்து கொண்டு இருந்தது. நான் சோர்வுற்று விரக்தியுடன் தரையில் மண்டியிட்டேன்.

ஹஸன் ஒரு மாதுளம் பழத்தை எடுத்தான். எனக்கருகில் வந்தான். அதனை இரண்டாகப் பிளந்து தன் முகத்தில் அடித்துத் தேய்த்துக் கொண்டான். பழச்சாறு செங்குருதியைப் போன்று அவன் முகத்திலிருந்து வழிந்தது. "போதுமா? இப்போது உனக்கு திருப்திதானே?" என்று விசும்பிய குரலில் கேட்டுவிட்டு திரும்பி குன்றிலிருந்து இறங்கி நடந்தான்.

நான் மண்டியிட்டபடி கதறிக் கதறி அழுதேன். "உன்னைக் கொண்டு நான் என்ன செய்யப் போகிறேன், ஹஸன்? உன்னைக் கொண்டு நான் என்ன செய்யப் போகிறேன்?" என்று அழுதேன். கண்களில் கண்ணீர் வறண்ட பின்னர் குன்றிலிருந்து இறங்கிப் போனேன். என் கேள்விக்கான பதில் எனக்குத் தெரிந்திருந்தது.

1976 ஆம் ஆண்டின் கோடைப் பருவத்தில் எனக்கு வயது பதின்மூன்றானது. ஆப்கானிஸ்தானின் அமைதியும் நல்லிணக்கமும் தொலைந்து போன ஆண்டிற்கு முன்னதான கோடை அது. எனக்கும் அப்பாவுக்கும் இடையிலான உறவு தொடக்கத்தில் இருந்தது போன்று இணக்கமற்று போனது. புதிய வேலைக்காரர்களை அமர்த்துவது பற்றிய எனது மடத்தனமான கேள்வியிலிருந்து அந்த நிலை தொடங்கியது என நான் நினைக்கிறேன். நான் அதற்காக மிகவும் வருந்தினேன். உண்மையாகவே வருந்தினேன். ஆனால் அப்படி இல்லாவிட்டாலும் எங்களுக்கிடையிலான ஆனந்தமான இணக்கம் உடனடியாக இல்லாவிட்டாலும் சிறிது காலம் கழித்தாவது ஒரு முடிவுக்கு வந்திருக்கும். கோடையின் இறுதியில் உணவு மேசையிலிருந்து எழும் பேச்சொலிகளை உணவுத் தட்டுடன் மோதும் உணவு உண்ணும் கரண்டிகளின் ஒலிகள் இடம் மாற்றி விட்டன. மாலை சிற்றுண்டிக்குப் பின் தனது படிப்பறைக்குள் அப்பா சென்றுவிடுவது மீண்டும் தொடங்கியது. கதவை அடைத்துக் கொள்வதும் தொடங்கியது. நான் என்னறைக்குச் சென்று ஹாஃபீஸையும், கய்யாமையும் படிப்பதையும், நகங்களைக் கடித்துக் கொண்டே கதைகளை எழுதுவதையும் செய்தேன். ஒருவேளை அப்பா திடீரென்று வந்து என் கதைகளைப் படிக்கக் கேட்பார் என்ற எண்ணத்தில் உடனடியாக எடுத்துக் கொடுக்கும்படியாக என் தலையணைக்குக் கீழே என் கதைகளை நான் வைத்திருந்தேன்.

உலகத்திலுள்ள எல்லோரையும் அழைக்காவிட்டால் அது விருந்தே அல்ல, என்பதுதான் அப்பாவுக்கு விருந்துகளை நடத்துவது குறித்த எண்ணமாக இருந்தது. எனது பிறந்தநாள் விழாவுக்கு ஒரு வாரம் முன்னதாக தயார் செய்த விருந்துக்கு அழைக்கப்பட வேண்டியவர்களின் பட்டியல் குறித்து எனக்கு நினைவுக்கு வருகிறது. கிட்டத்தட்ட நானூற்றுக்கும் அதிகமான மாமா, சித்தப்பாக்களும், மாமிகளும் வந்து எனக்கு பதின்மூன்று வயதானதைப் பாராட்டி பரிசளிப்பார்கள். அவர்களை என்னால் அடையாளப்படுத்திக் கொள்ள இயலாமலிருந்தது. அவர்கள் எல்லாம் எனக்காக வரவில்லை என்பது எனக்குப் பின்னர் புரிந்தது. அது எனது பிறந்தநாள் விழாதான். ஆனால் உண்மையான விழா நாயகன் யார் என்பது எனக்குத் தெரிந்திருந்தது.

பல நாட்களாக விழாவுக்கான வேலைகளைச் செய்பவர்களால் வீடு நிறைந்திருந்தது. ஒரு கன்றுக் குட்டியையும், இரண்டு ஆடுகளையும் கொண்டு வந்து கொடுத்துவிட்டு அதற்காக எதனையும் வாங்க மறுத்த கசாப்புக்காரர் ஸலாஹுத்தீன் கொல்லைப் புறத்திலிருந்த பாப்ளார் மரத்தினருகில் அவற்றை வெட்டினார். பாப்ளார் மரத்தைச் சுற்றியிருந்த பசும் புல் மீது இரத்தம் ஊற்றியதைப் பார்த்து "மரத்திற்கு இரத்தம் நல்லது" என்று அவர் சொன்னது எனக்கு நினைவிருக்கிறது. நான் அறிந்திராத ஆட்கள் ஓக் மரத்தின் மீதேறி வண்ண விளக்குச் சரங்களைக் கட்டினார்கள். இன்னும் சிலர் கொல்லைப் புறத்தில் டஜன் கணக்கில் உணவு மேசைகளை மேசை விரிப்புத் துணியுடன் அமைத்தனர். விழாவுக்கு முதல் நாளிரவு ஷாரே நூ வில் "கபாப்" கடை வைத்திருக்கும் அப்பாவின் நண்பரான தேல் முஹம்மத் தனது மசாலாப் பொருட்களுடன் வந்து விட்டார். தேலோ என்று அப்பாவால் அழைக்கப்படும் அவரும் பணம் எதுவும் பெற்றுக் கொள்ள மறுத்துவிட்டார். அவர் குடும்பத்திற்கு போதுமான உதவியை அப்பா முன்பே செய்துவிட்டதாக அவர் கூறினார். தேலோ உணவு விடுதி தொடங்குவதற்கான பண உதவியை அப்பாதான் செய்தார் என்று ரஹீம்கான் என் காதில் கிசுகிசுத்தார். தேலோ ஒரு முறை தனது பென்ஸ் காரில் எங்கள் வீட்டுக்கு வந்து பணத்தை திரும்ப வாங்கிக் கொள்ளும்வரை அந்த இடத்தை விட்டு நகர மாட்டேன் என்று பிடிவாதமாக நின்றதுவரை அப்பா பணத்தை பெற்றுக் கொள்ள மறுத்தே வந்திருந்தார்.

எனது பிறந்தநாள் விழா மிகப்பெரிய வெற்றிகரமான விழா என்றே நான் நினைக்கிறேன். எங்கள் வீடு முழுக்க விருந்தினர்கள் நிறைந்து வழிந்ததை நான் முன்னெப்போதும் கண்டதேயில்லை. விருந்தினர்கள் எங்கு பார்த்தாலும் பானங்களை அருந்திக் கொண்டும், புகைத்துக் கொண்டும் சுவர்களில் சாய்ந்தபடி பேசிக்கொண்டும் இருந்தனர். கிடைத்த இடத்திலெல்லாம் விருந்தினர்கள் அமர்ந்திருந்தனர். பல்வேறு வண்ண விளக்குகளின் ஒளிச்சிதறல்கள் முகத்தில் ஆட கொல்லைப் புறத்திலும் கூட விருந்தினர்கள் இருந்தார்கள். பால்கனியில் ஒரு மேடையை அப்பா அமைத்திருந்தார். கொல்லைப் புறம் முழுவதும் ஒலி பெருக்கிகளை அமைத்திருந்தார். பாடகர் அஹமது ஜாஹீர் அக்கார்டியன் வாத்தியத்தை வாசித்துக்கொண்டு பாடிக் கொண்டிருந்தார். அவர் பாடலுக்கேற்ப விருந்தினர்கள் ஆடிக் கொண்டிருந்தனர். ஒவ்வொரு விருந்தினரையும் தனிப்பட்ட முறையில் நான் சந்தித்து வரவேற்க வேண்டும் என்பதை கட்டாயமாக்கி இருந்தார் அப்பா. தன் மகனை நற்பண்புகள் இல்லாமல் வளர்த்து விட்டார் என்று எவரும் சொல்லிவிடக் கூடாது என்பதில் அவர் மிகக் கவனமாக இருந்தார். நான் நூற்றுக்கணக்கான கன்னங்களில் முத்தமிட்டேன். முன்பு அறிமுகமே இல்லாதவர்களைக் கட்டித் தழுவிக் கொண்டேன். அவர்கள் அளித்த பரிசுப் பொருட்களுக்கு நன்றிகளைத் தெரிவித்துக் கொண்டேன். சிரித்தபடியே இருக்க வேண்டியிருந்தது என் முகத்திற்கு லேசான வலியைக் கூட கொடுத்தது.

“பிறந்தநாள் வாழ்த்துக்கள், அமீர்” என்ற வார்த்தைகள் அப்பாவுடன் நான் நின்று கொண்டிருந்தபோது கேட்டது. அதைச் சொன்ன ஆஸிஃப் தனது பெற்றோர்களுடன் நின்றிருந்தான். ஆஸிஃபின் அப்பா மஹ்மூத் சற்றே குள்ளமான, மாநிறத்தவராக குறுகிய முகத்துடன் இருந்தார். அவனது அம்மா தான்யா படபடப்புடன் சற்றே புன்னகை சிந்தியபடி கண்களை அடிக்கடி மூடிமூடித் திறந்து கொண்டிருந்தாள். அவர்கள் இருவர் மீதும் கைகளைப் போட்டபடி ஆஸிஃப் சிரித்துக் கொண்டு நின்று கொண்டிருந்தான். ஏதோ அவர்களை அவன்தான் கூட்டிக் கொண்டு வந்தது போல அவர்களை நடத்திக் கொண்டு அவன் எங்களை நோக்கி வந்தான். மயக்கமடையும்படியான அலைகள் என்னுள் சட்டென்று தோன்றின. அவர்களின் வருகைக்கு அப்பா நன்றி தெரிவித்தார்.

“உனக்கான அன்பளிப்புப் பொருளை நானே தேர்வு செய்தேன்” என்று ஆஸிஃப் சொன்னான். தான்யாவின் முகம் ஆஸிஃபிடமிருந்து என்னை நோக்கி நகர்ந்தது. அவள் பொருத்தமற்ற முறையில் சிரித்தபடி கண்களை திறந்து திறந்து மூடினாள். இவற்றையெல்லாம் அப்பா கவனித்தாரா என்று எனக்குத் திகைப்பாக இருந்தது.

“இன்னும் நீ கால்பந்தாடுகிறாயா, ஆஸிஃப் ஜான்” என்று அப்பா கேட்டார். நான் ஆஸிஃபுடன் மிகவும் நட்பாக இருக்க வேண்டும் என்று அப்பா எப்போதும் விரும்பினார்.

ஆஸிஃப் புன்னகைத்தான். அவன் அதனை அவ்வளவு இனிமையாகத் தோன்றச் செய்தது மிகவும் எச்சரிக்கையுடனிருந்தது.

“ஆமாம், மாமா ஜான்” என்றான் ஆஸிஃப்.

“வலது பக்கம்தானே ஆடுகிறாய்?” என்றார் அப்பா.

“சரியாகச் சொல்ல வேண்டுமென்றால் ஃபார்வர்ட் நிலையில் இந்த ஆண்டில் ஆடுகிறேன்” என்றானவன். “அந்த நிலையில் ஆடும்போது நிறைய கோல்களை அடிக்க முடியும். அடுத்த வாரத்தில் மெக்ரோரயான் அணிக்கெதிராக நாங்கள் ஆடுகிறோம். அது நல்ல போட்டியாகவே இருக்கும். அந்த அணியிலும் சிறந்த விளையாட்டு வீரர்கள் இருக்கிறார்கள்“ என்று மேலும் சொன்னான்.

அப்பா தலையை ஆட்டிக் கொண்டே “என் இளவயதில் நானும் ஃபார்வர்டில் ஆடி இருக்கிறேன்” என்றார்.

“இப்போது கூட விரும்பினால் உங்களால் விளையாட முடியும். நான் பந்தயம் கட்டுகிறேன்“ என்றான் ஆஸிஃப்.

“முகஸ்துதி செய்து இப்படிப் பேசுவதைக் கூட உன் அப்பா உனக்குக் கற்றுக் கொடுத்திருக்கிறார் போல இருக்கிறது“ என்று சொல்லி ஆஸிஃபின் அப்பாவை வேகமாகத் தட்டினார். அந்த ஆள் ஒரு வேளை விழுந்திருக்கக் கூடும். சமாளித்தபடி அந்த ஆளும் தான்யாவைப் போலவே சிரித்து முழித்தார். ஒரு நிலையில் ஆஸிஃப் அவர்கள் இருவரையும் பயமுறுத்திவிடக் கூடும் என்று நான் நினைத்தேன். நான் போலியாக சிரிக்க முயன்றேன். எனது அப்பா ஆஸிஃபுடன் நெருக்கம் கொள்வதைக் கண்டு எனக்குக் குடலைப் புரட்டியது.

ஆஸிஃப் என் பக்கம் திரும்பி, “வலீயும் கமாலும் கூட இங்குதான் இருக்கிறார்கள். அவர்கள் எதற்காகவும் உன் பிறந்தநாள் விழாவைத் தவற விட மாட்டார்கள்” என்றான். அவன் இப்படி சொல்லும்போது உள்ளுக்குள் சிரித்துக் கொண்டே சொன்னான். நான் தலையை அமைதியாக ஆட்டினேன்.

“எங்கள் வீட்டில் நாளை வாலிபால் விளையாடலாம் என்று இருக்கிறோம். நீயும் எங்களுடன் சேர்ந்து கொள்ளலாம். நீ விரும்பினால் ஹஸனையும் கூட கொண்டு வரலாம்” என்றான் ஆஸிஃப்.

“அது கூட நன்றாக இருக்கிறதே. நீ என்ன நினைக்கிறாய் அமீர் ஜான்” என்றார் அப்பா.

“எனக்கு வாலிபால் விளையாட்டே பிடிக்காது” என்று நான் மெதுவாக முணுமுணுத்தேன். அப்பாவின் கண்களில் லேசான ஒரு மாற்றம் ஏற்பட்டதைக் கண்டேன். அசௌகரியமான ஒரு அமைதி கடந்து கொண்டிருந்தது.

“ஸாரி ஆஸிஃப் ஜான்” என்று தோள்களைக் குலுக்கிக் கொண்டே அப்பா சொன்னார். அவர் சொன்னது எனக்கான மன்னிப்புக் கேட்டலாக இருந்தது.

“இல்லை. ஏதும் தவறில்லை. ஆனால் உனக்கான அழைப்பு அப்படியே இருக்கிறது. உனக்கு புத்தக வாசிப்பு மிகவும் பிடிக்கும் என்று கேள்விப்பட்டேன். உனக்காக எனக்குப் பிடித்த புத்தகம் ஒன்றைக் கொண்டு வந்திருக்கிறேன்” என்ற ஆஸிஃப் காகிதத்தால் சுற்றப்பட்ட பரிசைக் கொடுத்தபடி “பிறந்தநாள் வாழ்த்துக்கள்” என்றான்.

அவன் பருத்தியிலான சட்டையும், தளர்வான நீல நிற பேண்ட்டும், சிவப்பு நிற கழுத்துப் பட்டையும் அணிந்திருந்தான். அவன் மீதிருந்து மென்மையான வாசனைத் திரவிய நறுமணம் வந்தது. அவன் தலையை அழகாக சீவி இருந்தான். புறத்தோற்றத்தில் வலுவான, உயரமான, நன்கு உடை உடுத்திய நற்பண்புகளுடன் அனைத்துப் பெற்றோரும் தங்கள் பிள்ளை இப்படி இருக்க வேண்டும் என்று ஆசைப்படுவது போன்று அவன் இருந்தான். மூத்தவர்களுடன் சேர்ந்து கொண்டு சரிசமமாகப் பேசி விளையாடும் படியாகவும் அவன் இருந்தான். ஆனால் என்னைப் பொறுத்தவரை அவன் எப்படிப் பட்டவன் என்பதை அவன் கண்கள் காட்டிக் கொடுத்துக் கொண்டிருந்தன. அவன் கண்களுக்குள் பார்த்தபோது,

அவனுக்குள் இருக்கும் குரூர மனோவியாதி படர்ந்த அவன் தெரிந்தான்.

“நீ அந்த அழைப்பை ஏற்றுக் கொள்ளப் போகிறாயா?” என்று அப்பா என்னிடம் கேட்டார்.

“ம்..?” என்ற என்னிடம் “உனக்கான அன்பளிப்பு. ஆஸிஃப் ஜான் உனக்கு ஒரு அன்பளிப்பைத் தந்திருக்கிறான்” என்று பேச்சை மாற்றினார் அப்பா.

“ஓ” என்றபடி ஆஸிஃபின் கையிலிருந்து அதனை எடுத்துக் கொண்டு என் பார்வையை கீழே தாழ்த்திக் கொண்டேன். இவர்களெல்லோரையும் விட்டு விட்டு என் அறையில் என் புத்தகங்களுடன் தனியாக இருக்க எனக்கு ஆவலேற்பட்டது.

“நல்லது?” என்றார் அப்பா.

“என்ன?” என்றேன்.

பொது இடங்களில் அவருக்கு சங்கடத்தை ஏற்படுத்தும் போதெல்லாம் மெல்லிய குரலில் பேசுவது போல கூறினார். “ஆஸிஃப் ஜானுக்கு நன்றி தெரிவிக்கப் போவதில்லையா நீ?”

அவனை ஜான் என்று அழைப்பதை அப்பா நிறுத்த வேண்டும் என்று நான் விரும்பினேன். என்னை “அமீர்ஜான்” என்று எத்தனை முறை அழைத்திருப்பார்?

“நன்றி” என்று நான் சொன்னேன்.

என்னிடம் ஏதோ சொல்ல விரும்பியவளைப் போன்று ஆஸிஃபின் அம்மா தோன்றினாள். ஆனால் ஏதும் சொல்லவில்லை. ஆஸிஃபின் பெற்றோர்கள் எதுவுமே பேசவில்லை என்பதை உணர்ந்தேன்.

அப்பாவை சங்கடத்தில் இனிமேலும் இருக்க வைக்க முடியாது, நானும் சங்கடப்பட முடியாது என்ற நிலையிலும் ஆஸிஃபிடமிருந்து விலக வேண்டும் என்றும் “விழாவுக்கு வருகை தந்தமைக்கு நன்றி” என்று நான் சொன்னேன்.

விருந்தினர் கூட்டத்திற்கிடையில் புகுந்து எங்கள் வீட்டு வாசலி லிருந்த இரும்பு கிரில் நுழை வாயிலை அடைந்தேன். எங்கள் வீட்டி லிருந்து இரண்டு வீடுகள் தள்ளி பெரிய குப்பை கூளங்கள் நிறைந்த

இடம் ஒன்று இருந்தது. அந்த இடத்தை ஒரு நீதிபதி வாங்கியிருப்பதாகவும் அதில் கட்டடக் கலை நிபுணர் ஒருவர் கட்டடம் கட்டுவதாகவும் ரஹீம்கானிடம் அப்பா சொல்லக் கேட்டிருக்கிறேன். இப்போது அந்த இடம் குப்பைக் கூளங்களுடன் இருந்தது.

ஆஸிஃபின் பரிசுப் பொருள் மீதிருந்த காகிதத்தை நான் கிழித்தேன். அதிலிருந்த புத்தகத்தின் அட்டையை நிலவொளியில் படித்தேன். அது ஹிட்லருடைய வாழ்க்கை வரலாறாக இருந்தது. அந்த குப்பைக் கூளங்களைச் சுற்றி வளர்ந்திருந்த காட்டுச் செடிகளுக்கிடையில் அதனை எறிந்தேன்.

அடுத்த வீட்டுச் சுற்றுச் சுவர் மீது சாய்ந்து, வழுக்கியபடி தரைக்கு வந்தேன். மேலே நட்சத்திரங்களைப் பார்த்துக்கொண்டு என் கால்களை மார்பில் மடக்கி வைத்தபடி அந்த இரவு முடியட்டும் என்று அப்படியே இருளில் சிறிது நேரம் அமர்ந்தேன்.

"உன்னுடைய விருந்தினர்களுடன் நீ இருக்கவில்லையா?" என்று பழக்கமான ஒரு குரல் கேட்டது. என்னை நோக்கி ரஹீம்கான் வந்து கொண்டிருந்தார்.

"நான் அங்கு தேவையில்லை. அங்கே அப்பா இருக்கிறார்" என்றேன். எனக்கருகில் அமர்ந்த ரஹீம்கானின் கோப்பையில் ஐஸ் கட்டி மோதும் ஒலி கேட்டது.

"நீங்கள் குடிப்பீர்கள் என்று எனக்குத் தெரியாது" என்ற என்னிடம் "எப்போதாவது" என்று சொல்லிக் கொண்டே விளையாட்டாக இடித்தார்.

நான் புன்சிரித்து "நன்றிகள்" என்றேன்.

தனது பானக் குவளையை என்மீது தட்டியபடி ஒரு மிடறு குடித்தார். அப்பாவும் ரஹீம்கானும் எப்போதும் புகைக்கும் ஃபில்டர் இல்லாத பாகிஸ்தான் சிகரெட் ஒன்றை எடுத்து பற்றவைத்துக் கொண்டார் ரஹீம்கான்.

"எனக்கு கிட்டத்தட்ட திருமணம் நடந்தேவிட்டது ஒரு முறை. அது உனக்குத் தெரியுமா?" என்று அவர் கேட்டார்.

ரஹீம்கான் திருமணத்தை எண்ணி லேசாகச் சிரித்தபடி "உண்மையாகவா?" என்றேன்.

ரஹீம்கானை அப்பாவின் பிரதி பிம்பமாகவே, எனது எழுத்துக் கான ஆசானாகவே, என் நண்பராகவே, வெளிநாடுகளுக்கு சென்று வரும் போதெல்லாம் தவறாமல் எனக்கான பரிசுப் பொருளை வாங்கி வருபவராகவேதான் எனக்குத் தெரியும். ஆனால் ஒரு கணவனாக, தந்தையாக?...

அவர் தலையை ஆட்டியபடி, "அது உண்மையே. எனக்கு அப்போது வயது பதினெட்டு. அவள் பெயர் ஹொமைரா. எங்கள் அண்டை வீட்டு வேலைக்காரர்களாயிருந்த ஹஸாராக்களின் மகள் அவள். அவள் தேவதையைப் போன்று அழகானவள். வெளிர் பழுப்பு நிற முடியுடன், பெரிய கண்களுடன் இருப்பாள். அவளது இசை போன்ற சிரிப்பொலியை, இப்போது கூட சில சமயங்களில் கேட்கிறேன்".

அவர் தன் மதுக்கோப்பையை ஆட்டினார்.

"எல்லோரும் தூங்கப்போன பின்பு நள்ளிரவில் எங்களது ஆப்பிள் தோட்டத்தில் நான் அவளை சந்திப்பேன். நாங்கள் கைகளைப் பற்றியபடி மரங்களினூடே நடந்து செல்வோம்" என்று விட்டு, "உன்னை நான் சலிப்படையச் செய்கிறேனா அமீர்?" என்றார்.

"கொஞ்சம்" என்றேன் நான்.

சிகரெட்டை இழுத்தபடி சொன்னார், "அது உன்னை ஒன்றும் கொன்று விடாது" என்று.

"எங்களுக்கு இப்படியொரு கனவிருந்தது. காபூல் முதல் காந்த ஹார் வரையில் எல்லா உறவினர்களையும் நண்பர்களையும் கொண்ட ஆடம்பரமான மிகப்பெரிய அளவிலான திருமணம். பெரிய பால்கனியுடன், விரிந்த அழகான வாசல் பகுதியுடன் பெரிய வீட்டை நான் கட்டுவேன். பழமரக் கன்றுகளையும் பூச்செடி களையும் நாங்கள் தோட்டத்தில் நட்டு வளர்ப்போம். எங்கள் குழந்தைகள் விளையாட ஒரு புல்வெளியை அமைப்போம். வெள்ளிக்கிழமை தொழுகை முடிந்ததும் மதிய உணவுக்காக எங்கள் வீட்டில் எல்லோரும் கூடுவார்கள். செர்ரிப்பழ மரங்களினடியில் அமர்ந்து நாங்கள் உண்போம். புதிய தூய நீரை பருகுவோம். எங்கள் குழந்தைகள் உறவுக்காரக் குழந்தைகளுடன் விளையாடுவதைக் கண்டு கொண்டே தேநீரும் சிற்றுண்டியும் அருந்துவோம்..."

தனது மதுக் கோப்பையிலிருந்து ஒரு பெரிய மிடறை அவர் குடித்தார். இருமினார். அவர் தொடர்ந்தார்.

“நான் எனது காதலைப் பற்றி என் தந்தையிடம் சொன்னபோது எனது அப்பாவின் முகத்தை நீ பார்த்திருக்க வேண்டும். எனது தாயார் மயங்கியே விட்டார். என் தங்கைகள் தாயார் முகத்தில் தண்ணீரை அடித்தனர். அவருக்கு வீசிக் கொண்டே என்னை என் தங்கைகள் பார்த்தது என் தாயாரின் கழுத்தை நான் அறுத்ததைப் போல இருந்தது. எனது சகோதரன் ஜலால் தனது வேட்டைத் துப்பாக்கியை எடுத்து வந்து விட்டான்” என்று கூறிய ரஹீம்கான் வெறுப்பாக சிரித்தார்.

“உலகிற்கு எதிராக நானும் ஹொமைராவும் இருந்தோம். நான் நிச்சயமாக ஒன்றைக் கூறுகிறேன் அமீர் ஜான். இறுதியில் எப்போதும் உலகமே வெல்லும். எல்லாம் அப்படித்தான் இருக்கிறது”.

“அப்படியானால் என்னவாயிற்று” என்று நான் கேட்டேன்.

“அன்றே ஹொமைராவையும் அவள் குடும்பத்தாரையும் எனது தந்தை லாரியில் ஏற்றி ஹஸாராஜாட்டுக்கு அனுப்பி விட்டார். பின்னர் நான் எப்போதும் அவளைப் பார்க்கவில்லை”.

“எனக்கு வருத்தமாக இருக்கிறது” என்றேன்.

“அது ஒருவகையில் நல்லதுதான்” என்று தோள்களைக் குலுக்கிக் கொண்டே கூறிய ரஹீம்கான், “அவள் இருந்திருந்தால் மிகவும் துன்பப் பட்டிருப்பாள். எனது குடும்பத்தார் அவளை ஒருபோதும் சமமானவளாக ஏற்றுக் கொண்டே இருக்க மாட்டார்கள். முதல் நாள் உனது ஷூக்களை துடைக்கச் சொல்லிவிட்டு அடுத்த நாள் “சகோதரி” என்று யாரையும் உன்னால் கூப்பிட முடியாது,” என்று கூறிய ரஹீம் கான் என்னைப் பார்த்து, “எப்போது வேண்டுமானாலும் எதனை வேண்டுமானாலும் நீ என்னிடம் பேசலாம் அமீர் ஜான்” என்றார்.

“அது எனக்குத் தெரியும்” என்று நிச்சயமற்ற தன்மையில் நான் கூறினேன். அவர் நீண்ட நேரம் என்னையே பார்த்துக் கொண்டிருந் தார். எங்களுக்குள் பேசப்படாத ஏதோ ஒரு ரகசியம் இருப்பதைப் போல அவர் நான் பேசுவதற்காகக் காத்துக் கொண்டிருந்தார். ஒரு கணத்தில் நான் எல்லாவற்றையும் அவரிடம் சொல்லிவிட இருந் தேன். ஆனால் அப்படி சொல்லிவிட்டால் அவர் என்னைப் பற்றி என்ன நினைப்பார்? அவர் நிச்சயமாக என்னை வெறுத்து விடுவார்.

“ஓ, நான் கிட்டத்தட்ட மறந்தே விட்டேன். பிறந்த நாள் வாழ்த்துக்கள்” என்றபடி என்னிடம் ஒன்றைக் கொடுத்தார். அது பழுப்பு நிற தோலில் பைண்ட் செய்யப்பட்ட குறிப்புப் புத்தகம். அதன் ஓரங்களில் இருந்த பொன்னிறத்தாலான தையல் கரைகளை நான் தடவிப் பார்த்தேன். தோலின் வாசனையை நுகர்ந்தேன். “இது உன்னுடைய கதைகளுக்கானது” என்றார் அவர். ஏதோ ஒன்று வானில் வெடித்து ஒளி பரப்பியபோது நான் அவரிடம் நன்றி சொல்ல எத்தனித்தேன்.

“வாண வேடிக்கை” என்றார் அவர்.

நாங்கள் உடனே வீட்டிற்குத் திரும்பினோம். விருந்தினர் எல்லோரும் வானைப் பார்த்தபடி இருந்தனர். ஒவ்வொரு வெடிச் சத்தத்திற்கும் பொறிகளுக்கும் குழந்தைகள் உற்சாகக் குரல் எழுப்பி ஆர்ப்பரித்தனர். வானில் அழகான வண்ணமயமான ஒவ்வொரு வெடிச்சிதறல்களையும் கண்டு விருந்தினர்கள் ஆர்ப்பரித்து உற்சாகமாக கைதட்டினர். சில விநாடிகளுக்கு ஒருமுறை கொல்லைப் புறம் பல வண்ணங்களில் காட்சியளித்தது.

அப்படிப்பட்ட ஒளி வண்ணச் சிதறல்கள் ஒன்றில் எப்போதும் மறக்க முடியாத காட்சியொன்றை நான் பார்த்தேன். அது தட்டில் பானங்களை வைத்துக்கொண்டு ஆஸிஃபுக்கும் வலீக்கும் ஹஸன் பரிமாறிக் கொண்டிருந்ததுதான். ஒளி பரவியது. “ஸ்” என்ற சப்தத்துடன் ஆரஞ்சு வண்ண ஒளியைப் பரவவிட்டு ஒரு வெடிச் சத்தம். ஆஸிஃப் அசிங்கமாக இளித்தபடி ஹஸனின் நெஞ்சில் தன் பித்தளைப் பூணால் லேசாகத் தட்டினான்.

என்மீது இரக்கம் கொண்டு இருள் பரவியது.

ஒன்பது

அடுத்தநாள் காலையில் எனதறையின் நடுவில் அமர்ந்து கொண்டு எனக்கு வந்த பரிசுப் பெட்டிகளை திறந்து கொண்டிருந்தேன். அவற்றை மகிழ்ச்சியற்றபடி பார்த்து எனதறையின் மூலையில் அக்கறையின்றி வைத்தது குறித்து நான் ஏன் சங்கடப்படவில்லை என்பது எனக்குத் தெரியவில்லை. பரிசுப் பொருட்கள் சேர்ந்து கொண்டே இருந்தன. ஒரு போலராய்ட் காமிரா, ஒரு டிரான்ஸிஸ்டர் ரேடியோ, ஒரு பெரிய எலக்ட்ரிக் ரயில் செட் மற்றும் பணக்கற்றை களைக் கொண்ட ஏராளமான உறைகள். அந்தப் பணத்தை நான் ஒருபோதும் செலவழிக்கப் போவதில்லை, அந்த ரேடியோவை நான் எப்போதும் கேட்கப்போவதில்லை, அந்த ரயில் செட்டை என் அறையில் நான் எப்போதும் ஓட்டப்போவதில்லை என்பதெல்லாம் எனக்குத் தெரிந்தே இருந்தது. அவற்றுள் எதனையும் நான் விரும்ப வில்லை. அவை எல்லாம் நான் கொடுத்த இரத்தப் பலிக்கான பரிசுகளாக இருந்தன. நான் அந்த போட்டியில் வெற்றி பெற்றிருக்கா விட்டால் இது போன்றதொரு விருந்தை அப்பா ஏற்பாடு செய்தே இருக்கமாட்டார்.

அப்பா எனக்கு இரண்டு பரிசுகளை கொடுத்திருந்தார். ஒன்று மற்றெல்லாக் குழந்தைகளின் பொறாமையை சம்பாதித்துக் கொடுக்கக்கூடிய மிகவும் உயர் ரகமான ஸ்வின் ஸ்டிங்கிரே மிதிவண்டி. காபூல் நகரிலேயே விரல்விட்டு எண்ணக் கூடிய குழந்தைகளிடம் மட்டும்தான் அந்த மிதிவண்டி இருந்தது. இப்போது நானும் அவர்களில் ஒருவன். அந்த வண்டியின் கைப்பிடி

ரப்பர் பிடியுடன் உயரமாக இருந்தது. அதன் உட்காரும் சீட் மிகவும் பிரசித்தமான வடிவமுடையது. சக்கரத்தின் கம்பிகள் தங்க நிறத் தாலானவை. வண்டியின் ஃபிரேம் இரத்தச் சிவப்பில் இருந்தது. எந்தக் குழந்தையும் அந்த வண்டியைப் பார்த்த உடனே தாவிச்சென்று ஓட்டத் துடிக்கும்படியான வண்டியாக அது இருந்தது. சில மாதங்களுக்கு முன்னால் நானும் அப்படிச் செய்திருக்கக்கூடும்.

எனது அறைக்கதவின் மேல் சாய்ந்துகொண்டு "உனக்குப் பிடித்திருக்கிறதா?" என்று அப்பா கேட்டார். நான் ஒரு மடத்தனமான சிரிப்புடன் "நன்றி" என்றேன். இன்னும் நான் நன்றாகச் சொல்லி யிருக்க வேண்டுமென்று விரும்பினேன்.

"நாம் கொஞ்சம் ஓட்டலாம்" என்றார் அப்பா. ஒரு அழைப்பு. ஆனால் அது அரைமனதுடன் இருந்தது.

"அப்புறம் போகலாம். நான் கொஞ்சம் களைத்துப் போயிருக் கிறேன்" என்றேன்.

"நிச்சயமாகவா?" என்றார் அப்பா.

"அப்பா?"

"ம்" என்றார்.

"வாண வேடிக்கைக்கு நன்றி" என்றேன். ஒரு நன்றி தெரிவிப்புத் தான். ஆனால் அரைமனதுடன்.

"கொஞ்சம் ஓய்வெடு" என்றபடி அப்பா அவர் அறையை நோக்கிச் சென்றார்.

அப்பா கொடுத்த இன்னொரு அன்பளிப்பு, ஒரு கைக் கடிகாரம். அதனை நான் திறப்பதற்கு அவர் காத்திருக்கவில்லை. அதன் மையம் நீல நிறத்திலும், அதன் முட்கள் மின்னல் கீற்றுகளைப் போலவு மிருந்தன. அதனை நான் அணிந்துகூடப் பார்க்கவில்லை. அதனை யும் மூலையில் விட்டெறிந்தேன். அந்தக் குவியலில் நான் வீசியெறி யாத ஒரு பொருளாக ரஹீம்கான் எனக்குக் கொடுத்திருந்த குறிப்புப் புத்தகமே இருந்தது. அந்த ஒன்றைத்தான் ரத்தப் பலிக்கான பரிசாக நான் நினைக்கவில்லை.

இறுதியில் ஹொமைராவை ஊரை விட்டு ரஹீம்கானின் அப்பா அனுப்பியது நன்மைக்கே என்று ரஹீம்கானையும் ஹொமைரா வையும் பற்றி சிந்தித்தபடி அவர் பரிசளித்திருந்த குறிப்புப்

புத்தகத்தை புரட்டிக்கொண்டு எனது கட்டிலின் முனையில் அமர்ந்திருந்தேன். அவள் துன்பப்பட்டிருப்பாள். சித்தப்பா ஹுமாயூனின் படம் காட்டும் கருவி சட்டென்று இயங்காமல் சிக்கிக் கொள்ளும்போது ஒரே படம் மீண்டும் மீண்டும் தோன்றுவது போல் ஆஸிஃபுக்கும் வலீக்கும் ஹஸன் பானங்களைப் பரிமாறிய காட்சி என் மனதில் அடிக்கடி வந்து கொண்டே இருந்தது. அதுவும் ஏதோ நன்மைக்காக இருக்கலாம். அவனது துன்பத்தைக் குறைக்கலாம். என்னுடையதையும்கூட. ஒன்று மட்டும் தெளிவாகத் தெரிந்தது. எங்கள் இருவரில் யாராவது ஒருவர் போய்விட வேண்டும் என்பதுதான் அது.

பிற்பகலில் எனது மிதிவண்டியை முதலாவதும் இறுதியானது மான ஓட்டத்திற்கு எடுத்தேன். சிலமுறை சுற்றிவிட்டு திரும்பினேன். கடந்த இரவுவிருந்தின் எச்சங்களை கொல்லைப்புறத்தில் சுத்தம் செய்து கொண்டிருந்த அலியையும் ஹஸனையும் நோக்கி நான் என் மிதிவண்டியை உருட்டிச் சென்றேன். காகிதக் கோப்பைகள், கை துடைத்து வீசப்பட்ட காகிதக்குப்பைகள், காலி சோடா பாட்டில்கள் கொல்லைப்புறம் முழுக்க இறைந்து கிடந்தன. நாற்காலிகளை மடக்கி சுவர்களினருகில் சாய்த்து வைத்துக் கொண்டிருந்தார் அலி. என்னைப் பார்த்து கையை அசைத்தார்.

“ஸலாம் அலி” என்று நான் பதில் கூறினேன். என்னைக் காத்திருக்கச் சொல்லிவிட்டு குடிலை நோக்கி நடந்தார். சிறிது நேரம் கழித்துக் திரும்பிய அவர் “கடந்த இரவில் உன்னிடம் இதனைக் கொடுக்க எனக்கும் ஹஸனுக்கும் வாய்ப்பே அமையவில்லை” என்றபடி என்னிடம் ஒரு பெட்டியை அவர் கொடுத்தார். “உன்னளவுக்கு இது இருக்காதுதான், அமீர் ஆகா. ஆனால் நீ இதனை விரும்புவாய் என்று நாங்கள் நம்புகிறோம். பிறந்தநாள் வாழ்த்துக்கள்” என்றார்.

எனக்கு ஏதோ தொண்டையில் அடைத்தது. “நன்றி அலி” என்றேன். பரிசுப் பெட்டியைத் திறந்தேன். புத்தம் புதிய படங் களுடன் கூடிய கண்ணாடி போன்ற தாள்களினாலான ஷா நாமா புத்தகம் அதிலிருந்தது. எனக்கென்று எதுவும் அவர்கள் வாங்காது இருக்கவேண்டும் என்று நான் விரும்பினேன். புத்தகத்தைப் புரட்டினேன். புதிதாகப் பிறந்த தன் குழந்தை காய் குஷ்ரூவை ஃபெராங்கிஸ் பார்ப்பது போன்ற படம். அஃப்ராஷியாப் தனது குதிரையில் அமர்ந்து வாளை உருவிப் பிடித்தபடி தனது படையை வழி நடத்தும் படம். ஷொஹ்ராபிற்கு மரணமேற்படும்படி காயப்

படுத்தும் ருஸ்தமின் படம். “மிக அழகாக இருக்கிறது” என்று நான் சொன்னேன்.

“உன்னுடைய புத்தகம் பழையதாகி பக்கங்கள் காணாமல் போய் இருப்பதாக ஹஸன் சொன்னான்” என்ற அலி அவரோ அவர் மகனோ படிக்க இயலாத அந்தப் புத்தகத்தைப் பற்றிப் பெருமையுடன், “இதிலுள்ள படங்களெல்லாம் கையால் வரையப்பட்டவை” என்றார்.

“மிக அருமையாக இருக்கிறது” என்றேன். அது மிக அருமையான தொன்றாகவே இருந்தது. அது மலிவானதாக இருக்காது என்றும் நான் எண்ணினேன். மதிப்பற்றது அந்தப் புத்தகம் அல்ல, நான்தான் என்று அலியிடம் சொல்ல விரும்பினேன். மிதிவண்டியில் உந்தி ஏறிக்கொண்டே “ஹஸனுக்கும் என் நன்றியைத் தெரிவியுங்கள்” என்றேன்.

அந்தப் புத்தகத்தையும் என் அறையின் பரிசுக் குவியல் மீது விட்டெறிந்தேன். ஆனால் என் கண்கள் அந்தப் புத்தகத்தை நோக்கி சென்றுகொண்டே இருந்தன. எனவே அதனை அந்தக் குவியலின் அடியில் புதைத்தேன். உறங்கப் போவதற்கு முன்னால் எனது புதிய கைக்கடிகாரத்தைப் பார்த்தீர்களா என்று அப்பாவிடம் கேட்டேன்.

அடுத்தநாள் காலை சமையலறை மேசையில் காலை உணவுண்ட மீதங்களை அலி சுத்தம் செய்து முடிக்கட்டும் என்று எனதறையில் காத்திருந்தேன். அலியும் ஹஸனும் மளிகை மற்றும் இதர சாமான்கள் வாங்குவதற்காக வண்டியை உருட்டிக்கொண்டு செல்லட்டும் என்று எனதறை ஜன்னல் வழியே பார்த்து காத்துக்கொண்டிருந்தேன்.

பின்னர் எனது பரிசுக் குவியலிலிருந்த பரிசுப் பண உறைகள் சிலவற்றையும், எனது கைக்கெடிகாரத்தையும் எடுத்துக்கொண்டு மெல்ல அடிமேல் அடிவைத்து வெளியே வந்தேன். அப்பாவின் படிப்பறைக்கு முன் ஓசையின்றி நின்று கவனித்தேன்.

அப்பா காலையிலிருந்தே அந்த அறைக்குள்ளிருந்தபடி தொலைபேசியில் பேசிக்கொண்டிருந்தார். அடுத்த வாரம் கப்பல் மூலம் வந்தடையப் போகிற தரைவிரிப்புகள் குறித்து யாருடனோ பேசிக்கொண்டிருந்தார். நான் மெல்லக் கீழிறங்கி கொல்லைப் புறத்தைக் கடந்து அலியும் ஹஸனும் வாழும் குடிலுக்குள் நுழைந்தேன். ஹஸனுடைய படுக்கை விரிப்பைத் தூக்கி அதனடியில் எனது கைக்கெடிகாரத்தையும் ஆப்கானிய பணத்தாள்களையும்

வைத்தேன். இன்னுமொரு அரைமணி நேரம் காத்திருந்துவிட்டு அப்பாவின் அறைக் கதவைத் தட்டி வெட்கக்கேடான பல பொய்களின் இறுதியானதென நான் நினைத்திருந்த பொய்யைச் சொன்னேன்.

அலியும் ஹஸனும் சிறிய தள்ளுவண்டியில் இறைச்சி, ரொட்டி, பழங்கள் மற்றும் காய்கறிகளை நிரப்பிக்கொண்டு வருவதை எனதறை ஜன்னலின் வழியே பார்த்துக் கொண்டிருந்தேன். அப்பா அலியிடம் செல்வதை நான் பார்த்தேன். அவர்கள் பேசியதை என்னால் கேட்க முடியவில்லை. அப்பா வீட்டைக் காட்டி எதையோ சொல்ல, அலி அதற்குத் தலையை ஆட்டினார். அப்பா வீட்டிற்குத் திரும்பினார். ஹஸனைத் தொடர்ந்தபடி அலியும் அவர்களது குடிலுக்குச் சென்றனர்.

சில கணங்கள் கழித்து அப்பா என்னறைக் கதவைத் தட்டி "எனது அலுவலகத்துக்கு வா, நாம் அனைவரும் அமர்ந்து சில விஷயங் களைப் பேசி முடிவு செய்வோம்" என்றார்.

நான் அப்பாவின் படிப்பறைக்கு சென்று அரை மணிநேரம் கழிந்த பின்னர் அலியும் ஹஸனும் எங்களுடன் சேர்ந்து கொண்டனர்.

அவர்களது வீங்கிச் சிவந்திருந்த கண்களிலிருந்து அவர்களிரு வரும் அழுதுகொண்டே இருந்திருக்கிறார்கள் என்பது தெரிந்தது. அவர்களிருவரும் தங்கள் கைகளைப் பற்றிப் பிடித்துக்கொண்டு இப்படிப்பட்ட வேதனையை தரக்கூடியவனாக நான் எப்போது ஆனேன் என்று திகைத்தபடி அப்பாவின் முன் நின்றிருந்தார்கள்.

அப்பா நேரிடையாக சட்டென்று கேட்டார், "ஹஸன், நீ அமீரின் பணத்தைத் திருடினாயா? கைக்கெடிகாரத்தைத் திருடினாயா?"

"ஆமாம்" என்ற ஒற்றைச் சொல்லாக ஹஸனின் குரல் சன்னமாக கரகரத்து இருந்தது.

எனது முகத்திலறைந்தாற்போன்று நான் திடுக்கிட்டேன். எனது இதயம் உடைந்து கிட்டத்தட்ட உண்மையை உளரவிருந்தேன். இதுதான் அவன் எனக்காகச் செய்யும் கடைசித் தியாகம் என்பதை நான் சட்டெனப் புரிந்து கொண்டேன். அவன் மட்டும் இல்லை என்று சொல்லி இருந்தால் அப்பா அவனை நம்பியிருப்பார். ஏனெனில் அவன் எப்போதுமே பொய் சொன்னதில்லை என்பது எங்கள் எல்லோருக்கும் தெரியும். அந்த நிலையில் நான் எல்லா

வற்றையும் விளக்கிச் சொல்லி நான் ஏன் அப்படிச் செய்தேன் என்று வெளிப்பட்டு எனது குட்டு உடைந்திருக்கும். அப்புறம் அப்பா என்னை எப்போதுமே மன்னித்திருக்கமாட்டார். அது இன்னொரு புரிதலையும் கொண்டு வந்திருக்கும். அந்த மண் சந்தில் நான் நின்றுகொண்டு எல்லாவற்றையும் பார்த்துக் கொண்டிருந்து ஒன்றும் செய்யாமலிருந்தது ஹஸனுக்குத் தெரிந்திருக்கும். அவனுக்கு நான் துரோகமிழைத்தேன் என்பது அவனுக்குத் தெரியும். இருந்தும் அவன் என்னை மீண்டுமொருமுறை காப்பாற்றுகிறான். இது கடைசியான தொன்றாகவும் இருக்கலாம். அந்த கணத்தில் அவன் மேல் எனக்கு அன்பு மேலிட்டது. எவர்மீதும் எனக்கு ஏற்பட்டிருக்காத அன்பு அவன்மீது எனக்கு ஏற்பட்டது. நான்தான் புல்லுக்குள் மறைந் திருக்கும் கெட்டபாம்பு என்றும், ஏரியில் மறைந்திருக்கும் அரக்கன் என்றும் சொல்ல விரும்பினேன். அப்படிப்பட்ட நல்ல செயலைச் செய்யும்படியான ஆளல்ல நான். நான் ஒரு ஏமாற்றுப் பேர்வழி, பொய்யன், திருடன். ஆனால் இது எல்லாம் விரைவில் ஒரு முடிவுக்கு வந்துவிடும் என்பதில் எனக்கொரு சந்தோஷம் இருந்தது. அப்பா அவர்களை வேலையை விட்டு நீக்கி விடுவார். அது வேதனையளிப்பதாக இருக்கும்தான். ஆனால் வாழ்க்கை ஓடும். இதனை நான் விரும்பினேன். வாழ்க்கை ஓட வேண்டும் என்பதை யும், நடந்தவற்றை மறந்து புதிதான தெளிவானதொரு வாழ்க்கையை ஆரம்பிக்கலாம் என்றும் நான் விரும்பினேன். நான் இப்போது இருக்கும் திணறலான ஒரு நிலையிலிருந்து மீண்டு நிம்மதிப் பெருமூச்சு விடலாம்.

"நான் உன்னை மன்னிக்கிறேன்" என்று அப்பா சொன்னது என்னைத் திகைப்பிலாழ்த்தியது.

மன்னிப்பா? அனைத்து பாவங்களின் தந்தையான திருட்டு மன்னிக்க முடியாத பாவம். "நீ ஒரு மனிதனைக் கொல்கிறாய் என்றால் அவன் வாழ்க்கையைத் திருடுகிறாய், கணவன் என்ற உரிமையை ஒரு மனைவியிடமிருந்து திருடுகிறாய், அவன் குழந்தைகளிடமிருந்து அவர்களின் தந்தையை திருடுகிறாய். நீ ஒரு பொய்யைச் சொல்லும்போது உண்மையின் மீதான ஒருவனின் உரிமையைத் திருடுகிறாய். நீ ஏமாற்றும்போது நீதியாய் நடக்கும் உரிமையைத் திருடுகிறாய். திருடுதலைவிட மிகக் கொடுமையான மோசமான செயல் வேறெதுவும் இல்லை". அப்பாவின் மடியில் நான் அமர்ந்திருக்கையில் அப்பா சொன்னவை இல்லையா இவை? அப்புறமெப்படி ஹஸனை அப்பா மன்னிக்க முடியும்? அப்படி

அப்பா அவனை மன்னிக்க முடியும் என்றால், அவர் விரும்பிய படியான ஆசைப்பட்டபடியான மகனாக நான் இல்லாததற்கு என்னை ஏன் மன்னிக்க முடியாது? ஏன்.....

“நாங்கள் போகிறோம் ஆகா சாகிப்” என்றார் அலி. முகத்தில் பெரிய உணர்ச்சி மாறுதலுடன் “என்ன?” என்றார் அப்பா.

“இனிமேல் எங்களால் இங்கு வாழ முடியாது” என்றார் அலி.

“ஆனால் நான் அவனை மன்னித்துவிடுகிறேன் என்பதை நீ கேட்கவில்லையா?” என்றார் அப்பா.

“எங்களுக்கு இங்கு வாழ்வது இயலாத ஒன்றாகிவிட்டது, ஆகா சாகிப். நாங்கள் போகிறோம்” என்றார் அலி. அலி தனது மகன் ஹஸனை தன் பக்கம் இழுத்துக் கொண்டு அவன் தோள்களில் தனது கையைப் போட்டுக் கொண்டார். அது ஹஸனைப் பாதுகாக்கும் ஒரு செயல் என்பதும், ஹஸனை யாரிடமிருந்து அவர் காக்கிறார் என்பதும் எனக்குத் தெரிந்தது. அலி என்னை மன்னிக்க இயலாதபடி பார்த்தார். ஹஸன் அவரிடம் சொல்லியிருப்பதை என்னால் உணர முடிந்தது. என்னைப் பற்றி, பட்டத்தைப் பற்றி ஆஸிஃபும் அவன் நண்பர்களும் அவனுக்குச் செய்த கொடுமையைப் பற்றி ஹஸன் சொல்லியிருப்பான். யாராவது ஒருவருக்கு உண்மையிலேயே நான் எப்படிப்பட்டவன் என்பது தெரிந்தது குறித்து எனக்கு மகிழ்ச்சி ஏற்பட்டது. நடித்துக் கொண்டே இருப்பது எனக்கு பயங்கரமான சோர்வளிப்பதாக இருந்தது.

அப்பா தன் கைகளை விரித்து உள்ளங்கைகள் மேலே பார்த்திருக்கக் கூறினார், “ஏன் நீ இப்படிச் செய்கிறாய் என்பதை என்னால் புரிந்து கொள்ள முடியவில்லை... வாழ்வது இயலாதது என்றால் என்ன அர்த்தத்தில் சொல்கிறாய்?”

“வருத்தமாக இருக்கிறது ஆகா சாகிப். நாங்கள் தீர்மானித்து விட்டோம். எங்கள் மூட்டை முடிச்சுகளை தயார் செய்துவிட்டோம்”.

அப்பா எழுந்தார். அவர் முகத்தில் வேதனை தெரிந்தது. “அலி, நான் உங்களை நன்றாகக் கவனித்துக் கொள்ளவில்லையா? உங்களிடம் நன்றாக நடந்து கொள்ளவில்லையா? என்னுடன் பிறக்காத சகோதரன் நீ எனக்கு. அது உனக்குத் தெரியும். நீ அப்படிச் செய்யாதே” என்றார் அப்பா.

"இப்போதிருப்பதை விட நிலைமையை மோசமாக்கிக் கொள்ள வேண்டாம், ஆகா சாகிப்" என்றார் அலி. ஒரு கணம் அவர் உதடுகள் துடித்து கோணலாகியது. நான் ஏற்படுத்திய ஆழமான வேதனையை நான் புரிந்து கொண்டதாக அது இருந்தது. ஒவ்வொருவருக்கும் நான் ஏற்படுத்திய துக்கத்தின் கடுமையாக அது இருந்தது. அது பக்க வாதத்தால் பாதிக்கப்பட்ட அலியின் முகத்தால்கூட மறைக்கப்பட முடியாததாக இருந்தது. நான் என்னை வலிந்து இழுத்து ஹஸனைப் பார்க்க முயன்றேன். ஆனால் அவன் தலை தொங்கிப்போய் இருந்தது. அவன் தோள்கள் குறுகி, அவன் சட்டையின் நுனியில் தொங்கிக் கொண்டிருந்த நூலை அவன் விரல் சுருட்டிக் கொண்டு இருந்தது.

"ஏன் என்றாவது சொல். எனக்குத் தெரிந்தாக வேண்டும்" என்று அப்பா இப்போது வேண்ட ஆரம்பித்தார்.

ஹஸன் தான் திருடியதாக ஒப்புக் கொண்டபோது எதிர்க்காமல் இருந்ததைப் போலவே அலி அப்பாவிடம் எதுவும் சொல்ல வில்லை. அது ஏன் என்று ஒருபோதும் எனக்குத் தெரியவில்லை. ஆனால் என்னை கைவிட்டுவிட வேண்டாம் என்று ஹஸன் அலியிடம் வேண்டிக் கேட்டிருக்கக் கூடும் என்று என்னால் புரிந்து கொள்ள முடிந்தது. அலி ஹஸனுக்கு அளித்த உறுதிமொழியை என்னால் கற்பனை செய்ய இயலவில்லை.

"எங்களை பேருந்து நிலையத்தில் விட்டுவிட முடியுமா?" என்று அலி கேட்டார்.

"நீ செய்வதை நான் தடுக்கிறேன்" என்று அப்பா கர்ஜித்தார். "உனக்குக் கேட்கிறதா? நான் தடுக்கிறேன்".

"எனக்கு எதனையும் நீங்கள் தடையிடமுடியாது ஆகா சாகிப். இதனை நான் பணிவுடன் கூறுகிறேன்" என்றார் அலி. "உங்களுக்காக இனிமேல் எங்களால் வேலை செய்ய முடியாது".

"நீங்கள் எங்கே போவீர்கள்?" என்ற அப்பாவின் குரல் உடைந்திருந்தது.

"ஹஸாரா ஜாட்டிற்கு"

"உங்கள் ஒன்றுவிட்ட சகோதரர்களிடமா?"

“ஆமாம். ஆகா சாகிப் எங்களை பேருந்து நிலையத்தில் விட்டு விடுகிறீர்களா?”

அப்பா எப்போதும் செய்திராத ஒன்றை செய்யக் கண்டேன். அவர் அழுதார். முதிர்ந்த மனிதனொருவன் கேவிக் கேவி அழுவது எனக்கு அச்சத்தைத் தந்தது. தந்தைமார்கள் அழக்கூடாது.

“தயை செய்” என்று அப்பா சொல்லிக் கொண்டிருக்கும்போதே அலி அறையின் கதவு வரை சென்றுவிட்டார். ஹஸன் அவர் பின்னால் சென்றான்.

வேதனையுடன் அப்பா அப்படிக் கூறியதை நான் ஒருபோதும் மறக்கமாட்டேன்.

கோடையில் மழை என்பது காபூலில் அபூர்வம். வானம் நீல நிறத்துடன் காட்சியளித்தது. சூரியக் கதிர்கள் பழுத்த இரும்பு போல சுட்டெரித்தன. நானும் ஹஸனும் கல்லெறிந்து விளையாடிய வாய்க்கால்களெல்லாம் வறண்டு காய்ந்துவிட்டன. ரிக்ஷாக்கள் ஓடும்போது புழுதியை வாரியிறைத்தன. மக்கள் எல்லோரும் மதிய வேளைத் தொழுகைக்குப் பள்ளிவாசலுக்கு சென்றுவிட்டு கிடைத்த நிழலில் வெயில் தாழ்ந்து தன்மையான மாலையைக் காத்து உறக்கம் கொண்டனர். கோடை காலம் என்பது கூட்ட நெரிசலின் வெப்ப வியர்வையுடன், காற்றுப் போக இயலாத வகுப்பறைகளில் வேத நூலான குர்ஆனின் வாக்கியங்களை ஓதுவதில் சிரமம் மிகுந்த நாட்களாக இருந்தன. அதாவது முல்லாக்கள் ஓதிக் கொண்டிருக் கையில் பள்ளியின் கொல்லைப் புறத்திலிருந்து மல மூத்திர நாற்றத்தை சூடான காற்று வகுப்பறைக்குள் கொண்டுவரும்போது அதனுடன் பறக்கும் ஈக்கள் மிகுந்து, கூடைப்பந்தாட்ட மைதானத்தில் சுழலும் காற்றில் தூசி அடர்ந்திருப்பதாக இருந்தது.

ஆனால் அலியையும் ஹஸனையும் அப்பா பேருந்து நிலையத் திற்குக் கொண்டு செல்லும்போது மழை பெய்தது. இடிஇடித்து மின்னல் வெட்டியது. வானம் கறுத்து சில நிமிடங்களில் மழை கொட்டியது. மழை கனத்துக் கூடுவதை என் காதுகளால் கேட்க முடிந்தது.

பாமியான் வரை கொண்டு விடுவதாக அப்பா சொல்லியும் அலி உடன்படவில்லை. வாயிற்கதவுகளுக்கு வெளியே நின்றிருந்த அப்பாவின் காரில் அலியின் அனைத்துப் பொருட்களையும் கொண்ட அந்த ஒற்றைப் பெட்டியை அலி ஏற்றுவதை என் ஜன்னல்

வழியே பார்த்துக் கொண்டிருந்தேன். அவர்களது படுக்கை விரிப்பை இறுக்கிக் கட்டி முதுகில் வைத்துக் கொண்டு ஹஸன் சென்றான். அவனது விளையாட்டுப் பொருட்கள் அனைத்தையும் அவன் விட்டுச் சென்றிருந்தான், நான் என் அறை மூலையில் எனது பரிசுப் பொருட்களைக் குவித்து வைத்திருந்ததைப் போலவே. இதனை நான் மறுநாளே கண்டேன்.

மழைத்துளிகள் எனது ஜன்னலில் வழிந்தோடின. சாமான்கள் வைக்கும் வண்டியின் அறைப்பகுதியை அப்பா அடைத்துச் சாத்துவதை நான் பார்த்துக் கொண்டிருந்தேன்.

நன்றாக நனைந்திருந்த அப்பா, வண்டியோட்டியின் இருக்கை பக்கம் சென்றார். பின்னிருக்கையில் அமர்ந்திருந்த அலியிடம் ஏதோ சொன்னார். அனேகமாக அலியின் முடிவை மாற்றுவதற்கான கடைசி முயற்சியாக அது இருந்திருக்கக் கூடும். அப்படியே சிறிது நேரம் அவர்கள் பேசிக்கொண்டிருந்தனர். அப்பா நனைந்து கொண்டே, பின்னிருக்கைப் பக்கம் குனிந்து சாய்ந்திருந்தார். அவர் நிமிர்ந்த பொழுது நான் பிறந்த பிறகு இதுவரை வாழ்ந்த வாழ்வு ஒரு முடிவுக்கு வந்துவிட்டதைப் போல அப்பாவின் தோள்கள் குறுகின. வண்டியின் விளக்கொளி மழையில் இரு கூராகத் தெரிந்தது. நானும் ஹஸனும் பார்த்த ஹிந்தித் திரைப்படக் காட்சியாக மட்டும் இது இருந்திருந்தால், வெளியில் ஓடி மழையில் சென்று அந்தக் காரை நிறுத்தும்படி நான் கூச்சலிட்டிருப்பேன். ஹஸனை பின்னிருக்கையி லிருந்து இழுத்து என்னை மன்னித்துவிடு மன்னித்துவிடு என்று மழை நீரில் என் கண்ணீர் சேரும்படி கதறியழுதிருப்பேன். நாங்கள் மழையில் ஒருவரை ஒருவர் கட்டிப் பிடித்திருப்போம். ஆனால் இது ஹிந்தித் திரைப்படம் அல்ல. நான் மிகவும் வருத்தமுற்றிருந்தேன். ஆனால் நான் கதறியழவில்லை. அந்த வண்டியைத் துரத்தவில்லை. அப்பாவின் கார் எனது பெயரையே வாழ்க்கையின் முதல் சொல் லாகக் கொண்டிருந்த ஒருவனைக் கொண்டு சென்று கொண்டிருந்தது. நாங்கள் பலமுறை பளிங்குக் கற்களைக் கொண்டு விளையாடிய தெரு முனையில் அப்பாவின் கார் திரும்பியபொழுது ஹஸனை ஒருமுறை பார்த்தேன்.

நான் பின் திரும்பினேன். ஜன்னல் கண்ணாடியில் உருக்கிய வெள்ளி போல மழை நீர் வழிவதைக் கண்டேன்.

பத்து

மார்ச் 1981.

எங்களுக்கிடையில் ஒரு இளம் பெண் அமர்ந்திருந்தாள். அவள் ஆலிவ் இலை வண்ண உடையணிந்திருந்தாள். இரவு நேரக் குளிரிலிருந்து தப்பிக்க முகத்தைச் சுற்றி இறுக்கமாக கருப்பு நிற சால்வையைச் சுற்றி இருந்தாள். டிரக் வண்டி ஒவ்வொரு குழியிலும் ஏறி இறங்கும்போதெல்லாம் அவள் இறைவனைப் பிரார்த்தித்துக் கொண்டு இருந்தாள். தொள தொளப்பான பேண்டும், வான் நீலநிற தலைப்பாகையையும் அணிந்திருந்த குண்டான அவள் கணவன், தனது ஒரு கையில் பிறந்த குழந்தையொன்றை வைத்துக்கொண்டு, மறுகையால் வணக்க மணி மாலையை உருட்டி ஓசையின்றி பிரார்த்தித்துக் கொண்டிருந்தான். தார்பாலின் பாயால் மூடப்பட்ட அந்தப் பழைய ரஷ்ய ட்ரக்கில் என்னையும் அப்பாவையும் சேர்த்து பனிரெண்டு பேர் இருந்தனர். நாங்கள் எங்கள் பெட்டிகளை கால்களுக்கிடையில் வைத்து அனைவரையும் பார்த்தபடி இருந்தோம்.

அதிகாலை இரண்டு மணிக்கு காபூலிலிருந்து நாங்கள் கிளம்பியதிலிருந்து எனக்கு வயிற்றுக் குமட்டல் இருந்துகொண்டே இருந்தது. என்னிடம் இருந்த பல்வேறு பலவீனங்களில் ஒன்றான இந்த பயணநேர வயிற்றுக் குமட்டலைக் குறித்து அப்பா ஒன்றும் சொல்லவில்லை. ஆனால் அவர் என்னைக் குறித்து சங்கடப்படுவது

அவரது முகத்திலேற்பட்ட உணர்ச்சிகளிலிருந்து அறிந்து கொள்ளக் கூடியதாக இருந்தது. வணக்க மணி மாலையை வைத்துப் பிரார்த்தித்துக் கொண்டிருந்த அந்த ஆள் என் வயிற்றுக் குமட்டல் பற்றி கேட்டார். அப்பா அந்தப்புறமாக திரும்பிக் கொண்டார். அந்த ஆள் தார்பாலின் பாயின் ஒரு நுனியை தூக்கி டிரைவரை வண்டியை நிறுத்தும்படிக் கூறினார். ஆனால் வண்டியை ஓட்டிக் கொண்டிருந்த கருத்த நிறமுடைய, பென்சிலால் வரையப்பட்டது போன்ற மீசையுடனிருந்த கறீம் தலையை ஆட்டி மறுத்து, "நாம் காபூலுக்கு மிக அருகில் இருக்கிறோம். அவனை கொஞ்சம் இறுக்கிப் பிடித்துக் கொள்ளச் சொல்லுங்கள்" என்றான்.

அப்பா தாழ்ந்த குரலில் கோபமாக ஏதோ சொன்னார். அவரிடம் நான் மன்னிப்புக் கோர விரும்பினேன். ஆனால் என் வாயில் வாந்தி வருவதற்கான எச்சில் சுரந்து, குடலிலிருந்தவை தொண்டைவரை வந்து விட்டன. நான் திரும்பி ட்ரக்கின் மேல் மூடியிருந்த தார்பாலின் பாயை தூக்கினேன். எனக்குப் பின்னால் சக பயணிகளிடம் அப்பா மன்னிப்புக் கேட்டுக் கொண்டிருந்தார். அது பயண நேர வயிற்றுக் குமட்டல் என்பது மாபெரும் குற்றம் போல இருந்தது. அதுவும் பதினெட்டு வயதான ஆள் இப்படி குமட்ட லுடன் இருப்பது பெருங்குற்றம் போல இருந்தது. கறீம் வண்டியை நிறுத்துவதற்குள் இரண்டு முறை வாந்தி எடுத்துவிட்டேன். கறீம் வண்டியை நிறுத்தியது அவன் வண்டியில் வாந்தி எடுத்துவிடக் கூடாது என்பதற்காகத்தான். அந்த வண்டியே அவன் வாழ்வாதாரமாக இருந்தது. அந்த நேரத்தில் மிகவும் லாபகரமான தொழிலாக இருந்த ஆட்களைக் கடத்தி விடும் தொழிலே கறீமின் தொழிலாக இருந்தது. ஆப்கானிஸ்தானின் ஆக்கிரமிக்கப்பட்ட காபூலின் பகுதியான ஷொராவியிலிருந்து ஓரளவு பாதுகாப்பான பாகிஸ்தானிற்கு ஆட்களை கடத்திக் கொண்டு விடுவதையே கறீம் செய்து வந்தான். காபூலின் தென்கிழக்கே நூற்றியெழுபது கிலோமீட்டர் தொலைவி லிருந்த ஜலாலாபாத்திற்கு அவன் எங்களை கொண்டு சென்று கொண்டிருந்தான். அங்கே அவனது சகோதரனான தூர் பெரிய ட்ரக் வண்டியுடன் இரண்டாவதாக வரும் இந்த அணிக்காகக் காத்திருந் தான். அவன் கைபர் கணவாய் வழியாக பாகிஸ்தானின் பெஷாவர் நகருக்கு ஆட்களைக் கொண்டு சேர்ப்பான்.

சாலையிலிருந்து வண்டியை கறீம் ஒதுக்கி நிறுத்தியது மகிபார் அருவிக்கு சில கிலோமீட்டர் தொலைவில். மகிபார் என்றால் "பறக்கும் மீன்" என்று பொருள். அது உயர்ந்த சிகரமாக இருந்தது.

1967-ல் ஜெர்மானியர்களால் கட்டிக் கொடுக்கப்பட்ட நீர் மின் திட்டப் பகுதி அதில் அமைந்திருந்தது. ஜலாலாபாத்திற்கு செல்லும் வழியில் பலமுறை நானும் அப்பாவும் இங்கு வந்திருக்கிறோம். சைப்ரஸ் மரங்களும் கரும்புத் தோட்டங்களும் நிறைந்த ஜலாலாபாத் நகர் ஆப்கானியர்களின் குளிர்கால வாசஸ்தலமாக இருந்தது.

நான் டிரக் வண்டியிலிருந்து குதித்து சாலையோரமாகச் சென்றேன். வாந்தி வருவதற்கான அறிகுறியாக வாய் நிறைய உமிழ்நீர் ஊறியது. இருளில் மூழ்கியிருந்து பள்ளத்தாக்கைப் பார்த்துக் கொண்டிருந்த அந்த மலைச்சிகரத்தின் ஓரத்தில் தடுமாறியபடி சென்றேன். நான் முழங்கால்களில் கைகளை வைத்தபடி வாந்தி வருவதற்காகக் குனிந்து நின்றேன். எங்கேயோ மரக்கிளையின் சலசலப்பும் ஆந்தையின் அலறலும் கேட்டது. இதமான குளிர்ந்த காற்று மரக்கிளைகளுக்குள் புகுந்து புதர்களை ஆடச் செய்தது. கீழே பள்ளத்தாக்கில் அருவி நீர் ஓடும் சலசலப்பொலி மெலிதாகக் கேட்டது.

சாலையோரத்தில் நின்று கொண்டு வீட்டிலிருந்து புறப்பட்டு வந்த வழியையும், இதுவரையிலும் வாழ்ந்த எனது வீட்டையும் நினைத்துப் பார்த்தேன். சமையலறையில் கழுவப்படாத பாத்திரங்கள் அப்படியே கிடந்தன. சலவை செய்யப்படாத உடைகள் கூடையில் கிடந்தன. படுத்த படுக்கைகள் அப்படியே சரி செய்யப் படாமல் இருந்தன. அப்பாவின் சூட்டுகள் தொங்கிக் கொண்டி ருந்தன. ஹாலின் சுவர் அலங்காரங்கள் அப்படியே இருந்தன. அப்பா வின் படிப்பறையில் அம்மாவின் புத்தகங்கள் நிறைந்திருந்தன. நாங்கள் ஓடி வந்ததற்கான அடையாளம் மிகவும் குறைவாகவே இருந்தது. எனது தாத்தா மன்னர் நாதிர்ஷாவுடனிருக்கும் மானை வேட்டையாடிய படம்போல எனது பெற்றோரின் திருமணப் புகைப்படமும் இல்லாமலிருந்தது. சில உடுப்புக்களே எடுக்கப் பட்டிருந்தன. ஐந்தாண்டுகளுக்கு முன்னால் ரஹீம்கானால் எனக்குப் பரிசளிக்கப்பட்டிருந்த தோல்பைண்ட் செய்யப்பட்ட குறிப்புப் புத்தகமும் இல்லாமலிருந்தது.

இந்த ஐந்தாண்டுகளின் ஏழாவது வேலைக்காரனான ஜலாலுத்தீன் நாங்கள் எங்காவது வெளியே சென்றிருக்கக்கூடும் என்று காலையில் நினைப்பான். நாங்கள் அவனிடம் ஏதும் சொல்லியிருக்கவில்லை. காபூலில் இனி எவரையும் நம்பமுடியாது என்ற நிலை வந்து விட்டது. பணத்தாசையாலோ அல்லது பயத்தினாலோ ஒருவர் மற்றவரைக் காட்டிக்கொடுப்பது அதிகரித்துவிட்டது. பக்கத்து

வீட்டுக்காரன் அடுத்த வீட்டுக்காரனையும், பெற்றோரை குழந்தையும், சகோதரன் மற்ற சகோதரனையும், வேலைக்காரன் முதலாளியையும், நண்பன் நண்பனையும் இப்படி எல்லோரும் காட்டிக் கொடுப்பது அதிகரித்துவிட்டது. எனது பதின்மூன்றாவது பிறந்தநாள் விழாவில் அக்கார்டியன் வாத்தியத்தை இசைத்துக் கொண்டு பாடிய பாடகர் அஹமது ஜாஹீரை நினைத்தேன். அவர் தனது நண்பர்களுடன் காரில் வெளியே சென்றவர்தான். பின்னர் அவரது உடல் தலையின் பின்புறத்தில் சுடப்பட்ட நிலையில் சாலையோரத்தில் கண்டெடுக்கப்பட்டது. ரஃபீக் (தோழன்) என்றழைக்கப்பட்ட காம்ரேட்கள் எங்கும் நிறைந்திருந்தார்கள். அவர்கள் காபூலை இரண்டு குழுக்களாகப் பிரித்துவிட்டார்கள். ஒன்று ஒட்டுக் கேட்பவர்கள் கூட்டம். மற்றது ஒட்டுக் கேட்காதவர் கூட்டம். இதில் மிக முக்கியமான விஷயம் என்னவென்றால் ஒருவர் எந்தக் கூட்டத்தைச் சேர்ந்தவர் என்பது தெரியாததுதான். ஒரு தையல் காரரிடம் உங்கள் உடையைப்பற்றி சாதாரணமாகக் கூறும் சாதாரண வார்த்தைகூட பேரபாயத்தில் கொண்டு விட்டுவிடும். இறைச்சிக் கடைக்காரரிடம் ஊரடங்கு பற்றிப் பேசினால் போதும், நீங்கள் கலாஷ்னிக்கோவ் துப்பாக்கி முனையில் சிறையில் இருக்க வேண்டி வரும். மக்கள் தங்கள் வீட்டு உணவு மேசையில் அமர்ந்திருக்கும் போதுகூட மிக கவனமாக அளவாகப் பேச வேண்டும். வகுப்பறை களில்கூட ரஃபீக்குகள் இருந்தார்கள். அவர்கள் குழந்தைகளைத் தங்கள் பெற்றோர்களை உளவு பார்க்க சொல்லிக் கொடுத்திருந்தனர்.

அந்த நள்ளிரவில் சாலையில் நான் என்ன செய்து கொண்டிருந் தேன்? அடையாளமிடப்பட்ட பக்கத்தைக் கொண்ட புத்தகத்தை வைத்துக்கொண்டு எனது கட்டிலில் போர்வைக்குள் நான் இருந் திருக்க வேண்டும். இப்போது நடப்பதெல்லாம் கனவாக இருந் திருக்க வேண்டும். நாளை காலையில் எனது கட்டிலிலிருந்து எழுந்து ஜன்னல் வழியாகப் பார்ப்பேன். இறுகிய முகத்துடன் எந்த ரஷ்ய ராணுவ வீரரும் சாலைகளில் இருக்கமாட்டார். எனது நகரத்துத் தெருக்களில் பீரங்கி வண்டிகள் சுற்றிக் கொண்டிருக்காது. இடிக்கப் பட்ட கட்டட குப்பைக் குவியல்களிருக்காது. ஊரடங்குச் சட்டம் இருக்காது. ரஷ்ய ராணுவ அதிகாரிகளின் வண்டிகள் கடைத் தெருக்களில் சுற்றிக்கொண்டிருக்காது.

எனக்குப் பின்னால் அப்பாவும் கரீமும் ஜலாலாபாத்தில் செய்யப் பட்டுள்ள ஏற்பாடுகள் குறித்து புகைத்தபடி பேசிக்கொண்டிருந்தது கேட்டது. தனது சகோதரனிடம் "நல்ல முதல்தர வசதிகளைக் கொண்ட பெரிய டிரக் உள்ளது" என்று கரீம் அப்பாவிடம்

அழுத்தமாகச் சொல்லிக்கொண்டிருந்தான். பெஷாவருக்கு இப்படிச் செல்வது தினமும் நடப்பதுதான் என்றும். தனது சகோதரன் கண்களைக் கட்டிக்கொண்டுகூட எங்களை பெஷாவர் கொண்டு போய்ச் சேர்ப்பார் என்றும் கறீம் சொல்லிக் கொண்டிருந்தான். சோதனைச் சாவடிகளில் இருந்த ரஷ்ய-ஆப்கானிய ராணுவ வீரர்களுடன் இருவருக்கும் லாபமளிக்கக்கூடிய தான ஏற்பாட்டை தானும் தனது சகோதரரும் எப்படிச் செய்திருந் தார்கள் என்பதை கறீம் எனது அப்பாவிடம் கூறிக் கொண்டிருந்தது எனக்குக் கேட்டது. இது கனவாக இருக்கவில்லை. அதனை உறுதி படுத்துவதுபோல ஒரு மிக் ரக விமானம் ஓசையெழுப்பிக் கொண்டு எங்களுக்கு மேலே பறந்தது. கறீம் சிகரெட்டை விட்டெறிந்துவிட்டு தனது இடுப்பிலிருந்து ஒரு கைத்துப்பாக்கியை எடுத்தான். வானத்தை நோக்கிக் காட்டி சுடுவதைப் போல ஆட்டி, காறித்துப்பிவிட்டு அந்த விமானத்தை திட்டினான்.

ஹஸன் எங்கே இருப்பான் என்றெனக்கு ஆச்சர்யமாக இருந்தது. தரையிலிருந்த செடிகளின் மீது வாந்தி எடுத்தேன். நான் எழுப்பிய சப்தங்கள் அந்த விமானத்தின் ஒலியில் மறைந்து போனது.

இருபது நிமிடங்கள் கழிந்து மகிபார் சோதனைச் சாவடியில் எங்கள் டிரக்கை நிறுத்தினோம். எஞ்சினை அணைத்த கறீம் வண்டியை நோக்கி வந்தவர்களுக்கு முகமன் கூற வண்டியிலிருந்து குதித்தான். அவன் கால்களினடியில் கருங்கல் ஜல்லிகளின் ஒலி கேட்டது. குறைந்த அளவிலான வார்த்தைகள் மெல்லிய ஒலியில் பரிமாறிக்கொள்ளப்பட்டன. சிகரெட் லைட்டரின் ஒளி ஒருமுறை தெரிந்தது. ரஷ்ய மொழியில் “நன்றி” என்ற சொல் கேட்டது.

மீண்டும் லைட்டரின் ஒளி. யாரோ சிரிக்கும் ஒலி கேட்டது. கிறீச்சிட்ட ஒலி என்னைக் குதிக்க வைத்தது. அப்பா என் தொடையை அழுத்திப் பிடித்துக்கொண்டார். சிரித்துக்கொண்டிருந்த மனிதன், கனத்த ரஷ்ய தொனியில் பழைய ஆப்கானிய திருமணப் பாடலொன்றை பாடத்தொடங்கினான்.

“அஹெஸ்டே போரோ, மாஹிமான் அஹஸ்டே போரோ”
அதன் பொருள்: “மெல்லப்போ, என் காதல் நிலாவே, மெல்லப்போ”.

பூட்ஸுகளின் ஒலி சாலையில் கேட்டது. டிரக்கின் பின் தொங்கிக்கொண்டிருந்த தார்பாலின் பாயை யாரோ தூக்கினார்கள். மூன்று முகங்கள் வண்டியினுள் எட்டிப்பார்த்தன. ஒன்று கறீமினு டையது. மற்ற இரண்டும் ராணுவ வீரர்களுடையது. அதில் ஒன்று

ஆப்கானிய வீரனின் முகம். மற்றது ரஷ்ய வீரனின் முகம். ரஷ்ய வீரனின் வாயில் சிகரெட் தொங்கிக்கொண்டிருந்தது. அவர்களுக்குப் பின்னால் வானில் தந்த நிறத்தில் நிலா காட்சியளித்தது. பஸ்டூ மொழியில் கறீமும் ஆப்கானிய வீரனும் ஏதோ பேசிக்கொண்டனர். தூரையும் அவருடைய கஷ்டத்தையும் குறித்து அவர்கள் பேசியதை என்னால் புரிந்துகொள்ள முடிந்தது. டிரக்கின் பக்கவசத்தில் அந்த ரஷ்ய வீரன் முகத்தை நுழைத்தான். அவன் அந்த ஆப்கானிய திருமணப் பாடலை ஹம்மிங் செய்தபடி வண்டிமேல் தாளமிட்டுக் கொண்டிருந்தான். நிலவின் அந்த குறைந்த ஒளியில்கூட பயணிகளை ஒருவர் மாற்றி ஒருவராக அவன் பார்ப்பது தெரிந்தது. அந்தக் குளிரிலும் அவன் நெற்றியிலிருந்து வியர்வை வழிந்தது. கருப்பு சால்வையால் போர்த்தியிருந்த அந்த இளம்பெண் மீது அவன் பார்வை நின்றது. அந்தப்பெண் மீதிருந்து பார்வையை விலக்காம லேயே அவன் கறீமிடம் ரஷ்ய மொழியில் பேசினான். பட்டென்று பதில் சொன்ன கறீமிடம் அதனைவிட வேகமாக பட்டென்று ரஷ்ய ராணுவ வீரன் பேசினான். அந்த ஆப்கானிய வீரனும் மெல்ல எதையோ கூறினான். ஆனால் அந்த ரஷ்ய வீரன் கத்தியது அவர்கள் இருவரையும் ஒன்றும் பேசமுடியாமலாக்கிவிட்டது. அப்பாவுக்கு உணர்ச்சி மேலிடுவதை என்னால் அறிந்து கொள்ள முடிந்தது. கறீம் தொண்டையை சரிசெய்துகொண்டு, தரையை நோக்கிக் குனிந்து கொண்டு, அந்தப் பெண்ணுடன் அரை மணிநேரம் இருக்கவேண்டும் என்று அந்த ரஷ்ய வீரன் விரும்புவதாகச் சொன்னான்.

அந்த இளம்பெண் தனது முகத்தை சால்வையால் மூடிக் கொண்டாள். அவள் அழத்தொடங்கினாள். அவள் கணவனின் கைகளிலிருந்த அந்தப் பிஞ்சுக் குழந்தையும்கூட அழத்தொடங்கியது. அவள் கணவனின் முகம் வானிலிருந்த நிலவைப்போல வெளிறி விட்டது. அந்த “உயர்திரு ராணுவ வீரரிடம்” கொஞ்சம் கருணை காட்டும்படி சொல்லச் சொல்லிய அவள் கணவன், அந்த ரஷ்ய வீரனுக்கு சகோதரிகள் இருக்கலாம், அம்மா இருக்கலாம் ஏன் மனைவிகூட இருக்கலாம் என்று கூறி கருணை காட்டச் சொன்னான். கறீம் சொல்லுவதைக் கேட்ட அந்த ரஷ்ய வீரன் என்னவோ கத்தினான்.

“நம்மை விடுவதற்கு அவன் கேட்கும் விலை அது” என்றான் கறீம். அவனால் அந்தக் கணவனை நேராகப் பார்க்க முடியவில்லை.

“முன்பே நல்ல தொகையைக் கொடுத்துவிட்டோம். அவனுக்கும் நல்லதொகை கொடுத்திருக்கிறோம்” என்றான் அந்தப் பெண்ணின் கணவன்.

கறீமும் அந்த ராணுவ வீரனும் பேசினார்கள்.

எல்லாப் பொருளின் விலைக்கும் மேல் வரி கட்ட வேண்டும். அதுபோல்தான் இது என்று அந்த ரஷ்ய ராணுவ வீரன் சொல்வதாக கறீம் சொன்னான்.

அப்போதுதான் அப்பா எழுந்தார். இப்போது தொடையை அழுத்தி அப்பாவை நான் உட்காரச் செய்ய முயற்சித்தேன். அப்பா எனது கையை உதறிவிட்டு எழுந்தார். அவர் எழுந்து நின்றபோது நிலவொளியை மறைத்தார். “இவனை நானொன்று கேட்க விரும்புகிறேன்” என்று அந்த ரஷ்ய ராணுவ வீரனை நேருக்கு நேர் பார்த்துக்கொண்டு கறீமிடம் அப்பா சொன்னார்.

“அவனுக்கு மான வெட்கம் ஏதும் இல்லையா? என்று கேள்” என்று கறீமிடம் சொன்னார். கறீமும் அந்த ராணுவ வீரனும் பேசினார்கள். “இது போர். போரில் மான வெட்கமெல்லாம் இல்லை என்று அவன் சொல்கிறான்” என்று கறீம் சொன்னான்.

“அவன் சொல்வது தவறு என்று சொல். நல்லொழுக்கத்தையும் நன்னெறியையும் போர் மறுதலிப்பதில்லை. அமைதிக்காலத்தைவிட போர்க்காலத்தில்தான் நன்னெறிகள் மிகவும் தேவை என்று அவனிடம் சொல்” என்றார் அப்பா.

எனது இதயம் படபடத்தது. எல்லா நேரங்களிலும் இப்படித்தான் இருக்க வேண்டுமா? ஒருமுறையாவது சும்மா இருக்கக் கூடாதா? ஆனால் அப்பாவால் அப்படி இருக்க முடியாது என்று எனக்குத் தெரியும். அவருடைய இயல்பே அப்படித்தான். இதில் பிரச்சினை என்னவென்றால், அவருடைய இயல்பான இந்த குணம் எங்கள் எல்லோரையும் கொல்லப்போகிறது.

அந்த ரஷ்ய வீரன் மெலிதாக சிரித்துக்கொண்டே கறீமிடம் ஏதோ சொன்னான்.

“ஆகா சாகிப், இந்த ரஷ்யர்கள் நம்மைப் போன்றவர்களில்லை. மரியாதை கௌரவம் இவை பற்றியெல்லாம் இவர்களுக்கு ஒன்றும் தெரியாது” என்று கறீம் சொன்னான்.

“அவன் என்ன சொன்னான்?” என்று அப்பா கேட்டார்.

“உங்கள் மீது சுடுவதை அவன் பெண்ணைப் புணரும்போது மகிழ்வதைப் போன்று செய்வேன் என்று சொல்கிறான்” என்றான் கறீம்.

பாதி புகைத்த சிகரெட்டை விட்டெறிந்துவிட்டு துப்பாக்கியை எடுத்தான் அந்த ரஷ்ய ராணுவ வீரன். அப்பா இங்கேயே சாகப் போகிறார் என்று நினைத்தேன். அப்படித்தான் நடக்கப்போகிறது. பள்ளியில் கற்ற பிரார்த்தனையொன்று என் மூளையில் ஓடியது.

“இதனைப் போன்ற கேவலமான ஒரு செயல் நடப்பதற்கு முன்னால் ஆயிரம் துப்பாக்கிக் குண்டுகளை நான் எதிர்கொள்வேன் என்று அவனிடம் சொல்” என்றார் அப்பா. ஆறு ஆண்டுகளுக்கு முன்னால் காபூலின் அந்த சந்தில் நடந்தது என் மனதில் தோன்றியது. கமாலும் வலீயும் ஹஸனை அழுத்திப் பிடித்துக்கொள்ள ஆஸிஃபின் பின்புறம் முன்னும் பின்னும் அசைவது என் மனதில் ஓடியது. அப்பாவைப் போன்ற நாயகனாக நான் இருந்திருக்க வேண்டும். ஆனால் நான் அப்படி இருந்திருக்கவில்லை. நான் உண்மையிலேயே அப்பாவின் மகன்தானா என்று எனக்கு திகைப்பு ஏற்பட்டது.

வேட்டைநாய் போன்ற அந்த ரஷ்யன் துப்பாக்கியை உயர்த்தினான்.

“அப்பா தயை செய்து உட்காருங்கள். அவன் உண்மையிலேயே உங்களை சுடப் போகிறான்” என்று அப்பாவின் கையைப் பிடித்து இழுத்தேன்.

அப்பா என் கையைத்தட்டிவிட்டு, “உனக்கு எதனையும் நான் கற்றுக்கொடுக்கவில்லையா?” என்று கோபமாகக் கேட்டார்.

அந்த ராணுவ வீரனை நோக்கித் திரும்பி, “முதல் தோட்டாவி லேயே என்னைக் கொன்றுவிடச்சொல். இல்லையென்றால் நான் அந்த நாற்றம் பிடித்தவனின் மகனை துண்டுதுண்டாக்கி விடுவேன் என்று சொல்” என்றார்.

இதனைக் கறீம் மூலம் கேட்ட அந்த ரஷ்யன் முகத்திலிருந்த இளிப்பு மாறாமலேயே துப்பாக்கியின் குதிரையில் கை வைத்தான். அப்பாவை நோக்கி குறிவைத்தான். எனது இதயம் வேகமாக துடித்தது. என் முகத்தைக் கைகளில் புதைத்துக்கொண்டேன்.

துப்பாக்கி சுடும் ஒலி கேட்டது.

நடந்துவிட்டது. எனக்கு வயது பதினெட்டுதான். நான் இப்போது ஓர் அநாதை. அப்பா இறந்துவிட்டார். நான் அவரை புதைக்க வேண்டும். அவரை எங்கே புதைப்பது? அதற்குப் பிறகு நான் எங்கே போவது? இப்படியான எனது சுழன்றடித்த வேதனையான எண்ணங்கள் நான் கண்களைத் திறந்து அப்பா இன்னும் நின்று கொண்டிருப்பதைப் பார்த்தபோது மாறிவிட்டது. வேறு சில வீரர்களுடன் இன்னுமொரு ரஷ்ய ராணுவ அதிகாரி நிற்பதைப் பார்த்தேன். அவருடைய துப்பாக்கியிலிருந்துதான் வெடியோசை கேட்டிருக்கிறது. அப்பாவை சுடுவதாகச் சொன்ன ராணுவ வீரனின் துப்பாக்கி அவன் இடுப்புக்கே போய்விட்டது. அவன் கால்கள் நடுங்கிக்கொண்டிருந்தன. ஒரே நேரத்தில் அழுதேன் சிரித்தேன். இதனைப்போன்று எப்போதும் எனக்கு நடந்ததில்லை.

சாம்பல் நிற முடியுடன் பருமனாயிருந்த புதிதாக வந்த அந்த ரஷ்ய ராணுவ அதிகாரி உடைந்த ஃபார்ஸி மொழியில் எங்களுடன் பேசினார். தனது தோழனின் நடத்தைக்கு மன்னிப்பு கேட்டார். "போரிடுவதற்காக இந்தப் பையன்களை ரஷ்யா அனுப்புகிறது. அவர்கள் விடலைகளாக இருப்பதால், இங்கு வந்தவுடன் போதை மயக்கத்தில் சிக்கிவிடுகின்றனர்" என்ற அவர், மகனின் நடத்தையில் வெறுப்புற்ற தந்தை பார்ப்பதைப்போல அந்த ராணுவ வீரனைப் பார்த்தார்.

"இவன் போதைப் பழக்கத்தில் சிக்கி இருக்கிறான். அவனை சரிப்படுத்த முயற்சிக்கிறேன்" என்றபடி அவர் எங்களைப் போக விட்டார்.

சில கணங்களில் நாங்கள் வண்டியை கிளப்பினோம். தவறாக நடந்த அந்த ராணுவ வீரன் சிரித்தபடி அந்தப் பழைய ஆப்கானிய திருமணப் பாடலை பாடுவதை நான் கேட்டேன்.

பதினைந்து நிமிடங்கள் நாங்கள் அமைதியாக இருந்தோம். அந்த இளம்பெண்ணின் கணவன் எழுந்து என் அப்பாவின் கையைப் பிடித்து முத்தமிட்டான். இப்படி அப்பாவின் கையை முத்தமிடுவதை நான் பலமுறை கண்டிருக்கிறேன்.

சூரியன் உதிப்பதற்கு ஒரு மணிநேரம் முன்பு நாங்கள் ஜலாலா பாத்தை அடைந்தோம். குப்பை கூளங்கள் நிறைந்த இரண்டு தெருக்கள் சந்திக்கும் இடத்திலிருந்த ஒருதளக்கட்டிடத்தில் கரீம் எங்களை இறக்கிவிட்டான். அந்த தெரு முழுவதும் ஒருதளக் கட்டிடங்களும், அடைக்கப்பட்ட கடைகளுமாக இருந்தன.

அக்கேஷியா மரங்கள் வரிசையாக நின்றிருந்தன. எங்களுடமைகளை எடுத்துக்கொண்டு நாங்கள் அந்த வீட்டுக்குள் விரைவாகச் செல்லும்பொழுது குளிரால் எனது கோட்டின் காலரை நான் விரித்து இழுத்து விட்டுக்கொண்டேன்.

குறைந்த ஒளியுடனிருந்த அந்த காலி அறையில் கறீம் எங்களை விட்டவுடன் முன் கதவைப் பூட்டி ஜன்னல்களை பழைய கிழிந்த திரைச்சீலைகளைக் கொண்டு இழுத்து மூடினான். அப்புறம் ஒரு நீண்ட பெருமூச்சை இழுத்துவிட்டபடி அந்த கெட்ட செய்தியை அவன் சொன்னான். அவனது சகோதரர் தூரினால் எங்களை பெஷாவர் கொண்டு செல்லமுடியாது என்பதுதான் அது. தூரின் டிரக் எஞ்ஜின் வெடித்துப் போய், அதன் உதிரி பாகங்களுக்காக ஒரு வாரமாக காத்திருக்கிறார்களாம்.

“ஒரு வாரத்திற்கு முன்னதாகவா? அது உனக்குத் தெரியுமென்றால் எங்களை ஏன் கொண்டு வந்தாய்?” என்று யாரோ கேட்டார்கள்.

சட்டென்று யாரோ நகர்ந்தது எனக்குத் தெரிந்தது. விர்ரென்று ஏதோ ஓசை கேட்டது. கறீம் சுவற்றில் அடிக்கப்பட்டு அவனது கால்கள் தரையிலிருந்து இரண்டடி உயரத்தில் நடுங்கிக் கொண்டிருந்தன. அவன் கழுத்தை இறுக்கிப் பிடித்திருந்தது அப்பாவின் கைகள்.

“நான் சொல்கிறேன் ஏன் கொண்டு வந்தான் என்று. அவனுக்கான பணத்தின் மீது மட்டுமே அவனுக்கு அக்கறை” என்றார் அப்பா. கழுத்து நெறிபடுவதால் ஏற்படும் சப்தம் கறீமிடமிருந்து வந்து கொண்டிருந்தது. அவன் வாயிலிருந்து எச்சில் வழிந்து கொண்டிருந்தது.

“ஆகா அவனை விட்டுவிடுங்கள். அவன் செத்துவிடப் போகிறான்” என்று பயணிகளில் ஓராள் சொன்னார்.

“அவனை நான் கொல்லத்தான் போகிறேன்” என்று அப்பா சொன்னார். அப்பா இதனை சும்மா சொல்லவில்லை என்பது எல்லோருக்கும் தெரிந்திருந்தது. கறீம் முகம் சிவந்து கால்களை உதறினான். ரஷ்ய ராணுவ வீரனின் தொல்லைக்காளாகிய அந்த இளம்பெண் வந்து கெஞ்சியது வரை அப்பா கறீமை விடவில்லை.

கறீமை அப்பா விட்டவுடன் கறீம் தரையில் திணறிக்கொண்டிருந் தான். அறை முழுவதும் அமைதியாக இருந்தது. இரண்டு மணி

நேரத்திற்கு முன்பு முன்னர் அறிந்தேயிராத பெண்ணின் மானத்தைக் காக்க துப்பாக்கி குண்டுகளைத் தன் மார்பில் வாங்கத் தயாரானவர், அந்தப் பெண்மட்டும் கெஞ்சவில்லை என்றால் கரீமை கொன்றே இருப்பார்.

அடுத்த அறைக் கதவு தட்டப்படும் சப்தம் கேட்டது. அடுத்த அறையல்ல, தாழ்வறையிலிருந்து.

"என்ன அது?" என்று யாரோ கேட்டார்கள். மூச்சை கஷ்டப்பட்டு இழுத்துக்கொண்டே "மற்ற பயணிகள்" என்று கரீம் சொன்னான்.

"எவ்வளவு நாட்களாக அவர்கள் காத்திருக்கிறார்கள்?" என்று கரீமிடம் அப்பா கேட்டார்.

"இரண்டு வாரங்களாக"

"டிரக் பழுதானது கடந்த வாரம்தான் என்று சொன்னாய் என்று நினைக்கிறேன்" என்றார் அப்பா.

கரீம் தொண்டையை தடவிக்கொண்டே "ஒருவாரம் முன்னதாக இருக்கலாம்" என்றான்.

"எவ்வளவு காலம்?" என்றார் அப்பா.

"என்ன?" என்றான் கரீம்.

"உதிரி பாகங்கள் கிடைக்க எவ்வளவு நாட்களாகும்?" என்று அப்பா கர்ஜித்தார்.

கரீம் ஒன்றும் சொல்லாமல் பின்வாங்கினான். இருளாயிருந்தது எனக்கு ஒருவித மகிழ்ச்சியாய் இருந்தது. அப்பாவின் கோபமான அந்த கொலைகாரப் பார்வையை நான் பார்க்க விரும்பவில்லை.

கீழ்தளத்திற்கான கதவை கரீம் திறந்தவுடன் ஈரப்பதமான துர்நாற்றம் என் நாசியைத் தாக்கியது. நாங்கள் வரிசையாக கீழே இறங்கினோம். அப்பாவின் எடை தாங்காமல் படிக்கட்டுகள் கிறீச்சிட்டன. அந்த குளிரான கீழ்தளத்தில் நின்றபடி இருளில் விழித்து இருந்த கண்களால் நான் பார்க்கப்படுவதை உணர்ந்தேன். பல நிழலுருவங்கள் அறையிலிருந்த மங்கிய மண்ணெண்ணய் விளக் கொளியில் தெரிந்தன. எங்கோ தண்ணீர் சொட்டிக்கொண்டிருக்கும் ஒலியுடன், ஏதோ சுரண்டப்படுவது போன்ற ஒலியுடன் அறை முழுவதும் ஒரு முணுமுணுப்பு சப்தம் கேட்டது.

எனக்குப் பின்னால் பெருமூச்சுவிட்டபடி அப்பா பெட்டி பைகளை போட்டார். சீக்கிரமே டிரக் சரி செய்யப்பட்டுவிடும் என்று கறீம் எங்களிடம் சொன்னான். அப்புறம் நாங்கள் பெஷாவரை நோக்கி செல்வோம். சுதந்திரத்தை நோக்கி செல்வோம். பாதுகாப்பை நோக்கி செல்வோம்.

அடுத்தவாரம் வரை அந்தக் கீழ்தளமே எங்கள் வீடு. எதையோ தேய்த்து சுரண்டும் ஒலி எதுவென்று மூன்றாம் நாளிரவு நான் கண்டுபிடித்தேன். அது எலிகள் சுரண்டும் சப்தம். இருளுக்கு என் கண்கள் பழகியவுடன் அந்த கீழ்தளத்தில் சுமார் முப்பது அகதிகள் இருப்பதைக் கண்டேன். நாங்கள் எல்லோரும் நெருக்கமாக சுவர்மீது சாய்ந்து அமர்ந்தபடி பேரீச்சை, ஆப்பிள்களுடன் ரொட்டிகளையும், நொறுக்குத் தீனிகளையும் தின்றோம். முதல் நாளிரவு ஆண்கள் எல்லோரும் ஒன்றாகத் தொழுதனர். அவர்களில் ஓராள் அப்பா ஏன் அவர்களுடன் சேர்ந்து கொள்ளவில்லை என்று கேட்டார். “இறைவன்தான் நம்மை எல்லாம் காக்கிறான். நீங்கள் ஏன் அவனை வணங்கக்கூடாது?” என்றும் கேட்டார்.

அப்பா தனது மூக்குப்பொடியை உறிஞ்சினார். தன் கால்களை நன்கு நீட்டிக்கொண்டார். “நம்மைக் காக்கப்போவது எட்டு சிலிண்டர்களும் ஒரு கார்புரேட்டரும்தான்” என்றார். இதனைக் கேட்ட மற்றவர்களெல்லாம் வாயடைத்துப்போயினர்.

எங்களுடன் பதுங்கி இருந்தவர்களில் கமாலும் அவன் தந்தையும் இருந்ததை நான் பின்னிரவில் கண்டுபிடித்தேன். என்னிடமிருந்து சில அடி தூரத்தில் கமால் இருந்தது எனக்கு அதிர்ச்சியாக இருந்தது. அறையில் நாங்களிருந்த பக்கம் கமாலும் அவன் தந்தையும் வந்தபோது நான் அவன் முகத்தைப் பார்த்தேன்.

அவன் வாடிப்போயிருந்தான். அவனிருந்த நிலையை இதற்கு மேல் எந்த வார்த்தையும் கொண்டு சொல்லமுடியாது. அவன் என்னைப் பார்த்தபோது, அவன் கண்களில் என்ன உணர்ச்சி இருந்தது என்பது தெரியவில்லை. அவன் தோள்களை குறுக்கிக் கொண்டு உட்கார்ந்திருந்தான். அவன் கன்னங்கள் ஒட்டிப்போய் இருந்தன. காபூலில் ஒரு திரையரங்கை சொந்தமாகக் கொண்ட அவன் அப்பா, மூன்று மாதங்களுக்கு முன்னால் எங்கிருந்தோ வந்த துப்பாக்கித் தோட்டா ஒன்று எப்படி அவர் மனைவியின் நெற்றியில் தாக்கி அவளை இறக்கச் செய்தது என்பதை அப்பாவிடம் சொல்லிக் கொண்டிருந்தார். அப்புறம் கமாலைப் பற்றி அப்பாவிடம் அவர் சொல்லிக் கொண்டிருந்தார். அவர் சொல்லிக் கொண்டிருந்ததில் சில

வார்த்தைகளையே என்னால் கேட்கமுடிந்தது. அவை: அவனை தனியாக விட்டிருக்கக் கூடாது. அவன் எப்போதும் லட்சணமாக அழகாக இருப்பான். நான்கு பேர்கள்... சண்டையிட முனைந்தனர்... கடவுளே... அவனைக் கொண்டுசென்றனர்... அவன் கால்சட்டையிலிருந்து இரத்தம் வடிந்துகொண்டே இருந்தது... அவனால் ஏதும் பேச முடியவில்லை... வெறித்துப்பார்த்துக் கொண்டே இருந்தான்.

எலிகள் நிறைந்த அந்த கீழ்தளத்தில் ஒரு வாரம் நாங்கள் இருந்த பின்னர் டிரக் வண்டிக்கு வாய்ப்பில்லை என்றும், சரி செய்ய முடியாத அளவுக்கு அவர்கள் வண்டி ஆகிவிட்டதென்றும் கறீம் சொன்னான். எதிர்ப்பு முனகலுக்கிடையில் அவன் குரல் உயர்ந்து "வேறு ஒரு வாய்ப்பு உள்ளது" என்றது. அவனது ஒன்றுவிட்ட சகோதரரிடம் ஒரு எண்ணெய் கொண்டு செல்லும் டிரக் உள்ளது என்றும், அது இரண்டு மூன்று முறை ஆட்களைக் கொண்டு சென்றுள்ளது என்றும் சொன்னான். அவர் ஜலாலாபாத்திலேயேதான் இருக்கிறார் என்றும் எங்கள் எல்லோருக்கும் அந்த டிரக் போதுமானதாக இருக்கும் என்றும் அவன் சொன்னான். வயது முதிர்ந்த ஒரு தம்பதியைத் தவிர மற்ற அனைவரும் அதில் போக முடிவு செய்தனர்.

நான், அப்பா, கமால், அவன் தந்தை உட்பட அனைவரும் அன்றிரவு கிளம்பினோம். கறீமும், சதுர முகத்தையும் வழுக்கைத் தலையையும் கொண்ட அஸீஸ் என்ற பெயருடைய கறீமின் ஒன்றுவிட்ட சகோதரரும் எண்ணெய் டிரக்கின் டாங்குக்குள் நாங்கள் போவதற்கு உதவினர். நின்றிருந்த வண்டியின் பக்கவாட்டிலிருந்த ஏணியின் மூலம் நாங்கள் ஒருவர் பின் ஒருவராக டேங்குக்குள் இறங்கினோம். அப்பா ஏணியின் பாதிவரை ஏறி பின் கீழே இறங்கி, தனது பொடி டப்பாவை காலி செய்துவிட்டு சாலையிலிருந்து கையால் கொஞ்சம் மண்ணை எடுத்து அதில் வைத்துக்கொண்டது எனக்கு நினைவிருக்கிறது. அவர் அந்த மண்ணை முத்தமிட்டு தனது இதயத்திற்கு அருகில் இருந்த சட்டைப்பையில் வைத்துக் கொண்டதும் எனக்கு நினைவிலிருக்கிறது.

பீதி-பயம்

நீங்கள் உங்கள் வாயைத் திறக்கிறீர்கள். உங்கள் தாடைகள் கிறீச்சிடும்படி அகலமாகத் திறக்கிறீர்கள். காற்றை உள்ளிழுக்கும்படி உங்கள் நுரையீரல்களுக்கு உத்தரவிடுகிறீர்கள். இப்போது உங்களுக்குக் காற்று மிகவும் அவசியமாக இருக்கிறது. இப்போதே அது மிகவும் அவசியமாக இருக்கிறது. ஆனால் காற்றுப் பாதை அதனை மறுக்கிறது. காற்றுப்பாதை இறுகி, முறுக்கமடைந்து துவள்கின்றது. பானங்களை அருந்தப் பயன்படும்

ஸ்டிரா மூலம் உடனடியாக சுவாசிக்கிறீர்கள். உங்கள் வாய் மூடி, உதடுகள் லேசாகத் திறக்கின்றன. உங்களால் முடிந்ததெல்லாம் கழுத்து நெறிக்கப்படும்போது ஏற்படும் ஒலியை எழுப்புவதுதான். உங்கள் கைகள் நெளிந்து நடுங்குகின்றன. எங்கோ ஓர் அணை உடைந்து குளிர்ந்த வியர்வை பரவி உங்கள் உடலை நனைக்கிறது. நீங்கள் ஓலமிட விரும்புகிறீர்கள். உங்களால் முடியுமென்றால் நீங்கள் ஓலமிடுவீர்கள். ஆனால் ஓலமிட நீங்கள் சுவாசித்துக் கொண்டிருக்க வேண்டும்.

பீதி-பயம்

அடிப்பகுதி கடும் இருள் சூழ்ந்ததாக இருந்தது. அந்த எண்ணெய் டேங்க் மிகவும் கருமையானதாக இருந்தது. நான் இடதுபுறம், வலதுபுறம் மேல், கீழ் என எல்லா வசமும் திரும்பிப் பார்த்தேன். என் கண்களின் முன்னால் கைகளை ஆட்டினேன். எந்த ஒன்றும் என் கண்களுக்குத் தெரியவில்லை. நான் முழித்துப் பார்த்தேன். நன்றாக முழித்துப் பார்த்தேன். ஒன்றுமே தெரியவில்லை. காற்று நன்றாகவே இல்லை. அது கனமானதாக கிட்டதட்ட திடப்பொருள் போல் இருந்தது. காற்றை என் கைகளால் பிடித்து நொறுக்கி என் மூக்கிற்குள் செலுத்த விரும்பினேன். என் கண்களை யாரோ உரித்து எலுமிச்சம் பழச்சாற்றைக் கொண்டு தேய்த்ததுபோல எண்ணெய் காற்றினால் என் கண்கள் எரிந்தன. ஒவ்வொரு மூச்சு இழுப்பிலும் என் மூக்கு எரிந்தது. இதனைப் போன்றதொரு இடத்தில் எவரும் இறந்து போகக்கூடும் என நினைத்தேன். ஒரு ஓலம் வர எத்தனித்துக் கொண்டே இருந்தது.

அப்போது ஒரு சிறிய அற்புதம் நிகழ்ந்தது. அப்பா என் கையைப் பிடித்து இழுத்தார். இருளில் ஏதோ பச்சை ஒளி தெரிந்தது. ஒளி! அப்பாவின் கைக் கடிகாரத்திலிருந்து பச்சை நிற ஒளி வந்து கொண்டிருந்தது. அந்த ஒளிரும் கரங்களில் என் கண்களை நான் ஒட்டிக்கொண்டேன். அதனையும் நான் இழந்துவிடுவேன் என்ற பயத்தில் நான் கண்களை மூடவே அச்சப்பட்டேன்.

என்னைச் சுற்றியிருந்தவைகளைப் பற்றிய உணர்வை நான் மெல்ல பெற்றேன். முனகல்களையும், பிரார்த்தனை சப்தங்களையும் நான் கேட்டேன். குழந்தை அழும் ஒலியையும், அதன் தாய் அதனை தேற்றுவதையும் கேட்டேன். யாரோ வாந்தி எடுப்பதற்கு ஒக்காள மிடுவது கேட்டது. ஷொராவியை யாரோ சபித்தார்கள். ட்ரக் இந்தப் பக்கமும் அந்தப் பக்கமும் ஆடியது. மேலும் கீழும் தூக்கிப் போட்டது. உலோகச் சுவரில் தலைகள் மோதின.

“நல்லது எதையாவது நினை. மகிழ்ச்சியான ஏதாவதொன்றை நினைத்துக்கொள்” என்று அப்பா என் காதில் சொன்னார்.

ஏதோ நல்லது. ஏதோ மகிழ்ச்சியானது. எனது மனதை தேடவிட்டேன். அது வரட்டும்

பக்மானில் ஒரு வெள்ளிக்கிழமையின் பிற்பகல். பசும்புல்வெளியிலிருந்த மல்பெரி மரங்கள் பூத்துக்குலுங்கிக் கொண்டிருந்தன. கணுக்கால் வரை வளர்ந்திருந்த புற்களுக்குள் நின்றுகொண்டு நான் பட்டம்விட, ஹஸன் நூல்கண்டைப் பிடித்து நூலை விட்டுக் கொண்டிருந்தான். எங்கள் கண்கள் வானிலிருந்த பட்டத்தின் மீதிருந்தன. எங்களுக்குள் எந்த வார்த்தையாடலும் இல்லை. எதுவும் சொல்லிக்கொள்ள இல்லாமலிருந்ததல்ல காரணம். எதுவும் சொல்ல வேண்டியிருக்கவில்லை. அது அப்படித்தான். முதல் நினைவுகளைக் கொண்டு, ஒரே முலைப்பாலை அருந்தி வளர்ந்தவர்களிடையே உள்ள புரிதல் அப்படித்தான். தென்றல் புற்களைக் களைத்துச் சென்றது. ஹஸன் நூலை விட்டுக் கொண்டிருந்தான். பட்டம் சுழன்றது. கரணமிட்டது. பின் நிதானமாக நிலைத்துப் பறந்து கொண்டிருந்தது. எங்கள் இருவரது நிழலும் புற்களின் மீது விழுந்திருந்தது. புல்வெளியின் மறுகோடியிலிருந்து குட்டைச் சுவர்க்கப்பாலிருந்த நீரூற்றின் பேச்சொலி, சிரிப்பொலி, சலசலவொலி கேட்டுக்கொண்டேயிருந்தது. “எங்கிருந்தோ” இசையொலியும் கேட்டது. அது பிரபலமான பழையதொரு பாடலென்று நினைக்கிறேன். தேநீரும் கேக்கும் சாப்பிடும் நேரமிது என்று யாரோ சுவருக்கப்பாலிருந்து எங்களைக் கூப்பிடுவது கேட்டது.

கூப்பிட்டது யார் என்றும் எப்போது எந்த ஆண்டு என்றும் எனக்கு நினைவில்லை. அந்த நினைவு மட்டும் என்னுள் வாழ்கிறது என்பது எனக்குத் தெரிந்திருந்தது. அது கடந்து போன மிக நல்ல காலம் என்பதும் வெளிர் திரையில் தீட்டப்பட்டிருந்த வண்ணம் நிறைந்த எங்கள் வாழ்க்கை போலவும் இருந்தது.

அந்தப் பயணத்தின் எஞ்சிய பகுதியெல்லாம் நினைவுச் சுவடுகள் வந்தும் போய்க் கொண்டும் இருந்தன. என் தலைக்கு மேல் இரைந்தபடி பறக்கும் மிக்ரக விமானங்கள்; துப்பாக்கியின் சடசடப்பொலி; கழுதையின் கத்தல்; கழுத்தில் மணிச்சத்தத்துடன் கனைக்கும் ஆட்டின் ஒலி; டிரக்கின் சக்கரங்களில் சிக்கி நொறுங்கும் கருங்கல் ஜல்லியின் ஒலி; இருளில் தவிக்கும் குழந்தையின்

அழுகையொலி; எண்ணெயின் நெடியுடன் கூடிய மணம், வாந்தி, மலத்தின் துர்நாற்றம்.

அடுத்து எனக்கு நினைவிலுள்ளது எதுவென்றால் டேங்கிலிருந்து வெளியே வந்தபோது பார்த்த அதிகாலையின் கண்ணைப் பறிக்கும் ஒளிதான். உலகிலே காற்று தீர்ந்துவிடப்போவதைப் போன்று நான் காற்றை உள்ளிழுத்ததுதான் அடுத்து என் நினைவில் உள்ள விஷயம். பாறைப்பள்ளத்திற்கு அருகிலிருந்த மண்சாலையில் படுத்துக் கொண்டு காற்றுக்கும், வெளிச்சத்திற்கும் உயிரோடு இருப்பதற்கும் நன்றியைத் தெரிவித்துக் கொண்டு அதிகாலையின் மங்கிய வானைப் பார்த்தேன்.

“அமீர், நாம் இப்போது பாகிஸ்தானிலிருக்கிறோம். நம்மைப் பெஷாவர் கொண்டுபோக ஒரு பேருந்தை அழைப்பதாக கறீம் சொல்லியிருக்கிறான்” என்றார் அப்பா. நான் இன்னும் தரையில் படுத்துப் புரண்டுகொண்டே அப்பாவின் கால்களுக்கருகில் இருக்கும் எங்கள் பெட்டிகளைப் பார்த்தேன். அப்பாவின் கால்களுக்கிடையே டிரக்கிலிருந்து மற்றவர்கள் இறங்குவதைப் பார்த்தேன். அதற்கப்பால் அந்த மண்சாலை ஈயத்தகடுகள் போன்ற வயல்களைத் தாண்டி கிண்ணம் போன்ற வடிவத்திலிருந்த குன்றுகளில் மறைந்தது. அது ஒரு சிறிய கிராமத்தையும் கடந்து சென்றது.

எனது கண்கள் எங்கள் பெட்டியின் பக்கம் திரும்பின. அவற்றைப் பார்த்தபின் அப்பா மீது எனக்கு வருத்தம் மேலிட்டது. எல்லா வற்றையும் திட்டமிட்டு, உண்டாக்கி, கட்டி, சண்டையிட்டு, வெற்றி கண்ட, கனவு கண்ட அவர் வாழ்வின் மொத்தத் தொகுப்பு இந்த இரண்டு பெட்டிகளும், அவருடைய எதிர்பார்ப்பை நிறைவேற்றாத ஏமாற்றமளிக்கும் மகனும்தான் எனும்போது அவர் மீது மிகவும் வருத்தம் தோன்றியது.

யாரோ வீறிட்டலறுவது கேட்டது. இல்லை. இல்லை வீறிட வில்லை. பேரழுகை. ட்ரக்கில் வந்தவர்களெல்லாம் கூட்டமாக நின்று வேகமாகப் பேசிக்கொண்டிருந்தது கேட்டது. நிறைய “வாயுக்கள்” என்று யாரோ சொன்னார்கள். வேறொருவர் வேறெதனையோ சொன்னார். பேரழுகை தொண்டையைக் கிழித்துக் கொண்ட அலறலாக மாறியது.

நானும் அப்பாவும் அந்தக் கூட்டத்திற்குள் ஆட்களை விலக்கிக் கொண்டு புகுந்தோம். அவர்களுக்கு நடுவில் கால்களைக் கட்டிக் கொண்டு, தன் மகனின் சாம்பல் நிறமாக மாறிய முகத்தைப் பார்த்து

முன்னும் பின்னும் தன்மகனை முத்தமிட்டுக்கொண்டு கமாலின் அப்பா அழுது கொண்டிருந்தார். அவனது வலது கை துவண்டு அவன் அப்பாவின் அழுகையொலிக்கேற்ப தூக்கிப் போட்டுக் கொண்டிருந்தது. “என் மகனே! அவனால் மூச்சுவிட முடிய வில்லையே! அல்லாஹ்வே! அவனை மூச்சு விட உதவு!“ என்று அவர் கதறிக் கொண்டிருந்தார்.

அப்பா குனிந்து அவருடைய தோள்மீது கையை வைத்தார். கமாலின் தந்தை அந்தக் கையை தட்டிவிட்டு கரீமும் அவனுடைய ஒன்றுவிட்ட சகோதரனும் நின்ற பக்கம் சென்றார். சட்டென்று நடந்தது என்னவென்றால், ஒரு சண்டை. கரீம் திடீர் தாக்குதலால் கத்தினான். கையால் ஒரு அடி விழுவதையும், ஒரு உதையையும் நான் பார்த்தேன். ஒரு கணம் கழித்து கரீமினுடைய துப்பாக்கியை கரீமின் தலையில் வைத்தபடி கமாலின் அப்பா நின்றிருந்தார்.

“என்னைச் சுட்டுவிடாதீர்கள்” என்று கரீம் கதறினான்.

ஆனால் நாங்கள் எதுவும் செய்வதற்குள் கமாலின் தந்தை துப்பாக்கியை தன் வாய்க்குள் நுழைத்து சுட்டுக் கொண்டார். அந்த வெடிச்சத்தத்தை என்னால் ஒருபோதும் மறக்க முடியாது. அந்த வெளிச்சத்தையும் தெறித்த இரத்தத்தையும் மறக்க முடியாது.

எனக்கு மயக்கமேற்பட்டு சாலையின் ஓரத்தில் விழுந்தேன்.

பதினொன்று

ஃப்ரமன்ட், கலிஃபோர்னியா - 1980கள்.

அப்பாவுக்கு அமெரிக்காவை மிகவும் பிடித்திருந்தது. அமெரிக்க வாழ்வு அவருக்கு வயிற்றுப் புண்ணைத் தந்தது.

எங்கள் வீட்டிலிருந்து சில தெருக்கள் தள்ளி இருந்த ஃப்ரமன்ட்டின் எலிஸபெத் பார்க் எரிக்கரை மைதானத்தில் சிறுவர்கள் மட்டைப்பயிற்சி செய்வதையும், சிறுமிகள் விளையாடுவதையும் பார்த்துக்கொண்டு நடந்ததை நினைத்துக் கொள்கிறேன். சமயங்களில் தனது நீண்ட அரசியலுரையை நிகழ்த்தி அப்பா எனக்கு தெளிவை ஏற்படுத்துவார். "அமீர் இந்த உலகில் உண்மையான மூன்று மனிதர்களே உள்ளனர்" என்று. தன் விரல்களை விட்டுக் கொண்டு சொல்வார், "வலுவான பாதுகாப்பாளனான அமெரிக்கா, பிரிட்டன் மற்றும் இஸ்ரேல்" என்பார். "மற்றவையெல்லாம் வயதான மூதாட்டியைப் பற்றி கிசுகிசு கூறுவதைப் போன்ற ஒன்றுமில்லாதவை" என்று வினோதமானதொரு ஒலியை எழுப்பி சொல்லுவார்.

இது ஃப்ரமன்டிலிருந்த ஆப்கானியர்களிடையே யூதர்களுக்கு ஆதரவாகவும் இஸ்லாமிய மதத்திற்கு எதிராகவும் இருப்பதாக அவர் மீது கோபத்தை வரவழைத்தது. அவர்களை தேநீர் அருந்த அழைத்து அரசியல் பேசி அவர்களைத் தூண்டி விளையாடுவார். பின்னர்

என்னிடம் சொல்லுவார், “அவர்களுக்கு புரியாதது என்னவென்றால், இதில் மதம் ஏதும் செய்ய முடியாது என்பதுதான்” என்று. அப்பா வின் பார்வையில் தங்களது சுயநலத்தில் மட்டுமே அக்கறை கொண்டு எண்ணெய் வளத்தில் ஊதிக் கொழுக்கும் அரேபியர்களி டையே தனித்தீவு போல உள்ள இஸ்ரேல் என்பது “உண்மையான ஆம்பளை” என்பதுதான். அரபிமொழி தொனியில் “இஸ்ரேல் அதைச் செய்தது இஸ்ரேல் இதைச் செய்தது” என்று கிண்டல் செய்வார். “அப்படி என்றால் அதற்கு ஏதேனும் செய்யுங்கள்! நடவடிக்கை எடுங்கள். நீங்கள் அரேபியர்கள். அப்படியானால் பாலஸ்தீனியர்களுக்கு உதவுங்கள்!” என்று கூறுவார்.

அவர் ஜிம்மி கார்ட்டரை “பெரிய பல் கொண்ட முட்டாள்” என்று அறுவறுப்பாக சொல்வார். 1980-ல் (அப்போது நாங்கள் காபூலில் இருந்தோம்) மாஸ்கோவில் நடக்கும் ஒலிம்பிக் போட்டிகளை பகிஷ்கரிப்பதாக அமெரிக்கா அறிவித்தது. அப்பா வெறுப்புடன், “பிரஷ்னேவ் ஆப்கானிஸ்தானை நசுக்குகிறான். இந்த பட்டாணி கொறிப்பவனால் சொல்ல முடிந்ததெல்லாம் நான் உங்கள் நீச்சல் குளத்தில் நீந்த வர மாட்டேன் என்பதுதான்” என்று சொல்வார். லியோனிட் பிரஷ்னேவைவிட ஜிம்மி கார்ட்டர்தான் விவேகமற்று கம்யூனிஸத்திற்கு அதிக சாதகம் செய்துவிட்டதாக அப்பா நம்பினார். “மிதிவண்டிகூட ஓட்டத்தெரியாத ஒரு பையனை புத்தம்புதிய காடிலாக் காரை ஓட்டச் சொல்வதுபோல்தான் ஜிம்மி கார்ட்டரிடம் நாட்டைக் கொடுத்தது. நாட்டை நிர்வகிக்க அவர் பொறுத்தமற்றவர்” என்பார் அப்பா. “உலகத்திற்கும் அமெரிக்கா வுக்கும் தேவை ஒரு இரும்பு மனிதர்தான். கைகளைப் பிசைவதை விட்டு செயலாற்றத் தெரிந்த ஒருவரே தேவை” என்பார். ரொனால்ட் ரீகன் வடிவில் அந்த நபர் வந்தார். ரீகன் தொலைக்காட்சியில் தோன்றி ஷொராவியை “சாத்தானின் அரசு” என்று கூறினார். அப்பா வெளியில் சென்று கட்டைவிரலை வெற்றியின் அடையாளமாக உயர்த்தியபடி சிரித்துக் கொண்டிருக்கும் ஜனாதிபதியின் படத்தை வாங்கிவந்தார். அந்தப் படத்தை சட்டமிட்டு, அப்பா மன்னர் ஜாஹிர் ஷாவுடன் கைகுலுக்கும் கறுப்பு வெள்ளைப் படத்துக்கருகில் ஹாலில் மாட்டினார். ஃப்ரமன்டின் எங்கள் தெருவாசிகள் எல்லாம் பெரும்பாலும் பேருந்து ஓட்டுனர்களாகவும், காவல்துறை அதிகாரிகளாகவும், பெட்ரோல் நிலையத்தில் உதவியாளர்களாகவும், திருமணமாகாத தலையணையால் அமுக்கிக் கொல்லப்படக்கூடிய தாய்மார்களாகவும் இருந்தனர். எங்களது கட்டிடத்திலிருந்த ஒரே சுதந்திரமான குடிமகனாக அப்பா மட்டுமே இருந்தார்.

ஆனால் வளைகுடாவின் பனிகலந்த புகை அப்பாவின் கண்களுக்கு எரிச்சலைத் தந்தது. போக்குவரத்து நெரிசல் ஒலிகள் தலைவலியைத் தந்தது. பூக்களின் மகரந்தத்தூள் இருமலைத் தந்தது. பழங்கள் தேவையான இனிப்புடனில்லை. தண்ணீர் தேவையான அளவுக்குத் தூய்மையாக இல்லை. எங்கே மரங்களும் விரிந்து பரந்த வயல்வெளிகளும்? அப்பாவை ஆங்கிலம் கற்க பயிற்சிப் பள்ளியில் சேர்த்துவிட இரண்டு ஆண்டுகள் முயற்சித்தேன். அவரது உடைந்த ஆங்கிலத்தை சரி செய்ய நினைத்தேன். ஆனால் அதனை மறுத் தொதுக்கிய அவர், "நான் பூனைக்கான ஆங்கில வார்த்தையை சரியாகச் சொல்லலாம். வகுப்பாசிரியர் என்னைப் பாராட்டி நட்சத்திரக்குறி தரலாம். நான் அதனை உன்னிடம் கொண்டு வந்து காண்பிக்கலாம்" என்று குறைபட்டு முனகுவார்.

1983-ஆம் ஆண்டின் ஒரு வசந்தகாலத்தில் ஆம்ட்ராக், ஃப்ரமன்ட் புலிவார்டை கடந்ததற்கு சற்று மேற்கே இந்தியன் திரையரங்குக்கு அருகிலிருந்த பழைய புத்தகங்களை விற்கும் கடைக்கு சென்றேன். ஐந்து நிமிட நேரத்தில் நான் வந்துவிடுவதாக அப்பாவிடம் கூறிவிட்டு வந்திருந்தேன். ஃப்ரமன்டிலிருந்த பெட்ரோல் நிலையத் தில் அப்பா வேலை செய்தார். அன்று அவருக்கு விடுமுறை நாள். ஃப்ரமன்ட் புலிவார்ட் வழியாக நடந்து குயன் என்ற வியட்நாமிய தம்பதியினர் நடத்திவந்த மளிகைக் கடையை நோக்கி அப்பா சென்று கொண்டிருந்தார். சாம்பல் நிற முடியை உடைய அவர்கள் மிகவும் நட்புடன் நடந்து கொள்ளக் கூடியவர்களாயிருந்தார்கள். குயனுக்கு உதடுகளில் அறுவை சிகிச்சை செய்யப்பட்டிருந்தது. அவர் மனைவியோ பார்கின்ஸன் நோயால் தாக்கப்பட்டிருந்தார். பற்களற்ற வாயைத் திறந்து சிரித்தபடி "அவர் இப்போது ஆறு மில்லியன் டாலர் மனிதன்" என்று தனது கணவனைக் குறித்து அந்தப் பெண்மணி எப்போதும் என்னிடம் சொல்லுவார். அவரைப்பற்றி அப்படி சொல்லும்போதெல்லாம் குயன் கோபமாக முகத்தை வைத்துக் கொண்டு மிக மெதுவாக ஓடுவது போன்று செய்துகாட்டுவார்.

மைக் ஹாமர் எழுதிய மர்ம நாவல் ஒன்றை நான் புரட்டிக் கொண்டிருந்தபோது கண்ணாடி உடையும் ஓசையையும் அலறல் சப்தத்தையும் கேட்டேன். புத்தகத்தை கீழே வைத்துவிட்டு தெருவுக் குள் விரைந்தேன். வெளிறிய முகத்துடன் திரு. குயன் தன் மனைவி யைப் பற்றிப் பிடித்தபடி சுவருடன் சேர்ந்து கவுன்டருக்குப் பின்னால் நிற்பதைக் கண்டேன். தரையில் ஆரஞ்சுகள் சிதறிக் கிடந்தன. புத்தகங்கள் இருந்த அலமாரி ஒன்று கவிழ்ந்து கிடந்தது. பதப்படுத்திய மாட்டிறைச்சி இருந்த ஒரு ஜார் உடைந்து கிடந்தது.

அப்பாவின் கால்களுக்கருகில் உடைந்த கண்ணாடி சில்லுகள் கிடந்தன.

ஆரஞ்சு பழங்களுக்கான பணம் அப்பாவிடம் இல்லாதது தெரிந்தது. அப்பா திரு. குயனிடம் ஒரு பணவோலையை எழுதிக் கொடுத்திருக்கிறார். குயனோ அடையாள அட்டையை கேட்டிருக் கிறார். "எனது உரிம அட்டையை பார்க்க விரும்புகிறான் அவன். கிட்டத்தட்ட இரண்டாண்டுகளாக இவனிடம் காய்ந்துபோன ஆரஞ்சுப் பழங்களை அவன் பையில் பணத்தை நிரப்பிவிட்டு நாம் வாங்கிக் கொண்டிருக்கிறோம். இந்த நாய் மகன் எனது உரிம அட்டையை பார்க்க வேண்டும் என்கிறான்" என்று கோபமாக ஃபார்ஸி மொழியில் சொன்னார்.

அந்த தம்பதியினரைப் பார்த்து புன்னகைத்துக்கொண்டே, "அப்பா, இதில் தனிப்பட்ட கௌரவம் சம்பந்தமான விஷயமேது மில்லை. அடையாள அட்டையை அவர்கள் கேட்டேயாக வேண்டியிருக்கிறது" என்றேன்.

திரு. குயன் தன் மனைவிக்கு முன்னால் வந்து, "இங்கு நீங்கள் வருவதை நான் விரும்பவில்லை" என்ற குயன், தன் கையிலிருந்த கைத்தடியை அப்பாவை நோக்கி சுட்டிக்காட்டிக்கொண்டு என் பக்கம் திரும்பி, "நீ நல்லதொரு இளைஞனாக இருக்கிறாய். ஆனால் உன் தந்தை பைத்தியக்காரத்தனமாக நடந்து கொள்கிறார். இனிமேல் அவர் வருவதை நாங்கள் விரும்பவில்லை" என்றார்.

"அவன் என்னைத் திருடன் என்று நினைக்கிறானா?" என்று குரலை உயர்த்தி அப்பா கேட்டார். மக்கள் கூடிவிட்டனர். நடப்பதை எல்லோரும் பார்த்துக் கொண்டிருந்தனர்.

"என்ன நாடு இது? யாரும் யாரையும் நம்புகிறார்களில்லை" என்றார் அப்பா.

தன் தலையை நீட்டி "நான் போலீஸை அழைப்பேன்" என்றாள் திருமதி. குயன். "போய் விடுங்கள் அல்லது நான் போலீஸை அழைப்பேன்" என்றாள் மீண்டும் அவள்.

"திருமதி குயன், தயை செய்து போலீஸை அழைக்க வேண்டாம். நான் அவரைக் கொண்டு செல்கிறேன்" என்றேன்.

"ஆமாம். நீ அவரைக் கொண்டு செல்வதுதான் நல்லது" என்று திரு. குயன் சொன்னார். கண்ணாடி அணிந்திருந்த அவர் கண்கள்

அப்பாவை விட்டு அகலவேயில்லை. அப்பாவை நடத்திக்கொண்டு வந்தேன். கடையின் தரையில் கிடந்த சஞ்சிகையை அப்பா எத்தி உதைத்தார். அவர் அங்கு மீண்டும் போகக்கூடாது என்று அவரிடம் உறுதிபடுத்திக் கொண்டேன். நான் கடைக்குத் திரும்பி திரு. குயன் தம்பதியினரிடம் மன்னிப்பு கோரினேன். என் அப்பா தன் வாழ்வின் கடினமான காலகட்டத்தில் இருப்பதாக அவர்களிடம் நான் சொன்னேன். எங்கள் தொலைபேசி எண்ணையும் முகவரியையும் திருமதி குயனிடம் கொடுத்துவிட்டு சேதத்தின் அளவைத் தெரிவிக்குமாறு சொன்னேன். "எனக்கு எவ்வளவு சீக்கிரம் சொல்ல முடியுமோ சொல்லுங்கள். எல்லாவற்றிற்குமான தொகையை நான் தருகிறேன். நடந்தவைகளுக்கு மிகவும் வருந்துகிறேன் திருமதி. குயன்" என்றேன். என்னிடமிருந்த அந்தக் காகிதத் துண்டை வாங்கிக்கொண்டு அவள் தலையை ஆட்டினாள். வழக்கத்தைவிட அவள் கைகள் நடுங்கின. வயதான ஒரு பெண்மணியை இப்படி நடுங்கச் செய்ததற்கு அப்பாவின் மேல் எனக்கு கோபம் வந்தது.

"அமெரிக்க வாழ்க்கைக்கு இன்னும் எனது அப்பா பழக்கப்பட வில்லை" என்று விளக்கமளிக்கும் முகமாக நான் கூறினேன்.

காபூலில் சிறிய மரக்கிளையொன்றை உடைத்து அதனை கிரெடிட் கார்டாக நாங்கள் பயன்படுத்தினோம் என்று சொல்ல விரும்பினேன். நானும் ஹஸனும் சிறிய மரக்கிளைத்துண்டை ரொட்டி தயாரிப்பவரிடம் கொடுப்போம். அவர் தன் கத்தியைக் கொண்டு அந்தத் துண்டில் அடையாளக் குறிகளை இடுவார். தந்தூரி அடுப்பின் தீச்சுவாலைகளுக்கிடையிலிருந்து எங்களுக்காக எடுக்கும் ரொட்டி ஒவ்வொன்றுக்கும் ஒரு குறியை அந்த மரத்துண்டில் அவர் இடுவார். மாதத்தின் இறுதியில் அந்த அடையாளக் குறிகளைக் கணக்கிட்டு அப்பா பணத்தைக் கொடுப்பார். அது அப்படித்தானிருந்தது. எந்த விதமான கேள்வியுமில்லை. எந்த அடையாள அட்டையுமில்லை.

ஆனால் நான் அவர்களிடம் இதனை சொல்லவில்லை. போலீஸை அழைக்காததற்கு திருமதி. குயனுக்கு நன்றி தெரிவித் தேன். அப்பாவுடன் வீட்டுக்கு வந்தேன். அரிசிச் சோறும் கோழிக் கறியும் நான் தயார்செய்து கொண்டிருந்தபோது அப்பா புகைத்துக் கொண்டு கோபமான இறுகிய மனநிலையுடன் இருந்தார்.

பெஷாவரிலிருந்து வந்த விமானத்திலிருந்து நாங்கள் இறங்கி ஒன்றரை ஆண்டுகளாகிவிட்டன. அப்பாவால் இன்னும் அமெரிக்கச் சூழ்நிலைக்கேற்ப மாற முடியவில்லை.

அன்றிரவு நாங்கள் ஒன்றும் பேசாமல் உண்டோம். இரண்டு கைப்பிடி தின்றுவிட்டு உணவுத் தட்டை அப்பா தள்ளி வைத்து விட்டார்.

உணவு மேசையிலிருந்த அவரைப் பார்த்தேன். அவர் நகங்கள் உடைந்து எஞ்சின் ஆயிலால் கறுப்பேறி இருந்தன. அவர் மணிக்கட்டுகளில் உராய்வுகளாலேற்பட்ட தழும்புகளிருந்தன. அவர் உடுப்புகளில் பெட்ரோல் நிலையத்தின் தூசு, வியர்வை, பெட்ரோல் மணம் இருந்தது. தனது இறந்துபோன மனைவியை விட்டுவிடாமல் மறுமணம் புரிந்துகொண்டவர் போல இருந்தார் அப்பா. ஜலாலாபாத்தின் கரும்புத் தோட்டங்களையும், பக்மானின் பசிய தோட்டங்களையும் அவர் தவற விட்டுவிட்டார். வீட்டுக்கு உள்ளும் புறமும் மக்கள் கூடியிருந்த சக்தி மிகுந்த செல்வாக்கான நிலையை அவர் தவற விட்டுவிட்டார். அவரையும் அவர் தந்தையையும், தாத்தாவையும் முன்னோர்களையும் நன்கறிந்தவர்கள் அவர் ஷோர் கடைத்தெருவில் நடக்கையில் வாழ்த்து தெரிவிப்பதைத் தவற விட்டுவிட்டார். அவருடன் இணைந்து வாழ்ந்தவர்களைத் தவற விட்டுவிட்டார்.

எனக்கோ, அமெரிக்கா என்பது என் நினைவுகளை புதைக்கும் ஒரு இடமாக இருந்தது.

அப்பாவுக்கோ துயரகரமான ஒரு இடமாக இருந்தது.

எனது தண்ணீர்க் குவளையில் மிதந்த ஐஸ் கட்டியைப் பார்த்துக் கொண்டே, "நாம் பெஷாவருக்குத் திரும்பிச் செல்லலாம்" என்றேன். விஸாவுக்காக நாங்கள் பெஷாவர் நகரில் ஆறு மாதங்கள் கழித்திருந் தோம். நெடி நிறைந்த ஒற்றை படுக்கையறையைக் கொண்டிருந்த அந்த வீடு அழுக்கு காலுறைகள் மற்றும் பூனையின் எச்சங்கள் நிறைந்தது போல இருந்தது. ஆனால் எங்களை குறிப்பாக, அப்பாவை நன்கறிந்தவர்கள் சூழ்ந்திருந்தார்கள். சுற்றி இருந்த எல்லோரையும் இரவு விருந்துக்கு அப்பா அழைப்பார். அவர்களில் பெரும்பாலோர் விஸாவுக்காகக் காத்திருந்த ஆப்கானியர்களாக இருந்தார்கள். யாரோ ஒருவர் தபலாவையும் வேறொருவர் ஆர்மோனியத்தையும் கட்டாயமாகக் கொண்டு வருவார்கள். தேநீர் முறுகித் தயாராகிக் கொண்டிருக்கும். பாடத் தெரிந்தவர்கள் பாடுவார்கள். கொசுக்களின் ரீங்காரம் அடங்கிவிடும். கைத்தட்டல் களுடன் காலை வரை பாடிக்கொண்டே இருப்பார்கள்.

"அப்பா, நீங்கள் அங்கு மிகவும் மகிழ்ச்சியாக இருந்தீர்கள். அது நமது சொந்த வீடு போல இருந்தது" என்றேன்.

"பெஷாவர் எனக்கு நல்லதுதான். ஆனால் உன் நன்மைக்கு உகந்ததல்ல".

"நீங்கள் இங்கு மிகவும் கஷ்டப்பட்டு உழைக்கிறீர்கள்".

பெட்ரோல் நிலையத்தின் பகல் நேர மேலாளராக இப்போது மாறியிருந்ததை மனதில் கொண்டு "இப்போது அவ்வளவு மோச மில்லை" என்றார். அந்த நாட்களில் அவர் தன் கையைத் தடவித் தேய்த்துக் கொள்வதை நான் கண்டிருந்தேன். உணவுக்குப் பின்னர் குடல் அமிலத்தன்மைக்கான மருந்தை அவர் எடுக்கும்போது அவர் நெற்றியிலிருந்து வியர்வை வழியும்.

அப்புறம், "நாம் எனக்காகவா இங்கு வந்தோம்? எனக்காக அல்ல" என்றார்.

நான் மேசையின் மீது என் கையை நீட்டி அவர் கையைப் பற்றினேன். எனது மென்மையான தூய்மையான மாணவக் கரத்தால் காய்த்து கருமையேறியிருந்த அவருடைய தொழிலாளிக் கையைப் பற்றினேன். காபூலில் வாழ்ந்தபோது எனக்காக அவர் வாங்கித் தந்திருந்த எல்லா டிரக் வண்டிகளையும், ரயில் வண்டி செட்களையும், மிதிவண்டிகளையும் நினைத்துப் பார்த்தேன். இப்போது அமெரிக்கா அமீருக்கான ஒரு கடைசிப் பரிசு.

நாங்கள் அமெரிக்காவை வந்தடைந்த ஒரு மாதம் கழித்து அப்பா அறிந்திருந்த ஒரு ஆப்கானியரால் நடத்தப்பட்ட வாஷிங்டன் புல்லி வார்டுக்கு அப்புறமிருந்த ஒரு பெட்ரோல் நிலையத்தில் உதவியாளாக வேலைக்குச் சேர்ந்தார். நாங்கள் வந்து சேர்ந்த அதே வாரத்திலேயே வேலை தேடத் தொடங்கியிருந்தார் அவர். வாரத்தில் ஆறுநாட்கள். தினமும் பனிரெண்டு மணி நேரங்கள். பெட்ரோலை நிரப்புவது, பதிவேடுகளில் பதிவு செய்வது, வண்டிக்கு எண்ணெய் நிரப்புவது, வண்டிகளின் கண்ணாடிகளைக் கழுவுவது போன்ற வேலைகளைச் செய்தார். சில வேளைகளில் அவருக்கான மதிய உணவை நான் கொண்டு சென்றபோது எண்ணெய் படிந்த கவுண்டரின் மறுமுனையில் ஒரு வாடிக்கையாளர் காத்திருக்கையில் அப்பா அலமாரிகளில் சிகரெட்டைத் தேடிக் கொண்டிருக்கும்போது அவரது முகம் வெளிறி காணப்படுவதைப் பார்த்திருக்கிறேன். அவர் இருக்கும் இடத்திற்குள் நடக்கையில் மின்னணு மணி ஒலி எழுப்பும். என்னை அவர் நிமிர்ந்து பார்த்து புன்னகைத்து கையசைப்பார். வேலை செய்த களைப்பால் அவர் கண்களிலிருந்து நீர் ததும்பும்.

அப்பா வேலைக்கு சேர்ந்த அன்றே நானும் அவரும் சான் ஹோசிலிருந்த தகுதி காண் அதிகாரியான திருமதி. டாபின்ஸ் என்பவரைக் காணச் சென்றோம். அந்தக் கறுப்பினப் பெண்மணி பருமனாக மின்னும் கண்களுடன் புன்னகை வழிந்தோடும் முகத்துடன் இருந்தார். கிறிஸ்தவ தேவாலயத்தில் தோத்திரப் பாடல்கள் பாடியதாக அவர் என்னிடம் சொன்னார். நான் அதனை நம்பினேன். ஏனெனில் அவர் குரல் தேனும் பாலும் கலந்தது போல் இனிமையாக இருந்தது. உணவுக்கான சீட்டுகள் கொண்ட ஒரு அடுக்கை மேசையின் மீது அவர் வைத்தார். "உங்களுக்கு நன்றி, ஆனால் இவற்றை நான் விரும்பவில்லை" என்று அப்பா சொன்னார். "எப்போதும் நான் உழைத்துக் கொண்டே இருக்கிறேன். ஆப்கானிஸ்தானில் உழைத்தேன். அமெரிக்காவில் உழைப்பேன். உங்களுக்கு மிக்க நன்றி திருமதி. டாபின்ஸ். ஆனால் இலவசங்களை நான் விரும்புவதில்லை" என்றார்.

திருமதி. டாபின்ஸ் முழித்தார். அந்த இலவச உணவுக்கான சீட்டுகளை எடுத்துக் கொண்டு நாங்கள் ஏதோ குறும்பான உத்தியை செய்வதுபோல என்னிலிருந்து அப்பாவை மாறிமாறிப் பார்த்தார். ஹஸன் சொல்லுவான் "அவனிடம் ஒரு உத்தியை நடத்துவது" என்று. அதனைப்போல் அந்தப் பெண் அதிகாரி பார்த்தார். "நான் பதினைந்து ஆண்டுகளாக இந்தப் பணியை செய்து வருகிறேன். எவரும் ஒருபோதும் இதைப்போல செய்ததில்லை" என்று அவர் கூறினார். இப்படியாக மனதில் அவமான உணர்ச்சியை ஏற்படுத்திய அந்த கணங்களை அப்பா ஒரு முடிவுக்குக் கொண்டுவந்தார். அது மட்டுமல்லாமல் ஒரு பெரிய பயத்திலிருந்தும் வெளியே வந்தார் அவர். அது, தருமத்திற்கான இலவசப் பணத்திலிருந்து உணவுப் பொருள் வாங்குவதை எந்த ஆப்கானியராவது பார்த்துவிடுவார் என்பதுதான். தேகத்தில் வளர்ந்த பெரிய சதைக்கட்டி நோயிலிருந்து விடுபட்டவர் போல அப்பா அந்த நலவாழ்வு அலுவலகத்திலிருந்து ஆசுவாசமாக வெளியே வந்தார்.

1983-ஆம் ஆண்டின் கோடைக்காலத்தில் எனது இருபதாவது வயதில் உயர் நிலைப்பள்ளிப் பட்டம் பெற்றேன். அங்கிருந்த மாணவர்களிலேயே அதிக வயதானவனாக இருந்த நான் பட்டம் பெறுவதற்கான உடையுடன் அதற்கான சதுர வடிவ தொப்பியை கையில் வைத்து ஆட்டிக்கொண்டிருந்தேன். பட்டம் பெறுவதற்கான நீல நிற கவுனை அணிந்த கூட்டத்தினிடையிலும் அவர்களது குடும்பத்தினரிடையிலும் மின்னும் கேமராக்களினிடையிலும் என் அப்பாவைக் காணமுடியாமல் போனது எனக்கு நினைவிருக்கிறது.

நிகழ்ச்சி கால்பந்தாட்ட மைதானத்தில் நடந்து கொண்டிருந்தது. பின்னர் மைதானத்தின் இருபது கெஜ கோட்டினருகில் தன் பாக்கெட்டுகளில் கைகளை விட்டுக் கொண்டு, மார்பில் காமிரா ஊசலாட அவர் நின்று கொண்டிருந்ததைக் கண்டேன். மக்களுக் கிடையில் அவர் தெரிந்துகொண்டும் மறைந்துகொண்டும் இருந்தார். நீல நிற உடையணிந்த பெண்கள் கட்டிப் பிடித்துக்கொண்டு நீண்ட சப்தத்தை எழுப்பிக்கொண்டு இருந்தனர். பையன்களும் அவர்கள் தந்தையரும் ஒருவரின் தோளில் ஒருவர் கைபோட்டுக் கொண்டிருந் தனர். அப்பாவின் தாடி நரைத்துக் கொண்டிருந்தது. அவர் நெற்றிப் பொட்டின்மேல் தலைமுடியின் அடர்த்தி குறையத் தொடங்கி விட்டது. காபூலில் அவர் மிக உயரமாக அல்லவா தோன்றினார்? ஆப்கானியர்களின் திருமணத்தின்போதும், மரண இறுதிச் சடங்குகளின் போதும் அவர் அணியும் அவரிடம் இருந்த ஒரே சூட்டான பழுப்பு நிற சூட்டை அணிந்திருந்தார். அவரது ஐம்பதாவது பிறந்தநாளுக்கு நான் அவருக்காக வாங்கிக் கொடுத்திருந்த சிவப்பு நிற டையையும் அணிந்திருந்தார். என்னை அவர் பார்த்து கையை ஆட்டினார். புன்னகைத்தார். பட்டம் பெறுவதற்கான சதுர வடிவ தொப்பியை தலையில் அணிந்து கொள்ளும்படி சைகை செய்தார். பள்ளியின் மணிக்கூண்டை பின்புலமாகக்கொண்டு என்னை ஒரு புகைப்படம் எடுத்தார். இந்த நாள் எனக்கானது என்பதைக் காட்டிலும் அவருக்கானது என்றபடி நான் அவருக்காக புன்னகைத்தேன். அப்பா என்னருகில் வந்தார். என் கழுத்தைச் சுற்றி கையைப் போட்டுக்கொண்டு எனது புருவத்தின் மீது முத்தமொன்றைத் தந்தார். “அமீர், நான் மிகவும் பெருமைப்படுகிறேன்” என்றார். அப்படி அவர் சொன்னபோது அவர் கண்கள் பிரகாசித்தன. அப்படியானதொரு உணர்ச்சியுடன் என்னை நோக்கி அவர் அப்படி சொன்னது எனக்கு மிகவும் பிடித்திருந்தது.

அன்றிரவு ஹேவர்டில் இருந்த ஆப்கான் கபாப் ஹவுஸ் என்ற உணவுவிடுதிக்கு என்னைக் கூட்டிச்சென்று நிறைய உணவுப் பொருள்களை வாங்கித்தந்தார். உணவு விடுதியின் முதலாளியிடம் “என் மகன் இந்த இலையுதிர் பருவத்தில் கல்லூரிக்கு செல்லப் போகிறான்” என்று கூறினார். பட்டம் பெறுவதற்கு முன்னர் நான் வேலைக்கேதும் செல்ல விரும்புவதாகக் கூறினேன். கொஞ்சம் பணம் சேர்த்துக்கொண்டு அடுத்த ஆண்டு கல்லூரி செல்லலாம் என்று கூறினேன். அவருக்கே உரித்தான கோபப்பார்வை ஒன்றை வீசினார். என் வாயிலிருந்த வார்த்தைகள் எல்லாம் ஆவியாகி மறைந்துவிட்டன.

இரவு உணவுக்குப் பின்னர் தெருவின் அந்தப் பக்கமிருந்த மதுபான விடுதிக்கு அப்பா என்னைக் கூட்டிச் சென்றார். அந்த இடம் மங்கலான வெளிச்சத்துடன், எனக்கு எப்போதுமே பிடிக்காத பீர் பான நெடியுடனிருந்தது. பச்சை நிற மேசைகளின் மேல் புகைப் படலத்தினடையில் ஆட்கள் பில்லியர்ட்ஸ் போன்ற விளையாட்டை ஆடிக்கொண்டிருந்தனர். அப்பா தனது பழுப்பு நிற சூட்டையும் மடிப்புகளுடன் கூடிய சட்டை அணிந்திருந்தார். நான் விளையாட்டுக் கான மேல் சட்டையை அணிந்திருந்தேன். எல்லோருடைய பார்வை யும் எங்கள் பக்கம் திரும்பியது. முகத்தில் சுருக்கங்களுடனிருந்த முதியவர் ஒருவரின் அருகில் நாங்கள் அமர்ந்தோம். அப்பா சிகரெட்டைப் பற்ற வைத்துக் கொண்டு பீர் கொண்டு வரச் சொன்னார். “இன்றிரவு நான் மிகவும் மகிழ்ச்சியாக இருக்கிறேன்“ என்று அப்பா கூறினார்.

அதனை ஒருவரும் கேட்கவில்லை. “இன்றிரவு என் மகனுடன் நான் மதுவருந்தப்போகிறேன். என் நண்பருக்காகவும் ஒன்று கொடுங்களேன்” என்று அந்த முதியவரின் முதுகில் அப்பா தட்டினார். அந்த முதிய மனிதர் தனது தொப்பியை சரி செய்து கொண்டு புன்னகைத்தார். அவருக்கு மேல் தாடைப் பற்கள் இல்லாமலிருந்தது.

அப்பா தனது பீரை மூன்றே மிடறுகளில் குடித்துவிட்டு மற்றொன்று கொண்டுவரும்படி சொன்னார். என்னுடையதில் கால்பாகத்தை நான் குடிக்க கஷ்டப்பட்டுக் கொண்டிருக்கையில் மூன்று பீர்களை அப்பா குடித்து முடித்து விட்டார். பின்னர் அந்த முதியவருக்கு ஸ்காட்ச் விஸ்கி வாங்கிக்கொடுத்து, விளையாடிக் கொண்டிருந்த நால்வருக்கு ஒரு ஜக் நிறைய பட்வைஸர் பீரை வாங்கிக்கொடுத்தார். அனைவரும் அவருடன் கைகுலுக்கி முதுகில் தட்டி பாராட்டினார்கள். அவருக்காக அவர்கள் குடித்தனர். ஒருவர் அவரது சிகரெட்டைப் பற்றவைத்தார். அப்பா தனது டையை தளர்த்தி விட்டுக் கொண்டு கைநிறைய காசுகளை அள்ளி அந்த முதியவரிடம் கொடுத்தார். இசைப்பவர்களை சுட்டிக் காட்டி “அவனுக்குப் பிடித்த மான பாடல்களை பாடச் சொல்“ என்று என்னிடம் அப்பா சொன் னார். அந்த முதியவர் தலையை ஆட்டிக் கொண்டு அப்பாவுக்கு வணக்கம் தெரிவித்தார். நாட்டுப்புறப் பாடல்கள் வெடித்துக் கிளம்பின. அப்படித்தான். அப்பா விருந்தைத் தொடங்கி விட்டார்.

ஒரு கட்டத்தில் அப்பா எழுந்தார். தனது பீரை உயர்த்திப் பிடித்தார். தரையில் ஊற்றிவிட்டு “ரஷ்யா ஒழிக” என்று கத்தினார்.

பாரில் இருந்த எல்லோரும் சிரித்தனர். அப்பா சொன்னது எல்லோராலும் சொல்லப்பட்டது. அப்பா மீண்டும் எல்லோருக்கும் மதுபானம் வாங்கிக் கொடுத்தார்.

நாங்கள் அங்கிருந்து புறப்பட்டதும், அவர் போவதைக் குறித்து எல்லோர் முகத்திலும் வருத்தம் ஏற்பட்டது. காபூல், பெஷாவர், ஹேவர்ட் எங்கும் அதே அப்பாதான் என்று நான் நினைத்தேன். புன்னகைத்தேன். அப்பாவுடைய பழைய பழுப்பு மஞ்சள் நிற ப்யூக் செஞ்சுரி காரை நான் ஓட்டினேன். அப்பா வழியிலேயே நல்ல குறட்டை விட்டுக்கொண்டு தூங்கிவிட்டார். அவர் மேலிருந்து புகையிலையும் சாராயமும் கலந்த நெடி வீசியது. நான் காரை நிறுத்தியபோது சட்டென்று விழித்து குளறலாக, "கட்டடத்தின் கடைக் கோடிக்குச் செல்" என்றார்.

"ஏன் அப்பா?"

"சும்மா போ" என்றார். தெருவின் தெற்கு முனையில் காரை நிறுத்தச் சொன்னார். தனது கோட்டுப் பைக்குள் கையை விட்டு சாவிக்கொத்து ஒன்றைக் கொடுத்தார். "அங்கே" என்று கையை சுட்டிக் காண்பித்தார். அங்கே ஒரு கார் நின்றிருந்தது. அது ஒரு பழைய மாடல் ஃபோர்டு கார். அது பெரிதாகவும் நீளமானதாகவும் இருந்தது. நிலவொளியில் அதன் நிறத்தை என்னால் சரியாக தெரிந்துகொள்ள முடியவில்லை. "அதற்கு பெயிண்ட் அடிக்க வேண்டி இருக்கிறது. எனது பெட்ரோல் நிலையத்தில் இந்த வண்டிக்கான ஷாக் அப்ஸர்பர்களை பொருத்த ஒரு ஆள் இருக்கிறான். வண்டி ஓடும் நிலையில் உள்ளது" என்று அப்பா சொன்னார். நான் சாவியை கையிலெடுத்தேன். எனக்குத் திகைப்பு ஏற்பட்டது. பார்வையை அவரிடமிருந்து காருக்கு மாற்றினேன்.

"கல்லூரிக்குப் போக உனக்கு தேவைப்படும்" என்று சொன்னார். நான் அவர் கையை இறுகப்பற்றிக் கொண்டேன். என் கண்களி லிருந்து கண்ணீர் வழிந்தது. எங்களது முகத்தில் நிழல் விழுந்து மறைத்திருந்ததற்கு நான் மகிழ்ந்தேன்.

"நன்றி, அப்பா" என்றேன்.

நாங்கள் அப்பாவின் காரிலிருந்து கீழிறங்கி ஃபோர்ட் வண்டிக் குள் அமர்ந்தோம். அது கிராண்ட் டொரினோ மாடல் என்றும், அதன் நிறம் கருஊதா என்றும் அப்பா சொன்னார். எங்கள் தெருவில் அந்த வண்டியை ஓட்டி அதன் பிரேக்குகள், லைட்டுகள், ரேடியேட்டர்

ஆகியவற்றை சோதித்துப் பார்த்தேன். எங்களது வீட்டிற்கருகில் வண்டியை நிறுத்தினேன். “நன்றி, அப்பா ஜான்” என்று சொன்னேன். நான் நிறைய சொல்ல விரும்பினேன். அவரது இந்த அன்புமிகுந்த செயல் என்னை எவ்வளவு நெகிழ்ச்சி அடையச் செய்கிறது, எனக்காக அவர் செய்த எல்லாவற்றையும் எப்படி நான் மிகுந்த நன்றியுடன் பெற்றுக்கொண்டேன் என்பதையும் இன்றும் எனக்காக அவர் செய்து கொண்டிருக்கும் எல்லாவற்றுக்குமான அன்பையும் நன்றியையும் நான் சொல்ல விரும்பினேன். ஆனால் அவை யெல்லாம் அவருக்கு சங்கடத்தை ஏற்படுத்தும் என்றெனெக்குத் தெரியும். நான் மீண்டும் “நன்றி” என்று என் தாய்மொழியில் கூறினேன்.

அவர் புன்னகைத்து காரின் இருக்கையில் தலை சாய்க்கும் இடத்தில் தலையை சாய்த்து வைத்துக்கொண்டார். அவரது நெற்றி கிட்டத்தட்ட காரின் மேல் கூரையில் பட்டுக்கொண்டிருந்தது. நாங்கள் எதுவும் பேசவில்லை. இருளில் அமர்ந்துகொண்டு காரின் எஞ்சின் குளிரடையும் “டிங் டிங்” ஒலியையும், எங்கோ தூரத்தில் ஒலித்த சைரனின் ஒலியையும் கேட்டபடி அமர்ந்திருந்தோம். அப்பா என் பக்கம் தலையைத் திருப்பினார். “இன்று நம்முடன் ஹஸன் இருக்கவேண்டும் என்று நான் விரும்புகிறேன்” என்றார்.

ஹஸன் என்ற பெயரைக் கேட்டதுமே இரும்புக் கரங்களிரண்டு என் நாசியை அமுக்கிப் பிடிப்பதுபோல் உணர்ந்தேன். நான் கார் கண்ணாடியை கீழிறக்கினேன். அந்த இரும்புக் கரங்களின் பிடி தளரட்டும் என்று காத்திருந்தேன்.

பட்டம் பெற்ற மறுநாள் இலையுதிர் பருவத்தில் இளையோர் கல்லூரியில் சேருவேன் என்று அப்பாவிடம் சொன்னேன். மது குடித்ததினால் உண்டாகும் தலைவலி மற்றும் மயக்கத்திற்கான அவரது மருந்தான கறுப்புத் தேநீரை ஏல அரிசியை கொறித்துக் கொண்டு குடித்துக் கொண்டிருந்தார் அப்பா.

“முதன்மைப் பாடமாக ஆங்கிலத்தை எடுக்கலாம் என நினைக்கிறேன்” என்று கூறி அவர் பதிலுக்காகக் காத்திருந்தேன்.

“ஆங்கிலமா?”

“இலக்கியம்” என்றேன்.

அவர் அதனை கவனமாகக் கேட்டுவிட்டு தேநீரை அருந்தினார்.

"கதைகள் என்றா சொல்கிறாய்? நீ கதைகளை புனையப் போகிறாய்?!" என்றார்.

நான் கீழே குனிந்து கொண்டேன்.

"கதைகளை நீ புனைவதற்கு உனக்குப் பணம் தருவார்களா?" என்றார்.

"நீங்கள் அடையாளம் காணப்பட்டால், நன்றாக எழுதுவதாக அடையாளம் காணப்பட்டால்" என்றேன்.

"அது எப்படி?" என்றார்.

"அது அப்படித்தான் நடக்கும்" என்றேன்.

அவர் தலையை ஆட்டிக் கொண்டே, "நீ நன்றாக வருவதற்கும், அடையாளம் காணப்படுவதற்கும் காத்திருக்கையில் என்ன செய்வாய்? எப்படி பணம் சம்பாதிப்பாய்? நீ மணம் புரிந்து கொண்டால் எப்படி உனது மனைவியைக் காப்பாற்றுவாய்?" என்று கேட்டார்.

அவரது கண்களை சந்திக்க இயலாமல் என் பார்வையை உயர்த்தாம லேயே "நான்... ஒரு வேலையைத் தேடிக்கொள்வேன்" என்றேன்.

"ஓ அப்படியா! நீ பட்டம் பெறுவதற்கு பல ஆண்டுகள் படிப் பாய். நான் செய்து வருவதைப்போல எளிதாகக் கிடைக்கக் கூடிய கீழான வேலை ஒன்றைச் செய்வாய். நீ என்றாவது அடையாளம் காணப்படுவதற்கு இந்தப் படிப்பு எப்போதாவது உதவலாம்" என்றுவிட்டு நீண்ட மூச்சு ஒன்றை இழுத்தபடி தேநீரை உறிஞ்சினார். "உண்மையான சரியான வேலைகளான" மருத்துவப் படிப்பு, சட்டப் படிப்பு குறித்து மெதுவாகப் பேசினார்.

அவருடைய வலிக்கும் மணிக்கட்டுகள், கறுப்பேறிய விரல் நகங்கள், அவருடைய வயிற்றுப் புண் இவைகளைக் கொண்டு நான் என் நோக்கத்தை நிறைவேற்றும் குற்ற உணர்வினால் என் கன்னங்கள் எரிந்தன. ஆனாலும் எனது நோக்கத்தில் நான் உறுதியாக நிற்க தீர்மானித்தேன். அப்பாவுக்காக என் ஆசைகளை இனிமேலும் தியாகம் செய்ய நான் விரும்பவில்லை. முன்னர் அதனைச் செய்து என்னையே நான் மடையனாக்கிக் கொண்டேன்.

அப்பா பெருமூச்சு விட்டார். இந்த முறை கைநிறைய ஏலஅரிசியை வாய்க்குள் போட்டுக் கொண்டார்.

சில வேளைகளில் எனது ஃபோர்ட் காரை எடுத்துக்கொண்டு காரின் கண்ணாடிகளை இறக்கிவிட்டு கிழக்கு வளைகுடாவிலிருந்து தெற்கு வளைகுடா வரையிலும் இங்கும் அங்குமாக மணிக்கணக்கில் ஓட்டிக் கொண்டிருப்பேன். பஞ்சு மரங்கள் வரிசையாக நிற்கும் ஏழைகள் வாழும் ஃப்ரமன்டின் அண்டைப் பகுதியில் என் காரை ஓட்டிச் செல்வேன். அவர்கள் வீட்டு கொல்லைப்புறங்களில் கம்பி வலையாலான வேலிகள் அமைந்திருக்கும். விளையாட்டுப் பொருட்கள், தேய்ந்த டயர்கள், லேபிள்கள் கிழிக்கப்பட்ட பீர் பாட்டில்கள் அவர்கள் வீட்டு முன்பகுதியில் இறைந்து கிடக்கும். லாஸ் அல்டோஸ் குன்றுப் பகுதியில் என் காரை ஓட்டிச் செல்வேன். அந்தப் பகுதியில் உள்ள வீடுகளைப் பார்க்கையில் வஸீர் அக்பர் கான் மாவட்டத்தில் அப்பா கட்டியிருந்த வீடு ஏதோ வேலைக்காரர்களுக்கான வீட்டைப்போலத் தோன்றும்.

சில சனிக்கிழமைகளின் அதிகாலை நேரங்களில் நெடுஞ்சாலை எண் பதினேழின் வளைந்து வளைந்து செல்லும் மலைச் சாலையில் காரை ஓட்டி சான்டா குரூஸுக்குச் செல்வேன். காரை பழைய கலங்கரை விளக்கத்தினருகில் நிறுத்திவிட்டு காரில் அமர்ந்தபடி கடலில் மூடுபனியைப் பார்த்துக்கொண்டு சூரிய உதயத்திற்காகக் காத்திருப்பேன். ஆப்கானிஸ்தானில் இருந்தபோது கடலை நான் திரைப்படங்களில் மட்டுமே கண்டிருந்தேன். ஹஸனின் அருகில் அமர்ந்துகொண்டு கடல்காற்று உப்பு மணத்துடன் இருக்கும் என்று நான் படித்தது உண்மையாக இருக்குமா என்று வியந்து கொண்டிருந்திருக்கிறேன். என்றாவது ஒருநாள் கடற்செடிகள் இருக்கும் கடற்கரையில், மணலில் காலைப் புதைத்தபடி நடந்துகொண்டு கடல்நீர் காலைத்தழுவி திரும்பிச் செல்வதைப் பார்த்தபடி நடப்போம் என்று ஹஸனிடம் எப்போதும் நான் சொல்வதுண்டு. முதன்முறையாக பசிஃபிக் பெருங்கடலை நான் பார்த்தபோது கிட்டத்தட்ட அழுதே விட்டேன். எனது இளம்பருவத்தில் திரையரங்குகளில் நான் பார்த்த பெரிய பரந்த நீலப் பெருங்கடலாக அது இருந்தது.

சில மாலை வேளைகளில் காரை நிறுத்திவிட்டு நெடுஞ்சாலை களைக் கவனிப்பேன். எத்தனை விதமான கார்கள். பி.எம். டபிள்யூக்கள், போர்ஷேக்கள், ஷாப்ஸ் வகை வண்டிகள். அவற்றின் பின் பகுதியில் சிவப்பு ஒளியை உமிழும் விளக்குகளை எண்ணுவ தற்கு முயல்வேன். ரஷ்யாவின் வோல்காஸ், பழைய ஓபல் கார்கள் அல்லது ஈரான் நாட்டுத் தயாரிப்பான பைக்கன்ஸ் போன்ற கார்களையே காபூலில் பார்க்க முடியும்.

அமெரிக்காவுக்கு நாங்கள் வந்து கிட்டத்தட்ட இரண்டாண்டுகள் கழிந்த பின்னும் அமெரிக்காவின் அளவைப் பார்த்து வியந்து கொண்டே இருக்கிறேன்.

ஒவ்வொரு நெடுஞ்சாலைக்கு அப்புறமும் இன்னொரு நெடுஞ்சாலை. ஒவ்வொரு நகரத்திற்கு அருகிலும் இன்னொரு நகரம். குன்றுகளுக்கு அப்பால் மலைகள். மலைகளுக்கு அப்பால் குன்றுகள். அவைகளுக்கு அப்பாலும் நிறைய நகரங்கள். நிறைய மக்கள்.

ஆப்கானிஸ்தானிற்குள் ரஷ்யப் படை நுழைவதற்கு முன்னர், கிராமங்கள் எரிக்கப்படுவதற்கு முன்னர், பள்ளிகள் அழிக்கப்படுவதற்கு முன்னர், சாவின் விதைகள் போல கன்னிவெடிகள் புதைக்கப்படுவதற்கு முன்னர், குழந்தைகள் கொத்து கொத்தாக பாறைப் படுகுழிகளில் புதைக்கப்படுவதற்கு முன்னர் காபூல் பிசாசுகளின் நகரமாக எனக்கு மாறிப் போனது. பிளந்த உதடுகளைக் கொண்ட பிசாசுகளின் நகரம்.

அமெரிக்கா வேறுபட்டது. அமெரிக்கா என்பது பழையன எவற்றையும் சட்டை செய்யாது ஆர்ப்பரித்து ஓடும் ஆறு போன்றது. ஆற்றில் குதித்து என் பாவங்களை அடிப்பகுதிக்கு கொண்டு செல்ல முடிந்த இடம். என்னை அந்த ஆறு எங்காவது கொண்டு செல்லட்டும். பிசாசுகளற்ற, பழம் நினைவுகளற்ற பாவங்களற்ற ஏதாவதோர் இடத்திற்குக் கொண்டு செல்லட்டும்.

எதற்காக இல்லை என்றாலும், நான் அமெரிக்காவைத் தழுவிக் கொண்டதற்காகவாவது.

அதனைத் தொடர்ந்த 1984-ஆம் ஆண்டின் கோடையில் அப்பா ஃப்யூக் வண்டியை விற்றுவிட்டு 1971 மாடலான வோல்க்ஸ்வாகன் வண்டியை காபூலில் உயர்நிலைப்பள்ளியில் அறிவியல் பாட ஆசிரியராக வேலை பார்த்திருந்த தனக்கு அறிமுகமாயிருந்த ஆப்கானியர் ஒருவரிடமிருந்து 550 டாலருக்கு வாங்கினார். எனக்கு அப்போது இருபத்தியோராவது வயது தொடங்கியிருந்தது. நாங்கள் வசித்து வந்த தெருவாசிகள் அனைவரையும் அந்த வண்டியின் கடகடத்த சப்தம் திரும்பிப் பார்க்க வைத்தது. அப்பா எஞ்ஜினை அணைத்து வண்டி நிறுத்துமிடத்திற்கு அதனை சப்தமின்றி செல்ல வைத்தார். நாங்கள் வண்டியின் இருக்கைக்குள் புதைந்து கண்ணீர் எங்கள் கன்னங்களில் உருண்டோடும்வரை சிரித்தோம். எங்களது அண்டை அயல்வாசிகள் இதனைக் காணாதிருப்பதை உறுதி செய்து

கொண்டோம். அந்த வண்டியின் ஜன்னல்களில் கண்ணாடிக்குப் பதிலாக கருப்புப் பாலிதீன் பைகள் தொங்கிக்கொண்டிருந்தன. வண்டியின் உலோக பாகங்கள் துரு பிடித்து மோசமாக இருந்தன. ஜன்னல் திரைத்துணிகள் கிழிந்து அவற்றின் ஸ்பிரிங்குகளில் தொங்கிக் கொண்டிருந்தன. ஆனால் வண்டியின் எஞ்ஜினும் செயல்பாடும் அந்த ஆப்கானிய ஆசிரியர் அப்பாவிடம் உறுதியாகச் சொல்லியிருந்ததைப்போல் நன்றாகவே இருந்தன.

சனிக்கிழமைகளின் அதிகாலைகளில் அப்பா என்னை எழுப்பினார். அவர் உடை உடுத்திக் கொண்டிருக்கும்போது தினசரிகளின் வரி விளம்பரங்களில் பழுது பார்க்கும் இடங்களின் விற்பனை விளம்பரங்களை குறித்து வட்டமிட்டுக் கொண்டேன். ஃப்ரமன்டில் தொடங்கி யூனியன் சிட்டி, நெவார்க் போய் ஹேவர்ட், சான்ஹோஸ், மில்பிட்டாஸ், சன்னிவாலி வரை செல்ல திட்டமிட்டோம். நேரம் இருந்தால் காம்ப்பெல்லும் செல்வதாக திட்டம். தெர்மாஸ் ஃபிளாஸ்கிலிருந்து சூடான தேநீரை உறிஞ்சியபடி அப்பா வண்டியை ஓட்டினார். நான் வழி சொல்லிக் கொண்டிருந்தேன். அந்த பழுது பார்க்கும் இடங்களிலெல்லாம் நாங்கள் வண்டியை நிறுத்தி அவர்களுக்கு வேண்டாத உதிரி பாகங்களை வாங்கினோம். பழைய தையல் இயந்திரங்கள், ஒற்றைக்கண் பார்பி பொம்மைகள், டென்னிஸ் விளையாட்டு ராக்கெட்டுகள், கம்பிகள், அறுந்து போயிருந்த கிடார்கள், பழைய வாக்கும் கிளீனர்கள் போன்றவற்றை பேரம்பேசி வாங்கினோம். நண்பகல்வாக்கில் வண்டியின் பின்பகுதியில் வாங்கிய பழைய பொருட்களை நிரப்பினோம். ஞாயிற்றுக்கிழமை காலையில் சான்ஹோஸிலிருந்த பழம் பொருள் விற்கும் சந்தைக்குச் சென்று ஒரு இடத்தைப்பிடித்து வாங்கிய பழைய பொருட்களை சிறியதொரு லாபத்தை வைத்து விற்றோம்.

அந்த சான் ஹோஸின் சந்தை முழுவதும் ஆப்கானிய குடும்பங்கள் வேலை செய்தார்கள். அப்பகுதியில் ஆப்கானிய சங்கீதம் கேட்டது. அந்த சந்தையில் வேலை பார்த்த ஆப்கானியர்களிடையே சங்கேத பாஷை ஒன்று இருந்தது. உங்களைக் கடக்கும் ஒருவனை நீங்கள் வாழ்த்தினால் அவனை ஏதோ சிற்றுண்டி உண்ண அழைக்கிறீர்கள் என்று பொருள். அங்கு குழந்தை பிறந்ததற்கான வாழ்த்துக்களி லிருந்து இறந்தவர்களுக்கான இரங்கல் விசாரிப்புகள் வரை நடக்கும். ஆனால் ஆப்கானைப் பற்றியும் ரஷ்யாவைப் பற்றியும் பேச்சு மாறும்போது பேசுபவர்களை துயரம் பீடிக்கும்.

அந்தப்பகுதியில் பறிமாறிக் கொள்ளப்பட்டது தேநீர் என்பதை விட ஆப்கானிய கிசுகிசுக்களாகவே இருந்தன. எந்த ஆப்கானிய னுடைய மகள் திருமண நிச்சயதார்த்தத்தை முறித்துவிட்டு அமெரிக்க பாய் ஃபிரண்டுடன் ஓடிப்போனாள் என்ற பேச்சுக்கள் நடக்கும். அனேகமாக நிச்சயிக்கப்பட்ட அந்த ஆப்கானிய மாப்பிள்ளை கம்யூனிஸ்டாக மாறி கள்ளத்தனமான வழிகளில் பொருளீட்டிய வனாகவே இருப்பான். அந்த ஞாயிறு சந்தையில் தேநீர், அரசியல், ஊழல் ஆகியவை பற்றிய பேச்சுக்கள் அதிகமிருந்தன.

சில வேளைகளில் நான் வியாபாரத்தைக் கவனித்துக் கொண்டிருக்கையில் அப்பா மிகுந்த அடக்கத்துடன் தன் கைகளை மார்பின் மீது கட்டிக்கொண்டு தனக்கு நன்கறிந்த ஆப்கான்வாசி களுக்கு வாழ்த்துக்களை தெரிவித்துக்கொண்டு பேசிக் கொண்டிருப் பார். அவர்களில் கல்லூரிப் பேராசிரியர்கள், மருத்துவர்கள், முன்னாள் அரசாங்கத் தூதர்கள், மெக்கானிக்குகள், தையற்காரர்கள் ஆகியோர் இருப்பார்கள்.

1984 ஆம் ஆண்டின் ஜுலை மாதத்தில் ஒரு ஞாயிறின் அதிகாலையில் அப்பா கடையை விரித்துக் கொண்டிருக்கையில் நான் இரண்டு கப் காஃபி வாங்கி வரச்சென்றேன். திரும்புகையில் அவர் சற்றே வயதான குறிப்பிடும்படியான ஒருவருடன் பேசிக் கொண்டிருப்பதைக் கண்டேன். நான் வண்டியின் பம்பரின் மீது காஃபி கப்புகளை வைத்தேன்.

“அமீர்” என்று அப்பா என்னை அவரருகே அழைத்து “இவர்தான் ஜெனரல் இக்பால் தாஹிரி. காபூலில் பெரிதும் கொண்டாடப் பட்டவராக இருந்தவர். பாதுகாப்பு அமைச்சகத்தில் வேலை செய்தவர்” என்றார்.

தாஹிரி. ஏன் அந்தப் பெயர் அவ்வளவு பிரபலம்? விருந்துகளில் கலந்து கொள்பவர்கள் முக்கியமானவர்களின் எளிய நகைச் சுவைக்குக்கூட பெரிய அளவில் வரவேற்று சிரிப்பதைப் போன்று அந்த மனிதர் சிரித்தார். அவரது தலை நரைத்திருந்தது. அவருடைய அடர்த்தியான புருவ மயிர்க்கற்றைகளும் நரைத்திருந்தன. அவர் மீது கொலோனின் நறுமணம் வீசியது. அவர் சாம்பல் நிறத்தினாலான சூட் அணிந்திருந்தார். அவரது இடுப்பில் கடிகாரத்தின் தங்க நிறத்தினாலான சங்கிலி தொங்கிக் கொண்டிருந்தது.

“உயர்வானதொரு அறிமுகம்” என்றபடி அவர் “ஸலாம் மகனே” என்றார்.

"ஸலாம் ஜெனரல் சாகிப்" என்ற நான் அவர் கையைப்பற்றிக் குலுக்கினேன். அவரது கைகள் ஒல்லியானதாகத் தோன்றினாலும் உருக்கினாலான கையின் மீது தோல் போர்த்தியிருந்ததைப் போல உறுதியாக இருந்தது.

"அமீர் பெரிய எழுத்தாளனாகப் போகிறான்" என்றார் அப்பா. "அவன் கல்லூரிப் படிப்பின் முதலாண்டை மிகு உயர்தரத்துடன் தேறி இருக்கிறான்" என்றும் அப்பா சொன்னார்.

"இளையோருக்கான கல்லூரி" என்று நான் அதனைத் திருத்திக் கூறினேன்.

"இறைவனுக்கு நன்றி" என்ற ஜெனரல் "நமது நாடு, அதன் வரலாறு, பொருளாதாரம் பற்றி எழுதுவாய் இல்லையா?" என்று கேட்டார்.

ரஹீம்கான் எனக்களித்திருந்த குறிப்புப் புத்தகத்தில் நான் எழுதியிருந்த பனிரண்டுக்கும் மேற்பட்ட கதைகளை எண்ணியபடி "நான் புனைகதைகள் எழுதுகிறேன்" என்றேன். இருவருக்கும் முன்னால் எனக்கு ஏன் இப்படி ஒரு தடுமாற்றம் என்று எனக்கு திகைப்பாக இருந்தது.

"ஓ, ஒரு கதை சொல்லி" என்று ஜெனரல் சொன்னார். "நல்லதுதான். இது போன்ற கஷ்டமான நெருக்கடியான காலங்களில் மக்களுக்கு தங்கள் சூழ்நிலையிலிருந்து சற்றே தப்பித்துக் கொள்ள கதைகள் தேவைதான்" என்று சொல்லி அப்பாவின் தோளின் மீது கையைப் போட்டபடி என் பக்கம் திரும்பி, "கதைகளைப் பேசிக்கொண்டு ஜலாலாபாத்தில் கோடைகாலத்தில் நானும் உன் தந்தையும் மயில்களை வேட்டையாடினோம்" என்றார்.

"அது ஒரு அற்புதமான காலம். வியாபாரத்தில் போலவே வேட்டையிலும் உன் தந்தை சூரராக இருந்ததை உன் தந்தையின் கண்கள் நிரூபித்தன".

எங்கள் பழஞ்சாமான் விற்பனைப் பொருள்களிலிருந்த ஒரு டென்னிஸ் பேட்டை பூட்ஸ்காலால் எட்டி உதைத்தபடி "ஏதோ ஒரு வியாபாரம்" என்றார் அப்பா.

ஜெனரல் தாஹிரியும் அப்பாவைப் போன்றே லேசான வருத்தத்துடன் புன்னகைத்து அப்பாவின் தோள் மீது லேசாகத் தட்டினார். அவர் சொன்னார், "வாழ்க்கை ஓடிக் கொண்டிருக்கிறது" அவரது கண்கள் என் பக்கம் திரும்பின.

“ஆப்கானியர்களான நாம் அனைத்தையும் மிகைப்படுத்திக் கொள்வதையே வழக்கமாக்கிக் கொண்டுள்ளோம். பலர் முட்டாள்தனமாக தங்களை மிகைப்படுத்திக் கூறிக்கொள்வதை நான் கேட்டிருக்கிறேன். ஆனால் உனது அப்பா எல்லாவித பெருமை களுக்கும் பொருத்தமானவர்களில் ஒருவர்” என்றார்.

அடிக்கடி பயன்படுத்தப்பட்டு இன்னும் பளீரெனத் தோன்றும் அவரது சூட்டைப் போலவே இந்தப் பாராட்டுப் பேச்சும் எனக்குத் தோன்றியது.

“நீங்கள் என்னை மிகவும் அதிகமாகப் புகழ்கிறீர்கள்” என்றார் அப்பா.

மறுக்கும் விதமாக தனது தலையை ஆட்டிக்கொண்டு “இல்லை இல்லை” என்ற ஜெனரல் “குழந்தைகள் தங்கள் தந்தையரின் பெருமை சிறப்பு பற்றி கட்டாயம் தெரிந்து கொள்ள வேண்டும்”, என்றார்.

“உனது தந்தையைப் பற்றி உனக்குப் பெருமைதானே?” என்று என்னிடம் கேட்டார்.

“நிச்சயமாக ஜெனரல் சாகிப்” என்ற நான் என்னை அவர் குழந்தை போன்று அழைக்காதிருக்க விரும்பினேன்.

“பாராட்டுகள். இப்போதே நீ நன்கு வளர்ந்துவிட்டாய்.” என்று கூறினார். அதில் எள்ளி நகையாடுதலோ, வஞ்சினமோ ஏதுமில்லை.

அப்போது “பதர்ஜான், நீங்கள் உங்கள் தேநீரை மறந்து விட்டீர்கள்” என்றொரு இளம்பெண்ணின் குரல் கேட்டது. அவள் எங்களுக்குப் பின்னால் நின்றிருந்தாள். அவள் சிறு இடையுடன் வெல்வெட் போன்ற கருத்த தலைமுடியுடன் அழகானவளாக இருந்தாள். அவள் கைகளில் ஒரு கப்பில் தேநீரும், ஒரு ஃபிளாஸ்கும் இருந்தது. நான் விழித்தேன். எனது இதயத்துடிப்பு அதிகமானது. அவளது அடர்த்தியான கருநிறப் புருவங்கள் இணைந்திருந்தது பறக்கும் பறவையின் சிறகுகள் போன்றிருந்தன. அவளது மூக்கு ஷாநாமாவில் சொல்லப்பட்டிருந்த ஷொஹ்ராபின் அம்மாவான பண்டைய பெர்ஷியாவின் இளவரசி தஹ்மினாவினுடையதைப் போன்று இருந்தது. வால்நட் கொட்டையின் பழுப்பு நிறத்தைப் போன்றிருந்த அவளது கண்கள் என் கண்களை சந்தித்தன. ஒரு கணம் லயித்து நின்று பின் மாறின.

“நீ மிகவும் அன்பானவள்” என்ற ஜெனரல் தாஹிரி அவளிடமிருந்து தேநீர் கப்பை வாங்கினார். அவள் போகத் திரும்பினாள். அவளுடைய தாடையில் கதிரறுக்கும் அரிவாள் போன்ற அடையாளத்தைக் கண்டேன். கொஞ்ச தூரம் தள்ளியிருந்த சாம்பல் நிற வேனில் ஃப்ளாஸ்கை அவள் வைத்தாள். புத்தகங்களும் பழைய பதிவேடுகளும் இருந்த பக்கம் அவள் திரும்பியபோது அவள் தலைமுடி ஒரு பக்கமாக ஒதுங்கியது.

“எனது மகள் சுரய்யா ஜான்” என்றார் ஜெனரல். பேசிக்கொண்டிருந்ததை மாற்ற விரும்பியவர் போல ஜெனரல் ஒரு நீண்ட பெருமூச்சை விட்டபடி தன் இடுப்பிலிருந்த கடிகாரத்தை எடுத்து நேரத்தைப் பார்த்தார்.

“நல்லது. போவதற்கு நேரமாகிவிட்டது” என்றார் அவர்.

அப்பாவும் அவரும் முத்தமிட்டுக் கொண்டனர். அவர் எனது கையை தனது இரு கைகளாலும் பற்றிப் பிடித்துக் குலுக்கினார். என் கண்களைப் பார்த்துக்கொண்டு “நன்கு எழுதுவதற்கு வாழ்த்துக்கள்” என்று கூறினார். அவருக்குள் என்ன எண்ணங்கள் இருந்தன என்பதை அவருடைய வெளிர் நீல கண்கள் காட்டவில்லை.

அதற்குப் பின்னர் அந்தநாள் முழுவதும் அந்த சாம்பல் நிற வேன் பக்கம் என் கண்கள் போவதைத் தடுக்கப் பாடுபட்டேன்.

எங்கள் வீட்டுக்குச் செல்லும்போது அது எனக்கு நினைவுக்கு வந்தது. தாஹிரியின் பெயரை முன்பே நான் கேட்டிருக்கிறேன்.

“தாஹிரியின் மகளைப்பற்றி என்னவோ சொல்கிறார்களே?” என்று அப்பாவிடம் சாதாரணமாகக் கேட்பதுபோல் கேட்டேன்.

சந்தையை விட்டு வண்டியை மெதுவாக ஓட்டிக்கொண்டே வந்த அப்பா, “என்னைப் பற்றி உனக்குத் தெரியும். பேச்சு கிசுகிசுக்களாகும்போது நான் அதிலிருந்து விலகிவிடுவேன்” என்றார்.

“ஆனால் என்னவோ இருந்தது போல்... அப்படி இல்லையா?” என்றிழுத்தேன்.

என்னை ஓரக் கண்ணால் பார்த்தபடி, “நீ ஏன் இதனைக் கேட்கிறாய்?” என்றார் அப்பா.

நான் தோள்களைக் குலுக்கிக்கொண்டு “சும்மாதான், அப்பா” என்றேன்.

"உண்மையாகவா? அவ்வளவுதானா?" என்று அவர் குறும்பாக என்னிடம் கேட்டு "உனக்குள் அவள் எதையோ செய்திருக்கிறாளா?" என்றார்.

நான் முழித்துச் சிரித்து சமாளித்தேன்.

அவர் புன்னகைத்தபடி வண்டியை சந்தையிலிருந்து வெளியே ஓட்டிக்கொண்டு வந்தார். நாங்கள் நெடுஞ்சாலை எண் 680-ல் வண்டியை செலுத்தினோம். சிறிது நேரம் ஒன்றும் பேசாமல் இருந்தோம்.

"யாரோ ஒரு மனிதன் இருந்ததாகவும் அவர்களுக்குள் ஒன்றும் ஒத்துப்போகவில்லை என்பதாக மட்டுமே நான் கேள்விப்பட்டிருந்தேன்" என்றார் அப்பா. இதனை அவர் சொல்லும்போது அவளுக்கு மார்பகப் புற்றுநோய் இருந்தது என்று சொல்வதைப் போன்ற பாவனையில் சொன்னார்.

"ஓ, அப்படியா" என்ற என்னிடம், "அவள் மிகவும் அன்பான கடினமாக உழைக்கக்கூடிய அருமையான பெண் என நான் கேள்விப்பட்டிருக்கிறேன். ஆனால், இதுவரை பெண்கேட்டு ஜெனரலின் வீட்டுக்கு எவரும் வந்ததில்லை" என்ற அப்பா பெருமூச்சுவிட்டார்.

"அது சரியில்லாமலிருக்கலாம்தான். ஆனால் சில நாட்களிலோ அல்லது ஒரே நாளிலோ அனைத்தும் மாறிவிடக்கூடும் அமீர்" என்றார் அப்பா.

அன்றிரவு கட்டிலில் தூக்கம் வராமல் புரண்டுபடுத்தபடி, சுரய்யா தாஹிரியின் தாடையிலிருந்த அடையாளத்தையும், அவள் மூக்கழகையும் என் கண்களை சந்தித்த அவளது பளீரிட்ட கண்களையும் நினைத்துக் கொண்டே இருந்தேன். அவளை நினைக்கையில் என் இதயத்துடிப்பு அதிகமானது. சுரய்யா தாஹிரி. நான் சந்தித்த இளவரசி.

பனிரெண்டு

ஆப்கானிஸ்தானில் யெல்டா என்பது ஜாடி என்னும் மாதத்தின் முதல் நாளிரவு. குளிர்காலத்தின் முதல் நாளிரவு. அந்த ஆண்டின் மிக நீண்ட இரவும் அதுவே. அந்த இரவில் விழித்திருப்பதெனும் தொன்றுதொட்டு இருந்துவரும் வழக்கத்தின்படி நானும் ஹஸனும் உறங்காமலிருந்தோம். கணப்படுப்பை அடியில் வைத்து போர்வை யால் மூடி மறைத்த மேசையினடியில் எங்கள் கால்களை வைத்துக் கொண்டு விளையாடிக்கொண்டு இருந்தோம். ஆப்பிள் பழத்தோல் களை கணப்படுப்பின் மீது விட்டெறிந்தபடி அலி, சுல்தானும் திருடர்களும் பற்றிய பழைய கதையை சொல்லிக் கொண்டிருந்தார். பூச்சிகளை மெழுகுவர்த்திகள் போல ஒளி சிந்தச் செய்து, ஓநாய்களை சூரியனின் வரவை நோக்கி மலையேறச்செய்யும் யெல்டா பற்றிய தகவல்களை நான் அலியிடமிருந்தே தெரிந்து கொண்டேன். யெல்டா நாளின் இரவில் தர்ப்பூசணிப் பழத்தைத் தின்றால் அந்த ஆண்டின் கோடையில் அதனைத் தின்றவருக்கு தாகமே எடுக்காது என்று அலி சத்தியமே செய்தார்.

நான் வளர்ந்த பின்னர் யெல்டா என்பது நட்சத்திரங்களற்ற ஓரிரவு என்றும் காதலர்கள் தங்களுக்குப் பிடித்தமானவர்களை சூரியன் உதிக்கையில் கொண்டுவரும் என்று காத்திருக்கும் முடிவற்ற இரவு என்றும் எனது கவிதைப் புத்தகத்தில் வாசித்திருந்தேன். நான் சுரய்யா தாஹிரியை சந்தித்தது முதல் அந்த வாரத்தின் ஒவ்வொரு இரவும் எனக்கு யெல்டாவைப் போன்றானது. ஞாயிறு பொழுது புலரும் போது, சுரய்யாவின் முகம் என் மனதிலாட நான் எழுந்தேன். மஞ்சள் நிற என்ஸைக்ளோபீடியாக்களைக் கொண்ட அட்டைப் பெட்டிகளை

வெறுங்காலுடன் கைகளில் வெள்ளிவளையல்கள் குலுங்க அமர்ந்து அவள் அடுக்கிக் கொண்டிருப்பதைக் காணும்வரை அப்பாவின் வண்டியிலமர்ந்தபடி கடக்கும் தூரத்தைக் கணக்கிட்டுக் கொண்டே இருந்தேன். அவளுடைய நெளிவு நெளிவான முடிக்கற்றைகள் பட்டுத் திரைச் சீலையைப் போன்ற நிழலுருவத்தை ஏற்படுத்துவதை எண்ணிக்கொண்டிருந்தேன். சுரய்யா. நான் சந்தித்த இளவரசி. எனது யெல்டா தினத்தின் காலைக்கதிரவன்.

தாஹிரியின் கடை வழியே அடிக்கடி செல்வதற்குக் காரணங் களைக் கண்டுபிடித்தேன். இதனை அறிந்துகொண்ட அப்பா குறும் பான சிரிப்பை உதிர்ப்பார். சாம்பல் நிற சூட்டணிந்திருந்த ஜெனரல் தாஹிரியியை நோக்கி கையை ஆட்டுவேன். அவரும் கையை ஆட்டுவார். சில சமயங்களில் அவர் தன் இருக்கையை விட்டு எழுந்து வந்ததும் என்னுடைய கதைகளைப் பற்றி, ஆப்கானிய போர் நிலவரம்பற்றி அன்றைய தினத்தின் வியாபாரப்பேரம் குறித் தெல்லாம் பேசுவோம். சுரய்யாவைப் பார்ப்பதிலிருந்து என் கண் களைக் கட்டுப்படுத்திக் கொள்ள முயல்வேன். நான் தரக்குறைவாக ஒன்றும் செய்துவிடாதிருக்கும்படி அங்கிருந்து செல்வேன்.

ஜெனரல் கடையில் இல்லாமல் வேறு யாருடனும் பேசிக் கொண்டிருக்கையில் அவள் தனியாக இருக்கும் சமயத்தில் நான் அவளைக் காணாததுபோல பாவித்து அவளருகே நடப்பேன். என் மனதோ படாதபாடுபடும். சில சமயங்களில் வெளுத்த தோலுடைய, செந்நிறமடித்த தலைமுடியுடன் நடுத்தர வயது பெண் ஒருத்தி சுரய்யாவுடன் அமர்ந்திருப்பார். அந்தக் கோடைக்காலம் முடிவதற் குள் சுரய்யாவுடன் நான் பேசப்போவதாக உறுதி எடுத்துக் கொள்வேன். ஆனால் பள்ளிகள் மீண்டும் திறந்து வகுப்புகள் தொடங்கும். இலைகள் செந்நிறமாகி மஞ்சளாகும். மழைக்காலத்தின் மழைநீர் ஓடும். அப்பாவின் மூட்டுகள் பலவீனமாகும். மரங்களில் இளந்தளிர்கள் தலைகாட்டும். எல்லாம் கடந்தும் அவளுடன் பேச எனக்குத் தைரியமே கிட்டவில்லை. ஏன், அவள் கண்களை நேருக்கு நேர் பார்க்கக்கூட என்னால் முடியவில்லை.

1985 ஆம் அண்டின் மே மாதத்தில் காலாண்டு முடிந்தது. எனது எல்லாப் பாடங்களிலும் நான் சிறப்பிடம் பெற்றுத் தேறினேன். சுரய்யாவின் மூக்கின் அழகை நினைத்துக்கொண்டே வகுப்புகளில் நான் கவனம் செலுத்தினேன் என்பது நிச்சயமாக ஒரு அற்புதம்தான்.

வெப்பமான ஒரு ஞாயிற்றுக்கிழமையன்று செய்தித்தாளால் எங்கள் முகத்தில் விசிறிக்கொண்டு நானும் அப்பாவும் எங்கள்

கடையில் அமர்ந்திருந்தோம். சுட்டெரிக்கும் சூரியனின் கதிர் வீச்சையும் தாண்டி சந்தையில் அன்று நல்ல கூட்டமாக இருந்தது. நேரம் 12.30யே ஆகி இருந்தது. ஆனால் எங்களுக்கு நல்ல வியாபாரம் நடந்திருந்தது. நான் எழுந்து உடலை முறுக்கி நெட்டி முறித்துக் கொண்டே கோக் பானம் வேண்டுமா என்று அப்பாவிடம் கேட்டேன். கிடைத்தால் மிகவும் நன்றாக இருக்கும் என்று அவர் சொன்னார்.

நான் நடக்க எத்தனிக்கையில் "ஜாக்கிரதை அமீர்" என்றார் அப்பா.

"எதற்காக அப்பா?" என்றேன்.

"நான் முட்டாளில்லை. என்னை முட்டாளாக்க நினைக்காதே" என்றார் அப்பா.

"நீங்கள் எதனைப்பற்றி பேசுகிறீர்கள் என்றெனக்கு விளங்கவில்லை அப்பா" என்றேன்.

என்பக்கம் கையை நீட்டி "இதனை ஞாபகத்தில் வைத்துக்கொள். அந்த மனிதன் பாரம்பர்யமிக்க பஸ்டூன். அவருக்கென்று பெருமைகளும் கௌரவமும் உண்டு" என்றார். "பெருமை கௌரவம் என்றால் அவர்களுக்கான கட்டுதிட்டங்கள் உண்டு. அதுவும் குறிப்பாக மனைவி என்றோ மகள் என்றோ வரும்போது" என்றார்.

"நான் நமக்கான பானங்களை வாங்க மட்டுமே செல்கிறேன்" என்றேன்.

"என்னை எந்த சங்கடத்திற்கும் ஆளாக்காதே என்பதே நான் உன்னிடம் கேட்டுக்கொள்வது" என்றார்.

"இறைவனறிய நான் அப்படிச் செய்யமாட்டேன் அப்பா" என்றேன்.

அப்பா ஒரு சிகரெட்டைப் பற்றவைத்துக்கொண்டு செய்தித் தாளால் விசிறிக் கொள்ள ஆரம்பித்தார்.

நான் கடைப்பக்கம் நடந்தேன். பின் யேசுநாதர், எல்விஸ், ஜிம் மொரிஷன் படங்களிட்ட வெள்ளை டீ-ஷர்ட்கள் விற்கும் இடது பக்க கடையோரம் திரும்பினேன். மாரியாச்சி இசை ஒலித்துக் கொண்டிருந்தது. சுடப்பட்ட இறைச்சி, மசாலா, ஊறுகாய் வாசனையை உணர்ந்தேன்.

தாஹிரியின் சாம்பல் நிற வண்டியை எங்கள் கடையிலிருந்து இரண்டு வரிசைகள் தள்ளி இருந்த இடத்தில் கண்டேன். அவள்

177

தனியாக அமர்ந்து எதையோ படித்துக்கொண்டிருந்தாள். இன்று அவள் கோடைகாலத்திற்கான வெண்ணிற உடையை அணிந்திருந்தாள். கால் தெரியும்படியான செருப்பை அணிந்திருந்தாள். அவள் தலைமுடியை துலிப் மலர் போன்று பின்னால் முடிந்திருந்தாள். நான் வெறுமனே நடப்பதாக நினைத்துக்கொண்டு நடந்தேன். ஆனால் நான் அவள் கடைமுன் அவளைப் பார்த்துக்கொண்டு நின்றிருந்தேன். அவள் என்னைப் பார்த்தாள்.

"ஸலாம்" என்று சொல்லிய நான் "உங்களைத் தொந்தரவு செய்வது என் எண்ணமில்லை, ஸாரி" என்றேன்.

"ஸலாம்" என பதில் சொன்னாள்.

"ஜெனரல் சாகிப் இன்றைக்கு வரவில்லையா?" என்றேன். என் காதுகள் எரிந்தன. என்னால் அவள் கண்களைப் பார்த்து பேச முடியவில்லை.

அவள் தனது இடது பக்கமாகக் கையைக் காட்டி "அந்தப்பக்கம் அவர் போனார்" என்றாள். அப்படி சுட்டும்போது அவளது கைவளையல்கள் கீழே இறங்கின.

"நான் மரியாதை நிமித்தமாக அவரைப் பார்க்க வந்தேன் என்று சொல்வீர்களா?"

"நிச்சயமாக".

"உங்களுக்கு நன்றி" என்று சொல்லிய நான், "என் பெயர் அமீர். உங்கள் தந்தையிடம் சொல்ல உங்களுக்கு என் பெயர் ஒருவேளை தேவைப்படலாம். நான் மரியாதை நிமித்தமாக வந்தேன் என்று..."

"சரி" என்று அவள் சொன்னாள்.

என் கால்களிலிருந்து என் கண்களை உயர்த்தி தொண்டையை சரி செய்து கொண்டேன்.

"நான் போகிறேன். உங்களைத் தொந்தரவு செய்ததற்கு மன்னிக்கவும்" என்றேன்.

"இல்லை இல்லை. நீங்கள் தொந்தரவு செய்யவில்லை" என்றாளவள்.

"நல்லது" என்றபடி என் தலையை சற்றே உயர்த்தி அவளை நோக்கி அரைச் சிரிப்பொன்றை உதிர்த்தேன். "நான் இப்போது

போகிறேன்" என்றேன். நான் முன்பே சொல்லவில்லையா? "இறைவன் நன்மைபயக்கட்டும்", என்றேன்.

"இறைவன் நன்மைபயக்கட்டும்" என்று பதிலுக்கு அவள் சொன்னாள்.

நான் நடந்தேன். நின்றேன். திரும்பினேன். என் கட்டுடைந்து நான் உளறிவிடும் முன்பு இப்படிக் கேட்டேன்: "நீ என்ன படிக்கிறாய் என்று நான் கேட்கலாமா?".

அவள் முழித்தாள்.

நான் என் மூச்சை அடக்கிப்பிடித்துக் கொண்டேன். அந்த சந்தையின் ஆப்கானியர்கள் எல்லோரும் எங்களையே பார்ப்பதுபோல் தோன்றியது. ஒரு நிசப்தம் கவிவதாகக் கற்பனை செய்தேன். பேச்சுக்கள் இடையிலேயே நின்றுவிட்டன. எல்லோர் தலைகளும் திரும்பின. கண்கள் மிகவும் கூர்மையாக கவனிக்கத் தொடங்கின.

அது என்னவாக இருந்தது?

எங்களது சந்திப்பின் நிகழ்வு மற்றொரு மனிதனைப்பற்றி ஒருவர் விசாரிக்கத் தலைப்பட்டபோது இடைமறிக்கப்பட்டது. ஆனால் நான் அவளை ஒன்று கேட்டேன். அவள் பதிலளித்திருந்தால் எங்களது உரையாடல் தொடர்ந்திருக்கும். நான் மணமாகாத இளைஞன். அவளும் மணமாகாத ஒரு பெண். இது போன்றவைதான் கிசுகிசுக் களின் சிறந்த தோற்றுவாய். விஷ நாக்குகள் துடிக்கத் தொடங்கும். அந்த விஷத்தின் கொடுமையை அவளே அனுபவிக்க வேண்டிவரும்; நானல்ல. ஆப்கானியப் பாலின பாகுபாட்டை நான் நன்கறிவேன்.

நான் ஆண்மகன். ஒரு பெண்ணிடம் நான் பேசுவதில் எனது தற் பெருமை மட்டுமே பாதிக்கப்படும். அதனை சரிசெய்து கொள்ளவும் முடியும். நற்பெயருக்கு எந்த குறைவும் ஏற்படாது.

அவள் என்னை எந்த பயமுமின்றி எதிர்கொள்வாளா?

அவள் புத்தகத்தை என்னிடம் திருப்பி காண்பித்தாள். அதன் பெயரை என்னால் படிக்க முடிந்தது.

"நீ இதனை படித்திருக்கிறாயா?" என்று அவள் கேட்டாள்.

நான் தலையை ஆட்டினேன். என் இதயம் தடதடத்துத் துடிப் பதை என்னால் உணர முடிந்தது. "அது சோகமான ஒரு கதை" என்றேன்.

"சோகமான கதைகளே நல்ல நூல்களாக உருவாகின்றன" என்றாள் அவள்.

"அப்படித்தான்".

"நீ எழுதுவாய் என்று நான் கேள்விப்பட்டேன்" என்றாள்.

அவளுக்கு எப்படித் தெரியும்? அவள் தந்தை சொல்லி இருக்க வேண்டும் அல்லது அவள் என்னைக் குறித்து விசாரித்திருக்கலாம் என்றெண்ணினேன். அப்படி ஏதும் இருக்காது என்று உடனே நினைத்தேன். தந்தைமார்களும் மகன்களும் பெண்களைப்பற்றி பேசமுடியும். ஆனால் எந்த ஆப்கானிய பெண்ணும் - உயர் நெறியுடைய எந்த ஆப்கானியப் பெண்ணும் ஒரு இளைஞனைப்பற்றி தன் தந்தையிடம் விசாரித்திருக்க முடியாது. எந்தத் தந்தையும், குறிப்பாக கௌரவமுள்ள எந்த பஸ்டூனும் தனது மகளிடம் ஒரு இளைஞனைப் பற்றி பேசவேமாட்டார். நல்லபெயர் எடுத்த எந்த இளைஞனாவது தனது தந்தையை அனுப்பி மணமுடிக்க பெண் கேட்டால் மட்டுமே தந்தை தன் மகளிடம் அந்த இளைஞனைப்பற்றி பேசக்கூடும்.

"எனது கதைகளில் ஒன்றைப் படிக்க உனக்கு விருப்பமா?" என்று நான் அவளிடம் கேட்டது என் காதில் விழுந்ததை என்னால் நம்ப முடியவில்லை.

"நிச்சயமாக அதனை நான் விரும்புவேன்" என்று அவள் சொன்னாள். அவள் கண்கள் இந்தப்பக்கமும் அந்தப்பக்கமும் பார்த்து இப்போது அசௌகரியப்படுவதை என்னால் உணரமுடிந்தது. ஒருவேளை ஜெனரல் வருகிறாரா என்று அவள் பார்க்கலாம் என்று நினைத்தேன். அவர் மகளுடன் இப்படி அவசியமில்லாமல் நீண்டநேரம் பேசிக்கொண்டிருப்பதைக் கண்டால் அவர் என்ன நினைப்பார் என்றெண்ணினேன்.

"என்னுடைய கதை ஒன்றை ஒருநாள் உனக்காக நான் கொண்டு வருகிறேன்" என்று நான் சொன்னேன். நான் இன்னும் அவளிடம் பேசியிருக்கக்கூடும். அதற்குள் சுரய்யாவுடன் முன்பு சில வேளைகளில் நான் கண்ட பெண்மணி வந்துகொண்டிருந்தார். அவர் கையில் பிளாஸ்டிக் பை நிறைய பழங்களிருந்தன. ஹெல்மெட் போன்றிருந்த அவர் செந்நிற தலைமுடி வெயிலில் மின்னியது. முட்டைகோஸ் போன்ற அவர் முகத்தில் பச்சை நிற கண்களிருந்தன. அவரது மார்பில் தங்கத்தினாலான சங்கிலியில் "அல்லாஹ்" என்றெழுதிய பதக்கம் தொங்கிக்கொண்டிருந்தது.

"என் பெயர் ஜமீலா, சுரய்யாவின் அம்மா" என்றார் அந்தப் பெண்மணி.

"ஸலாம், மாமி" என்றேன். என்னை அவருக்குத் தெரிந்திருந்து, எனக்கு அவரைத் தெரியாதிருந்தது எனக்கொருவிதமான சங்கடத்தைத் தந்தது.

"உன் தந்தை எப்படி இருக்கிறார்?" என்று அவர் கேட்டார்.

"நன்றாக இருக்கிறார். நன்றி" என்றேன்.

"உனக்கொன்று தெரியுமா? நீதிபதியாய் இருந்த உனது தாத்தாவான காஸிசாகிப்பின் சித்தப்பாவும் எனது தாத்தாவும் உறவுக்காரர்கள்" என்று சொல்லிய அவர், "அப்படியென்றால் நாமும் உறவுக்காரர்கள்தான்" என்று கூறி சிரித்தார்.

அவர் செயற்கைப் பல் கட்டியிருந்ததையும், அவரது வலதுபுற வாய்ப்பகுதி தொய்வாக இருந்ததையும் கவனித்தேன். அவர் பார்வை என்மீதும் சுரய்யா மீதும் மீண்டும் விழுந்தன.

ஜெனரலின் மகள் ஏன் இன்னும் திருமணம் செய்துகொள்ள வில்லை என்று என் அப்பாவிடம் கேட்டபோது வரன் அமைய வில்லை என்று சொல்லியிருந்தார். இதனை அவர் பொருத்தமான என்ற வார்த்தையை சேர்த்துச் சொல்லியிருந்தார். அவருக்குத் தெரியும் வீணான வகையில் பெண்களைப் பற்றி கிசுகிசு பேசுவது அந்தப் பெண்களின் வாழ்க்கையை எப்படி பாதிக்கும் என்று.

ஆப்கானிய ஆண்கள் அதுவும் குறிப்பாக புகழ்பெற்ற குடும்பங் களைச் சேர்ந்தவர்கள் நிலையற்ற மனதைக் கொண்டவர்களாயிருப் பார்கள். சின்ன கிசுகிசுப்பு கூட அவர்களை சிதறடித்துவிடும். எனவே சுரய்யாவுக்கு எவரும் திருமணப்பாடல்களைப் பாட வில்லை. எவரும் அவளுடைய கைகளில் கால்களில் மருதாணி கோலம் இடவில்லை. அவளது தலைக்கு மேல் வேதநூலான குர்ஆனை பிடிக்கவில்லை. எல்லா திருமண நிகழ்ச்சிகளிலும் அவளுடன் ஜெனரலே நடனமாடினார்.

இப்போது இந்தப் பெண்மணியிடம் ஆவலுடன் கூடிய கள்ளப் புன்னகை தோன்றியது. அவரது கண்களுக்குள் நம்பிக்கை ஒளிந்திருந்தது. நான் ஆண் என்ற அதிர்ஷ்டத்தால் கிட்டிய அதிகாரத்தைக் கொண்டு நான் சிறிது மமதை கொண்டேன்.

ஜெனரலின் மனதில் என்ன ஓடுகிறது என்பதை என்னால் எப்போதும் அறிந்துகொள்ள முடிந்ததில்லை. ஆனால் இந்தப் பெண்மணியின் மனதை என்னால் படிக்க முடிந்தது. இந்த விவகாரத்தில் எதிர்ப்பு எதுவும் தோன்றுமேயானால் அது நிச்சயமாக இந்தப் பெண்மணியால் இருக்காது.

"அமீர் ஜான் உட்கார்" என்று அவர் சொன்னார். "சுரய்யா, அமீருக்கு ஒரு நாற்காலியைக் கொண்டுவா. பீச் பழமொன்றைக் கழுவு. அவை சுவை மிக்கவை" என்றார்.

"இல்லை. நன்றி" என்ற நான், "நான் போகவேண்டும், எனக்காக என் அப்பா காத்துக் கொண்டிருப்பார்" என்றேன்.

நான் மிக மென்மையாக நடந்துகொண்டதை பாராட்டும் விதமாக "ஓ" என்றார் அவர்.

ஒரு காகிதப்பையில் கொஞ்சம் கீவிப் பழங்களையும், பீச் பழங்களையும் போட்டு "அப்படி என்றால் இதனையாவது எடுத்துச் செல்" என்று வற்புறுத்தி, "உன் தந்தைக்கு என் ஸலாத்தை சொல்லு. எங்களைக் காண மீண்டும் வா" என்றார்.

"நிச்சயமாக வருவேன் மாமி. நன்றி" என்றேன். சுரய்யா எங்கோ தூரமாகப் பார்ப்பதை என் ஓரக்கண்ணால் கவனித்தேன்.

என் கையிலிருந்த பழப்பையை வாங்கிய அப்பா "நீ கோக் பானங்களை எனக்காகக் கொண்டுவருவாய் என்று நினைத்திருந் தேன்" என்றார். குறும்பாகவும் அதேசமயத்தில் சிரத்தையுடனும் பார்த்தார். நான் வேறேதோ வேலையை செய்ய முனைந்தேன். ஆனால் அவர் ஒரு பீச் பழத்தைக் கடித்தபடி, "கவலைப்படாதே அமீர். ஆனால் சொன்னதை மட்டும் நினைவில் கொள்" என்றார்.

நான் அன்றிரவு படுக்கையில் படுத்தபடி சுரய்யாவின் கண்களில் சூரிய ஒளி நடனமிட்டதையும், அவளது தோள்பட்டை எலும்புகளின் மேல் இருந்த உட்குழிவான பகுதியையும் நினைத்துக் கொண்டிருந்தேன். நானும் அவளும் பேசிக்கொண்டிருந்ததையே மீண்டும் மீண்டும் என் மனதில் ஓட்டிக் கொண்டிருந்தேன். அவள் சொன்னது நீ எழுதுகிறாய் என்று கேள்விப்பட்டேன் என்றா அல்லது எழுத்தாளர் என்று கேள்விப்பட்டேன் என்றா? நான் போர்வையை வீசி எறிந்துவிட்டு விட்டத்தை வெறித்தபடி அவளைக் காண்பதற் காக தொலைக்கவியலாத ஆறு யெல்டா இரவுகள் காத்திருக்க வேண்டி இருப்பதை எண்ணி எரிச்சல்பட்டேன்.

இப்படியே சில வாரங்கள் கடந்தன. ஜெனரல் அவர் கடையிலிருந்து செல்வதற்காகக் காத்திருப்பேன். அவர் கடையை நோக்கிச் செல்வேன். அங்கு கானும் தாஹிரி, அதுதான் சுரய்யாவின் தாயார் இருந்தால் எனக்கு அவர் தேநீர் கொடுப்பார். காபூலின் பழைய வாழ்க்கையைப்பற்றிப் பேசுவோம். எங்களுக்குத் தெரிந்தவர்களைப்பற்றிப் பேசுவோம். அவருடைய மூட்டுவலியைப் பற்றிப் பேசுவோம். ஜெனரல் இல்லாத நேரங்களிலேயே நான் அங்கு வருவதை சுரய்யாவின் தாயார் கவனித்தார் என்பதில் எந்த சந்தேகமுமில்லை. ஆனால் அதை அவர் கணவர் தெரிந்துகொள்ளும்படி அவர் ஏதும் செய்யவில்லை. "ஓ இப்போதுதான் உனது மாமா சென்றார்" என்று அவர் சொல்லுவார். நான் செல்லும்போதெல்லாம் கானும் தாஹிரி இருப்பதை நான் விரும்பினேன். அவருடைய இணக்கமான நடத்தையால் அல்ல, சுரய்யாவின் தாயார் இருக்கையில் சுரய்யா சங்கடங்களேதுமின்றி நன்கு பேசுவாள் என்பதற்காகத்தான். ஜெனரல் இருப்பதைவிட கானும் தாஹிரி இருக்கையில் எங்களுக்குடையிலான உரையாடல் ஒழுங்கு முறையானதாக இருந்தது. கட்டுப்படுத்தி ஒரு எல்லைக்குள் வைத்தது சுரய்யாவுக்கு சங்கடத்தை ஏற்படுத்துவது போல இருந்தாலும், கானும் தாஹிரி இருந்தது எந்தக் கிசுகிசுப்புக்கும் இடமளிக்காத ஒரு காவல் துணை போன்றிருந்தது.

ஒருநாள் நானும் சுரய்யாவும் மட்டும் அவர்கள் கடையில் பேசிக் கொண்டிருந்தோம். ஃப்ரமன்டின் ஓஹ்லோன் ஜூனியர் கல்லூரியில் படித்து வந்த அவள் தனது படிப்புபற்றி என்னிடம் பேசிக் கொண்டிருந்தாள்.

"உனது முதன்மைப் பாடம் எது?"

"நான் ஆசிரியையாக விரும்புகிறேன்" என்றாள் அவள்.

"உண்மையாகவா? ஏன்?"

"எப்போதும் எனக்குப் பிடித்தமானது அது. நாங்கள் வெர்ஜீனியாவில் இருந்தபோது கல்வி கற்றுக்கொடுக்கும் *ESL* சான்றிதழைப் பெற்றேன். இப்போது வாரத்தில் ஓரிரவு பொதுநூலகத்தில் பாடம் நடத்துகிறேன். எனது தாயாரும் ஆசிரியைதான். அவர் காபூலின் ஜார்டனா பெண்கள் உயர்நிலைப் பள்ளியில் ஃபார்ஸி மொழிப் பாடமும், வரலாற்றுப் பாடமும் நடத்தி வந்தார்" என்றாள்.

தொப்பியணிந்து உப்பிப் பருத்திருந்த வயிறுடன் ஒருவன் ஐந்து டாலர் மெழுகுவர்த்திப் பெட்டியை மூன்று டாலருக்குக் கேட்டான்.

சுரய்யா அந்த விலைக்கே அவனுக்கு அதனைக் கொடுத்தாள். தனது காலுக்கருகிலிருந்த சிறிய பெட்டியில் அவள் பணத்தை போட்டாள். அவள் என்னைக் கூச்சத்துடன் பார்த்து, "உன்னிடம் ஒரு கதையை சொல்ல விரும்புகிறேன், ஆனால் அதனை சொல்வது எனக்கு சிறிது சங்கடமாக இருக்கிறது" என்றாள்.

"சொல்"

"அது ஒரு அற்பமான கதை"

"தயை செய்து சொல்" என்றேன்.

அவள் சிரித்தாள். "நல்லது. நான் காபூலில் நான்காம் வகுப்பு படிக்கையில் ஜீபா என்ற பெண்ணை வீட்டு வேலைக்கு அப்பா கொண்டு வந்தார். ஈரானின் மஸாத் நகரில் அவளுக்கு ஒரு சகோதரி இருந்தாள். ஜீபாவுக்கு எழுதத் தெரியாதாகையால் அவள் சகோதரிக்கு என்னை கடிதம் எழுதச் சொல்வாள். அவள் சகோதரியிடமிருந்து பதில் கடிதம் வந்ததும் என்னைப் படிக்கச் சொல்வாள். ஒரு நாள் எழுதப் படிக்க கற்றுக்கொள்ள உனக்கு ஆசையா என்று நான் கேட்டேன். அவள் புன்னகைத்து கண்களை சுருக்கிக்கொண்டு, அதற்கு தனக்கு மிகவும் ஆசை என்று சொன்னாள். நான் எனது வீட்டுப்பாடங்களை முடித்துவிட்டு சமயலறை மேசைமீது அமர்ந்துகொண்டு அவளுக்கு அலீஃப்-பே (அரபி அரிச்சுவடி) கற்றுக் கொடுத்தேன். நான் வீட்டுப்பாடத்தை செய்து கொண்டிருக்கையில் சமையல் செய்துகொண்டே நான் அவளுக்கு முன் இரவில் கொடுத்திருந்த வீட்டுப்பாடத்தை அவள் செய்ததை நான் பார்த்தது எனக்கு நினைவிருக்கிறது.

ஓராண்டிற்குள்ளாக அவள் குழந்தைகளுக்கான புத்தகத்தை வாசிக்கும் அளவுக்குத் தேறிவிட்டாள். கொல்லைப்புறத்தில் நாங்கள் அமர்ந்து கொண்டிருக்கையில் குழந்தைகளுக்கான கதையை அவள் படிப்பாள். அது மெதுவானதாக இருந்தாலும் சரியானதாக இருந்தது. அவள் என்னை ஆசிரியை சுரய்யா என்று அழைக்கத் தொடங்கினாள்" இப்படிச் சொல்லிவிட்டு சுரய்யா சிரித்தாள்.

"அது குழந்தைத்தனமானதுதான் என்று எனக்குத் தெரியும். ஆனால் ஜீபா தனது முதல் கடிதத்தை எழுதியதும் ஆசிரியை ஆவதைத் தவிர வேறெதையும் நான் விரும்பவில்லை எனத் தெரிந்து கொண்டேன். அவளுக்கு நான் கற்பித்ததைக் குறித்து எனக்குப் பெருமையாக

இருந்தது. ஏதோ உருப்படியான பெரிய வேலையொன்றை செய்துவிட்டதாக நான் உணர்ந்தேன், தெரியுமா?" என்றாள்.

"ஆமாம், ஆமாம்" என்று நான் பொய்யாகக் கூறினேன். நான் கதைகள் வாசிக்கையில் ஹஸனை எப்படியெல்லாம் வேடிக்கை செய்தேன் என்பதை நினைத்தேன்.

"எனது தந்தையார் என்னை சட்டம் படிக்கச் சொன்னார். எனது தாயாரோ மருத்துவம் படிக்கச் சொன்னார். ஆனால் நான் ஆசிரியையாகப் போகிறேன். அதில் அதிகம் சம்பாதிக்க முடியாதுதான். ஆனால் நான் அதனையே விரும்புகிறேன்" என்றாள்.

"எனது அம்மாவும்கூட ஆசிரியைதான்" என்றேன்.

"எனக்குத் தெரியும்" என்ற அவள் அதனை தனது அம்மா சொன்னதாகச் சொன்னாள். இதனைச் சொன்னவுடன் அவள் முகம் சிவந்துவிட்டது. அதாவது "அமீரைப் பற்றிய பேச்சுக்கள்" அவர்களிடையே நடந்ததை அவள் உளறிவிட்டதை எண்ணி நாணிச் சிவந்தது அவள் முகம். நான் புன்னகைக்காதிருக்க மிகவும் சிரமப்பட்டேன்.

"உனக்காக ஒன்றை நான் கொண்டு வந்திருக்கிறேன்" என்றபடி என் பேண்டின் பின்பையிலிருந்து சுருட்டிய ஒரு கற்றைக் காகிதத்தை எடுத்தேன். எனது சிறுகதைகளில் ஒன்றான அதனை அவளிடம் கொடுத்தேன். "ஓ, நீ மறக்காமல் கொண்டு வந்தாயா?" என்று ஆச்சர்யமாகக் கேட்டுவிட்டு "நன்றி" என்றாள். அவள் என்னை நெருக்கமான ஒருவரை விளிப்பதைப்போல் முதன்முறையாக அழைத்ததை என்னால் உடனடியாகக் கவனிக்க முடியவில்லை. ஆனால் அதைச் சொல்லியவுடன் அவள் முகத்திலிருந்த புன்னகை மறைந்து போனது. அவள் முகத்திலிருந்த செந்நிறம் மாறி அவள் கண்கள் எனக்குப் பின்னால் நிலை கொண்டன. நான் திரும்பினேன். ஜெனரல் தாஹிரியை நேர் கொண்டேன்.

"அமீர்ஜான்! எங்கள் விருப்பத்திற்குரிய கதை சொல்லியே! உன்னை சந்திப்பது எத்தனை மகிழ்ச்சியானது" என்று சொன்ன அவர் முகத்தின் புன்னகை லேசானதாக இருந்தது.

"ஸலாம் ஜெனரல் சாகிப்" என்ற என் குரல் திணறலான ஒன்றாக இருந்தது.

என்னைத் தாண்டி கடைக்குள் சென்ற அவர் "அழகான தினம் இன்று, இல்லையா?" என்றபடி தனது ஒரு கையை பேண்ட்

பாக்கெட்டில் விட்டுக்கொண்டு மறுகையை சுரய்யாவிடம் நீட்டினார். அந்தக் காகிதக் கற்றையை அவள் அவரிடம் கொடுத்தாள்.

“இந்த வாரத்தில் மழைபெய்யும் என்று சொல்கிறார்கள். நம்பமுடியாததாக இருக்கிறது இல்லையா?” என்ற அவர் அந்தக் காகிதக் கற்றையை குப்பைக் கூடையில் போட்டார். என் பக்கம் திரும்பி எனது தோள்மீது மெல்ல கையை போட்டார். நாங்கள் சில அடிகள் நடந்தோம்.

“உன்னை எனக்கு நிரம்பப் பிடிக்கும். நீ நல்லியல்புள்ள பையனாக இருக்கிறாய். அதனை நான் உண்மை என்றே நம்பினேன். ஆனால் நீ...” என்று கூறி பெருமூச்சுவிட்டு ஒரு கையை ஆட்டி “நல்லியல்புள்ள பையன்களுக்குக்கூட சில வேளைகளில் நினை வூட்ட வேண்டியிருக்கிறது. எனவே இந்த சந்தையின் எல்லோரையும் போன்ற ஒருவன்தான் நீ என்பதை உனக்கு நினைவூட்ட வேண்டியது என் கடமையாக இருக்கிறது” என்ற அவர் நின்றார். அவரது சலன மற்ற கண்கள் என்னுள் ஊடுறுவின. “கவனி! இங்குள்ள ஒவ்வொரு வரும் கதை சொல்லிதான்” என்ற அவர் நன்றாக புன்னகைத்து “எனது மரியாதைகளை உனது தந்தைக்குத் தெரிவி அமீர் ஜான்” என்றார்.

அவர் தன்கைகளை எடுத்துக் கொண்டார். மீண்டும் புன்னகைத்தார்.

ஒரு ஆடும் மரக்குதிரையை முதிர்ந்த பெண்மணி ஒருவரிடம் விற்று பணத்தைப் பெற்றுக்கொண்டே “என்ன ஆயிற்று?” என்ற அப்பா கேட்டார்.

“ஒன்றுமில்லை” என்று சொல்லி பழைய தொலைக்காட்சிப் பெட்டி ஒன்றின் மீது அமர்ந்தேன். பின்னர் அவரிடம் ஒரு வழியாக சொன்னேன்.

“ஓ, அமீர்” என்று சொல்லிய அவர் பெருமூச்சொன்றைவிட்டார்.

நான் அதற்குமேல் ஒன்றையும் வெளிக்காட்டிக் கொள்ளவில்லை. ஏனென்றால் அந்தவார இறுதியில் அப்பா ஜலதோஷத்தில் மாட்டிக் கொண்டிருந்தார்.

அது குத்திருமலாகவும் மூக்கு ஒழுகலாகவும் தொடங்கியது. மூக்கு ஒழுகுவது நின்றும் இருமல் நிற்கவில்லை. கைக்குட்டையில் இருமி அதனை தனது பைக்குள் வைத்துக்கொண்டார்.

மருத்துவரிடம் செல்வோம் என்று நான் சொன்னதை அவர் மறுதலித்தார். அவருக்கு மருத்துவர்கள், மருத்துவமனைகள் என்றாலே பிடிக்காது. எனக்குத் தெரிந்தவரையில் மலேரியா நோயால் பீடிக்கப்பட்டிருந்த ஒருமுறை மட்டும்தான் இந்தியாவில் அவர் மருத்துவமனைக்கு சென்றிருந்தார்.

இரண்டு வாரங்கள் கழித்து கழிப்பறையில் ரத்தம் கலந்த சளியைப் பார்த்தேன்.

"எத்தனை நாட்களாக இப்படிச் செய்கிறீர்கள்?" என்று நான் கேட்டேன்.

அவர், "இரவு உணவு என்ன?" என்றார்.

"நான் உங்களை டாக்டரிடம் கொண்டு செல்கிறேன்" என்றேன்.

அந்த பெட்ரோல் நிலையத்தில் அப்பா மேலாளராக இருந்த போதும் அப்பாவுக்கு மருத்துவக் காப்பீட்டை அதன் முதலாளி எடுக்கவில்லை. அப்பாவும் அது குறித்து முதலாளியிடம் ஒன்றும் சொல்லியிருக்கவில்லை. எனவே சான்ஹோஸில் இருந்த மருத்துவமனைக்கு அவரைக் கொண்டுசென்றேன். டாக்டரைப் பார்த்த அப்பா, "அவர் உன்னைவிட இளையவராகத் தெரிகிறார், என்னை விட நோயாளியாகத் தெரிகிறார்" என்று முணுமுணுத்தார். அந்த இளைய டாக்டர் மார்பு எக்ஸ்ரே படம் எடுக்க எங்களை அனுப்பினார். நர்ஸ் எங்களை மீண்டும் உள்ளே அழைத்ததும் அவர் ஒரு படிவத்தைப் பூர்த்திசெய்து எங்களிடம் கொடுத்து இதனை முன்னால் உள்ள மேசைக்குக்கொண்டு செல்லுங்கள்" என்றார்.

"என்ன அது?" என்று கேட்டேன்.

"ஒரு ஆலோசனை கேட்புக்குறிப்பு" என்றார்.

"எதற்கு?"

"பல்மனரி கிளினிக்குக்கு" என்றார்.

"அப்படி என்றால் என்ன?" என்றேன்.

என்னை சட்டென்று ஏறிட்டுப் பார்த்துவிட்டு, தன் கண்ணாடி யைக் கழற்றினார். "அவருடைய வலதுபுற நுரையீரலில் ஒரு புள்ளி போன்று உள்ளது. அது என்னவென்று சோதனை செய்ய விரும்புகிறேன்" என்றார்.

"ஒரு புள்ளியா?" என்று நான் கேட்டபோது அந்த அறை சிறிதாவதுபோல் எனக்குத் தோன்றியது.

"புற்றுநோயா?" என்று அப்பா சாதாரணமாகக் கேட்டார்.

"இருக்கலாம். ஆனால் அப்படி இல்லாமலும் இருக்கலாம். ஒரு சந்தேகம்தான்" என்று அந்த மருத்துவர் முணுமுணுத்தார்.

"இன்னும் கொஞ்சம் விளக்கமாகச் சொல்லமுடியுமா?" என்று நான் கேட்டேன்.

"இல்லை. முதலில் ஸ்கேன் செய்யவேண்டும். பின்னர் நுரையீரல் சம்பந்தமான மருத்துவரைக் காணவேண்டும்" என்று சொல்லி அந்தப் படிவத்தை என்னிடம் கொடுத்து, "உனது அப்பா புகைபிடிப்பார் என்று நீ சொன்னாய் அல்லவா?" என்றார்.

"ஆமாம்" என்றேன்.

அவர் தலையை ஆட்டினார். என்னிடமிருந்து அப்பாவிடம் பார்வையை மாற்றிய அவர் மீண்டும் என்னைப் பார்த்தார். "இரண்டு வாரத்திற்குள் அவர்கள் உங்களை அழைப்பார்கள்" என்று சொன்னார்.

"ஒரு சந்தேகம்தான்" என்று அவர் சொன்ன வார்த்தைகளை மனதில் வைத்துக்கொண்டு இரண்டு வாரங்கள் எப்படி நான் இருக்க முடியும் என்று அவரிடம் கேட்க விரும்பினேன். எப்படி என்னால் வேலை செய்ய, படிக்க, உணவு உண்ண இயலும்? அந்த வார்த்தை களுடன் என்னை அவர் எப்படி வீட்டுக்கு அனுப்ப முடியும்?

நான் அந்த படிவத்தைக் கொடுத்தேன். அன்றிரவு அப்பா உறங்கும் வரை காத்திருந்தேன். எனது போர்வையை மடக்கினேன். அதனை நான் தொழுகை விரிப்பாகவும் பயன்படுத்தினேன். தலையை தரையில் வைத்து காபூலில் பள்ளியில் முல்லா எங்களை கட்டாயமாக மனனம் செய்ய வைத்திருந்த வேத நூலான குர்ஆனின் வாக்கியங்களை ஓதி, இருப்பார் என்று நிச்சயமாகத் தெரியாத இறைவனிடம் கருணை காண்பிக்கும்படி வேண்டினேன். அந்த முல்லாவின் நம்பிக்கைமீதும் பற்றின்மீதும் இப்போது எனக்குப் பொறாமையாக இருந்தது.

இரண்டு வாரங்கள் கடந்தன. எவரும் எங்களை அழைக்க வில்லை. நான் அவர்களைத் தொடர்பு கொண்டபோது அந்த

ஆலோசனை கேட்பு தொலைந்துவிட்டதாக சொன்னார்கள். நான் அதனை அவர்களிடம் நிச்சயமாக கொடுத்திருந்தேனா? என்ற சிந்தனை வந்தது. இன்னும் மூன்று வாரத்தில் அழைப்பதாக அவர்கள் சொன்னார்கள். நான் அவர்களிடம் ஸ்கேன் எடுப்பதற்கு ஒரு வாரத்திலும் மருத்துவரைக் காண்பதற்கு இரண்டு வாரத்திலும் ஏற்பாடு செய்து தரக்கோரினேன்.

சுவாச நோய்க்கான நிபுணரான டாக்டர். ஸ்னீடரிடம் ஆலோசனை பெறச் சென்றது அப்பா அவருடைய சொந்த நாடு எது என்று கேட்டது வரை நன்றாகவே இருந்தது. டாக்டர் சொன்னார் "ரஷ்யா" என்று. அவ்வளவுதான் அப்பாவுக்கு கோபம் வந்துவிட்டது.

அப்பாவை அந்தப் பக்கம் தள்ளியபடி "எங்களை மன்னியுங்கள்" என்று சொன்னேன். டாக்டர் ஸ்னீடர் புன்னகைத்தபடி நின்றிருந்தார். ஸ்டெத்தாஸ்கோப் அவர் கையில் இன்னும் இருந்தது.

"அப்பா, டாக்டர் ஸ்னீடரைப் பற்றி வரவேற்பறையில் படித்தேன். அவர் மிச்சிகனில் பிறந்தவர். அவர் அமெரிக்கர். உங்களையும் என்னையும்விட அமெரிக்கர்".

"அவர் எங்கு பிறந்தவர் என்பதைப் பற்றி எனக்குக் கவலை யில்லை. அவர் ரஷ்யன்" என்று ரஷ்யா என்ற வார்த்தையே அருவருப்பானது போன்று சொன்னார்.

"அவன் அப்பா அம்மா ரஷ்யர்கள். அவனுடைய தாத்தா பாட்டி ரஷ்யர்கள். உனது அம்மாவின் மேல் ஆணையிட்டுச் சொல்கிறேன். அவன் என்னைத் தொட முயன்றானானால் அவன் கையை உடைத்துவிடுவேன்"

"டாக்டர் ஸ்னீடரின் பெற்றோர்கள் ஷொராவியிலிருந்து ஓடி வந்தவர்கள் என்பதை நீங்கள் கவனிக்கவில்லையா? அவர்கள் தப்பித்துவிட்டார்கள்".

ஆனால் நான் சொன்ன எதனையும் அப்பா காதில் வாங்கிக் கொள்ளவேயில்லை. அவருடைய இறந்துபோன மனைவியைப் போன்று ஆப்கானிஸ்தானை அவர் நேசித்தார் என்று சில வேளை களில் நான் எண்ணியதுண்டு. இறந்துபோன அவருடைய நாடு. ஏமாற்றத்தினால் கிட்டத்தட்ட கத்திவிடுவேன் போலிருந்தது. ஆனால் நான் கத்தாமல் பெருமூச்சுவிட்டு டாக்டர் ஸ்னீடரின் பக்கம் திரும்பி, "மன்னியுங்கள் டாக்டர், எதுவும் செய்யமுடியாது" என்றேன்.

அடுத்த சுவாசநோய் நிபுணரான அமானி என்பவர் ஈரானியராக இருந்தார். அப்பா அவரிடம் செல்ல ஒத்துக்கொண்டார். மெலிதான குரலில் பேசுபவராக இருந்த டாக்டர் அமானி ஸ்கேன் செய்த ரிசல்ட் தனக்குக் கிடைத்ததாகவும், மேலும் சோதனைக்காக நுரையீரலி லிருந்து ஒரு சிறுபகுதியை எடுத்து அனுப்பப்போவதாகவும் சொன்னார். அதனை அவர் அடுத்த வாரத்தில் செய்யப்போவதாகவும் சொன்னார். அவரிடம் நன்றி கூறிவிட்டு அப்பாவை வெளியே கொண்டுவந்தேன். இன்னும் ஒரு வாரம் இதனை எண்ணிக் கொண்டிருக்கவேண்டும். அது "சந்தேகம்தான்" என்ற ஒரு வார்த்தையைவிட கடுமையானதாக இருந்தது. இப்போது என்னுடன் சுரய்யா இருக்க வேண்டும் என்று நான் விரும்பினேன். சாத்தானுக்கு இருப்பதைப் போன்றே புற்றுநோய்க்கும் பல பெயர்கள். அப்பாவுக்கு இருந்தது "ஓட் செல் கார்ஸினோமா" என்ற புற்றுநோய். அறுவை சிகிச்சை செய்யமுடியாத ஒன்றாக அது முற்றி இருந்தது. அதனைப் பற்றி டாக்டரிடம் அப்பா கேட்டார். டாக்டர் அமானி தனது உதட்டைக் கடித்துக்கொண்டு "சவக்குழி" என்றார். "கீமோ தெராபி என்று ஒன்று உண்டு. ஆனால் அது சிறிது தள்ளிப்போடக் கூடியது மட்டும்தான்" என்றார் டாக்டர் அமானி.

"தெளிவான பதில் டாக்டர் அமானி. அதற்காக உங்களுக்கு நன்றி" என்ற அப்பா, "கீமோ மருத்துவம் எனக்கு வேண்டாம்" என்றார். திருமதி. டாபின்ஸின் மேசையில் இலவச உணவுக்கான சீட்டுகளை கொடுத்த போதிருந்த அதே முகபாவம் அவரிடத்தில் இப்போது இருந்தது.

"ஆனால் அப்பா..."

"பொது இடத்தில் என்னை எதிர்த்தா பேசுகிறாய், அமீர்? கூடாது. நீ யாரென்று உன்னை நினைத்துக் கொண்டிருக்கிறாய்?" என்றார்.

மழையைக் குறித்து ஜெனரல் தாஹிரி சந்தையில் பேசியது சில வாரங்கள் கழித்து. ஆனால் டாக்டர் அமானியின் கிளினிக்கை விட்டு நாங்கள் வெளியே வரும்போதே சாலையில் சென்ற கார்கள் மழை நீரை வாரியிறைத்துச் சென்றன. அப்பா சிகரெட் ஒன்றை பற்ற வைத்தார். கார் வரை புகைத்தார். வீடு வரும் வரை புகைத்தார்.

வீட்டு முன் கதவின் பூட்டை அவர் திறக்க முனைந்தபோது "கீமோ தெராபியை செய்துபார்க்கலாம் அப்பா" என்றேன்.

அப்பா சாவியை எடுத்து பையில் போட்டுக்கொண்டு மழையிலிருந்து என்னை இழுத்தார். என்னை தன் மார்பில் சாய்த்துப்

பிடித்துக்கொண்டார். அவர் கையில் சிகரெட் புகைந்து கொண்டிருந்தது.

“போதும்! நான் முடிவு செய்துவிட்டேன்” என்றார்.

“நான் என்னப்பா செய்வேன்?” என்ற என் கண்களிலிருந்து கண்ணீர் வழிந்தோடியது.

மழை நீரில் நனைந்திருந்த அவர் முகத்தில் ஒரு வெறுப்பு ஓடியது. நான் சிறுகுழந்தையாய் இருந்தபோது கீழே விழுந்து முட்டியில் சிராய்ப்புகள் ஏற்பட்டு நான் அழுதபோது அவர் முகத்தில் தோன்றிய அதே வெறுப்பு. அந்த அழுகைதான் அப்போது வெறுப்பைக் கொண்டு வந்தது. அதே அழுகைதான் இப்போதும் வெறுப்பைக் கொண்டு வந்தது.

“அமீர்! உனக்கு இப்போது வயது இருபத்திரண்டு. வளர்ந்த ஒரு மனிதன். நீ...” என்று சொல்ல எத்தனித்து வாயைத் திறந்து மூடினார். மீண்டும் எத்தனித்து நிதானித்து மூடினார். வீட்டின் முன்பு பந்தல் போன்று இடப்பட்டிருந்த கேன்வாஸ் துணியின் மீது மழைத்துளிகள் விழும் சப்தம் பெரிதாகக் கேட்டது. “உனக்கு என்ன ஆகுமென்று நினைக்கிறாய்? இத்தனை ஆண்டுகளும் இப்படிப்பட்ட ஒரு கேள்வியை நீ என்னிடம் கேட்கக் கூடாது என்றே நான் உனக்கு சொல்லித் தந்திருக்கிறேன்” என்றார்.

அவர் கதவைத் திறந்தார். என் பக்கம் திரும்பினார். “ஒரு விஷயம். இது யாருக்கும் தெரியக்கூடாது. நான் சொல்வது உனக்குக் கேட்கிறதா? யாருக்கும் தெரியக்கூடாது. யாருடைய அனுதாபமும் எனக்குத் தேவையில்லை”.

அந்த நாள் முழுவதும் தொலைக்காட்சிப் பெட்டியின் முன்னமர்ந்து தொடர்ந்து புகைத்துக்கொண்டே இருந்தார். யாரிடம் அல்லது எதனிடம் அவர் தன் வீறாப்பைக் காட்டுகிறார் என்றெனக்குத் தெரியவில்லை. என்னிடமா, டாக்டர் அமானிடமா? அல்லது எப்போதும் நம்பியே இருக்காத இறைவனிடமா?

சந்தைக்குச் செல்வதிலிருந்து புற்றுநோயால் கூட அப்பாவைத் தடுக்கமுடியவில்லை. சனிக்கிழமைகளில் பழைய பொருட்களை வாங்குவோம். அப்பா வண்டியை ஓட்டுவார். நான் வழிகாட்டு வேன். ஞாயிற்றுக்கிழமைகளில் விற்பனை செய்வோம். பித்தளை விளக்குகள், விளையாட்டு கையுறைகள், வானில் தாவிக்

குதிக்கும்போது அணியும் பழைய உடைகள், இப்படி. தான் அறிந்திருந்த தனது பழைய தேசத்தவர்களிடம் வாழ்த்துக்களைத் தெரிவிப்பார். பொருட்கள் வாங்க வருபவர்களிடம் ஒரு டாலருக்கும் இரண்டு டாலருக்கும் பேரம் பேசுவார். எல்லாம் வழக்கம்போலவே. நான் அநாதையாவது என்பது ஏதோ அடுத்து நடக்கப்போவதல்ல என்ற வகையில் எல்லாம் நடந்தன.

சில வேளைகளில் ஜெனரல் தாஹிரியும் அவர் மனைவியும் கடைப்பக்கம் வருவார்கள். எப்போதும் போலவே ஜெனரல் என்னை நோக்கிப் புன்னகைத்து, இரண்டு கைகளாலும் என் கையைப்பற்றி குலுக்குவார். ஆனால் கானும் தாஹிரியின் நடத்தையில் சொல்ல விருப்பமில்லாத ஏதோ ஒன்று இருந்தது. ஜெனரலின் கவனம் வேறெங்கோ இருக்கும்போது கானுமின் கள்ளத்தனமான புன்னகையிலும், மன்னிப்பு கோரும்படியான பார்வையிலும் அவரின் சொல்ல இயலாத நிலை வெளிப்பட்டது.

அந்தக் காலகட்டத்தில் நடந்த பல "முதலாவதுகளை" நான் நினைத்துக் கொண்டேன். குளியலறையில் அப்பா புலம்புவதை முதன்முதலாகக் கேட்டது. அவரது தலையணையில் முதன் முதலில் இரத்தத்தைக் கண்டது. பெட்ரோலிய நிலையத்தை நிர்வகித்த மூன்றாண்டுகளுக்கும் மேலான காலகட்டத்தில் ஒருமுறைகூட அப்பா நோய்வாய்பட்டதில்லை. அந்த வகையிலும் இது முதலாவது. அந்த ஆண்டின் "ஹாலோயீன்" விழா காலத்தின் ஒரு சனிக்கிழமையில் அப்பா மிகவும் சோர்வாகக் காணப்பட்டார். அவர் வண்டியிலிருக்க நான் பழைய பொருட்களை பேரம் பேசினேன்.

சந்தையில் அப்பாவுக்குத் தெரிந்த ஆப்கானிய நண்பர்கள் அவரின் உடல் எடை குறைந்ததைப்பற்றி பேசினார்கள். தொடக்கத்தில் அது பாராட்டாக இருந்தது. அவருடைய உணவுப் பழக்க ரகசியத்தை அவர்கள் கேட்டனர். ஆனால் போகப்போக அவர் உடலெடை மிகவும் குறையக்குறைய, அவருடைய கன்னங்கள் உள்ளே குழிந்து குழிவாக, அவருடைய கண்கள் குழிவிழ பாராட்டுக்கள் நின்று போயின.

புத்தாண்டின் முதல் நாளாக இருந்த ஒரு குளிரான ஞாயிற்றுக் கிழமையில் விளக்கொன்றின் தடுப்புத் திரையை பருமனான ஒரு பிலிப்பைன் நாட்டுக்காரனுக்கு அப்பா விற்றுக்கொண்டிருக்கையில் அப்பாவின் கால்களை குளிரிலிருந்து காக்க ஒரு போர்வை எடுப்பதற்காக நான் சென்றேன்.

“ஹலோ இவருக்கு உதவி தேவைப்படுகிறது” என்று அந்த பிலிப்பினோ கத்தினான். நான் திரும்பி அப்பா தரையில் கிடப்பதைக் கண்டேன். அவருடைய கைகளும் கால்களும் உதறி நடுங்கின.

“யாராவது உதவி செய்யுங்கள்” என்று நான் கத்தினேன். நான் அப்பாவிடம் ஓடினேன். அவர் வாயிலிருந்து நுரை தள்ளியது. நுரையில் அவர் தாடி நனைந்தது. அவர் கண்கள் மேலே சொருகி வெண்மை நிறவிழி மட்டுமே தெரிந்தது.

எல்லோரும் எங்களை நோக்கி ஓடிவந்தனர். பிடித்துத் தூக்குங்கள் என்று யாரோ சொன்னதை நான் கேட்டேன். வேறு யாரோ அவசர உதவிக்கான எண்ணான 911-ஐ அழைக்கும்படி கூவினார்கள். ஓடிவரும் காலடி சப்தங்களை நான் கேட்டேன். வானம் இருண்டது. எங்களைச் சுற்றி கூட்டம் தடித்துக் கூடியது.

அப்பாவின் எச்சில் சிவப்பு நிறத்தில் வந்தது. அவருடைய நாக்கை அவர் கடித்திருந்தார். அவரருகில் அமர்ந்து கைகளைப் பிடித்து “நான் இருக்கிறேன் அப்பா, நான் இருக்கிறேன். உங்களுக்கு சரியாகிவிடும்” என்றேன். அது அவருடைய வலிப்பை என்னால் சரி செய்யமுடியும் என்பதுபோல இருந்தது. எனது முட்டியில் ஏதோ ஈரத்தை நான் உணர்ந்தேன். அப்பாவிடமிருந்து சிறுநீர் வந்து கொண்டிருந்ததைக் கண்டேன். “அப்பாஜான், நானிருக்கிறேன். உங்கள் மகனான நானிருக்கிறேன்” என்றேன்.

வெள்ளை தாடியுடன் வழுக்கையராக இருந்த டாக்டர் என்னை வெளியே அழைத்து வந்தார். “உன்னிடம் உள்ள உன் அப்பாவின் ஸ்கேன் ரிப்போர்ட்டுகளை நான் பார்க்கவேண்டும்” என்றார் அவர். அவர் அந்த ஸ்கேன் படங்களை படம் பார்க்கும் பெட்டியில் வைத்து தன் கையில் இருந்த பென்சிலின் பின்பாகத்தால் கொல்லப் பட்டவனின் துப்பாக்கி குண்டுபட்ட இடத்தை கொல்லப் பட்டவனின் குடும்பத்தாரிடம் போலீஸ் காண்பிப்பதுபோல அப்பாவின் நுரையீரலில் கேன்ஸர் பாதித்த பகுதியைக் காண்பித்தார். அந்தப் படங்களில் பெரிய வால்நட் கொட்டையின் குறுக்கு வெட்டுத் தோற்றம்போல அப்பாவின் மூளை இருந்தது.

“அவருடைய புற்று நோய் முற்றிவிட்டது, தெரிகிறதா?” என்ற அவர் “உனது அப்பாவின் மூளை வீக்கத்தைக் குறைக்க ஸ்டீராய்டு களை எடுக்கவேண்டிவரும். வலிப்பு வராதிருப்பதற்கான மருந்துகளையும் எடுக்கவேண்டும். கதிர்வீச்சு சிகிச்சைக்கும்

பரிந்துரைக்கிறேன். அப்படி என்றால் என்னவென்று உனக்குத் தெரியுமா?'' என்று கேட்டார்.

எனக்குத் தெரியும் என்று சொன்னேன். புற்றுநோய் பற்றி எனக்கு நிறைய தெரிந்துவிட்டிருந்தது.

“சரி'' என்றவர் தனக்கு ஏதும் குறுந்தகவல் வந்திருக்கிறதா என்று பார்த்தார். “நான் போகவேண்டும். உனக்கு ஏதும் சந்தேகமிருந்தால் என்னை குறுந்தகவல்கள் மூலம் தொடர்பு கொள்'' என்று கூறினார்.

“மிக்க நன்றி'' என்றேன்.

அன்றிரவு முழுவதும் அப்பாவுக்கருகிலேயே அமர்ந்திருந்தேன்.

அடுத்தநாள் காலை மருத்துவமனையின் காத்திருப்பு அறை ஆப்கானியர்களால் நிரம்பி வழிந்தது. எல்லோரும் அப்பாவிடம் தங்கள் மரியாதையைத் தெரிவித்து, விரைந்து குணமடைய வாழ்த்தினார்கள். அப்பா மிகவும் தளர்ந்து சோர்வாய் காணப் பட்டார். இருந்தாலும் எழுந்துவிட்டார்.

நண்பகல் வாக்கில் ஜெனரல் தாஹிரியும் அவர் மனைவியும் வந்தனர். அவர்களுக்குப் பின்னால் சுரய்யாவும் வந்தாள். நாங்கள் ஒருவரையொருவர் பார்த்துக்கொண்டோம். அதேபோல பார்வையை விலக்கிக்கொண்டோம். அப்பாவின் கைகளைப் பற்றிய ஜெனரல், “எப்படி இருக்கிறீர்கள் என் நண்பரே?'' என்று கேட்டார். அப்பா அவர் உடலுக்குள் செலுத்தப்பட்டுக் கொண்டிருந்த மருந்தை சுட்டிக் காண்பித்தார். மெலிதாக புன்னகைத்தார். ஜெனரலும் பதிலுக்கு புன்னகைத்தார்.

“உங்களுக்கெல்லாம் வீண் கஷ்டம்'' என்று அப்பா மெல்ல சொன்னார்.

“இல்லை இல்லை. அப்படியெல்லாம் ஒன்றுமில்லை'' என்று கானும் தாஹிரி சொன்னார்.

“எந்தவித கஷ்டமும் இல்லை. முக்கியமாக உங்களுக்கு எதுவும் தேவைப்படுகிறதா? எதுவாயிருந்தாலும் ஒரு சகோதரனிடம் கேட்பதுபோல் கேளுங்கள்'' என்றார் ஜெனரல்.

பஸ்டூன்களைப் பற்றி முன்பொருமுறை அப்பா சொன்னது எனக்கு நினைவுக்கு வந்தது. “நாம் திமிர்பிடித்தவர்களாக மிகுந்த பெருமை கொண்ட தலைகனம் பிடித்தவர்களாக இருக்கலாம்.

ஆனால் நெருக்கடியான நேரத்தில் பஸ்டூன்களைப்போல உதவக் கூடியவர்களை பார்க்கமுடியாது".

அப்பா மறுத்து தலையை ஆட்டினார். "உங்களது வருகை என் கண்களுக்கு ஒளியைத் தந்துள்ளது" என்று அப்பா சொன்னதற்கு ஜெனரல் முறுவலித்து அப்பாவின் கைகளை இன்னும் இறுக்கமாகப் பிடித்துக்கொண்டார். "அமீர்ஜான் எப்படியிருக்கிறாய்? உனக்கு ஏதும் தேவைப்படுகிறதா?" என்று என்னிடம் ஜெனரல் கேட்டார்.

அவர் என்னைப்பார்த்த பார்வை மிகுந்த அன்புடன் இருந்தது. "இல்லை. நன்றி ஜெனரல் சாகிப். நான்..." என்று சொல்லும்போது என் தொண்டை அடைத்து கண்களிலிருந்து கண்ணீர் வழிந்தது. நான் அந்த அறையை விட்டு வெளியே வந்தேன்.

நான் நேற்று ஸ்கேன் படங்களைப் பார்த்த பெட்டியருகில் வந்து நின்று அழுதேன்.

அப்பா இருந்த அறைக்கதவு திறந்தது. அறையிலிருந்து சுரய்யா வெளியே வந்தாள். அவள் என்னருகில் வந்து நின்றாள். அவள் சாம்பல் நிற மேற்சட்டையும் ஜீன்ஸ் பேண்ட்டும் அணிந்திருந்தாள். அவள் முடிக்கற்றைகள் தொங்கிக்கொண்டிருந்தன. அவள் கைகளில் சாய்ந்து ஆறுதல் பெற விரும்பினேன்.

"எனக்கு மிகவும் வருத்தமாக இருக்கிறது அமீர். எதுவோ சரி இல்லை என்று எங்கள் எல்லோருக்கும் தெரிந்திருந்தது. ஆனால் அது இப்படி இருக்கும் என்று நினைக்கவில்லை" என்றாள் அவள்.

என் சட்டையின் கைப்பகுதியால் என் கண்களைத் துடைத்துக் கொண்டேன்.

"எவருக்கும் தெரிவதை அப்பா விரும்பவில்லை" என்று சொன்னேன்.

"உனக்கு ஏதும் தேவைப்படுகிறதா?"

"இல்லை" என்று சொல்லி நான் புன்னகைக்க முயன்றேன். அவள் என் கைகளைப் பிடித்துக் கொண்டாள். எங்களது முதல் ஸ்பரிசம். அவள் கையை எடுத்து என் முகத்தினருகில் கொண்டு வந்தேன். என் கண்களினருகில் கொண்டு வந்தேன். உடனே விட்டு விட்டேன். "நீ உள்ளே போய்விடு. இல்லை என்றால் உனது தந்தை என்னிடம் வருவார்" என்றேன்.

அவள் புன்னகைத்து தலையை ஆட்டினாள். அவள் போவதற்குத் திரும்பினாள்.

"சுரய்யா?" என அழைத்தேன்.

"என்ன" என்றாள்.

"நீ வந்ததில் எனக்கு மிகவும் மகிழ்ச்சி. அதாவது எனக்கான உலகம் நீ" என்றேன்.

இருதினங்கள் கழித்து அப்பாவை மருத்துவமனையிலிருந்து டிஸ்சார்ஜ் செய்தார்கள். கதிரியக்க சிகிச்சை நிபுணரொருவரைக் கொண்டுவந்து அந்த சிகிச்சை குறித்து அப்பாவிடம் விளக்கச் சொன்னார்கள். அப்பா மறுத்தார். என்னை விளக்கிப் பேசும்படி என்னிடம் அவர்கள் சொன்னார்கள். ஆனால் அப்பாவின் தீவிரமான அந்த முகபாவத்தை நான் பார்த்தேன். அவர்களுக்கு நன்றி கூறி, தேவையான படிவங்களிலெல்லாம் கையொப்பமிட்டுவிட்டு அப்பாவை எனது ஃபோர்டு வண்டியில் வீட்டிற்கு கொண்டு சென்றேன்.

அன்றிரவு உல்லன் போர்வையை போர்த்திக்கொண்டு நீண்ட இருக்கையில் அப்பா படுத்துக்கிடந்தார். அவருக்காக சூடான தேநீரும் வறுத்த வாதுமைக் கொட்டையையும் கொண்டுவந்தேன். அவர் கழுத்தைச் சுற்றி என் கையைப்போட்டு அவரை மெல்ல தூக்கினேன். அவரது கழுத்துப் பட்டை பறவையினுடைய இறக்கைபோல இருந்தது. அவர் மார்புவரை போர்வையை இழுத்துவிட்டேன். அவரது விலா எலும்புகள் தொளதொளவென்றிருந்த அவரது தோலின் கீழ் தெரிந்தன.

"உங்களுக்கு வேறெதுவும் நான் செய்யவேண்டுமா அப்பா?" என்றேன்.

"இல்லை மகனே. நன்றி" என்றார். அவருக்குப் பக்கத்தில் நான் அமர்ந்துகொண்டேன்.

"எனக்காக ஒன்று உங்களால் செய்ய முடியுமாவென்று யோசிக்கி றேன். நீங்கள் மிகவும் களைத்துப் போயிருக்காவிட்டால்" என்றேன்.

"என்ன?" என்றார்.

"நீங்கள் காஸ்டேகாரிக்குப் போய் ஜெனரலைப் பார்த்து எனக்கு அவர் மகளைப் பெண் கேட்கவேண்டும்" என்றேன்.

அப்பாவின் உதடுகள் புன்னகைத்தன. உலர்ந்துபோன இலையில் ஒரு பசுமையான புள்ளிபோல அது இருந்தது.

"நிச்சயமாகவா?" என்றார்.

"எல்லாவற்றிலும் இருந்ததைவிட மிக நிச்சயமாய்" என்றேன்.

"அதனைக் குறித்து நன்றாக சிந்தித்துவிட்டாயா?"

"நன்றாக அப்பா"

"அப்படியானால் தொலைபேசியையும் எனது சிறிய குறிப்புப் புத்தகத்தையும் கொண்டு வா"

நான் முழித்தேன். "இப்போதே பேசப்போகிறீர்களா?"

"பின் எப்போது?"

நான் புன்னகைத்து "சரி" என்றேன். தொலைபேசியையும் ஆப்கானிய நண்பர்களின் தொலைபேசி எண்களைக்கொண்ட அந்தக் குறிப்பு புத்தகத்தையும் அவரிடம் கொடுத்தேன். தாஹிரியின் எண்ணை எடுத்து டயல் செய்தார். தொலைபேசியை அவர் காதருகில் கொண்டுவந்தார். என் இதயம் படபடத்துத் துடித்தது.

"ஜமீலா ஜான். அஸ்ஸலாமு அலைக்கும்" என்று கூறி தன்னை அறிமுகப் படுத்திக்கொண்டார். நேரம் கடந்தது. "நல்லது. நன்றி. நீங்கள் இங்கே வருவது மிக அன்பான செயல்" என்றார். எதிர்முனை யில் பேசுவதைக் கேட்டார். தலையை ஆட்டினார். "நான் அதனை நினைவில் கொள்கிறேன். நன்றி" என்றுவிட்டு, "ஜெனரல் சாகிப் வீட்டில் இருக்கிறாரா?" என்றார். நேரம் கடந்தது. "நன்றி" என்றார்.

அவர் என்னை நோக்கி கண்களை சிமிட்டினார். எதற்காகவோ நான் சிரிக்க விரும்பினேன். அல்லது கூச்சலிட விரும்பினேன். என் கையை வாயருகில் கொண்டுவந்து கடித்தேன். அப்பா மெலிதாகச் சிரித்தார்.

"ஜெனரல் சாகிப் அஸ்ஸாலாமு அலைக்கும். ஆமாம். நல்லது. மிகவும் நல்லது. சந்தோஷம்... நீங்கள் மிகவும் அன்பானவர் ஜெனரல் சாகிப். நாளை காலை உங்கள் வீட்டுக்கு நான் வரலாமா? என்று கேட்கவே நான் தொலைபேசியில் அழைத்தேன். அது முக்கியமான விஷயம்... ஆமாம்... பதினோரு மணி என்பது நல்லதுதான். சரி. இறைவன் நன்மை பயப்பானாக".

பேசிவிட்டு தொலைபேசியை வைத்தார். நாங்கள் ஒருவரை ஒருவர் பார்த்துக்கொண்டோம். நான் சிரித்தேன். அப்பாவும் என்னுடன் சேர்ந்துகொண்டார்.

அப்பா தலையை வாரிக்கொண்டார். தூய வெள்ளை சட்டையை அணிய அவருக்கு நான் உதவினேன். அவரது டையை கட்டி விட்டேன். காலர் பொத்தானுக்கும் அப்பாவின் கழுத்துக்கும் இடையே இருந்த காலி இடத்தை நோக்கினேன். அப்பா இறந்த பின்னால் ஏற்படப்போகும் எல்லா காலி இடங்களையும் நினைத்துப் பார்த்தேன். எனது சிந்தனையை மாற்றிக்கொண்டேன். அவர் இன்னும் என்னை விட்டுப்போகவில்லை. நான் பட்டம்பெற்ற அன்று அவர் அணிந்திருந்த பழுப்பு நிற கோட் அவர் மீது தொங்கிக் கொண்டிருந்தது. அப்பா மிகவும் இளைத்துப் போயிருந்தார். அவர் சட்டையின் கைகளை மடக்கிவிட்டேன். குனிந்து அவர் பூட்ஸின் கயிறுகளைக் கட்டிவிட்டேன்.

ஏராளமான ஆப்கானியர்கள் வசிக்கும் ஃப்ரமன்டின் குடியிருப்புப் பகுதியில் ஒருதள வீட்டில் தாஹிரியின் குடும்பத்தினர் வசித்தனர். அது அகலமான ஜன்னல்களுடன், கோபுரம் போன்ற கூரை அமைப்புடனிருந்தது. முன்பகுதியில் பல வண்ணங்களில் பூக்கக்கூடிய ஜெரேனியம் செடி அழகாக வைக்கப்பட்டிருப்பதை நான் கண்டேன். முன்பகுதியில் ஜெனரலின் சாம்பல் நிற வண்டி நிறுத்தி வைக்கப்பட்டிருந்தது.

"சரி அப்பா, வெற்றி பெற வாழ்த்துக்கள்" என்றேன்.

அவர் புன்னகைத்தார்.

நான் வண்டியை ஓட்டினேன். பக்கவாட்டுக் கண்ணாடியில் தந்தைக்கான கடைசிக் கடமையைச் செய்ய அப்பா செல்வதைக் கண்டேன்.

அப்பாவின் தொலைபேசி அழைப்புக்காக காத்து ஹாலில் இங்குமங்குமாக நடந்து கொண்டிருந்தேன். நீளவாக்கில் பதினைந்து அடி. குறுக்குவாக்கில் பத்தரை அடி. ஜெனரல் மறுத்துவிட்டால் என்னாவது? என்னை அவர் வெறுத்திருந்தால் என்னவாகும்? பனிரெண்டு மணி ஆவதற்கு சற்று முன்னால் தொலைபேசி மணி அடித்தது. அழைத்தது அப்பாதான்.

"நல்லது?" என்றேன்.

"ஜெனரல் ஒத்துக் கொண்டுவிட்டார்". எனக்கு சிறிது ஆசுவாச மேற்பட்டது. உட்கார்ந்தேன். என் கைகள் நடுங்கிக் கொண்டிருந்தன. "அவர் ஒத்துக்கொண்டாரா?" என்றேன்.

"ஆமாம். ஆனால் சுரய்யாஜான் மாடியில் அவளது அறையில் இருக்கிறாள். அவள் முதலில் உன்னிடம் பேசவேண்டும் என்கிறாள்".

"சரி" என்றேன்.

அப்பா யார் மூலமோ சுரய்யாவிடம் தொடர்பேற்படுத்திக் கொடுத்தார்.

"அமீர்?" சுரய்யாவின் குரல்.

"ஸலாம்" என்றேன்.

"எனது தந்தை சம்மதித்துவிட்டார்", என்றாள்.

"எனக்குத் தெரியும்" என்றேன். தொலைபேசியை கைமாற்றிக் கொண்டேன். நான் சிரித்தேன். "எனக்கு மிகவும் சந்தோஷமாக இருக்கிறது. என்ன சொல்வதென்று தெரியவில்லை" என்றேன்.

"எனக்கும்கூட சந்தோஷம்தான் அமீர். இது நடக்கிறது என்பதை என்னால் நம்ப முடியவில்லை".

நான் சிரித்துச் சொன்னேன், "எனக்குத் தெரியும்".

"கவனி. உன்னிடம் ஒன்றை நான் சொல்ல விரும்புகிறேன்" என்றாள்.

நான் இடைமறித்து, "அது எதுவாக இருந்தாலும் அதனைப் பற்றி எனக்கு அக்கறையில்லை" என்றேன்.

"நீ தெரிந்துகொள்ள வேண்டும். நமது வாழ்க்கையை ரகசியங்களை வைத்துக்கொண்டு தொடங்க நான் விரும்பவில்லை. என்னிடமிருந்தே அதனை நீ கேட்கவேண்டும்" என்றாள்.

"அப்படிச் சொல்வது உனக்கு நன்றாக இருக்கும் என்றால் சொல். ஆனால் அது எதனையும் மாற்றிவிடாது".

எதிர்முனையில் ஒரு நீண்ட இடைவெளி. "நாங்கள் வெர்ஜீனியா வில் வசித்தபோது ஒரு ஆப்கானிய ஆணுடன் நான் ஓடிப்போய் விட்டேன். அப்போது எனக்கு எதனையும் எதிர்க்கும் முட்டாள்தனம்

நிரம்பிய பதினெட்டு வயது. அவன் போதைப் பழக்கத்திற்கு அடிமையானவன். நாங்கள் கிட்டத்தட்ட ஒரு மாதம் ஒன்றாக வாழ்ந்தோம். வெர்ஜீனியாவின் எல்லா ஆப்கானியர்களும் இதனைப்பற்றி பேசிக்கொண்டிருந்தனர்".

"எதேச்சையாக என் தந்தை என்னைக் கண்டுபிடித்து, அவனை வெளியேறச் சொல்லிவிட்டு என்னை வீட்டுக்குக் கொண்டுவந்தார். எனக்கு பைத்தியம் பிடித்தது போல் ஓலமிட்டு கூச்சலிட்டு அவனை வெறுப்பதாக சொல்லிக் கொண்டிருந்தேன்".

"எப்படியோ வீட்டிற்கு வந்துவிட்டேன்..." என்று சொல்லிய அவள் அழுது கொண்டிருந்தாள்.

தொலைபேசியை கீழே வைத்துவிட்டு மூக்கை சிந்தினாள். அதனை நான் தொலைபேசியில் கேட்டேன். "ஸாரி" என்று சொல்லிய அவள் குரல் உடைந்திருந்தது.

"நான் வீட்டிற்கு வந்தபோது நெஞ்சுவலியால் பாதிக்கப்பட்டு பக்கவாதம் தாக்கிய என் அம்மாவைக் கண்டேன். எனக்கு குற்ற உணர்வு மிகுந்தது. அம்மாவுக்கு அது நடந்திருக்கக்கூடாது".

"பின்னர் என் தந்தை எங்களை கலிஃபோர்னியாவுக்குக் கொண்டுசென்றார்" சிறிது நேரம் மௌனம் நிலவியது.

"இப்போது நீயும் உன் தந்தையும் எப்படி இருக்கிறீர்கள்?" என்று நான் கேட்டேன்.

"எங்களுக்குள் இன்னமும்கூட முரண்பாடு இருந்து கொண்டே தான் இருக்கிறது. ஆனால் என்னை அவர் மீட்டதற்கு நான் மிகவும் நன்றியுடையவளாக இருக்கிறேன். அவர் என்னைக் காப்பாற்றிய தாகவே நான் நம்புகிறேன்" என்ற அவள் சிறிது நேரம் மௌனமாக இருந்தாள். பின் "நான் சொன்னது எதுவும் உன்னை பாதித்ததா?" என்று கேட்டாள்.

"ஒரு சிறிது" என்றேன். இப்படி நான் உண்மையை அவளிடம் சொன்னேன். அவளிடம் என்னால் பொய் சொல்ல முடியவில்லை. எனது கௌரவம்-பெருமை பாதிக்கப்படவில்லை என்று என்னால் அவளிடம் பொய் சொல்ல முடியவில்லை. அவள் ஒரு மனிதனுடன் இருந்திருக்கிறாள். ஆனால் நானோ எந்தப் பெண்ணையும் படுக்கைக் குக் கொண்டு சென்றதில்லை. இது என்னை ஓரளவு பாதித்திருந் தாலும்கூட அப்பாவை பெண் கேட்கச் சொன்ன பல வாரங்களுக்கு

முன்னால் இது என்னை ஓரளவு பாதித்து இருந்தது. இறுதியில் என் மனதில் வந்த ஒரே கேள்வி இதுதான்: "ஒருவரின் கடந்த கால தவறுகளுக்கு நான் எப்படி தண்டனை அளிக்க முடியும்?"

"உன் மனதை மாற்றிக்கொள்ளும்படி இது உன்னை பாதித்து விட்டதா?"

"இல்லை சுரய்யா. லேசாகக்கூட இல்லை. நீ சொன்ன எதுவும் எதனையும் மாற்றிவிடாது. நாம் திருமணம் செய்துகொள்வதை நான் விரும்புகிறேன்" என்றேன்.

அவளிடமிருந்து புதிதாக அழுகை வெடித்தது.

அவள் மீது எனக்குப் பொறாமையாக இருந்தது. அவளது ரகசியம் வெளிப்பட்டுவிட்டது. பேசிவிட்டாள். பகிர்ந்து கொண்டும் விட்டாள். நான் ஹஸனை எப்படி ஏமாற்றினேன், வஞ்சகம் செய்தேன், துரோகமிழைத்துத் துரத்தினேன், அப்பாவுக்கும் அலிக்கு மிடையிலான நாற்பதாண்டு கால நட்பை எப்படி அழித்தேன் என்பதை எல்லாம் சொல்வதற்கு கிட்டத்தட்ட வாயைத் திறந்தே விட்டேன். ஆனால் சொல்லவில்லை. பல விதங்களில் சுரய்யா தாஹிரி என்னைவிடச் சிறந்தவளாயிருக்கக் கூடுமென்று நான் நினைத்தேன். அவற்றுள் ஒன்று தைரியம்.

பதின்மூன்று

அடுத்த நாள் மாலையில் திருமணத்திற்கு முன்னர் செய்யப்படும் "வாக்களித்தல்" என்ற சடங்கிற்காக நாங்கள் தாஹிரியின் வீட்டை அடைந்தபோது எங்கள் வண்டியை சாலையிலேயே நிறுத்தவேண்டி வந்தது. அவர்களது வீட்டின் முற்றம் முழுவதும் கார்கள் நின்றிருந்தன. அப்பாவை வீட்டிற்கு அழைத்து வந்தபின் சென்று நான் வாங்கிய நீல நிற சூட்டை நான் அணிந்திருந்தேன். வண்டியின் பக்கவாட்டு கண்ணாடியைப் பார்த்து எனது டையை சரி செய்து கொண்டேன்.

"நீ நன்றாக தோற்றமளிக்கிறாய்" என்று அப்பா சொன்னார்.

"நன்றி அப்பா. நீங்கள் நன்றாக இருப்பதாக உணர்கிறீர்களா? சிரமமாக ஏதும் உணர்கிறீர்களா?"

"சிரமமா? என் வாழ்க்கையின் மகிழ்ச்சியான தினம் இது" என்று சொல்லி சோர்வாக புன்னகைத்தார்.

வாயிற்கதவின் மறுபக்கத்தில் பேச்சு சப்தம், சிரிப்பொலி, உஸ்தாத் சாராஹாங்கினுடையதுபோலத் தோன்றிய சாஸ்திரீய கஸல் இசையொலி ஆகியவற்றை என்னால் கேட்கமுடிந்தது. நான் அழைப்பு மணியின் பொத்தானை அழுத்தினேன். ஜன்னல் திரை வழியே ஒரு முகம் எட்டிப்பார்த்து மறைந்தது. "அவர்கள் வந்து விட்டார்கள்" என்று ஒரு பெண் கூறுவது கேட்டது. பேச்சொலிகள் நின்றுவிட்டன. யாரோ இசையை நிறுத்தினார்கள்.

கானும் தாஹிரி கதவைத் திறந்தார். “அஸ்ஸலாமு அலைக்கும்” என்று சொன்னார். அவர் கூந்தலை நெளிநெளியாக அழகுபடுத்தி, முன்கை வரை நீண்ட கரு நிற உடையை அணிந்திருப்பதையும் நான் பார்த்தேன். நான் உள் நுழைகையில் அவர் கண்கள் கலங்கின. “இங்கு நீ மிக நிதானமானவனாக இருக்கிறாய். நான் அழுது கொண்டே இருக்கிறேன் அமீர்ஜான்” என்றார் அவர். முதல் நாளிரவு என் அப்பா சொல்லிக் கொடுத்திருந்ததைப்போல சுரய்யாவின் தாயார் கையைப் பிடித்து முத்தமிட்டேன்.

அவர் எங்களை விளக்கொளி ததும்பிக் கொண்டிருந்த ஹால் வழியாக அழைத்துச் சென்றார். சுவர்களில் எனது சொந்தக்காரர் களாகப் போகிறவர்களின் படங்கள் இருந்ததை நான் கண்டேன். தாஹிரி, கானும் தாஹிரி, ஒரு வண்டியில் ஏறப்போகும்முன் கையை ஆட்டும் சுரய்யா, ராணுவ சீருடையில் ஜெனரல் தாஹிரி, ஜோர்டான் மன்னருடன் கைகுலுக்கும் ஜெனரல் தாஹிரி, மன்னர் ஜாஹிர் ஷாவின் மார்பளவு புகைப்படம் ஆகியவை இருந்தன.

சுவரருகில் இடப்பட்ட இருக்கைகளில் கிட்டத்தட்ட இரண்டு டஜன் விருந்தினர்கள் அமர்ந்திருந்தார்கள். அப்பா உள்ளே நுழைந்ததும் அனைவரும் எழுந்து நின்றனர். எல்லோரிடமும் சென்று அப்பா வாழ்த்தி கைகுலுக்கினார். நான் அவரைப் பின்தொடர்ந்தேன். சாம்பல் நிற உடையிலேயே இருந்த ஜெனரலை அப்பா கட்டித் தழுவினார். இருவரும் மெல்லிய குரலில் ஸலாம் சொல்லிக்கொண்டு முதுகில் மெல்ல தட்டிக்கொண்டனர்.

“இதுதான் முறையான ஆப்கானிய வழி” என்பதைப்போல் ஜெனரல் என்னை கையால் பிடித்துக்கொண்டு புன்னகைத்தார். நாங்கள் மூன்று முறை முத்தத்தை பரிமாறிக்கொண்டோம்.

ஆட்கள் நிறைந்திருந்த அறையில் நாங்கள் உட்கார்ந்தோம். நானும் அப்பாவும் அடுத்தடுத்தும், ஜெனரலும் அவர் மனைவியும் எதிரிலும் அமர்ந்திருந்தோம். அப்பாவுக்கு மூச்சு விடுவதில் சிரமம் இருந்தது. அவரது தலையிலிருந்தும் நெற்றியிலிருந்தும் வழிந்த வியர்வையை கைக்குட்டையால் துடைத்துக் கொண்டே இருந்தார். நான் அவரைப் பார்ப்பதை அறிந்ததும் சமாளித்து சிரிக்க முயன்றார். “எனக்கொன்றும் பிரச்சினையில்லை” என்று சொன்னார். மரபார்ந்த வழக்கப்படி சுரய்யா எங்களுடன் அமர்ந்திருக்கவில்லை.

ஜெனரல் பேசுவதற்காக தொண்டையை கனைத்து சரி செய்யும் வரை பேச்சு சலசலப்பு இருந்துகொண்டு இருந்தது. அறை

மொத்தமும் அமைதியானது. அனைவரும் மரியாதையுடன் தங்கள் கைகளை பார்த்துக் கொண்டனர். ஜெனரல் அப்பாவை நோக்கி தலையை ஆட்டினார்.

அப்பா தொண்டையை செருமி சரி செய்துகொண்டார். அவர் பேச ஆரம்பித்ததும், அவரால் தொடர்ந்து பேசமுடியாமல் விட்டு விட்டு பேசினார். “ஜெனரல் சாகிப், கானூம் ஜமீலா ஜான்... மிகுந்த அடக்கத்துடன் நானும் என் மகனும்... உங்கள் வீட்டுக்கு இன்று வந்துள்ளோம். நீங்கள்... பெருமைமிக்க நல்ல வம்சாவழியைச் சேர்ந்த... சிறந்த குடும்பத்தினர். உங்கள் குடும்பம்... பாரம்பர்யம் மூதாதையர்கள் ஆகியவற்றின் மீது மிகுந்த நன்றியறிதலுடன் வந்துள்ளோம்”. அப்பா நிறுத்தினார். மூச்சை இழுத்துப் பிடித்துக் கொண்டார். தனது புருவங்களை தடவிக் கொண்டார். “அமீர்ஜான் எனது ஒரே மகன்... எனது ஒரே குழந்தை. அவன் எனக்கு நல்ல மகனாக இருந்துள்ளான். உங்கள் அன்பிற்குத் தகுதியானவன்தான் என அவன் நிரூபிப்பான் என்று நம்புகிறேன். என்னையும் அமீர் ஜானையும் கௌரவப்படுத்தி... உங்கள் குடும்பத்தில் ஏற்றுக்கொள்ள கேட்டுக்கொள்கிறேன்”.

ஜெனரல் மெல்ல தலையை ஆட்டினார். “உங்களைப் போன்ற தொரு மனிதனின் மகனை எங்கள் குடும்பத்தில் ஏற்றுக்கொள்வதை மிகுந்த கௌரவமாகக் கருதுகிறோம்” என்று ஜெனரல் சொல்லி விட்டு, “உங்கள் நற்பெயரும் புகழும் உங்களுக்கு முன் உள்ளது. பணிவுடன் மிக விரும்பும் ஒருவனாக உங்களுக்கு காபூல் நகரில் நான் இருந்தேன். இன்றும் அப்படியே இருக்கிறேன். உங்கள் குடும்பமும் எங்கள் குடும்பமும் இணைவதில் நாங்கள் கௌரவப் படுத்தப்படுகிறோம்”.

“அமீர்ஜான்! எங்கள் வீட்டு மகனாக உங்களை நாங்கள் வரவேற் கிறோம். என் கண்ணின் ஒளிபோன்ற என் மகளின் கணவனாக வருவதையும் வரவேற்கின்றோம். உங்களது துக்கம் எங்களது துக்கமாக இருக்கும். உங்களது சந்தோஷம் எங்களது சந்தோஷமாக இருக்கும். என்னையும் உங்கள் மாமி கானூம் ஜமீலாவையும் இரண்டாவது பெற்றோர்கள் போன்று எங்களைக் காண வருவீர்கள் என்று நம்புகிறோம். உங்களுக்காகவும் எங்கள் பிரியமான சுரய்யாவுக்காகவும் நாங்கள் பிரார்த்தனை செய்கிறோம். உங்கள் இருவருக்கும் எங்கள் ஆசீர்வாதங்கள்” என்று ஜெனரல் முடிக்கவும் எல்லோரும் கைதட்டினார்கள். உடனே எல்லோரும் திரும்பிப் பார்த்தார்கள். நான் காத்திருந்த அந்தக் கணம்.

மறுமுனையில் சுரய்யா தோன்றினாள். தங்கபட்டிகள் தைக்கப் பட்ட வைன் நிறத்தினாலான நீண்ட கைகளையுடைய ஆப்கானிய பாரம்பர்ய உடையில் அவள் இருந்தாள். அப்பாவின் கை என்னை இறுக்கிப் பிடித்தது. கானும் தாஹிரி உடைந்து அழுதார். இளம் பெண்கள் பின் தொடர சுரய்யா மெல்ல எங்களை நோக்கி வந்தாள்.

அவள் எனது அப்பாவின் கையை முத்தமிட்டாள். கண்களை தாழ்த்தியபடி எனக்குப் பக்கத்தில் அவள் அமர்ந்தாள்.

கைதட்டல் ஒலி பெருத்தது.

ஆப்கானிய மரபார்ந்த வழக்கப்படி சுரய்யாவின் குடும்பத்தினர் "இனிப்பு உண்ணல்" என்ற விருந்தை வழங்கவேண்டும். சில மாதங் கள் நிச்சயதார்த்தத்திற்குக் காத்திருக்க வேண்டும். பின்னர் திருமணம்.

திருமணச் செலவை அப்பா செய்யவேண்டும்.

"இனிப்பு உண்ணல்" விழாவை நானும் சுரய்யாவும் தவிர்ப்பதை அனைவரும் ஏற்றுக் கொண்டனர். ஏனெனில் அப்பாவின் உடல் நிலை மோசமாகி வருவது ஒவ்வொருவருக்கும் தெரிந்திருந்தது.

திருமண ஏற்பாடுகள் நடந்து கொண்டிருக்கையில் நானும் சுரய்யாவும் எங்கும் தனியாக செல்லவில்லை. அது சரியானதல்ல என்று கருதப்பட்டதுதான் காரணம். எனவே நானும் அப்பாவும் ஜெனரலின் வீட்டிற்கு செல்லவேண்டியிருந்தது. சுரய்யாவும் நானும் எதிர் எதிரே அமர்ந்து உண்டோம். அவள் தலை என் மார்பில் சாய்ந்திருப்பது போலவும் அவளது தலைமுடியை முகர்ந்து முத்தமிடுவது போலவும் உணர்வது எப்படி இருக்கும் என்று கற்பனை செய்துகொள்வேன்.

கிட்டத்தட்ட தனது வாழ்நாளின் மொத்த சேமிப்புத் தொகை யையும் செலவழிப்பதுபோல 35000 டாலரை எனது திருமணத்திற்கு அப்பா செலவழித்தார். ஃப்ரமன்டிலிருந்த பெரியதொரு திருமண மாளிகையை அப்பா வாடகைக்குப் பிடித்தார். அதன் உரிமையாளரை காபூலிலேயே அப்பாவுக்கு நன்கு தெரியும் என்பதால் வாடகையை குறைத்து வாங்கிக்கொண்டார் அந்த ஆப்கானியர். திருமணத்திற்கான கழுத்தணியையும், நான் தேர்ந்தெடுத்த வைர மோதிரத்தையும் அப்பா வாங்கினார். திருமணத்திற்காக வழக்கமாக மணமகனுக்கு எடுக்கும் பச்சை நிற சூட்டை எனக்கு அப்பா வாங்கினார். திருமணத்தின் எல்லா ஏற்பாடுகளும் கானும் தாஹிரி சொன்னதுபோல

ஆசீர்வதிக்கப்பட்டபடி திருமண இரவு வரை நடந்தன. என்னால் அவற்றுள் சில கணங்களையே நினைவுபடுத்திக்கொள்ள முடிகிறது.

ஒரு மேசையை சுற்றி நாங்கள் உட்கார வைக்கப்பட்டோம். வசந்தத்தின் நிறமான, புதிய தொடக்கங்களின் குறியீடான, இஸ்லாமிய பாரம்பர்ய நிறமான பச்சை நிற உடையை நானும் சுரய்யாவும் அணிந்திருந்தோம். நான் சூட் அணிந்திருந்தேன். அந்த மேசையில் அமர்ந்திருந்த ஒரே பெண்ணான சுரய்யா முகத்திரை யிடப்பட்ட நீளுடையை அணிந்திருந்தாள். அப்பாவும், ஜெனரல் தாஹிரி மற்றும் சுரய்யாவின் சித்தப்பா மாமாக்கள் அந்த மேசையைச் சுற்றி அமர்ந்திருந்தார்கள். நானும் சுரய்யாவும் தலை தாழ்த்தி மரியாதையுடன் அமர்ந்திருந்தோம். முல்லா சாட்சிகளிடம் கேட்டுவிட்டு வேத நூலான குர்-ஆனிலிருந்து சில பகுதிகளை ஓதினார். உறுதிமொழியை நாங்கள் எடுத்துக்கொண்டோம். சான்று களில் கையொப்பமிட்டோம். கானும் தாஹிரியின் சகோதரரும் சுரய்யாவின் மாமன்மார்களில் ஒருவருமான வெர்ஜீனியாவைச் சேர்ந்த ஷரீஃப் ஜான் எழுந்து நின்று தொண்டையை செருமிக் கொண்டார். அவர் அமெரிக்காவில் இருபதாண்டுகளுக்கும் மேலாக வாழ்வதாக சுரய்யா என்னிடம் சொல்லி இருந்தாள். அவர் நல்ல வேலையிலிருந்தார். அவரது மனைவி ஒரு அமெரிக்கப் பெண்மணி. அவர் ஒரு கவிஞரும் கூட. உருவத்தில் சிறியவராக, பறவை போன்ற முகத்துடன் இருந்த அவர் சுரய்யாவுக்காக ஒரு நீண்ட கவிதையை வாசித்தார். அவர் முடித்தவுடன் "சபாஷ்" "சபாஷ் ஷரீஃப் ஜான்" என்று எல்லோரும் பாராட்டினார்கள்.

நான் மேடையை நோக்கி சென்றது நினைவிருக்கிறது. சுரய்யா முகத்திரையிட்டு இருந்தாள். எங்கள் கைகள் இணைந்திருந்தன. அப்பா என்னருகில் வந்தார். ஜெனரலும் அவர் மனைவியும் சுரய்யாவின் அருகில். எங்களுடன் அனைத்து உறவினர்களும் ஒரு ஊர்வலம்போல வந்தனர். விருந்தினர்களின் கைதட்டல் ஒலி வெடித்தது. காமிராக்களின் ஃப்ளாஷ் விளக்குகள் மின்னின. ஷரீஃப் ஜானின் மகன் எங்கள் தலைக்கு மேல் குர்-ஆனைப் பிடித்துக் கொண்டார். நாங்கள் காபூலை விட்டு வந்தபோது அந்த ரஷ்ய ராணுவ வீரன் பாடிய திருமணப்பாடல் ஒலித்தது.

காலையைப் பூட்டி சாவியை கிணற்றில் வீசி
மெல்லப்போ, என் காதல் நிலவே மெல்லப்போ!
காலையில் உதிக்க சூரியன் மறக்கட்டும்
மெல்லப்போ, என் காதல் நிலவே மெல்லப்போ!

மேடையில் சிம்மாசனம் போன்று அலங்கரிக்கப்பட்ட ஷோஃபா வில் சுரய்யாவின் கையைப் பிடித்துக்கொண்டு ஏறத்தாழ முன்னூறு முகங்கள் பார்க்க அமர்ந்திருந்தது நினைவுக்கு வருகிறது. “கண்ணாடிச் சடங்கு” என்ற ஒன்றை நாங்கள் செய்தோம். அது எப்படி என்றால் எங்கள் கைகளில் கண்ணாடி ஒன்றைக் கொடுத்து எங்கள் தலைமீது ஒரு திரையைப் போட்டு விடுவார்கள். எங்கள் முகத்தை கண்ணாடியில் நாங்கள் பார்த்துக்கொண்டோம். சுரய்யாவின் புன்னகை பூத்த முகத்தை பார்த்து அவளை காதலிப்ப தாக முதன் முதலாக கிசுகிசுத்தேன். இதனைக் கேட்டதும் அவள் கன்னங்கள் மருதாணி இட்டவை போல சிவந்தன.

மிகப்பிரமாதமான விருந்து. எங்களுக்கிடையில் புன்னகைத்தபடி அப்பா அமர்ந்திருந்ததைக் கண்டேன். வியர்வையால் நனைந்த ஒரு மனிதன் தபலாவின் வாசிப்பிற்கேற்ப துள்ளிக் குதித்து ஆப்கானிய பாரம்பர்ய நடனத்தை ஆடியது நினைவுக்கு வருகிறது. அங்கு வாழ்த் திக்கொண்டு ரஹீம்கான் இருந்ததாக நினைத்துக் கொள்கிறேன்.

ஹஸன் கூட மணமுடித்து இருப்பானா என்று எனக்கு ஒரு எண்ணம் தோன்றியது. அப்படி என்றால் யாருடைய முகத்தை அவன் கண்ணாடியில் பார்த்திருப்பான்? மருதாணியிட்ட எந்தக் கையை அவன் பிடித்திருப்பான்?

அதிகாலை இரண்டு மணியளவில் திருமண மாளிகையிலிருந்து விருந்தினர்கள் எல்லோரும் எங்கள் வீட்டிற்கு வந்தோம். எல்லோருக்கும் தேநீர் வழங்கப்பட்டது. அண்டை வீட்டுக்காரர்கள் போலீஸை அழைக்கும் வரை இசை முழங்கியது. அன்றிரவில் சூரியன் உதிப்பதற்கு சிறிது நேரம் முன்பு விருந்தினர்கள் எல்லோரும் விடைபெற்றனர். நானும் சுரய்யாவும் ஒன்றாகப் படுத்துக்கொண்டோம். வாழ்க்கை முழுவதும் அதுவரையில் என்னைச் சுற்றி ஆண்களே இருந்தார்கள். அன்றைய இரவில் இளம்பெண்ணின் மூலமான சுகத்தை அறிந்தேன்.

நாங்கள் அப்பாவுடன் இருக்கலாம் என்று சொன்னவள் சுரய்யாதான்.

“நமக்கான தனியான வீடொன்றுக்குப் போக நீ விரும்புவாய் என்று நினைத்தேன்” என்றேன்.

“மாமாவுக்கு உடல் நலமில்லாததால் நாம் அவருடன்தான் இருக்கவேண்டும்” என்று அவள் சொன்னாள். குடும்ப

வாழ்க்கையை இப்படித்தான் தொடங்க வேண்டும் வேறு வழியில்லை என்று அவள் கண்கள் கூறின. நான் அவளை முத்தமிட்டு "நன்றி" என்றேன்.

அப்பாவை கவனித்துக் கொள்வதில் சுரய்யா தன்னை அர்ப்பணித்துக்கொண்டாள். காலை வேளையில் அவருக்கான ரொட்டியையும் தேநீரையும் அவள் தயாரித்தாள். படுக்கையில் படுக்கவும் எழவும் அவருக்கு அவள் உதவினாள். அவருக்கான மருந்து மாத்திரைகளை அவள் கொடுத்தாள். அவர் உடைகளை துவைத்தாள். எல்லா மதிய வேளைகளிலும் சர்வதேச செய்திகளை அவருக்காக அவள் படித்தாள். அவரால் அதிகமாக உண்ண முடியவில்லை என்றபோதிலும் அவருக்குப் பிடித்தமான உணவை அவள் தயாரித்துக் கொடுத்தாள். தினமும் அவரை சிறியதொரு நடைப்பயிற்சிக்கு அவள் கொண்டு சென்றாள். அவர் படுக்கையி லேயே ஆனபோது படுக்கைப்புண் வராதபடி மணிக்கொருமுறை அவரை அவள் படுக்கையில் மாற்றிப் படுக்கவைத்தாள்.

ஒருநாள் அப்பாவுக்கான மாத்திரைகளை வாங்கிக்கொண்டு வீட்டிற்கு வந்தேன். நான் உள்நுழைந்து கதவை அடைக்கையில் அப்பாவின் போர்வைக்குள் சட்டென்று ஏதோ ஒன்றை அவள் வைப்பதைக் கண்டேன். "ஏய், நான் பார்த்துவிட்டேன். இரண்டு பேரும் என்ன செய்கிறீர்கள்?" என்றேன்.

சுரய்யா சிரித்தபடி, "ஒன்றுமில்லை" என்றாள்.

"பொய் சொல்கிறாய்" என்றபடி போர்வையை தூக்கினேன். தோலால் பைண்ட் செய்யப்பட்ட குறிப்புப் புத்தகத்தை எடுத்து "என்ன இது?" என்றேன். தங்க வேலைப்பாடமைந்த அந்த புத்தகத் தின் ஓரங்களைத் தடவினேன். எனது பதின்மூன்றாவது பிறந்த நாளில் ரஹீம்கான் அந்தக் குறிப்புப் புத்தகத்தை என்னிடம் கொடுத்தபோது நடந்த வாணவேடிக்கையில் சிவப்பு, பச்சை, மஞ்சள் வண்ண ஒளிக்கற்றைகள் தோன்றியது எனக்கு நினைவுக்கு வந்தது.

"நீ இவ்வளவு நன்றாக எழுதுவாய் என்பதை என்னால் நம்ப முடியவில்லை" என்றாள் சுரய்யா. தலையணையிலிருந்து தலையை அப்பா இழுத்தார்.

"நான்தான் அவளை அப்படி செய்யச் சொன்னேன். நீ ஒன்றும் சொல்லமாட்டாய் என நம்புகிறேன்" என்றார் அவர். குறிப்பேட்டை

சுரய்யாவிடம் கொடுத்துவிட்டு அறையைவிட்டு வெளியே சென்றேன். நான் அழுதபோது அப்பா அதனை வெறுத்தார்.

திருமணம் நடந்து ஒரு மாதம் கழித்து ஜெனரலின் குடும்பம், ஷரீஃப், அவர் மனைவி சூஸி மற்றும் சுரய்யாவின் பல அத்தை, சித்திகள் விருந்துக்காக எங்கள் வீட்டுக்கு வந்தார்கள். ஆட்டிறைச்சி யுடன் கூடிய உணவை சுரய்யா தயாரித்தாள். உணவுக்குப் பின்னர் எல்லோரும் தேநீர் அருந்திவிட்டு நான்கு நான்கு பேராக சீட்டு விளையாட்டு விளையாடினோம். உல்லன் போர்வை போர்த்தி படுத்திருந்த அப்பாவுக்கு அருகில் நானும் சுரய்யாவும், ஷரீஃப் மற்றும் சூஸியுடன் சீட்டு விளையாடினோம். ஷரீஃபுடன் கேலியாக நான் பேசியதையும், சுரய்யாவும் நானும் விரல்களால் பிடித்துக் கொண்டதையும், சுரய்யாவின் தொய்வான சுருள் முடியை நான் ஒதுக்கிவிட்டதையும் அப்பா கவனித்துக் கொண்டிருந்தார். காபூல் நகரின் இரவுகளில் ரீங்கரிக்கும் வண்டுகளின் ஓசை அதிகரித்துக் கொண்டிருக்கும்போது பாப்ளார் மரங்கள் ஆடிக் கொண்டிருக்கும் போது இருக்கும் பரந்த வானம் போன்ற புன்சிரிப்பு அப்பாவின் மனதில் பூத்ததை என்னால் காண முடிந்தது.

நள்ளிரவுக்கு முன்னால் படுக்க உதவும்படி எங்களிடம் அப்பா சொன்னார். அவர் கைகளை என் தோளின் மீது போட்டுக்கொண்டு அவர் முதுகுப்புறத்தை இருவருமாகத் தாங்கி படுக்கச்செய்தோம். சுரய்யாவிடம் படுக்கை பக்கமிருந்த விளக்கை அணைக்கச் சொன்னார். எங்கள் இருவரையும் குனியச்சொல்லி எங்கள் கன்னங்களில் முத்தமிட்டார்.

“உங்களுக்கு மாத்திரையும் தண்ணீரும் கொண்டு வருகிறேன்” என்று சுரய்யா சொன்னாள்.

“இன்று வேண்டாம். வலியில்லை” என்றார் அப்பா.

“சரி” என்று சொல்லி அவர்மீது போர்வையை சுரய்யா இழுத்து விட்டாள்.

நாங்கள் கதவினை அடைத்தோம்.

அதற்குப் பிறகு அப்பா ஒருபோதும் எழுந்திருக்கவேயில்லை.

ஹேவர்ட் நகரின் பள்ளிவாசலின் வண்டி நிறுத்தும் பகுதியை அவர்கள் வண்டிகளால் நிரப்பிவிட்டார்கள். கட்டடத்தின் பின் பகுதியில் இருந்த புல்வெளி முழுவதும் விதவிதமான வண்டிகள்.

பள்ளிவாசல் கட்டடத்திலிருந்து நான்கைந்து கட்டடங்கள் தாண்டி வண்டிகள் நிறுத்த இடம் தேடவேண்டி வந்தது.

பள்ளிவாசலின் ஆண்களுக்கான சதுரமான பகுதியில் ஆப்கானிய தரைவிரிப்புகளும், மெல்லிய விரிப்புகளும் இணை இணை வரிசையில் விரிக்கப்பட்டிருந்தது. ஆண்கள் தங்கள் காலணிகளை வெளியே விட்டுவிட்டு பள்ளியில் அமர்ந்திருந்தார்கள். முல்லா ஒருவர் குர்-ஆன் வாக்கியங்களை மைக்கில் ஓதினார். இறந்தவரின் குடும்பத்தினர் வழக்கப்படி அமரவேண்டிய இடமான வாயிலினருகில் நான் அமர்ந்தேன். எனக்கருகில் ஜெனரல் தாஹிரி அமர்ந்திருந்தார்.

கார்களின் சூரிய ஒளி தடுப்புத் திரைகளை கார்களுக்குள்ளிருந்தவர்கள் இழுத்து விடுவதை என்னால் காணமுடிந்தது. அந்தக் கார்களிலிருந்து கருப்பு சூட் அணிந்த ஆண்களும், கருப்பு உடை அணிந்த பெண்களும் இறங்கினார்கள். பெண்கள் பாரம்பர்ய வழக்கப்படி தலையை வெண்ணிற துணிகளால் மூடியிருந்தார்கள்.

குர்-ஆனின் வேதவரிகள் பள்ளிக்குள் எதிரொலித்துக் கொண்டிருந்தபோது, பலுசிஸ்தானில் ஒரு கரடியுடன் அப்பா சண்டையிட்ட பழங்கதையை நினைத்துக் கொண்டேன். வாழ்நாள் முழுவதும் கரடிகளுடனே அப்பா சண்டையிட்டிருந்தார். தனது இளம் மனைவியை இழந்திருந்தார். தனது மகனை வளர்த்து ஆளாக்கியிருந்தார். தான் மிகவும் நேசித்த தனது தேசத்தை விட்டு வெளியேறியிருந்தார். வறுமை. கௌரவக் குறைச்சல். இறுதியில் அவரால் வெல்ல முடியாதொரு கரடி வந்தது. ஆனால் அப்போதும்கூட தனது கொள்கைகளினாலேயே தோற்றுப்போனார்.

பிரார்த்தனை இறுதியில் எல்லோரும் வெளியே செல்லும் முன் என்னைக்கண்டு துக்கம் தெரிவித்துப்போனார்கள். அவர்கள் கைகளை குலுக்கும் கடமையை நான் செய்தேன். அவர்களுள் அநேகர் எனக்கு அறிமுகம் இல்லாதவர்களாயிருந்தார்கள். நான் மென்னகையுடன் அப்பாவைப்பற்றி அவர்கள் கூறுவதைக் கேட்டுக்கொண்டு நன்றி தெரிவித்தேன்.

“... தைமானியில் நான் வீடு கட்டுவதற்கு உதவினார்”.

“... அவருக்காகப் பிரார்த்தனை செய் ...”

“... எவருமே உதவி செய்யாதபோது எனக்கு அவர் உதவினார் ...”

"... என்னை முன்னர் தெரிந்திருக்காமலே எனக்கு வேலை கிடைக்க உதவினார் ..."

"... எனக்கு அவர் சகோதரனைப்போல ..."

அவர்கள் சொன்னதையெல்லாம் கேட்டபோது அவர்களின் வாழ்க்கையில் அப்பா ஏற்படுத்தியிருந்த அடையாளம், நான் என்ன, யார் என்பதையெல்லாம் உணர்ந்து கொண்டேன். என் வாழ்க்கை முழுவதும் நான் "அப்பாவின் மகனாகவே" இருந்தேன். இப்போது அவர் போய்விட்டார். இனிமேல் அப்பாவால் என்னை வழிநடத்த முடியாது. எனக்கானதை நானே தேடியடைய வேண்டும்.

இந்த எண்ணம் என்னை கலவரப்படுத்தியது.

முன்னதாக, இடுகாட்டில் இஸ்லாமியர்களுக்கான சிறிய பகுதியில் இருந்த குழியில் அப்பாவை இறக்குவதை பார்த்தேன். முல்லாவும் இன்னொருவரும் அப்போது எந்த குர்-ஆன் வாக்கியத்தை ஓதுவது என்பதுபற்றி வாதம் செய்தனர். ஜெனரல் தாஹிரி தலையிட்டிருக்கவில்லை என்றால் விவாதம் சண்டையாக மாறி இருந்திருக்கும். முல்லா ஓதினார். குழியில் முதல் மண் இடுவதை நான் பார்த்துக் கொண்டிருந்தேன். நான் அந்த இடத்தை விட்டு அகன்றேன். கல்லறையின் இன்னொரு பகுதிக்குச் சென்று அங்கிருந்த மேப்பிள் மரத்தின் நிழலில் அமர்ந்தேன்.

இப்போது எல்லோரும் துக்கம் விசாரித்து சென்றுவிட்டிருந்தனர். பள்ளிவாசல் காலியாகிவிட்டது. முல்லா மைக்கின் வயரைக் கழற்றி விட்டு குர்-ஆனை பச்சை நிற துணியில் பொதிந்தார். நானும் ஜெனரலும் வெளியில் வந்தோம். கூட்டமாக நின்றுகொண்டு புகைத்துக் கொண்டிருந்தவர்களைத் தாண்டி படிகள் வழியே இறங்கினோம். அவர்களது பேச்சு அடுத்த வார இறுதியில் நடக்கப் போகும் கால் பந்தாட்டப் போட்டி பற்றியும், சான்டா கிளாராவில் உள்ள புதிய ஆப்கானிய உணவு விடுதி பற்றியும் இருந்தது என் காதில் அரைகுறையாக விழுந்தது.

"எப்படி இருக்கிறாய், மகனே?" என்று ஜெனரல் கேட்டார்.

நான் பல்லைக் கடித்துக்கொண்டேன். கண்ணீர் வழிவதை கட்டுப்படுத்திக் கொண்டேன்.

"நான் சுரய்யாவிடம் போகிறேன்" என்றேன்.

“சரி”

பள்ளிவாசலின் பெண்களுக்கான பகுதியை நோக்கி நடந்தேன். திருமணத்தின்போது பார்த்த சில பெண்களுடனும் அவள் தாயாருடனும் படிகளில் சுரய்யா நிற்பதை நான் கண்டேன். நான் சுரய்யாவை நோக்கி நடந்தேன். சுரய்யா தன் தாயாரிடம் எதையோ சொல்லிவிட்டு என்னிடம் வந்தாள்.

“நடப்போமா” என்றேன்.

“நிச்சயமாக” என்று சொல்லிவிட்டு என் கையைப் பிடித்துக் கொண்டாள்.

உயரக்குறைவான வேலியிருந்த கல்லறைப் பகுதியில் நாங்கள் மௌனமாக நடந்தோம். நாங்கள் ஒரு பெஞ்சில் அமர்ந்து வயதான தம்பதியொன்று ஒரு கல்லறை மீது பூங்கொத்தை வைத்து அஞ்சலி செலுத்துவதைக் கண்டோம்.

“சுரய்யா?...”

“ம், சொல்லு...” என்றாள்.

“அவர் இல்லாமல் நான் தவிக்கப்போகிறேன்” என்றேன்.

ஒரு கையை என் தொடைமேல் வைத்தாள். அவளது மோதிர விரலில் அப்பா வாங்கிக்கொடுத்த மோதிரம் பளிச்சிட்டது. துக்கம் விசாரிக்க வந்தவர்களெல்லாம் செல்வதை என்னால் பார்க்க முடிந்தது. நாங்களும் கூட விரைவில் போகவேண்டி வரும். முதன் முறையாக அப்பா தனியாக இருக்கப் போகிறார்.

சுரய்யா என்னை தன்னிடம் இழுத்துக் கொண்டாள்.

என் கண்களிலிருந்து கண்ணீர் வழிந்தது.

□ □ □

எனக்கும் சுரய்யாவுக்கும் நிச்சயதார்த்த காலம் என்ற ஒன்று இல்லாமற் போனதால் ஜெனரலின் குடும்பம்பற்றி திருமணத்திற்குப் பின்னரே என்னால் அறிந்து கொள்ள முடிந்தது. மாதத்திற்கொருமுறை தொடர்ந்து ஒரு வாரம் வரை வாட்டும் கடுமையான தலைவலியால் ஜெனரல் அவதிப்பட்டார். இது ஒரு உதாரணம். தலைவலி வந்தவுடன் ஜெனரல் தனதறைக்குச் சென்று கதவுகளைப்

பூட்டி விளக்குகளை அணைத்துவிட்டு தலைவலி குறையும் வரை வெளியே வரவேமாட்டார். யாருக்கும் உள்நுழைய அனுமதி இல்லை. கதவைத் தட்டவும் யாருக்கும் அனுமதி இல்லை. கடைசியில் வலி குறைந்ததும் எழுந்து தனது சாம்பல் நிற சூட்டை அணிந்துகொண்டு உறக்கக் கலக்கத்துடன் சிவந்த கண்களுடன் வெளியே வருவார். சுரய்யாவுக்கு நினைவு தெரிந்த நாளிலிருந்து ஜெனரலும் அவர் மனைவியும் தனித்தனி அறைகளிலேயே உறங்குவதாக சுரய்யா என்னிடம் கூறினாள். அவர் மனைவி தயாரித்த கறியை எடுத்து வாயில் வைத்துவிட்டு பெருமூச்சு விட்டபடி அதனைத் தள்ளிவைத்துவிடுவார். கானூம் தாஹிரி, "வேறொரு கறியை செய்கிறேன்" என்பார். அதனை மறுத்துவிட்டு ரொட்டி யையும் வெங்காயத்தையும் தின்பார். இது சுரய்யாவுக்கு கோபத்தை மூட்டும். சுரய்யாவின் தாயாரை அழவைக்கும். அவர் மன அழுத்த நோய்க்கான மருந்துகளை எடுத்துக் கொள்வதாக சுரய்யா என்னிடம் சொன்னாள். வேலை செய்வது அவர் தகுதிக்குக் குறைவானதென்று கருதி எந்த வேலையும் செய்யாமல் அரசு தரும் உதவியிலேயே தனது குடும்பத்தை நடத்திவருவதையும் அறிந்து கொண்டேன். ஞாயிற்றுக்கிழமை சந்தைக்கடை என்பதை வெறும் பொழுது போக்காகவே அவர் செய்துவந்தார். தனது நாட்டவருடன் உறவாட அதனைப் பயன்படுத்தி வந்தார். உடனேயே சிறிது காலம் கழித்து ஆப்கானிஸ்தான் விடுதலையடைந்து மன்னராட்சி ஏற்பட்டு தான் மீண்டும் ஜெனரல் பதவிக்கு அழைக்கப்படுவோம் என்று அவர் நம்பினார். எனவே ஒவ்வொரு நாளும் தனது சாம்பல் நிற சூட்டையும், இடுப்பில் கடிகாரத்தையும் அணிந்து காத்திருந்தார்.

இப்போது நான் ஜமீலா மாமி என்றழைக்கும் கானூம் தாஹிரி தனது இனிமையான குரலால் காபூலில் புகழ் பெற்றவராயிருந்தார் என்றறிந்து கொண்டேன். தொழில்முறைப் பாடகியாகும் திறமை அவருக்கு இருந்தபோதும் அவர் தொழில்முறைப் பாடகியாக வில்லை. அவர் நாட்டுப்புறப்பாடல்கள், கஸல்பாடல்கள் மற்றும் ஆண்கள் மட்டுமே பாட முடிந்த ராகா எனப்படும் பாடல் வகை களையும் பாடக்கூடியவராயிருந்தார் என்பதையும் அறிந்து கொண்டேன். ஆப்கானிய பாடகர்களும் ஹிந்திப் பாடகர்களும் பாடிய ஏராளமான கஸல் பாடல் தொகுப்பை ஜெனரல் வைத்திருந்தார். இசையை ரசிப்பதில் வைத்திருந்த ஈடுபாடு அளவுக்கு, அதிகப் பிரசித்தி பெறாதவர்களாலேயே நல்லிசையைத் தரமுடியும் என்று ஜெனரல் நம்பினார். அவர் கானூம் தாஹிரியை திருமணம் செய்தபோது பொது இடங்களில் கானூம் தாஹிரி

பாடக்கூடாது என்பதை நிபந்தனையாகவே சொல்லியிருந்தார். எங்கள் திருமணத்தின்போது ஒரே ஒரு பாடலையாவது பாட வேண்டும் என்று கானூம் தாஹிரி விரும்பியதாகவும், இதனைக் கேட்ட ஜெனரல் ஒரு முறைப்பு முறைத்ததாகவும் அத்துடன் அந்த விஷயம் முடிந்து போய்விட்டதென்றும் சுரய்யா என்னிடம் கூறினாள். கானூம் தாஹிரி வாரம் ஒருமுறை லோட்டோ (தாயம் போன்றதொரு விளையாட்டு) விளையாடினார். தினந்தோறும் இரவு வேளைகளில் தொலைக்காட்சியைப் பார்த்தார். பகல்வேளைகளில் தோட்டப்பணிகளில் ஈடுபட்டார்.

நான் சுரய்யாவை மணந்ததும், தொலைக்காட்சி நிகழ்ச்சிகளும், தோட்ட வேலைகளும் பின் தள்ளப்பட்டன. ஜமீலா மாமியின் வாழ்க்கையில் நான் புத்தொளியாக மாறிப்போனேன். நான் “ஜெனரல் சாகிப்” என்று அழைப்பதை ஜெனரல் திருத்தவில்லை. அவர் முன்னைப்போலவே என்னிடம் நடந்து கொண்டார். ஆனால் ஜமீலா மாமி என்னிடம் மிகவும் பிரியமாக நடந்துகொண்டார். ஜெனரல் காதுகொடுத்துக் கேட்காத ஜமீலா மாமியின் பல குறைகளை நான் கேட்டேன். அவள் தாயாருக்கு நெஞ்சுவலி வந்ததிலிருந்து, நெஞ்சில் ஏற்படும் சிறிய குத்தல்களைக்கூட நெஞ்சுவலி என்பதாகவும், மூட்டுகளில் ஏற்படும் சிறிய வலியைக் கூட பெரிய மூட்டு வியாதி என்பதாகவும், சிறிய கண் இமைப் பட படப்புகூட மற்றுமொரு நெஞ்சுவலி என்று தாயார் நினைப்ப தாகவும் சுரய்யா சொன்னாள். தனது தொண்டையில் எதோ அடைப் பதாக ஜமீலா மாமி சொன்னது எனக்கு நினைவுக்கு வருகிறது. “பள்ளிக்கு போகாமல் உங்களை மருத்துவரிடம் கொண்டு செல்கிறேன்” என்று நான் சொன்னேன். இதனைக் கேட்டுவிட்டு ஜெனரல் சொன்னார், “நீ புத்தகங்களின் மீது ஆர்வம் காட்டுவது நல்லது. உனது மாமியின் நோய்க் குறைபாடுகள் ரூமியின் எழுத்துக்கள் போல. அவை தொகுப்பு தொகுப்பாக இருக்கும்”.

ஜமீலா மாமியின் நோய்க்குறைபாடுகளை கேட்பதற்கு ஒரு ஆளை இப்போதுதான் அவர் கண்டுபிடித்தது நியாயமான ஒன்றாக இருக்கவில்லை. நான் துப்பாக்கியை தூக்கிக்கொண்டு ஒரு கொலை வெறித்தாண்டவத்தை ஆடியிருந்தாலும்கூட அவர் என் மேல் வைத்திருந்த பாசம் மாறாது என்று நான் நம்பினேன். ஏனென்றால் அவரது துன்பங்களை மனதிலிருந்து நீக்குபவனாக நான் இருந்தேன். தன் மகளை கௌரவமான மாப்பிள்ளையொருவன் பெண் கேட்கவேண்டும் என்பது ஒவ்வொரு ஆப்கானியத் தாயின் கவலையாக இருந்தது. அந்தக் கவலையிலிருந்து ஜமீலா மாமியை

நான் விடுபடச் செய்திருந்தேன். யாரும் பெண் கேட்காதிருந்தால் தன் மகள் வயதாகி, தனியாகி, கணவனற்று, குழந்தையற்றுப் போய் விடுவாள் என்ற பயம் அவருக்கிருந்தது. என்னால் அதுவும் அவரிட மிருந்து போய்விட்டது. ஒவ்வொரு பெண்ணிற்கும் கணவன் தேவை, அவளுக்குள்ளிருக்கும் பாடலை அவன் மௌனமாக்கியிருந் தாலும்கூட.

வெர்ஜினியாவில் நடந்தவற்றை சுரய்யா மூலம் நான் அறிந்துகொண்டேன்.

நாங்கள் ஒரு திருமண நிகழ்ச்சியில் இருந்தோம். சுரய்யாவின் மாமா ஷரீஃப் தனது மகனுக்கு நெவார்க்கிலிருந்த ஆப்கானியப் பெண்ணை மணம் செய்து வைத்துக் கொண்டிருந்தார். எங்கள் திருமணம் நடந்த அதே திருமண மாளிகையில் அந்தத் திருமணமும் நடந்தது. மணமகனின் குடும்பத்தாரிடம் இருந்து மணப்பெண் மோதிரத்தை பெற்றுக்கொள்வதை நாங்கள் கூட்டத்தின் நடுவி லிருந்து பாத்த்துக் கொண்டிருந்தோம். அப்போது எங்களுக்கு முன் திரும்பி நின்றுகொண்டு இரு நடுத்தர வயதுப் பெண்மணிகள் பேசிக்கொண்டிருந்தது எங்களுக்குக் கேட்டது.

ஒருத்தி சொன்னாள், “என்ன அருமையான மணப்பெண். அவளைப்பார், நிலவைப்போன்று இருக்கிறாள்”.

“ஆமாம், தூய்மையானவள்கூட. நெறி பிறழாதவள். எந்த ஆண் நண்பர்களும் கிடையாது” என்றாள் மற்றவள்.

“எனக்குத் தெரியும். தனது மாமி மகளை அந்தப் பையன் மணம் செய்துகொள்ளாமல் இருந்தது நல்லதுதான்”.

வீட்டிற்குத் திரும்பிவரும் வழியில் சுரய்யா அழுதாள். நான் வண்டியை நிறுத்தினேன்.

அவள் பின்தலையில் தடவிக்கொண்டே “சரி, விடு. அவர்கள் பேசியதைப் பற்றி யாருக்கு என்ன?” என்றேன்.

“அவர்கள் பேசியது சரியில்லாதது” என்று சுரய்யா சொன்னாள்.

“அதனை மறந்துவிடு”.

“அவர்கள் மகன்கள் சதையைத்தேடி இரவு விடுதிகளுக்குச் சென்று, அவர்களின் பெண் நண்பர்களை கர்ப்பிணியாக்கி விட்டு

விடுவார்கள். திருமணம் மூலம் குழந்தை பெற்றுக்கொள்வார்கள். இதனை யாரும் கண்டிப்பதில்லை. ஓ, அவர்களெல்லாம் ஆண்கள். என்ன வேண்டுமானாலும் செய்யலாம். நான் ஒரு தவறை செய்து விட்டேன். உடனே எல்லோரும் அதனைப்பற்றி கண்டபடியெல் லாம் காது மூக்கு வைத்து பேசிக்கொள்வார்கள். அதற்காக நான் அவதிப்படவேண்டும்''.

அவள் கன்னங்களில் வழிந்த கண்ணீரை நான் துடைத்தேன்.

''நான் உன்னிடம் சொல்லியிருக்கவில்லை'' என்ற சுரய்யா தன் கண்களை கசக்கிக் கொண்டு, ''அன்றிரவு அப்பா துப்பாக்கியைக் காட்டினார். அதில் இரண்டு தோட்டாக்கள் உள்ளன, நான் அவருடன் வரவில்லை என்றால் ஒரு தோட்டா அவனுக்கும் ஒரு தோட்டா தனக்கும் என்று சொன்னார். நான் கதறினேன். அவன் இனிமேல் என்னைப் பூட்டிவைக்க முடியாது. அவன் சாகவேண்டும் என்று நான் விரும்புகிறேன் என்று அப்பாவிடம் சொன்னேன்'' என்ற அவள் கண்களிலிருந்து மீண்டும் கண்ணீர் வழிந்தது.

''என்னை வீட்டிற்கு அப்பா கொண்டு வந்ததும் என்னைப் பிடித்துக்கொண்டு என் தாயாரும் அழுதார். அவர் பேசியது தெளிவாக இல்லை. என்னால் எதனையும் புரிந்துகொள்ள முடியவில்லை. அப்பா என்னை என் படுக்கையறைக்குக் கொண்டு சென்று கண்ணாடி முன் உட்கார்ந்தார். என் கையில் கத்தரிக்கோலைக் கொடுத்து எனது தலைமுடியை கத்தரிக்கும்படி அமைதியாக சொன்னார். நான் வெட்டும்போது என்னை அவர் பார்த்துக் கொண்டிருந்தார்''.

''பல வாரங்கள் நான் வீட்டைவிட்டு வெளியே போகவில்லை. நான் வெளியே போனபோது கிசுகிசு என்று பேசுவதைக் கேட்டேன். நான் போகுமிடமெல்லாம் அப்படி இருப்பதாக கற்பனை செய்தேன். அது நடந்தது நான்கு ஆண்டுகள் முன்பு, மூவாயிரம் மைல்களுக்கு அப்பால். ஆனால் நான் இன்னும் அவற்றைக் கேட்டுக் கொண்டிருக் கிறேன்'' என்றாள்.

''அவற்றை சாக்கடையில் போடு'' என்றேன்.

தேம்பலுடன் சிரிக்கும் ஒலியை அவள் எழுப்பினாள். ''இதனை திருமணத்திற்கு முன்பு உன்னிடம் சொன்னபோது, என்னைத் திருமணம் செய்யும் முடிவை நீ மாற்றிக்கொள்வாய் என்று நான் நினைத்தேன்'' என்றாள்.

“அதற்கான எந்த சாத்தியமுமே இல்லை” என்றேன்.

அவள் புன்னகைத்து என் கையைப் பிடித்துக்கொண்டாள். “நீ எனக்குக் கிடைத்தது என் அதிர்ஷ்டம். நான் சந்தித்த ஆப்கானிய இளைஞர்களில் நீ மிகவும் வித்தியாசமானவன்” என்றாள்.

“இதைப்பற்றி இனி எப்போதுமே நாம் பேசக்கூடாது. சரியா?” என்றேன்.

“சரி” என்றாள்.

அவள் கன்னத்தில் முத்தமிட்டு வண்டியை எடுத்தேன். நான் வண்டியை ஓட்டிக்கொண்டிருக்கையில் நான் ஏன் வித்தியாசமான வனாக இருக்கிறேன் என்று எண்ணினேன். நான் ஒரு மிகச்சரியான மனிதனால் வளர்க்கப்பட்டதால் இருக்கலாம். நான் பெண்களுடன் சேர்ந்து வளர்ந்திருக்கவில்லை. ஆப்கானிய சமூகம் பெண்களுக்கான இரட்டை நிலையில் இருந்தது எனக்கு தெரியவில்லை. ஆப்கானிய சமூகப் பழக்கங்களைப் பின்பற்றாமல் தனக்கென்று நெறிமுறை களைக் கொண்ட சுதந்திர உணர்வுள்ள எல்லோரையும் போலல்லாத வராக அப்பா இருந்ததனால் இருக்கலாம்.

எனக்கும் சுரய்யாவிற்கும் இருந்ததைப் போன்றதான ஒரு கடந்த கால வாழ்வு இருந்ததே அவளுடைய கடந்த காலத்தைப்பற்றி நான் பொருட்படுத்தாமலிருந்ததற்கான காரணத்தின் பெரும்பகுதி என நான் நினைத்தேன்.

அப்பாவின் மரணத்திற்குப் பிறகு ஜெனரல் தாஹிரியின் வீட்டிற்கு சில வீடுகள் தள்ளி இருந்த ஒரு வீட்டிற்கு நாங்கள் குடிபெயர்ந் தோம். சுரய்யாவின் பெற்றோர் ஒரு ஷோஃபாவையும், சில பாத்தி ரங்களையும் அன்பளிப்பாக அளித்தனர். ஜெனரல் புதியதொரு தட்டச்சுப் பொறியையும் எனக்குப் பரிசளித்தார். அதனுடன் ஃபார்ஸி மொழியில் எழுதப்பட்டிருந்த ஒரு குறிப்பும் இருந்தது.

அமீர்ஜான்,

தட்டச்சுப் பொறியில் பல கதைகளை நீ கண்டுபிடிப்பாய் என்று நம்புகிறேன்.

– ஜெனரல் இக்பால் தாஹிரி.

அப்பாவின் வண்டியை விற்றேன். இன்றுவரை அந்த சந்தைக்கு நான் போகவில்லை. அவருடைய அடக்கஸ்தலத்திற்கு ஒவ்வொரு வெள்ளிக்கிழமையும் சென்றேன். சில வேளைகளில் அங்கு

பூங்கொத்து வைக்கப்பட்டிருந்ததையும் கண்டேன். சுரய்யாவும் அங்கு வந்து சென்றிருப்பதை அதனைக்கொண்டு அறிந்தேன்.

சுரய்யாவும் நானும் எங்களது தினசரி வாழ்க்கையில் மூழ்கிப் போனோம். நாங்கள் பற்பசை முதல் காலுறை வரை பகிர்ந்து கொண்டோம். செய்தித்தாள்களை மாற்றிக் கொண்டோம். படுக்கையின் வலதுபக்கம் அவளும், இடதுபக்கம் நானும் படுத்துறங்கினோம். அவளுக்கு மிருதுவான தலையணை. எனக்கோ சற்று கடினமான தலையணை. தானியவகை உணவுகளை அவள் அப்படியே உண்டாள். நான் பாலூற்றி கலக்கி உண்பேன்.

அந்தக் கோடையில் நான் ஆங்கிலப் பட்டப்படிப்பில் சேர்ந் தேன். ஒரு ஃபர்னிச்சர் கடையில் இரவு நேர செக்யூரிட்டி வேலையில் சேர்ந்தேன். வேலை சலிப்பூட்டக்கூடியதாக இருந்தாலும் அதிலும் ஒரு வசதி இருந்தது. மாலை ஆறு மணிக்கு எல்லோரும் போய் விட்டிருக்கையில் நான் வேலைக்கு செல்வேன். அப்போது எனது புத்தகங்களையும் உடன்கொண்டு சென்று படித்தேன். எனது முதல் நாவலை நான் தொடங்கியது பைன் மர வாசனை அடிக்கும் ஃபர்னிச்சர் கடையின் அலுவலகத்தில்தான்.

அதனைத் தொடர்ந்த ஆண்டில் சுரய்யாவும் நான் பயின்று கொண்டிருந்த அதே கல்வி நிலையத்தில், அவள் தந்தைக்கு ஏமாற்றமளிக்கும் விதமாக ஆசிரியர் படிப்பில் சேர்ந்தாள்.

ஒரு நாள் இரவு உணவு வேளையின் போது "இதனைப் போன்ற வழிகளில் ஏன் உன் திறமைகளை வீணடிக்கிறாய் என்றெனெக்குத் தெரியவில்லை" என்று ஜெனரல் சொன்னார். "பள்ளிக்கூடத்தில் பயில்கையில் அவள் மிகச்சிறப்பான மதிப்பெண்களைப் பெற்றவள் என்றுனக்குத் தெரியுமா, அமீர் ஜான்?" என்று கேட்டு அவள் பக்கம் திரும்பி "உன்னைப்போன்ற புத்திசாலியான பெண் வக்கீலாகவோ, அரசியல் அறிவியலாளராகவோ வரமுடியும். இறைவன் நாடினால் ஆப்கானிஸ்தான் விடுதலையடையும்போது தேசத்திற்கான புதிய அரசியல் சாசனத்தை இயற்ற நீ உதவ முடியும். உன்னைப் போன்ற இளந்திறமையாளர்கள் ஆப்கானிஸ்தானுக்கு தேவைப்படுவார்கள். உனக்கு மந்திரி சபையில் அங்கத்துவம்கூட கிடைக்கலாம்" என்றார்.

சுரய்யாவின் முகம் இறுகி வருவதை என்னால் பார்க்க முடிந்தது. "தந்தையே, நான் சிறுபெண் அல்ல. அதற்கு மேல் தேசத்திற்கு ஆசிரியர்களும் தேவைப்படுவார்கள்" என்றாள்.

“யார் வேண்டுமானாலும் ஆசிரியராகலாம்”.

“இன்னும் சாதம் இருக்கிறதா?” என்று சுரய்யா கேட்டாள்.

ஹேவர்டில் சில நண்பர்களை சந்திக்கச் செல்வதாக ஜெனரல் சென்றபிறகு ஜமீலா மாமி சுரய்யாவை தேற்றுவதற்கு முனைந்தார்.

“அவர் நல்லதற்காகத்தான் சொன்னார். நீ சிறந்த வெற்றிகளைப் பெறவேண்டும் என்பதற்காகத்தான் சொன்னார்” என்றார் மாமி ஜமீலா.

“தனது மகளைப் பற்றி தனது நண்பர்களிடம் பீற்றிக் கொள்ள வேண்டும். ஜெனரலுக்கு மேலும் ஒரு மெடல் கிட்டவேண்டும்” என்று சுரய்யா கூறினாள்.

“நீ பேசுவது முட்டாள்தனமானதாக இருக்கிறது” என்றார் மாமி.

“வெற்றிகள்” என்று கூறிய சுரய்யா, “மற்றவர்கள் ஷொராவியை எதிர்த்துப் போரிடுகையில் வெறுமனே உட்கார்ந்துகொண்டு எல்லாம் அடங்கியபிறகு தனது ஆடம்பரப் பதவியை பெறுவதற்காக அவர் காத்திருப்பதைப்போல நானில்லை. கற்பித்தலில் அதிகப் பணவரவு இல்லாமலிருக்கலாம். ஆனால் அதனையே நான் விரும்புகிறேன். அதனைத்தான் நான் மிகவும் நேசிக்கிறேன். நலவாழ்வு உதவிப் பணத்தைக் கொண்டு வாழ்வதைவிட அதுமிகவும் சிறந்தது”.

ஜமீலா மாமி தன் நாக்கைக் கடித்துக்கொண்டாள். “நீ பேசுவதை அவர் கேட்டால் உன்னுடன் எப்போதுமே அவர் பேசமாட்டார்” என்றார்.

“கவலைப்படாதே” என்று கூறி தன் கை துடைத்த காகிதத்தை தட்டில் எறிந்துவிட்டு, “அவருடைய அகங்காரத்தை நான் காயப்படுத்தமாட்டேன்” என்றாள்.

சோவியத் படைகள் ஆப்கானிஸ்தானை விட்டு வெளியேறியதற்கு ஆறு மாதம் முன்பு 1988-ஆம் ஆண்டின் கோடையில் ஜெனரல் பரிசளித்திருந்த தட்டச்சு பொறியின் மூலம் எழுதப்பட்ட காபூல் நகரை களமாகக் கொண்ட தந்தை-மகன் கதையான முதல் நாவலை நான் எழுதினேன். பல நூல் பதிப்பு நிலையங்களுக்கும் கடிதங்கள் எழுதினேன். ஆகஸ்டு மாதத்தின் ஒரு நாளில் எனது தபால் பெட்டியில் என் நாவலின் கையெழுத்துப் பிரதியைக்கேட்டு நியூயார்க் நிறுவனமொன்று எழுதியிருந்த தபாலைக் கண்டு

திகைத்தேன். அடுத்த நாளே அதனை நான் அனுப்பினேன். நன்கு காகித உறையிலடைக்கப்பட்ட அந்த கையெழுத்துப் பிரதியை சுரய்யா முத்தமிட்டாள். குர்-ஆனுக்கு அடியில் வைத்து பின் எடுத்தனுப்பும்படி ஜமீலா மாமி அறிவுறுத்தினார். புத்தகம் பிரசுரமானால் ஒரு ஆட்டை அறுத்து ஏழைகளுக்கு இறைச்சியை பகிர்ந்தளிக்கப்போவதாக தான் நேர்த்திக்கடன் செய்யப்போவதாகவும் அவர் சொன்னார்.

அவர் நெற்றியில் முத்தமிட்டு, "நேர்த்திக்கடன் வேண்டாம் மாமி" என்று வேண்டினேன். "அதற்குண்டான பணத்தை ஏழைகளுக்கு வழங்குங்கள். சரியா? ஒரு ஆட்டினை கொல்லவேண்டாம்" என்றேன்.

ஆறு வாரங்கள் கழிந்தன. ஒரு நாள் மார்டின் கிரீன் வால்ட் என்றொருவர் என்னை நியூயார்க்குக்கு வரும்படி சொன்னார். இதனைக் குறித்து சுரய்யாவிடம் மட்டுமே சொன்னேன். "ஒருவர் அழைக்கிறார் என்பதற்காக எனது நாவல் பிரசுரமாகிவிடும் என்று இல்லை. மார்டின் நாவலை புத்தமாகக் கொண்டுவந்து விற்பாரே யானால் நாம் அதனைக் கொண்டாடுவோம்" என்றேன்.

ஒரு மாதம் கழித்து மார்டின் என்னை அழைத்து எனது நாவல் பிரசுரமாகப் போகிறது என்றார். இதனை நான் சுரய்யாவிடம் கூறியதும் சுரய்யா சந்தோஷத்தில் கூச்சலிட்டாள்.

அன்றிரவு சுரய்யாவின் பெற்றோருடன் நாங்கள் இரவு உணவு உண்டோம். ஜமீலா மாமி இறைச்சி உருண்டை கறியையும், சாதத்தையும், பாயாசத்தையும் தயாரித்திருந்தார். ஜெனரல் கண் கலங்கியபடி என்னைக் குறித்து தான் பெருமைப்படுவதாகக் கூறினார். ஜெனரலும் அவர் மனைவியும் சென்ற பின்னர் நான் வாங்கி வந்திருந்த விலை உயர்ந்த வைன் பானத்தை நானும் சுரய்யாவும் அருந்தி கொண்டாடினோம். ஒரு பெண் வைன் பருகுவதை ஜெனரல் விரும்பமாட்டார். அதனால் சுரய்யாவும் ஜெனரல் இருக்கும்போது மதுவருந்த மாட்டாள்.

தன் வைன் கோப்பையை உயர்த்திப்பிடித்து "உன்னைப்பற்றி எனக்கு மிகவும் பெருமையாக இருக்கிறது" என்றவள் "மாமாவும் மிகப்பெருமையாக உணர்ந்திருப்பார்" என்றாள்.

அவர் என்னைப் பார்த்திருக்க வேண்டும் என்று விரும்பியபடி அப்பாவை சிந்தித்து "எனக்குத்தெரியும்" என்றேன்.

வைன் குடித்தால் அவளுக்கு எப்போதும் உறக்கம் வரும். சுரய்யா உறங்கிய பின்னர் நான் பால்கனியில் நின்று குளிர்ந்த காற்றை வாங்கினேன். ரஹீம்கானையும் என் கதையைப் படித்து அவர் எழுதிய குறிப்பையும் நான் நினைத்துக்கொண்டேன். ஹஸனையும் நினைத்துக்கொண்டேன். இறைவன் நாடினால் ஒருநாள் நீ மிகப் பெரிய எழுத்தாளனாவாய் என்றும், உலகிலுள்ள எல்லோரும் உனது கதையைப் படிப்பார்கள் என்று சொன்னதும் நினைவுக்கு வந்தது. என் வாழ்க்கையில் நிறைய நல்ல விஷயங்கள். நிறைய சந்தோஷங் கள். இவற்றிற்கெல்லாம் நான் பாத்திரமானவன்தானா என்று எனக்கு பிரமிப்பாக இருந்தது.

1989-ஆம் ஆண்டின் கோடைகாலத்தில் நாவல் பிரசுரமானது. பிரசுரகர்த்தர் எனக்கொரு சுற்றுலாவை ஏற்பாடு செய்தார். ஆப்கானிய சமூகத்தில் ஓரளவு கொண்டாடப்படும் நபராக நான் ஆனேன். அந்த ஆண்டில்தான் ஷொராவியிலிருந்து அனைத்துப் படைகளும் முற்றிலுமாக வாபஸாயின. அது ஆப்கானிஸ்தானின் ஒளிமயமான காலமாக இருந்திருக்க வேண்டும். அதற்கு மாற்றமாக போர் கொழுந்து விட்டு தொடர்ந்து கொண்டிருந்தது. அது ஆப்கானியர் களுக்கிடையிலேயே தொடர்ந்து கொண்டிருந்தது. முஜாஹிதீன்கள் என்ற ஆப்கானியப் போராளிகள் சோவியத்தின் பொம்மை அரசான நஜீபுல்லாவின் அரசை எதிர்த்து போர் செய்தனர். ஆப்கானிய அகதி கள் பாகிஸ்தானில் தஞ்சம் பெறுவது அதிகரித்தது. அந்த ஆண்டில் தான் ஜெர்மனியில் பெர்லின் சுவர் தகர்க்கப்பட்டது. அந்த ஆண்டில் தான் சீனாவின் தியானென்மென் சதுக்க சம்பவம் நிகழ்ந்தது. சோவியத்படைகள் வாபஸானதால் ஜெனரல் தாஹிரியின் நம்பிக்கை கிளர்ந்து எழுந்தது. ஆயத்தங்களை செய்யத் தொடங்கினார்.

அந்த ஆண்டு நானும் சுரய்யாவும் ஒரு குழந்தை பெற்றுக் கொள்ளும் முயற்சியை துவங்கிய ஆண்டாகவும் இருந்தது.

தந்தையாவது என்ற எண்ணம் என் மனதில் உணர்ச்சிப் பேரலை களை ஏற்படுத்தியது. அந்த எண்ணம் என்னுள் பயம், உற்சாகம், குதூகலம், நடுக்கம் ஆகிய உணர்ச்சிகளை ஒரே சமயத்தில் ஏற்படுத்தி யது. என்ன மாதிரியான தந்தையாக நான் ஆவேன் என்ற திகைப்பு என்னுள் உண்டானது. அப்பாவைப் போன்று இருக்கவும், அப்பாவைப் போன்று இல்லாதிருக்கவும் விரும்பினேன்.

ஓராண்டு கழிந்தது. ஒன்றும் சம்பவிக்கவில்லை. ஒவ்வொரு மாத விடாய் காலம் கழியும்போதும் வெறுப்பு, பொறுமை, எரிச்சல்

ஆகியவை சுரய்யாவிடம் அதிகரித்துக் கொண்டே இருந்தன. ஜமீலா மாமியிடம் தொடக்கத்தில் மெலிதாக இருந்த ஏமாற்றம் பெரிதாகி வெளிப்படையாகத் தெரியத் தொடங்கியது. "என் புதுப் பேரக் குழந்தைக்கு நான் எப்போது தாலாட்டு பாடப்போகிறேன்?" என்று கேட்க ஆரம்பித்தார். எப்போதுமே பஸ்டூன் குணத்துடன் இருந்த ஜெனரல் அது குறித்து விசாரிக்கவேயில்லை. ஆனால் ஜமீலா மாமி இதுபற்றி எங்களை குத்திக்காட்டியபோது அவர் கண்களில் எதிர்பார்ப்பு தெரிந்தது.

"இவை எல்லாம் சில சமயங்களில் தாமதமாகத்தான் நடக்கும்" என்று சுரய்யாவிடம் ஒரு இரவில் சொன்னேன். "ஒரு ஆண்டு என்பது மிக நீண்ட காலம், அமீர்" என்று உடைந்த குரலில் சொன்ன சுரய்யா, "எதுவோ குறை இருக்கிறது" என்றாள்.

"அப்படியானால் நாம் ஒரு மருத்துவரை பார்ப்போம்" என்றேன்.

டாக்டர் ரோஷன் உருண்டை வடிவ தொந்தியுடன் கிழக்கு ஐரோப்பியர்கள் போன்ற உச்சரிப்புடன் பேசினார். அவருக்கு புகைவண்டிகள் மீது அலாதிப் பிரியம். அவர் அலுவலகம் எங்கும் புகைவண்டித் தடங்கள் பற்றிய வரலாறு, புகைவண்டிகளின் படங்கள் ஆகியவற்றைக் கொண்ட புத்தகங்கள் இறைந்து கிடந்தன. புகைவண்டிகளின் படங்களும் இருந்தன. அவரது மேசைமீது "வாழ்க்கை என்பது ஒரு புகைவண்டி, ஏறுங்கள்" என்று எழுதப்பட்ட பலகை ஒன்று இருந்தது.

என்னை முதலில் பரிசோதிப்பதாக சொன்ன அவர் "ஆண்கள் எளிதானவர்கள்" என்று மகோகனி மரத்தாலான மேசை மீது விரல்களால் தாளமிட்டவாறு சொன்னார். ஆண்களுக்கு மருத்துவம் செய்வது பெண்களுக்கு மருத்துவம் செய்வதைவிட லேசானது என்று அவர் சொன்னார்.

டாக்டர் ரோஷன் என்னிடம் ஆய்வு செய்ய பரிந்துரைக்கும் ஒரு காகிதத்துண்டையும் பிளாஸ்டிக் டப்பா ஒன்றையும் கொடுத்தார். காலக் கிரமப்படி செய்ய வேண்டிய இரத்தப் பரிசோதனைக்கான பரிந்துரையை சுரய்யாவிடம் கொடுத்தார். விடைபெற அவருடன் கை குலுக்கியபோது "மீண்டும் பயணிக்க வரவேற்கிறேன்" என்றார் அவர்.

அதனைத் தொடர்ந்த சில மாதங்களில் சுரய்யாவுக்கு தீவிர மருத்துவ சோதனைகள் செய்யப்பட்டன. சுரய்யாவின் கருப்பையை யும் டாக்டர் ரோஷன் பரிசோதித்தார். கருப்பை ஒரு குறையுமற்று

இருப்பதாக அவர் கூறினார். எல்லா சோதனைகளையும் செய்து பார்த்த அவரால் சுரய்யாவால் ஏன் கருத்தரிக்க முடியவில்லை என்று சொல்ல முடியவில்லை. இப்படி நடக்கக்கூடியதுதான். “விவரிக்க இயலாத மலட்டுத்தன்மை” என்று இந்தக் குறைபாட்டுக்கு பெயர்.

இதற்குப் பின்னர் பல்வேறு மருந்துகளை நாங்கள் எடுத்துக் கொண்டோம். அவற்றிலும் பயனேதுமற்றுப் போகவே செயற்கை கருத்தரிப்பு செய்து கொள்ள டாக்டர் ரோஷன் பரிந்துரைத்தார்.

எனது நாவலுக்காக எனக்குக் கிடைத்த முன்பணத்தை அந்த சிகிச்சைக்காக நான் செலவு செய்தேன். எல்லாவிதமான சலிப்பூட்டிய வெறுப்பான சோதனைகள், சிகிச்சைகளுக்குப் பிறகு நாங்கள் மீண்டும் டாக்டர் ரோஷனிடமே திருப்பி அனுப்பப்பட்டோம்.

எங்களுக்கு எதிரில் உட்கார்ந்திருந்த அவர் மேசையில் தாள மிட்டபடியே குழந்தையை தத்தெடுப்பது என்ற வார்த்தையை கூறினார். வீட்டிற்குத் திரும்பி வரும் வழியெல்லாம் சுரய்யா அழுது கொண்டே வந்தாள்.

டாக்டர் ரோஷனை நாங்கள் கடைசியாக சந்தித்துவிட்டு வந்த வாரத்தின் இறுதியில் தனது பெற்றோரிடம் இந்தத் தகவலை சுரய்யா தெரிவித்தாள். ஜெனரலின் வீட்டுக் கொல்லைப்புறத்தில் அமர்ந்து கொண்டு ஒருவகை மீனை சுட்டுத் தின்றுகொண்டு, தயிரை குடித்துக் கொண்டிருந்தோம். அது 1991-ஆம் ஆண்டின் மார்ச் மாதத்தின் ஒரு நாளின் இளமாலைப் பொழுதாக இருந்தது. ஜமீலா மாமி ரோஜாச் செடிகளுக்கு பூவாளியால் நீர் விட்டுக்கொண்டிருந்தார். மீனை சுடும் வாசமும் பூக்களின் நறுமணமும் ஒன்றாக கலந்த ஒரு மணம் வீசியது. இதற்கிடையில் இரண்டு முறை சுரய்யாவின் அருகில் வந்து அவளது தலையை வருடி, “இறைவனே அனைத்தையும் மிக நன்றாக அறி வான். மருத்துவர்கள் கூறியபடி இல்லாமலும் இருக்கலாம்” என்றார்.

சுரய்யா குனிந்து தன் உள்ளங்கைகளையே பார்த்துக் கொண்டி ருந்தாள். அவள் களைப்புற்று சோர்வாக இருந்தாள். இவற்றாலெல் லாம் அவள் மிகவும் சோர்ந்து போயிருந்தாள் என்பது எனக்குத் தெரிந்திருந்தது. “நாம் தத்தெடுத்துக் கொள்ளமுடியும் என்று டாக்டர் சொன்னார்” என்று அவள் முணுமுணுத்தாள்.

இதனைக் கேட்டு ஜெனரல் நிமிர்ந்தார். பார்பிக்யூ (மீன்-இறைச்சி ஆகியவைகளை சுட உதவும் ஒருவித அடுப்பு) அடுப்பின் மூடியை மூடினார். “அப்படியா சொன்னார்?” என்றார்.

“அதுவும் ஒரு வழி என்று சொன்னார்” என்றாள் சுரய்யா.

தத்தெடுப்பது குறித்து நாங்கள் முன்பே வீட்டில் பேசியிருந் தோம். அதனைக் குறித்து சுரய்யாவுக்கு இரண்டு மனம் இருந்தது. அவளது பெற்றோரின் வீட்டிற்குச் செல்லும் வழியில் “தத்தெடுப்பது அற்பமானதென்றும் அது வீணான செயலாகவும் ஆகலாம்” என்று சுரய்யா சொன்னாள். “என் கருவில் என் உதிரத்தில் ஒன்பது மாதங்கள் வளர்ந்த குழந்தையை என் கைகளில் ஏந்திக் கொள்வேன். ஒருநாள் குழந்தையின் கண்களில் என்னுடைய கண்களையோ உன்னு டைய கண்களையோ காண்பேன். வளர்ந்தபின் உன்னுடையதோ என்னுடையதோவான சிரிப்பை காண்பேன். இப்படி எல்லாம் இல்லாமல்... தத்தெடுப்பது என்பது...? இப்படி நான் நினைப்பது தவறா?” என்றாள்.

“இல்லை” என்று நான் சொன்னேன்.

“நான் சுயநலக்காரியா?”

“இல்லை. சுரய்யா”.

“ஏனென்றால் நீ உண்மையிலேயே தத்தெடுக்க விரும்புகிறாய்...” என்றாள்.

“இல்லை, நாம் அதனைச் செய்யப்போகிறோம் என்றால் நாம் எந்த சந்தேகமுமின்றி தெளிவாக இருக்கவேண்டும். நமக்கு, நம் இருவருக்கும் அது ஏற்புடையதாக இருக்கவேண்டும். அப்படி இல்லை என்றால் குழந்தையிடம் நாம் நியாயமானவர்களாக இருக்க முடியாது” என்றேன்.

அவள் ஜன்னல் கண்ணாடி ஓரம் சாய்ந்துகொண்டாள். ஜெனரலின் வீடு சென்றடைந்தவரை ஒன்றுமே பேசவில்லை.

இப்போது அவளருகில் வந்தமர்ந்த ஜெனரல், “இந்த தத்தெடுப்ப தெல்லாம் ஆப்கானியர்களான நமக்கு சரியாக வருமா என்று தெரியவில்லை” என்றார். சுரய்யா என்னை சோர்வாகப் பார்த்து பெருமூச்சு விட்டாள்.

“அப்படி தத்தெடுக்கப்படும் குழந்தைகள் வளர்ந்தபின் தங்களது உண்மையான பெற்றோர்களை தெரிந்துகொள்ள விரும்புவார்கள். அவர்களைக் குறையும் சொல்ல முடியாது. ஆண்டுக்கணக்கில் அவர் களை வளர்த்து ஆளாக்கிய பின் அவர்கள் நம்மை விட்டுச் செல்லவும்

கூடும். இரத்த சம்பந்தம் என்பது மிக வலிமையானது, அதனை ஒருபோதும் மறக்காதே" என்று ஜெனரல் சொன்னார்.

"அதைப்பற்றி இனிமேலும் பேச நான் விரும்பவில்லை" என்றாள் சுரய்யா.

"நான் மேலும் ஒன்றை சொல்கிறேன்" என்றார் ஜெனரல். அவர் சொல்வதைக் கேட்டாகவில்லை என்றால் எரிச்சலாகிவிடுவார் போலிருந்தது. "அமீர் ஜானையே எடுத்துக் கொள்வோம். நமக் கெல்லோருக்கும் அவனுடைய அப்பாவைத் தெரியும். காபூலில் அவனுடைய தாத்தா என்னவாக இருந்தார் என்பது எனக்குத் தெரியும். அவனுடைய கொள்ளுத்தாத்தாவையும் பற்றித் தெரியும். நான் இங்கேயே உட்கார்ந்துகொண்டு அவனுடைய மூதாதையர் மற்றும் பரம்பரையைப்பற்றி சொல்ல முடியும். அதனால்தான் அவனுடைய அப்பா - இறைவன் அவருக்கு சாந்தியை நல்குவானாக - இங்கு பெண்கேட்டு வந்தபோது நான் மறுக்கவில்லை. நீ நமது வம்சாவழியைச் சேர்ந்தவள் என்பது அவருக்குத் தெரிந்திருக்கா விட்டால் உன்னைப் பெண் கேட்க சம்மதித்தே இருக்கமாட்டார். இரத்தம் என்பது வலிமையானது. நீ தத்தெடுத்து ஒரு குழந்தையை கொண்டு வருகிறாய் என்றால், எந்த இரத்தத்தை நீ உன் வீட்டிற்குள் கொண்டு வருகிறாய் என்பது உனக்குத் தெரியாது," என்றார் ஜெனரல்.

"நீங்கள் அமெரிக்கர்களாயிருந்தால், அது ஒரு விஷயமில்லை. இங்குள்ள மக்கள் காதலிப்பதிலும் மணப்பதிலும் வம்சாவழி, குடும்பம் ஆகிய இவை ஒன்றும் கணக்கில் வருவதேயில்லை. குழந்தை ஆரோக்கியமாக இருக்கும்வரை தத்தெடுத்துக் கொள்பவர் கள்கூட இருக்கிறார்கள். ஆனால் நாம் ஆப்கானியர்கள் மகளே", என்றும் ஜெனரல் சொன்னார்.

"மீன் சாப்பிடுவதற்கேற்றபடி தயாராகிவிட்டதா?" என்று சுரய்யா கேட்டாள். ஜெனரல் தாஹிரி அவளை ஊடுருவிப் பார்த்தார். அவர் தன் முட்டியில் கையால் தட்டிக் கொண்டார். "நல்ல ஆரோக்கியமாக நீ இருப்பதையும் நல்ல கணவனை பெற்றிருப்பதையும் நினைத்து சந்தோஷப்படு" என்றார் ஜெனரல்.

"நீ என்ன நினைக்கிறாய் அமீர்ஜான்?" என்று ஜமீலா மாமி கேட்டார்.

நான் எனது கோப்பையை நீர் வடிந்து கொண்டிருந்த ஜெரேனியம் செடிகள் இருந்த கட்டை மீது வைத்தேன். "ஜெனரல் சாகிப் சொல்வதே சரியானது என்று நான் நினைக்கிறேன்" என்றேன்.

ஜெனரல் தலையை ஆட்டிக்கொண்டு அடுப்பினருகில் சென்றார்.

தத்தெடுத்துக்கொள்ள வேண்டாம் என்பதற்கு எங்கள் அனைவரிடமும் காரணங்கள் இருந்தன.

சுரய்யாவுக்கான காரணம் அவளிடமிருந்தது. ஜெனரலுக்கான காரணம் அவரிடமிருந்தது. நான் செய்தவைகளுக்காக எங்கோ, எதுவோ, எவரோ நான் தந்தையாகக் கூடாது என்று தீர்மானித்து விட்டதாகவே நான் நினைத்தேன். இதுவே எனக்கான நியாயமான தண்டனையாகவும் இருக்கலாம். அது அப்படியே இருக்க வேண்டியதில்லை என்று ஜமீலா மாமி சொல்லியிருந்தார். அல்லது அது அப்படித்தான் இருக்கவேண்டும் போலும்.

சில மாதங்கள் கழித்து எனது இரண்டாவது நாவலுக்கான முன்பணத்தில் சான் ஃபிரான்ஸிஸ்கோவின் பெர்னல் ஹில்ஸ் என்னுமிடத்தில் அழகியதொரு வீட்டை வாங்கினேன். அது மேலே குவிந்த கூரையுடன், தரை முழுவதும் பலகையடிக்கப்பட்டு சிறிய கொல்லைப்புறத்துடன் இருந்தது. சுவர்களுக்கு வண்ணமடிக்கவும் மராமத்து வேலைகளுக்கும் எனக்கு ஜெனரல் உதவினார். சுரய்யாவின் பெற்றோர்கள் வீட்டிலிருந்து தூரமாகப் போவதில் ஜமீலா மாமிக்கு வருத்தம்.

சில இரவுகளில் சுரய்யா என்னருகில் உறங்கிக் கொண்டிருக்கும் போது நான் படுக்கையில் படுத்துக்கொண்டு காற்றின் வீச்சுக்கு எற்றபடி ஜன்னல் திரைகள் திறந்து திறந்து மூடுவதையும், கொல்லைப்புற வண்டுகளின் ரீங்கரிப்பையும் கேட்டபடி இருப்பேன். சுரய்யாவின் கர்ப்பம்தரிக்காத வயிற்றில் சுவாசித்து வாழும் உயிரொன்று இருப்பதாக உணர்வேன். அந்த வெறுமை உயிர் எங்கள் திருமணத்தில் நுழைந்து எங்கள் சிரிப்பிலும் காதலிலும் உள் நுழைந்துவிட்டது. நள்ளிரவுகளில் அது சுரய்யாவிடமிருந்து கிளம்பி எங்கள் இருவர் மத்தியிலும் அமைவதை எங்களறையின் இருளில் நான் உணர்ந்தேன். எங்களுக்கிடையில் அது உறங்கும். பிறந்த ஒரு குழந்தையைப் போலவே.

பதினான்கு

ஜூன் 2001.

போனை கீழே வைத்த நான் அதனையே நீண்ட நேரம் வெறித்துப் பார்த்துக் கொண்டிருந்தேன். திடுக்கிடச் செய்யும் ஒரு குரைப்பொலி கேட்டபோதுதான் அறை எவ்வளவு மௌனமாக இருந்தது என்பதை உணர்ந்தேன். தொலைக்காட்சிப் பெட்டியை ஒலியற்றதாக்கினாள் சுரய்யா.

அவள் பெற்றோர்கள் பரிசளித்திருந்த ஷோஃபாவில் இருந்து கொண்டு, “நீ வெளிறிப்போயிருக்கிறாய், அமீர்” என்றாள் சுரய்யா. அவள் அஃப்லாடூனை கட்டியணைத்துக்கொண்டு ஷோஃபாவில் படுத்திருந்தாள். அவள் வகுப்புப் பாடத்தை திருத்திக்கொண்டும் தொலைக்காட்சியை பார்த்துக்கொண்டும் இருந்தாள். கடந்த ஆறு ஆண்டுகளாக ஒரே பள்ளியில் அவள் பாடம் நடத்திக் கொண்டிருந் தாள். அவள் எழுந்தமர்ந்தாள். அஃப்லாடூன் இறங்கி ஓடியது. அதற்கு அந்த பெயரை இட்டதே ஜெனரல்தான். கடந்துபோன பத்து ஆண்டு கள் அவள் இடுப்புச்சதையில் மடிப்புகளையும், தலையில் சில நரைகளையும் அளித்திருந்தது. ஆனால் இன்னும் அவளுக்கு தொடக் கத்தில் நான் பார்த்திருந்த கம்பீரமான இளவரசியழகு இருந்தது.

தன் கையிலிருந்த காகிதக் கற்றைகளை மேசை மீது வைத்துவிட்டு, “நீ வெளிறிப் போயிருக்கிறாய்” என்று அவள் மீண்டும் சொன்னாள்.

"நான் பாகிஸ்தானுக்குப் போகவேண்டியிருக்கிறது" என்றேன்.

இப்போது அவள் எழுந்து நின்று "பாகிஸ்தானுக்கா?" என்றாள்.

"ரஹீம்கான் மிகவும் சுகவீனமாக இருக்கிறார்" அந்த வார்த்தை களை சொல்லும்போது எனக்குள் ஒரு முறுக்கிய கை தாக்கி இறுக்கு வதைப் போலிருந்தது.

"மாமாவின் வியாபாரக் கூட்டாளியா?" என்று அவள் கேட்டாள். நான் அவளிடம் அவரைப்பற்றிக் கூறியிருந்தேன். அவள் கேட்டதற்கு தலையை ஆட்டினேன்.

"ஓ, எனக்கு வருத்தமாக இருக்கிறது அமீர்".

"நாங்கள் மிகவும் நெருக்கமாக இருந்தோம். எனது குழந்தைப் பருவத்தில் எனக்கு நண்பராக இருந்த முதல் வயதானவர் அவர்தான்" என்றேன்.

அப்பாவின் படிப்பறையில் அப்பாவும் அவரும் தேநீர் அருந்திக் கொண்டு புகைத்துக் கொண்டிருக்கையில் தோட்டத்திலிருந்து ஜன்னல் வழியே வரும் மெல்லிய காற்று அவர்களது புகைக் கோடுகளை வளைப்பதை எண்ணிப்பார்த்தேன்.

"என்னிடம் நீ அதனைப் பற்றி சொல்லி இருப்பது நினைவுக்கு வருகிறது" என்ற அவள் சிறிது நேரம் மௌனமாகிவிட்டு, "எவ் வளவு நாள் அங்கு நீ இருப்பாய்?" என்று கேட்டாள்.

"எனக்குத் தெரியவில்லை. அவர் என்னைப் பார்க்க விரும்புகிறார்".

"அப்படியா..."

"ஆமாம். நான் பாதுகாப்பாய் கவனமாய் இருப்பேன் சுரய்யா".

இதைத்தான் அவள் என்னிடமிருந்து தெரிந்துகொள்ள விரும் பினாள். பதினைந்து ஆண்டுகால மணவாழ்க்கை எங்கள் மனதிலி ருப்பதை ஒருவருக்கொருவர் அறிந்துகொள்ளும்படி செய்திருந்தது.

"நான் கொஞ்ச தூரம் நடக்கப்போகிறேன்".

"நானும் உன்னுடன் வரவேண்டுமா?"

"இல்லை. நான் தனியாகப் போகிறேன்" என்றேன்.

கோல்டன் கேட் பூங்காவிற்கு வண்டியை ஓட்டிச் சென்றேன். பூங்காவின் வடகோடியிலிருந்த ஸ்பிரக்கெள்ஸ் ஏரிக்கரையில் நடந்தேன்.

அது ஞாயிற்றுக்கிழமையின் நல்லதொரு மாலை நேரமாக இருந்தது. நீரில் சூரிய ஒளி பட்டு பிரதிபலித்தது. சின்னஞ்சிறு படகுகள் ஏரியில் காற்றின் போக்குக்கு ஏற்ப போய்க்கொண்டி ருந்தன. பந்தை தோள்பட்டையால் அடிக்கும்படியும், கையால் தொடக்கூடாதெனவும் சொல்லிக் கொடுத்துக்கொண்டு ஒரு தந்தை தன் மகனுக்குப் பந்தை அடிப்பதை பூங்காவின் பெஞ்சில் அமர்ந்து பார்த்துக்கொண்டிருந்தேன். நீல நிற வால்களுடன் சிவப்பு நிற பட்டங்கள் மேலே பறப்பதை பார்த்தேன். அவை மேற்கில் மரங்களுக்கும், காற்றாலைகளுக்கும் மேலே காற்றில் மிதந்து கொண்டிருந்தன.

தொலைபேசியை வைப்பதற்கு முன் ரஹீம்கான் சொன்னதை நினைத்துப் பார்த்தேன். அதனை விடு, கிட்டத்தட்ட அது ஒரு காலம் கடந்த சிந்தனை. நான் கண்களை மூடிக்கொண்டு பிளந்த உதடுக ளுடன் தலையை ஒரு பக்கம் சாய்த்தபடி இருந்த அவனை மங்கலான ஒரு தூரத்தில் பார்த்தேன். அவனது விழிகள் எங்களிடையே பேசப்பட்டிராத ஒரு ரகசியத்தை பேசிக்கொண்டிருந்தன. எல்லா காலங்களிலும் என் சந்தேகங்கள் சரியாகவே இருந்தன. அவனுக்கு ஆஸிஂஃபைத் தெரியும். பட்டத்தைத் தெரியும். பணத்தைத் தெரியும். கையையும் அதில் கட்டியிருந்த கைக்கடிகாரத்தையும் தெரியும். அவன் எப்போதும் எல்லாவற்றையும் தெரிந்தே இருந்தான்.

"வா. நீ மீண்டும் நன்றாக இருப்பதற்கு ஒரு வழி இருக்கிறது" என்று ரஹீம்கான் தொலைபேசியை வைப்பதற்கு முன் சொல்லி யிருந்தார்.

நன்றாக இருக்க ஒரு வழி இருக்கிறது.

நான் வீட்டிற்கு வந்தபோது சுரய்யா தனது தாயாருடன் தொலைபேசியில் பேசிக்கொண்டிருந்தாள். "நீண்ட நாள் ஆகாது அம்மா. ஒரு வாரம் இல்லையென்றால் இரண்டு வாரம்... ஆமாம் நீங்களும் அப்பாவும் என்னுடன் தங்கிக் கொள்ளலாம்..."

இரண்டு ஆண்டுகளுக்கு முன்பு ஜெனரல் தனது இடுப்பு எலும்பை கீழே விழுந்து உடைத்துக் கொண்டார். மீண்டும் அவருக்கு கடுமையான தலைவலி வந்து, கலங்கி குழம்பிய

கண்களுடன் எழுந்து நடந்தவர் தரை விரிப்பு தடுக்கி கீழே விழுந்து விட்டார். அவரது அலறல் ஒலி ஜமீலா மாமியை சமயலறையி லிருந்து ஓடிவரச் செய்தது. "வாருகோல் உடைந்ததைப் போன்ற தொரு சப்தமாக அது இருந்தது" என்று அப்படி இருக்க வாய்ப் பில்லை என்று மருத்துவர் மறுத்த பிறகும் அவர் சொல்லிக் கொண்டிருந்தார். ஜெனரலின் உடைந்துபோன இடுப்புடன், நிமோனியா, இரத்தத்தின் நச்சு, நீண்டகால மருத்துவமனை சிகிச்சை ஆகிய எல்லா பிரச்சினைகளும், மாமியின் சொந்த உடல் கோளாறுகள் பற்றிய குறைகளை நீர்த்துப்போகச் செய்துவிட்டன. ஜெனரலைப் பற்றிய குறைகளை சொல்லத் தொடங்கிவிட்டார். அவருடைய சிறுநீரகங்கள் பழுதாகத்தொடங்கிவிட்டன என்று மருத்துவர் சொல்வதைக்கேட்ட எவரும் அது குறித்து விசாரித்தால் "ஆப்கானிய சிறுநீரகங்களை அவர்கள் பார்த்ததில்லை. இல்லையா?" என்று ஜமீலா மாமி பெருமையாகக் கூறுவாள். ஜெனரல் மருத்துவமனையில் இருந்த காலங்களில் எது எனக்கு மறக்காமலிருக்கிறது என்றால், ஜெனரல் உறக்கத்தில் ஆழ்ந்தவுடன், காபூலில் அப்பாவின் டிரான்சிஸ்டர் ரேடியோவில் நான் கேட்ட பழைய பாடல்களை ஜமீலா மாமி பாடியதுதான்.

ஜெனரலின் சுகவீனமும், காலமும் ஜெனரலுக்கும் சுரய்யாவுக்கும் இடையில்கூட நல்லுறவை கொண்டுவந்துவிட்டன. இருவரும் ஒன்றாக நடைப்பயிற்சிக்குச் சென்றார்கள். சனிக்கிழமைகளில் மதிய உணவை ஒன்றாக உண்டார்கள். சில வேளைகளில் அவள் வகுப் பெடுக்கும்போது அவளுடைய வகுப்பறையில் ஜெனரல் உட்கார்ந் திருப்பார். வகுப்பறையின் பின்பகுதியில் தனது சாம்பல் நிற சூட்டு டன் தனது தொடையில் கைத்தடியை சாய்த்து வைத்துக்கொண்டு உட்கார்ந்திருப்பார். சில சமயங்களில் பாடக்குறிப்புகளைக்கூட எடுத்துக் கொள்வார்.

அன்றிரவு சுரய்யாவும் நானும் படுத்திருந்தோம். அவளது முதுகுப்புறம் என் மார்பில் சாய்ந்திருந்தது. எனது முகம் அவள் தலைமுடியில் புதைந்திருந்தது. எனது நெற்றியும் அவளது நெற்றியும் ஒட்டியபடி படுத்துக்கொண்டு, முத்தமிட்டபடி உறக்கம் வரும்வரை கண்டதையும் பேசியபடி படுத்துக்கிடந்தது என் நினைவுக்கு வருகிறது. அதனைப்போன்று சில சமயங்களில் இப்போதும் பேசிக் கொள்கிறோம்தான். ஆனால் அப்போது பேசியதைப்போல எங்க ளைப் பற்றி இல்லாமல் வேறு விஷயங்களை பேசிக்கொள்கிறோம். இணை சேர்தலில் அப்போதிருந்ததைப்போல் அல்லாமல் இப்போது இடைவெளி விழுவது ஒருவிதமான ஆசுவாசமாக

இருக்கிறது. அதனைப்போன்றே சுரய்யா உணர்வதை அவள் சொல்லாவிட்டாலும்கூட என்னால் அறியமுடிகிறது. அதுபோன்ற நேரங்களில் சுரய்யா உறங்கிவிடுவாள். நான் புத்தகத்தில் மூழ்கி விடுவேன்.

ரஹீம்கான் தொலைபேசியில் பேசியிருந்த அந்த இரவில் நான் படுத்துக்கொண்டு நிலவொளியின் பிரதிபலிப்பு சுவற்றில் விழுவதை பார்த்துக்கொண்டிருந்தேன். ஒரு கட்டத்தில் அநேகமாக அதி காலையில் உறக்கம் என்னைப் பிடித்தது. உறக்கத்தில் விழுந்து விட்டேன். ஹஸனின் பச்சை நீளுடை பனியில் புரள அவன் ஓடுவதையும் அவனது கருநிற பூட்ஸுகளின் கீழ் பனிக்கட்டிகள் நொறுங்குவதையும் "ஏய் ஆயிரம் முறை முடிந்துவிட்டது" என்று அவன் கத்துவதையும் கனவு கண்டேன்.

ஒரு வாரம் கழித்து பாகிஸ்தான் இன்டர்நேஷனல் விமானத்தின் ஜன்னலோர இருக்கையில் அமர்ந்துகொண்டு சீருடை அணிந்த பணியாளர்கள் விமானம் புறப்படத் தேவையான ஏற்பாடுகளை செய்துகொண்டிருப்பதைப் பார்த்துக்கொண்டிருந்தேன். விமானம் விமான முனையத்திலிருந்து கிளம்பி மேகங்களுக்குள் புகுந்தது. ஜன்னல் கண்ணாடி மீது சாய்ந்து கொண்டு உறக்கம் பிடிப்பதற்காகக் காத்திருந்தேன்.

பதினைந்து

விமானம் பெஷாவரில் தரையிறங்கி மூன்று மணி நேரம் கழித்து புகைப்படலங்களுடன் இருந்த வாடகைக் கார் ஒன்றின் பின்னிருக்கையில் அமர்ந்திருந்தேன். தொடர்ந்து புகைபிடிக்கும் குலாம் என்று தன்னை அறிமுகப்படுத்திக் கொண்ட இனிய சுபாவமுள்ள குள்ளமான டிரைவர் அமைதியாக கவலையற்று மிக நெருக்கடியான சாலையில் வண்டியை ஓட்டிக்கொண்டிருந்தார். அதே போன்று அவர் பேசிக்கொண்டும் இருந்தார்.

"...உங்கள் நாட்டில் நடப்பது அதிபயங்கரமானதாக இருக்கிறது. ஆப்கானியர்களும் பாகிஸ்தானியர்களும் சகோதரர்களைப் போன்றவர்கள். நான் சொல்கிறேன் முஸ்லிம்கள் முஸ்லிம்களுக்கு உதவவேண்டும்..." என்ற அவரது பேச்சை தலையை மட்டும் ஆட்டி நிறுத்தினேன்.

1981-ல் அப்பாவும் நானும் பெஷாவரில் இருந்தபோது அந் நகரைப் பற்றி நன்கறிந்திருந்தேன். இப்போது நாங்கள் ஜம்ரூத் சாலையில் செல்வவளம் மிகுந்த கண்டோன்மென்ட் பகுதியில் மேற்கு நோக்கி சென்று கொண்டிருந்தோம். பெஷாவர் நகரின் பரபரப்பு மிகுந்த சந்தடி நிறைந்த தெருக்கள் எனக்கு நான் வாழ்ந்த காபூலை நினைவூட்டின. அதிலும் குறிப்பாக சட்டினியில் நனைத் தெடுத்த உருளைக்கிழங்கையும் செர்ரிப்பழ நீரையும் நானும் ஹஸனும் வாங்கி உண்ட கோழிக் கடைத்தெரு என்று அறியப்பட்ட தெருவை நினைவூட்டியது. தெருக்கள் முழுக்க மிதிவண்டி யோட்டிகளும், நடந்து செல்லும் பாதசாரிகளின் கூட்டமும், நீல

நிறப் புகையை கக்கிச் செல்லும் ரிக்ஷாக்களுமாக இருந்தது. நெருக்கடி மிகுந்த அந்தக் கடைத்தெருவில் இன்னும் நெருக்கமாக அமைந்த கடைகளில் தாடியுடன் இருந்த வியாபாரிகள் விளக்குகள், தரைவிரிப்புகள், எம்ப்ராய்டரி செய்யப்பட்ட சால்வைகள் மற்றும் வெண்கலப் பொருட்களை விற்றுக்கொண்டிருந்தனர். குதிரை வண்டிகளின் மணியொலி, ரிக்ஷாக்களின் மணியொலி, வியாபாரி களின் கூச்சல் இவற்றுடன் ஹிந்தி திரைப்படப் பாடல்கள் இப்படி அந்த கடைத்தெருவே சப்தத்தால் நிரம்பி வழிந்தது என் காதை அடைத்தது. இனிமையானதும் இனிமையற்றதுமான நறுமண சென்ட்களை என் காருக்குள் தெளித்து விற்பனை செய்ய முயன்றனர். பக்கோடாவின் வாசம் மூக்கைத் துளைத்தது. அதனுடன் டீசல் புகையுடன் அழுகிய குப்பைகளின் நாற்றமும் சேர்ந்து அடித்தது.

செந்நிறத்திலிருந்த பெஷாவர் பல்கலைக்கழகத்தைத் தாண்டி “ஆப்கான் டவுன்” என்று தொணதொணவென்று பேசிக்கொண்டே இருந்த எனது வண்டியோட்டி சொன்ன பகுதியில் நாங்கள் நுழைந் தோம். இனிப்புப் பொருட்களை விற்கும் கடைகளையும், தரை விரிப்பு வியாபாரிகளையும், கபாப் இறைச்சியுணவுக் கடைகளையும், அழுக்குப்படிந்த கைகளுடன் சிகரெட் விற்கும் சிறுவர்களையும், தங்களது ஜன்னல் கண்ணாடிகளில் ஆப்கான் தேசத்து வரைபடத்தை வரைந்து வைத்திருந்த சிறிய உணவு விடுதிகளையும் நான் பார்த் தேன். “உங்களது சகோதரர்கள் அநேகர் இங்கே வியாபாரத்தைத் தொடங்கி இருக்கிறார்கள். ஆனால் அவர்களில் பெரும்பாலோர் ஏழைகள்” என்று சொல்லிய என் வண்டியோட்டி தன் நாவால் இரக்கப்படும் தொனியில் ஒலி எழுப்பி பெருமூச்சுவிட்டு “நாம் நெருங்கிவிட்டோம்” என்று கூறினார்.

1981-ல் கடைசியாக ரஹீம்கானை சந்தித்ததை நினைத்தேன். நானும் அப்பாவும் காபூலை விட்டுபோனபோது எங்களை வழியனுப்ப ரஹீம்கான் வந்திருந்தார். அப்பாவும் ரஹீம்கானும் ஒருவரையொருவர் கட்டித்தழுவி மெலிதாக அழுதது எனக்கு நினைவிருக்கிறது. அப்பாவும் நானும் அமெரிக்கா வந்த பின்னரும் அவர்கள் தொடர்பிலேயே இருந்தார்கள். அவர்கள் தொலைபேசியில் பேசிக்கொள்வார்கள். சில வேளைகளில் தொலைபேசியை என்னிடமும் அப்பா தருவார். கடைசியாக அப்பாவின் மறைவுக்குப் பிறகு ரஹீம்கானுடன் பேசியிருந்தேன். செய்தியறிந்து ரஹீம்கான் தான் தொலைபேசியில் அழைத்துப் பேசினார். நாங்கள் சில நிமிடங்களே பேசினோம். அதற்குள் தொடர்பறுந்துவிட்டது. இரண்டு தெருக்கள் சந்தித்துக் கொண்ட நெருக்கடி மிகுந்த ஒரு

முச்சந்தியின் பக்கமிருந்த குறுகியதொரு கட்டடத்தின் முன் ஓட்டுனர் வண்டியை நிறுத்தினார். ஓட்டுனருக்குப் பணத்தைக் கொடுத்துவிட்டு எனது ஒற்றை சூட்கேஸை கையிலெடுத்துக்கொண்டு வேலைப் பாட்டுடன் இருந்த கதவினருகில் சென்றேன். அந்தக் கட்டடத்தின் பால்கனி மரத்தினாலமைந்திருந்தது. எல்லா இடங்களிலும் துணிகள் உலரவைக்கப்பட்டிருந்தன. கீரீச்சிட்ட மரப்படிகளிலேறி இரண்டாம் தளத்தை அடைந்து, வலதுபக்கமிருந்த கடைசிக் கதவினருகில் சென்றேன். சிறிய காகிதத் துண்டிலிருந்த முகவரியை சரிபார்த்துக் கொண்டு கதவைத் தட்டினேன்.

மெலிந்து எலும்பும் தோலுமாக இருந்த ரஹீம்கான் கதவைத் திறந்தார்.

நானும் ரஹீம்கானும் சுவரருகில் இருந்த விரிப்பில் அமர்ந்தோம். சுவற்றில் இருந்த ஜன்னல்வழியே சூரிய ஒளி முக்கோண வடிவில் தரைவிரிப்பின் மீது பட்டுக்கொண்டிருந்தது. எதிர் சுவரில் இரண்டு மடக்கு நாற்காலிகள் சாய்த்து வைக்கப்பட்டிருந்தன. சிறிய வெண்கல தேநீர்ப் பாத்திரமொன்றும் இருந்தது. நான் அதிலிருந்து எங்களுக்கு தேநீரை ஊற்றினேன்.

“எப்படி என்னைக் கண்டுபிடித்தீர்கள்?” என்று நான் கேட்டேன்.

“அமெரிக்காவில் ஆட்களைக் கண்டுபிடிப்பது அத்தனை கடின மானதொன்றுமில்லை. நான் ஒரு அமெரிக்க வரைபடத்தை வாங்கி னேன். வடக்கு கலிஃபோர்னியாவிலிருந்த நகரங்களின் தகவல்களைக் கேட்டுப் பெற்றேன்” என்ற அவர், “வளர்ந்த மனிதனாக உன்னைப் பார்ப்பது ஆச்சர்யமூட்டுவதாக உள்ளது” என்றார்.

நான் புன்னகைத்து எனது தேநீரில் மூன்று சக்கரைக் கட்டிகளை இட்டேன். அவருக்கு தேயிலை நிறைய இட்ட தேநீர் பிடிக்கும் என்பது எனக்கு நினைவுக்கு வந்தது. “நான் பதினைந்து ஆண்டு களுக்கு முன்னர் திருமணம் செய்துகொண்டேன். இதனை உங்க ளுக்குத் தெரிவிப்பதற்கு அப்பாவுக்கு வாய்ப்பே அமையவில்லை” என்றேன். உண்மை என்ன என்றால் அவருக்கிருந்த புற்றுநோய் அவருக்கு ஞாபகமறதியைக் கொடுத்துவிட்டது.

“திருமணம் செய்துவிட்டாயா? யாரை?” என்றார்.

“அவள் பெயர் சுரய்யா தாஹிரி” என்று சொன்னபோது என்னைப் பற்றிக் கவலைப்பட்டுக் கொண்டு அவள் இருப்பாள் என்ற நினைவு வந்தது. ஆனால் அவள் தனியாக இல்லை என்பது மகிழ்ச்சியைத் தந்தது.

"தாஹிரி... அவள் யாருடைய மகள்?"

நான் சொன்னேன். அவர் கண்கள் ஒளி சிந்தின.

"ம்... எனக்கு ஞாபகத்திற்கு வருகிறது. ஷரீஃப் ஜானின் சகோதரியைத்தானே ஜெனரல் தாஹிரி மணம் செய்துள்ளார்? அவள் பெயர்கூட..."

"ஜமீலா ஜான்" என்றேன்.

"நல்லது" என்ற அவர் புன்னகைத்துக் கொண்டே "ஷரீஃப் ஜான் அமெரிக்காவுக்கு செல்வதற்கு முன்னரே அவரை எனக்கு காபூலில் தெரியும்" என்றார்.

பெருமூச்சுவிட்டுக் கொண்டே, "உங்களுக்குத் குழந்தைகள் இருக்கிறார்களா?" என்று கேட்டார்.

"இல்லை".

"ஓ" என்றபடி தனது தேநீரைக் கலக்கிய அவர் வேறெதையும் கேட்கவில்லை. நான் சந்தித்தவர்களிலேயே குறிப்பிடத்தக்க மனிதர்களுள் ஒருவராக ரஹீம்கான் இருந்தார்.

அப்பாவைப் பற்றி, அவர் வேலை பற்றி, ஞாயிற்றுக்கிழமை சந்தை பற்றி, எப்படி அவரது இறுதிக்காலம் இருந்தது, எப்படி மகிழ்ச்சியாக அவர் இறந்துபோனார் என்பது பற்றியெல்லாம் நான் ரஹீம்கானிடம் சொன்னேன். எனது படிப்பு, பிரசுரிக்கப்பட்ட எனது நான்கு நாவல்கள் பற்றியெல்லாம் அவரிடம் சொன்னேன். அவர் இதனைக்கேட்டு புன்னகைத்து நான் நாவல்கள் எழுதி பிரசுரிப்பேன் என்பதில் எந்த சந்தேகமும் இருந்திருக்கவில்லை என்றார். அவர் எனக்குப் பரிசளித்திருந்த குறிப்புப் புத்தகத்தில் சிறுகதைகளை நான் எழுதி இருக்கிறேன் என்று அவரிடம் நான் சொன்னேன். ஆனால் அவரால் அந்தக் குறிப்புப் புத்தகத்தை நினைவுக்குக் கொண்டு வர முடியவில்லை.

எங்களது பேச்சு தாலிபான்களைப் பற்றித் திரும்பியது.

"நான் கேள்விப்படுவது போல மோசமாகவா இருக்கிறது?" என்று கேட்டேன்.

"இல்லை. மிக மிக மோசமாக இருக்கிறது" என்றார். "உன்னை மனிதனைப் போன்று இருக்க அவர்கள் அனுமதிப்பதில்லை", என்ற

அவர் தனது வலது பக்கக் கண்ணின் மேலிருந்த அடர்ந்த புருவத்தில் இருந்த தழும்பைக் காட்டினார்.

"1998-ல் காஸி விளையாட்டரங்கில் ஒரு கால்பந்துப் போட்டியில் நான் இருந்தேன். காபூலுக்கும் மஸார்-ஏ-ஷரீஃபுக்கும் போட்டி என்று நினைக்கிறேன். விளையாட்டு வீரர்கள் ஷார்ட்ஸ் அணிந்து விளையாட அனுமதிக்கப்படவில்லை. அது வெட்கக்கேடானதாம்" என்ற அவர் களைப்பாகச் சிரித்தார். "காபூல் ஒரு கோல் போட்டதும் எனக்கருகிலிருந்தவர் ஆரவாரம் செய்தார். சட்டென்று தாடி வைத்த இளைஞனொருவன், அவனுக்கு பதினெட்டு வயதிருக்கலாம், என்னிடம் வந்து அவனது கலாஷ்நிக்கோவ் துப்பாக்கியின் பின்கட்டையால் நெற்றியில் தாக்கினான். "நீ மீண்டும் அப்படிச் செய். உன் நாவை அறுக்கிறேன், கிழட்டுக் கழுதையே" என்றான். ரஹீம்கான் சுருக்கம் விழுந்த விரலால் அந்த தழும்பைத் தடவிக் கொண்டார்.

"அவன் தாத்தா வயதிருந்த நான், என் முகத்தில் இரத்தம் வழிந்தோட அந்த நாயின் மகனிடம் மன்னிப்புக் கேட்டுக் கொண்டிருந்தேன்" என்றார்.

அவருக்கு இன்னும் கொஞ்சம் தேநீரை ஊற்றினேன். அவர் இன்னும் கொஞ்சம் என்னிடம் பேசினார். அவற்றில் பெரும் பாலானவற்றை நான் முன்பே அறிந்திருந்தேன். அப்பாவுக்கும் அவருக்குமிடையிலான ஏற்பாட்டின்படி 1981 முதல் அப்பாவின் வீட்டில் அவர் வசித்துவருகிறார் என்பது எனக்குத் தெரிந்ததுதான். நானும் அப்பாவும் காபூலை விட்டு போவதற்கு முன் ரஹீம் கானிடம் வீட்டை ஒப்படைத்துவிட்டார். ஆப்கானிஸ்தானில் அப்போதிருந்த குழப்ப நிலை தற்காலிகமானதுதான் என்று அப்பா எண்ணியிருந்தார். எனவே நிலமை சீராகும்வரை வீடு ரஹீம்கானிடம் இருக்கட்டும் என்று அப்பா விட்டு வைத்திருந்தார்.

1992லிருந்து 1996வரை வடக்குக் கூட்டணி காபூலை கைப்பற்றிய பின் பல்வேறு போராளிக் குழுக்கள் காபூலின் பல்வேறு பகுதிகளை எப்படி சொந்தம் கொண்டாடின என்பதைப் பற்றி ரஹீம்கான் என்னிடம் கூறினார். "எல்லா சோதனைச் சாவடிகளையும் கடந்து ஷாரே நூ பகுதியிலிருந்து கார்டே பர்வான் பகுதிக்கு ஒரு தரை விரிப்பை வாங்கச்செல்வது, துப்பாக்கிகள் மற்றும் ராக்கெட்டுகளால் தாக்கப்படும் அபாயத்தை எதிர்கொள்வதாகும். ஒரு பகுதியிலிருந்து மற்றொரு பகுதிக்குச் செல்ல உனக்கு விஸா வேண்டும். எனவே மக்கள் எங்கும் செல்லாமல், அடுத்து வரும் ராக்கெட் தங்கள்

வீட்டை தாக்காதிருக்க பிரார்த்தனை செய்தார்கள்". அபாயகரமான தெருக்கள் வழியாகச் செல்வதற்குப் பயந்து மக்கள் தங்கள் வீட்டு பக்கவாட்டுச் சுவர்களில் துளைகளையிட்டு போய் வந்தார்கள் என்பது பற்றியும் ரஹீம்கான் என்னிடம் சொன்னார். இன்னும் சில இடங்களில் மக்கள் பாதாள சுரங்கப் பாதைகளை அமைத்துக் கொண்டு அதன் வழியே போய் வந்தார்கள் என்றும் சொன்னார்.

"ஏன் நீங்கள் அங்கிருந்து செல்லவில்லை?" என்று கேட்டேன்.

"காபூல் எனது வீடாக இருந்தது. இன்னும் அப்படியேதான் நான் நினைக்கிறேன்" என்ற அவர், "உனது வீட்டிலிருந்து கிஸ்லா செல்லும் வழியில் இருந்த ராணுவ தடுப்பரண்களை உனக்கு நினைவிருக்கிறதா?" என்றார்.

"ஆமாம்" என்றேன். அந்த வழி பள்ளிக்கூடம் செல்வதற்கான குறுக்கு வழியாக இருந்தது. ஹஸனும் நானும் அவ்வழியே சென்றபோது ஹஸனை ஒருவன் சனோபரைப் பற்றிக் கூறி துன்புறுத்தியது எனக்கு நினைவுக்கு வந்தது.

"தாலிபான்கள் தலையெடுத்து கூட்டணியினரை காபூலை விட்டுத் துரத்தியபோது நான் சாலையில் நடனமாடினேன்" என்ற ரஹீம்கான், "நம்பு. நான் மட்டும் ஆடவில்லை. மக்கள் அனைவரும் கொண் டாடினர். தெருக்களில் இருந்த தாலிபான்களை வாழ்த்தினார்கள். அவர்களது ராணுவ டாங்கிகளின் மீதேறி அவர்களுடன் புகைப்படம் எடுத்துக்கொண்டனர். தொடர்ந்து நடந்து கொண்டிருந்த சண்டையும், துப்பாக்கி வெடியொலிகளும், ராக்கெட் தாக்குதல்களும், குண்டு வெடிப்புகளும் மக்களை சோர்வடையச் செய்துவிட்டன. குத்புதீனும் அவர் ஆதரவாளர்களும், நகர்ந்து செல்லக்கூடிய எதனைக் கண்டாலும் சுட்டது மக்களை மேலும் சோர்வடையச் செய்தது. ஷொராவியிலிருந்த ரஷ்யப்படைகளைவிடவும் காபூலுக்கு அதிக சேதத்தை விளைவித்தது கூட்டணிப் படையினர்தான். அவர்கள் உனது தந்தை கட்டிய அநாதை விடுதியை அழித்து விட்டனர். உனக்கு அது தெரியுமா?"

"ஏன்? ஏன் ஒரு அநாதை விடுதியை அவர்கள் அழிக்க வேண் டும்?" என்று கேட்டேன். அந்த விடுதி திறப்பு விழாவின்போது அப்பாவின் பின்னால் நான் உட்கார்ந்திருந்தது எனக்கு நினைவுக்கு வந்தது. காற்றில் அவர் தொப்பி கீழே விழுந்தது, அவர் பேசியபோது அனைவரும் பாராட்டி கைதட்டியது எல்லாம் என் நினைவுக்கு வந்தன. இப்போது அதுவும் ஒரு உடைந்த கட்டட குப்பைமேடு.

அதனை உருவாக்க அப்பா பட்டபாடு, சிந்திய வியர்வை, உழைத்த உழைப்பு, காட்டிய அக்கறை எல்லாம் இப்போது...

"இரண்டு வகையிலும் சேதங்கள்" என்ற ரஹீம்கான், உனக்கு தெரிவது கஷ்டமாக இருக்கும், அமீர்ஜான். கட்டட சிதைவுகளை அள்ளும்போது, குழந்தைகளின் உடல்களும் அதனுடன் கிடந்தன..."

"தாலிபான்...?" என்றேன்.

"அவர்கள் கதாநாயகர்களைப் போன்றிருந்தார்கள்" என்றார் ரஹீம்கான்.

"இறுதியில் அமைதி..."

"ஆமாம். நம்பிக்கை என்பது வினோதமான ஒன்று. இறுதியில் அமைதிதான். ஆனால் அதற்கான விலை?" என்ற ரஹீம்கானை கடுமையான இறுமல் தாக்கி அவர் உடலை முன்னும் பின்னுமாக ஆட்டியது. சளி வரவே சட்டென்று அவரது கைக்குட்டையில் துப்பினார். அது சிவப்பு நிறமாக இருந்தது.

"எப்படி இருக்கிறீர்கள்?" என்றேன். "சரியாகத்தான் கேட்கிறேன். உடல் எப்படி இருக்கிறது?" என்று கேட்டேன்.

"சரியாகச் சொல்லவேண்டுமென்றால், இறந்து கொண்டிருக்கிறேன்" என்று கரகரத்த குரலில் அவர் சொன்னார். மீண்டும் இறுமினார். கைக்குட்டையில் இன்னும் அதிக ரத்தம் படிந்தது. அவர் தன் வாயைத் துடைத்தார். வியர்த்திருந்த தனது புருவங்களை சட்டையின் கைப்பகுதியால் துடைத்துக் கொண்டார். என்னைப் பார்த்தார். தலையை ஆட்டினார். என் அடுத்த கேள்வியை புரிந்து கொண்டது போல "ரொம்ப நாள் தாங்கமாட்டேன்" என்று கூறி மூச்சுவிட்டார்.

"எவ்வளவு காலம்?"

தோள்களைக் குலுக்கிக் கொண்டார். மீண்டும் இறுமினார். "இந்தக் கோடைகாலம் வரை கூட இருப்பேன் என்று நான் நினைக்கவில்லை" என்றார்.

"உங்களை என்னுடன் கொண்டு செல்ல அனுமதியுங்கள். நல்லதொரு மருத்துவரை நான் பிடிக்கிறேன். புதிய புதிய சிகிச்சைகள் வந்து கொண்டே இருக்கின்றன. புதிய புதிய மருந்துகள் வந்து கொண்டே இருக்கின்றன. நாம் ஒரு மருத்துவமனையில் சேர்வோம்" என்று நான் கூறிக்கொண்டிருந்தேன்.

அவர் நம்பிக்கையற்ற முறையில் சிரித்தார். நான் கேட்டதிலேயே மிகவும் சோர்வான சிரிப்பாக அது இருந்தது.

“அமெரிக்கா உன்னில் நல்ல நேர்மறை எண்ணங்களை விதைத்துள்ளது. அதுதான் அந்த நாட்டை வலுவாக்குகிறது. அது மிகவும் நல்லதுதான். ஆப்கானியர்களான நாங்கள் மிகவும் துன்பப் படுபவர்கள் இல்லையா? எங்களுக்குள் தன்னிரக்கம் மிகுகிறது. நாங்கள் துன்பப்பட்டு, கஷ்டப்படுகிறோம். வாழ்க்கையின் நிதர்சனத்தை ஏற்றுக்கொள்கிறோம். அது தேவையாகவும் இருக்கிறது. வாழ்க்கை போய்க்கொண்டிருக்கிறது. இங்கு பல மருத்துவர்களை நான் பார்த்துவிட்டேன். எல்லோரும் ஒரே பதிலைத்தான் கூறுகிறார்கள். அவர்களை நான் நம்புகிறேன். இறைவனின் நாட்டம் என்று ஒன்று உள்ளது”.

“நீங்கள் என்ன செய்கிறீர்கள், என்ன செய்யாமல் இருக்கிறீர்கள் என்பது மட்டுமே உள்ளது” என்று நான் கூறினேன்.

ரஹீம்கான் சிரித்தார். “உன் தந்தையைப் போன்றே நீ இப்போது பேசுகிறாய். அவர் மீது எனக்கு மிகவும் ஏக்கமாக இருக்கிறது. ஆனால் இது இறைவனின் நாட்டம், அமீர் ஜான். அது உண்மையிலே இறைநாட்டம்தான்...” என்று கூறி சிறிது நேரம் கழித்து, “இது அல்லாமல் உன்னை இங்கு நான் வரச் சொன்னதற்கு வேறொரு காரணமும் உண்டு” என்றார்.

“எதுவானாலும்...” என்றேன்.

“நீங்கள் போனபிறகு உன் அப்பாவின் வீட்டில் நான் வாழ்ந்த பல ஆண்டுகளை உனக்குத் தெரியும்தானே?”

“ஆமாம்”.

“அங்கு வாழ்ந்த காலம் முழுக்க நான் தனியாக இல்லை. என்னுடன் ஹஸனும் வாழ்ந்தான்”.

“ஹஸனா?” என்றேன். அவனது பெயரை கடைசியாக எப்போது நான் உச்சரித்தேன்? அந்தப் பெயரை மீண்டும் கேட்டதும் எனக்கு மீண்டும் அதே துன்பம் ஏற்பட்டது. முட்களால் என் இதயத்தில் கீறிய அந்த நினைவுகள். ரஹீம்கானின் வீட்டிலிருந்த காற்று சட்டென்று அடர்த்தி கூடி, சூடாகி, அந்தத் தெருவின் நெடியை ஏற்றிக்கொண்டது போலிருந்தது.

"முன்பே இதனை உனக்குத் தெரிவிக்கலாம் என்று நினைத்தேன். ஆனால் நீ அதனை விரும்புவாயா என்றொரு சந்தேகமிருந்தது. நான் தவறு செய்துவிட்டேனோ?"

இல்லை என்ற பதிலே உண்மை. ஆமாம் என்பது பொய். நான் இரண்டுக்குமிடையில் "எனக்குத் தெரியவில்லை" என்றேன்.

அவர் மீண்டும் இருமி, தன் கைக்குட்டையில் இன்னுமொரு ரத்தத்திட்டை ஏற்படுத்தினார். அவர் துப்புவதற்காகக் குனிந்தபோது அவரது வழுக்கைத் தலையில் புண்கள் இருப்பதைக் கண்டேன்.

"உன்னிடம் சிலவற்றைக் கேட்பதற்காகவே உன்னை இங்கு வரவழைத்தேன். எனக்காக சிலவற்றை நீ செய்யவேண்டுமென்று கேட்கப்போகிறேன். அதற்கு முன்னால் ஹஸனைப் பற்றி உன்னிடம் சொல்ல விரும்புகிறேன் புரிகிறதா?"

"சரி" என்று நான் முணுமுணுத்தேன்.

"அவனைப்பற்றி உன்னிடம் சொல்ல விரும்புகிறேன். எல்லா வற்றையும் உன்னிடம் சொல்ல விரும்புகிறேன். நீ கேட்பாயா?"

நான் தலையை ஆட்டினேன்.

ரஹீம்கான் இன்னும் கொஞ்சம் தேநீரை உறிஞ்சினார். சுவரில் தலையை சாய்த்துக் கொண்டார். பேசினார்.

பதினாறு

1986-ஆம் ஆண்டில் ஹஸாராஜாட்டுக்கு ஹஸனை நான் தேடிச் சென்றதற்குப் பல காரணங்களிருந்தன. அவற்றில் மிகப்பெரிய காரணம் நான் தனியாக இருந்ததுதான், இறைவன் மன்னிப்பானாக! அப்போது எனது நண்பர்களில் பெரும்பாலானோரும், சொந்தங்களும் ஒன்று கொல்லப்பட்டிருந்தார்கள் அல்லது பாகிஸ்தானுக்கோ ஈரானுக்கோ தப்பிச் சென்றிருந்தார்கள். என் வாழ்க்கையெல்லாம் வாழ்ந்திருந்த காபூல் நகரத்தில் நான் அறிந்திருந்தவர்களே இல்லை யென்றாகிவிட்டது. எல்லோரும் போய்விட்டிருந்தனர். தர்ப்பூசணி விற்பவர்கள் சுற்றித்திரிந்து கொண்டிருந்த கார்டே பர்வான் பகுதி உனக்கு நினைவிருக்கிறதா? அங்கு நான் செல்வேன். வாழ்ந்த யாரும் இருக்கமாட்டார்கள். தேநீர் அருந்த அழைப்பவர்கள் யாரும் இல்லை. பேசுவதற்குக்கூட எவரும் இல்லை. ரஷ்ய ராணுவ வீரர்கள் வீதிகளில் சுற்றிக்கொண்டிருப்பார்கள். எனவே அங்கு நான் போவதை நிறுத்திவிட்டேன். எனது நாட்களை உனது அப்பாவின் வீட்டிலேயே கழித்தேன். உனது தாயாரின் பழைய நூல்களைப் படித்துக்கொண்டு, செய்திகள் கேட்டுக்கொண்டு, கம்யூனிஸ்டுகளின் பேச்சுகளைக் கேட்டுக்கொண்டு வீட்டிலேயே இருந்தேன். பின்னர் இறைவனை வணங்குவேன். ஏதாவது உணவைத் தயாரித்து உண்பேன். இன்னும் கொஞ்சம் படிப்பேன். மீண்டும் இறைவனை வணங்குவேன். பின்னர் படுக்கச் செல்வேன். மீண்டும் காலையில் எழுவேன். தொழுவேன். பழையபடி எல்லாவற்றையும் செய்வேன்.

எனக்கிருந்த மூட்டுவலி நோயினால், வீட்டை பராமரிப்பது கடினமாகிவிட்டது. எனது முழங்கால்களும் முதுகுப்புறமும்

எப்போதும் வலித்துக்கொண்டே இருக்கும். படுக்கையிலிருந்து எழுந்ததும் எனது மூட்டுகளின் இறுக்கத்தை தளர்த்திக் கொள்ள ஒரு மணி நேரம் பிடிக்கும். குறிப்பாக குளிர்காலங்களில் இது மிகவும் கடுமையாக இருக்கும். உனது அப்பாவின் வீடு கேடடைந்து சீரழிய நான் விரும்பவில்லை. மிக நல்ல தருணங்களை நாங்கள் அங்கே அனுபவித்திருக்கிறோம். எண்ணற்ற நினைவுகளைக் கொண்டது அந்த வீடு, அமீர்ஜான். அந்த வீட்டை உனது அப்பாவே வடிவமைத்தார். அவருக்கு மிக முக்கியமான ஒன்று அந்த வீடு. எல்லாவற்றிற்கும் மேலாக அந்த வீட்டை நான் பராமரித்துக்கொள்வதாக நீயும் அவரும் போனபோது நான் அவருக்கு வாக்களித்திருந்தேன். அதனை சீரழியவிடுவது என்பது சரியானதல்ல. அந்த நிலையில் நானும் அந்த வீடும் மட்டுமே இருந்தோம். என்னாலானவற்றை நான் சரியாகச் செய்தேன். இடைக்கிடை மரங்களுக்கு நீர் பாய்ச்சினேன். புல்வெளியை சரிப்படுத்தினேன். தேவையான மராமத்து வேலைகளைச் செய்தேன். ஆனாலும்கூட என்னால் ஒரு இளைஞனைப்போன்று அவற்றைச் செய்திட முடியவில்லை.

ஆனாலும்கூட இன்னும் நான் கொஞ்சநாள் அப்படிச் செய்திருக்க முடியும்தான். ஆனால் உனது அப்பாவின் மரணச்செய்தி என்னை வந்தடைந்ததும் முதன்முறையாக பயங்கரமான விதத்தில் என்னை நான் தனியனாக உணர்ந்தேன். அது தாங்க முடியாததொரு வெறுமையாக இருந்தது.

எனவே ஒருநாள் எனது பைக்கில் பெட்ரோலை நிரப்பிக்கொண்டு ஹஸாராஜாட்டுக்கு சென்றேன். அலி உங்கள் வீட்டை விட்டுச்சென்ற பிறகு பாமியான் பகுதிக்கு சற்றுத் தள்ளியிருந்த ஒரு சிறிய கிராமத்தில் ஹஸனுடன் இருப்பதாக உனது அப்பா என்னிடம் சொல்லி இருந்தது என் நினைவுக்கு வந்தது. அலிக்கு சித்தப்பா மகன் ஒருவர் இருப்பது என் நினைவுக்கு வந்தது. ஹஸன் அங்கு இன்னும் இருப்பான் என்பது பற்றியோ, அவனையோ அவனைப் பற்றியோ யாருக்கும் தெரிந்திருக்குமா என்பது பற்றியோ எனக்கு எந்த மனக்குறிப்பும் இல்லை. எல்லாவற்றுக்கும் மேலாக அலியும் ஹஸனும் உங்கள் வீட்டை விட்டுப்போய் பத்து ஆண்டுகளாகி விட்டிருந்தன. 1986-ல் இருபத்திரண்டு, இருபத்திமூன்று வயதுள்ள வளர்ந்த மனிதனாக ஹஸன் இருந்திருப்பான். ஷொராவிக்காரர்கள் நமது இளைஞர்கள் அனேகரைக் கொன்றொழித்திருந்தனர்- "அவர்கள் நரகத்தில் கிடந்து அழுகிப்போவார்களாக". அந்தக் கொடுமையை நான் உனக்குச் சொல்லவேண்டியதில்லை. ஹஸன் இன்னும் உயிருடன் இருப்பானா என்றொரு கேள்வி இருந்தது.

ஆனால் இறைவனின் கருணையால் அங்கே அவனை நான் கண்டுபிடித்துவிட்டேன். அதற்கு சிறிய அளவிலான தேடுதலே வேண்டியிருந்தது. அவனிருந்த கிராமத்திற்கு ஏதும் பெயரிருந்ததா என்பதுகூட எனக்கு நினைவில்லை. ஆனால் இது எனக்கு நினைவிருக்கிறது. அந்தநாள் கடுமையான வெப்பத்துடன் கூடிய கோடையின் ஒருநாள். கரடுமுரடான சாலையில் எனது பைக்கை ஓட்டிச் சென்றேன். சாலையின் இரண்டு பக்கமும் வெயிலில் வாடிய புதர்களும், வாடி உலர்ந்துபோன மரங்களும், காய்ந்துபோன புல்வெளிகளுமே இருந்தன. அழுகி துர்நாற்றமடித்துக் கொண்டிருந்த ஒரு கழுதையின் உடலைக் கடந்து சென்றேன். ஒரு முக்கத்தில் திரும்பினேன். அந்த வறண்ட நிலத்தின் நடுவில் மண்ணாலான வீடுகளைக் கண்டேன். அவற்றுக்கும் அப்பால் விரிந்த வானமும், மலைகளுமே இருந்தன.

அவனை எளிதாகக் கண்டுபிடிக்க முடியும் என்று பாமியானி லிருந்தவர்கள் கூறியிருந்தார்கள். அந்த கிராமத்தில் சுவருள்ள தோட்டத்துடனிருந்தது அவனது வீடு மட்டுமே. துளைகளுடன் குட்டையாக இருந்த சுவர்களுக்குள் அவனது வீடு இருந்தது. குழந்தைகள் வெறுங்கால்களுடன் பழைய டென்னிஸ் பந்தை குச்சியால் தட்டி விளையாடிக் கொண்டிருந்தார்கள். நான் வண்டியை நிறுத்தியதும் எல்லாக் குழந்தைகளும் என்னைப் பார்த்தார்கள். நான் மரக்கதவை தட்டிவிட்டு ஸ்ட்ராபெரியும், ஒரு எலுமிச்சை மரமும் இருந்த இடைவழியில் நடந்தேன். அக்கேஷியா மரமொன்றின் நிழலில் இருந்த தந்தூரி அடுப்பொன்றில் ஒரு மனிதன் வேலை செய்து கொண்டிருப்பதைக் கண்டேன். அவன் பிசைந்து கொண்டிருந்த மாவை என்னைப் பார்த்ததும் விட்டுவிட்டு வந்து விட்டான். ஓடிவந்து என் கைகளை அவன் முத்தமிடுவதற்குள் அவனை நான் நிறுத்த வேண்டியதாகிவிட்டது.

“உன்னைப் பார்க்க விடு” என்றேன். சில அடிகள் தள்ளிப் போனான். அவன் இப்போது நல்ல உயரமாக இருந்தான். நான் எக்கியும் அவனது தாடைவரையே எட்ட முடிந்தது. பாமியானின் சூரியன் அவன் நிறத்தை மங்கச் செய்திருந்தது. அவனது முன்பற்கள் சிலவற்றைக் காணவில்லை. அவனது தாடையில் லேசாக முடிகள் முளைத்திருந்தது. இவற்றையெல்லாம்விட அவன் அதே குறுகிய கண்களுடன், மேலுதட்டில் தழும்புடன், வட்டமுகத்துடன், அன்பான புன்னகையுடனிருந்தான். அவனை உன்னால் கண்டுணர்ந் திருக்க முடியும் அமீர்ஜான். இதனை நான் நிச்சயமாகச் சொல்வேன்.

நாங்கள் உள்ளே போனோம். வெளுத்த நிறமுடைய இளம் ஹஸாரா பெண்ணொருத்தி அறையின் மூலையில் சால்வை பின்னிக் கொண்டிருந்தாள். அவள் எங்களைப் பார்த்தாள். "ரஹீம்கான், இது எனது மனைவி" என்றான். அவன் பெருமைபொங்க, "அவள் பெயர் ஃபர்ஸானா" என்றான். அவள் கூச்ச சுபாவம் நிறைந்த பெண்ணாக இருந்தாள். அவளது பேச்சு கிசுகிசுப்பைப் போலவே இருந்தது. அவளது அழகிய கண்களை உயர்த்தாமலே அவள் பேசினாள். ஆனால் அவள் ஹஸனை காபூலின் அரண்மனைக் கட்டிலில் அமர்ந்திருப்பவனைப் பார்ப்பதுபோல் பார்த்தாள்.

நாங்கள் ஒன்றாக உட்கார்ந்தபின், "குழந்தை எப்போது பிறக்கப் போகிறது?" என்று கேட்டேன்.

அந்த அறையில் பழைய விரிப்பும், சில பாத்திரங்களும், வேறு இரண்டு விரிப்புகளும், மண்ணெண்ணெய் விளக்கொன்றும் இருந்தன.

"இறைவன் நாடினால் இந்தக் குளிர்காலத்தில் இருக்கலாம்" என்று சொன்ன ஹஸன், "என் தந்தையின் பெயரை வைக்கும்படி ஒரு ஆண் குழந்தைக்காகப் பிரார்த்தித்துக் கொண்டிருக்கிறேன்" என்றான்.

"அலி எங்கே?"

இதனை நான் கேட்டவுடன் ஹஸன் பார்வையைத் தாழ்த்திக் கொண்டான். அலியும் அவருடைய சகோதரனும் இரண்டு ஆண்டுகளுக்கு முன்னால் கண்ணிவெடிக்குப் பலியானதாக சொன்னான். ஒரு கண்ணிவெடி. சாவதற்கு இன்னும் வேறு ஆப்கானிய வழிகள் உண்டா அமீர்ஜான்? அலியின் ஊனக்கால்தான் அவரை இம்முறையும் ஏமாற்றியிருக்கும் என்று குருட்டுத்தனமாக நான் யோசித்தேன். அலி இறந்தசெய்தி கேட்டு எனக்கு மிகவும் துக்கமாக இருந்தது. நானும் உனது அப்பாவும் ஒன்றாகவே வளர்ந்தோம். எனக்கு நினைவு தெரிந்த நாள் முதல் அலி உனது அப்பாவுடனே இருந்தார். நாங்கள் சிறுவர்களாயிருந்தபோது அலிக்கு போலியோ நோய்வந்து கிட்டத் தட்ட இறந்துவிட்டார் என்ற நிலை ஏற்பட்டது எனக்கு நினைவிருக் கிறது. உன் அப்பா அன்று முழுவதும் அழுது கொண்டேயிருந்தார்.

பீன்ஸும், டர்னிப்பும், உருளைக்கிழங்கும் இட்ட கறியை ஃபர்ஸானா எங்களுக்குத் தயார் செய்தாள். நாங்கள் எங்கள் கைகளைக் கழுவிக்கொண்டு புத்தம் புது ரொட்டியை அந்தக் கறியில் நனைத்து உண்டோம். பல மாதங்களுக்குப் பிறகு எனக்குக் கிடைத்த

மிகச்சிறந்த உணவாக அது இருந்தது. அதற்குப்பிறகு என்னுடன் காபூலுக்கு வரும்படி ஹஸனை அழைத்தேன். நான் வீட்டைப் பற்றியும், என்னால் அதனைப் பராமரிக்க முடியாமலிருப்பதைப் பற்றியும் சொன்னேன். அவனும் அவன் மனைவியும் சௌகரியமாக வாழும்படி நான் நல்ல சம்பளம் தருவதாகக் கூறினேன். அவர்கள் ஒருவரைஒருவர் பார்த்துக்கொண்டனர். ஒன்றும் பேசவில்லை. சாப்பிட்டு கையைக் கழுவிய பின்னர் ஃபர்ஸானா எங்களுக்குத் திராட்சைப்பழம் கொடுத்தாள். அந்தக் கிராமம்தான் இப்போது தனது வீடு என்றும் அவனும் ஃபர்ஸானாவும் அங்கு வாழ்வதாகவும் ஹஸன் கூறினான்.

“மேலும் பாமியான் மிக அருகிலிருக்கிறது. எங்களுக்குத் தெரிந்த வர்கள் அங்கு இருக்கிறார்கள். மன்னித்து விடுங்கள் ரஹீம்கான். நீங்கள் புரிந்து கொள்ளவேண்டுமென்று வேண்டுகிறேன்” என்றான்.

“பரவாயில்லை. மன்னிப்புக்கோர இதில் ஒன்றுமில்லை. எனக்குப் புரிகிறது” என்றேன்.

உன்னைப்பற்றிக் கேட்டது தேநீர் அருந்திக் கொண்டிருக்கும் போதாக இருந்தது. நீ அமெரிக்காவில் இருப்பதாகவும், உன்னைப் பற்றி அதிகம் தெரியாது என்றும் நான் கூறினேன். உன்னைப்பற்றி அவனிடம் ஏகப்பட்ட கேள்விகள் இருந்தன. உனக்கு மணமாகி விட்டதா? குழந்தைகள் உண்டா? எவ்வளவு உயரமாக நீ வளர்ந்திருக் கிறாய்? இன்னும் பட்டங்கள் விட்டுக்கொண்டு சினிமா பார்த்துக் கொண்டு இருக்கிறாயா? சந்தோஷமாக இருக்கிறாயா? என்று. பாமியானிலிருந்த ஃபார்ஸி மொழி ஆசிரியர் ஒருவரிடம் நட்பாகி ஃபார்ஸி எழுதப் படிக்கக் கற்றுக்கொண்டிருந்தான் அவன். அவன் உனக்கொரு தபாலை எழுதினால் என்னால் அதனை உன்னிடம் சேர்ப்பிக்க முடியுமா? நீ பதில் எழுதுவாய் என்று நான் நினைக்கி றேனா? போன்ற கேள்விகள் அவனிடம் இருந்தன. உனது அப்பாவுடனான எனது சில தொலைபேசி உரையாடல்கள் மூலம் உன்னைப்பற்றித் தெரியும் என்று நான் சொன்னேன். ஆனால் அவனது பெரும்பாலான கேள்விகளுக்கு எப்படி பதில் சொல்வ தென்று எனக்குத் தெரியவில்லை. அப்புறம் அவன் உன் அப்பா வைப்பற்றிக் கேட்டான். அவனிடம் நான் சொன்னதும் தனது முகத்தைக் கைகளில் தாங்கிக் கொண்டு அழ ஆரம்பித்தான். பின்னர் அந்த இரவு முழுவதும் அவன் அழுது கொண்டேயிருந்தான்.

அன்றிரவு என்னை அவர்கள் வீட்டிலேயே தங்கிக் கொள்ளும்படி வேண்டினார்கள். ஃபர்ஸானா எனக்காக ஒரு கட்டிலைத் தயார்

செய்துவிட்டு, அருகில் குடிக்க நீரும் வைத்திருந்தாள். அன்றிரவு முழுவதும் ஹஸனுடன் அவள் தாழ்ந்த குரலில் பேசிக் கொண்டே யிருந்ததும், அவன் தேம்பித்தேம்பி அழுதுகொண்டே இருந்ததும் எனக்குக் கேட்டது.

காலையில் ஹஸனும் ஃபர்ஸானாவும் என்னுடன் காபூலுக்கு வருவதற்கு தீர்மானித்துவிட்டதாக ஹஸன் என்னிடம் கூறினான்.

“நான் இங்கே வந்திருக்கக்கூடாது, ஹஸன்ஜான். நீ இங்கு சரியான முறையில் வாழ்கிறாய். உனக்கான வாழ்க்கை இங்கு இருக் கிறது. எல்லாவற்றையும் விட்டுவிட்டு உன்னை அழைத்தது என் தவறுதான். நான்தான் மன்னிக்கப்பட வேண்டியவன்” என்றேன்.

“அதிகமாக ஒன்றையும் விடவேண்டியதில்லை” என்று ஹஸன் சொன்னான். அவன் அழுததனால் அவன் கண்கள் வீங்கி சிவந்திருந் தன. “நாங்கள் உங்களுடன் வரப்போகிறோம். வீட்டை பார்த்துக் கொள்வதில் உங்களுக்கு நாங்கள் உதவப்போகிறோம்” என்றான்.

“நிச்சயமாகவா?”

அவன் தலையை ஆட்டி கீழே குனிந்தபடி, “ஆகா சாகிப் எனக்கு இரண்டாவது தந்தையைப் போன்றவர். இறைவன் அவர் ஆன்மா வுக்கு சாந்தியைத் தரட்டும்” என்றான்.

பழைய விரிப்புகள் சிலவற்றின் நடுவில் அவர்களது பொருட் களை வைத்துச் சுருட்டி இரண்டு முனைகளையும் அவர்கள் கட்டி னார்கள். அதனை பைக்கில் வைத்துக் கட்டினோம். வீட்டின் வாயிற்படியில் நின்றுகொண்டு ஹஸன் குர்-ஆனைப் பிடித்துக் கொண்டிருந்தான். நாங்கள் அதனை முத்தமிட்டோம். நாங்கள் காபூலுக்குக் கிளம்பினோம். நான் வண்டியை கிளப்புகையில் ஹஸன் தனது வீட்டை கடைசியாகப் பார்த்தது எனக்கு நினைவிருக்கிறது.

நாங்கள் காபூலை வந்தடைந்தபின், வீட்டிற்குள் வாழ அவன் விரும்பவில்லை என்பதைத் தெரிந்து கொண்டேன். “ஹஸன் ஜான் எல்லா அறைகளும் காலியாகவே இருக்கிறது. எவரும் அதில் இருக்கப் போவதில்லையே” என்றேன்.

ஆனால் அவன் உடன்படவில்லை. அப்படி தங்குவது மரியாதை யான செயல் அல்ல என்று அவன் கூறினான். அவனும் ஃபர்ஸானா வும் அவன் எங்கே பிறந்தானோ அங்கேயே, கொல்லைப்புறமிருந்த அந்தக் குடிலிலிலேயே குடியேறினார்கள். மேல்மாடியில் இருந்த

விருந்தினர் அறை ஒன்றிலாவது இருக்க நான் வேண்டியும் அதை மறுத்து, "அமீர் ஆகா என்ன நினைப்பார்?" என்றான். "போர் முடிந்ததும் அமீர் ஆகா திரும்பி வரும்போது நான் அப்படி இருப்பதைக் கண்டால் அமீர் ஆகா என்ன நினைப்பார்?" என்றான். பின்னர், உனது அப்பாவுக்கு துக்கப்பட்டபடி நாற்பது நாட்களுக்கு அவன் கறுப்பு நிற உடையை அணிந்திருந்தான்.

எல்லா வேலைகளையும், சமைப்பது, தூய்மைப்படுத்துவது இப்படி எல்லா வேலைகளையும், நான் விரும்பாவிட்டாலும் அவர்களே செய்தார்கள். ஹஸன் தோட்டத்திலிருந்த பூச்செடிகள் அனைத்தையும் சீர்படுத்தி, வேர்களுக்குப் படும்படி நீர்விட்டு, பழுத்த இலைகளைக் களைந்து, புதிய ரோஜாப்பதியன்களை நட்டான். சுவர்களுக்கு வண்ணமடித்தான். யாரும் பல வருடங்களாகப் புழங்கியே இருக்காத அறைகளையும், குளிப்பறைகளையும் தூய்மைப்படுத்தினான். அவன் செய்த வேலைகள் யாரோ வீட்டிற்கு வரப்போகிறாற் போலவும் அதற்காக எல்லாவற்றையும் தயார் செய்வதுபோலவும் இருந்தது. சோளக்கதிர்களுக்கருகிலிருந்த சுவரை உனக்கு நினைவிருக்கிறதா, அமீர்ஜான்? நீயும் ஹஸனும் அதனை "வேதனைப்படும் சோளச்சுவர்" என்று அழைப்பீர்கள்தானே? ஒரு நள்ளிரவு நேரத்தில் ராக்கெட் தாக்குதலில் அந்த சுவர்ப்பகுதி முற்றிலும் சேதமடைந்துவிட்டது. அந்த சுவரை ஹஸன் ஒற்றையாளாக நின்று மீண்டும் கட்டினான். அவன் அங்கு இல்லை என்றால் நான் என்ன செய்திருப்பேன் என்று எனக்குத் தெரியாது.

அந்த இலையுதிர்காலத்தின் இறுதிவாக்கில் ஃபர்ஸானா ஒரு பெண் குழந்தையைப் பிரசவித்தாள். ஆனால் அந்தக் குழந்தை இறந்தே பிறந்தது. ஹஸன் அந்தக் குழந்தையின் முகத்தில் கண்ணீருடன் முத்தமிட்டான். நாங்கள் அதனை கொல்லைப்புறத்தில் அடக்கம் செய்தோம். அந்தச் சிறிய அடக்கஸ்தலத்தை பாப்ளார் இலைகளால் மூடினோம். நான் அந்தக் குழந்தைக்காக பிரார்த்தித்தேன். ஃபர்ஸானா நாள் முழுக்க குடிலை விட்டு வரவேயில்லை. அழுது கொண்டேயிருந்தாள். அந்த அழுகை மனதையே உலுக்கியதாக இருந்தது. அது ஒரு தாயின் அழுகை. நீ அதனை கேட்டே இருக்கமாட்டாய். நான் அல்லாஹ்விடம் பிரார்த்தித்தேன்.

வீட்டுச் சுவர்களுக்கு அப்பால் போர் நடந்துகொண்டிருந்தது. ஆனால் நாங்கள் மூவரும் உனது அப்பாவின் வீட்டில் பாதுகாப்பாக இருந்தோம். 1980களின் பிற்பகுதியில் எனது பார்வை குறையத் தொடங்கியது. எனவே உனது தாயாரின் புத்தகங்களை ஹஸனைப்

படிக்கச் சொல்லி கேட்பேன். முன்னறையின் கணப்படுப்பருகே ஹஸன் படிக்க நான் கேட்டுக் கொண்டிருப்பேன். சமையலறையில் ஃபர்ஸானா சமைத்துக் கொண்டிருப்பாள். ஒவ்வொரு நாள் காலையிலும் தனது மகளின் அடக்கஸ்தலத்தில் ஒரு பூவை ஹஸன் வைப்பான்.

1990-களின் தொடக்கத்தில் ஃபர்ஸானா மீண்டும் கருவுற்றாள். அந்த ஆண்டின் கோடைக்காலத்தின் நடுவில் ஒரு காலைநேரத்தில் வான் நீல நிற புர்க்கா அணிந்த பெண்ணொருத்தி முன் வாயிற் கதவைத் தட்டினாள். நான் கேட்டை நோக்கி நடக்கையில் அந்தப் பெண் மிகவும் பலவீனமாகி நிற்க இயலாதவள் போன்று கீழே சரிந்து விழுந்துவிட்டாள். அவளுக்கு என்ன வேண்டும் என்று நான் கேட்டபோது அவள் பதிலளிக்கவில்லை.

"யார் நீ?" என்று கேட்டேன். பதிலில்லை. நான் ஹஸனை கூவி அழைத்தேன். அவளை வீட்டின் முன்னறைக்குத் தூக்கிச் செல்ல ஹஸன் உதவினான். அவளை ஷோஃபாவில் படுக்கவைத்து அவளது புர்க்காவை கழற்றினோம். அவள் பற்களற்று நரைத்த தலைமுடி யுடன், கைகளில் புண்களுடன் இருந்தாள். பல நாட்கள் உணவே சாப்பிடாதவள்போல அவள் இருந்தாள். ஆனால் அவளது முகம் மிக மோசமாக காட்சியளித்தது. யாரோ கத்தியால் அவள் முகத்தில் வெட்டியிருந்தார்கள். அவளது இமைகளின் மீது வெட்டுகள் விழுந் திருந்தன. ஒரு வெட்டு கன்ன எலும்பிலிருந்து நெற்றி முன்ரோமம் வரை சென்றிருந்தது. அது மிகவும் கோரமாக இருந்தது. அவளது புருவத்தை ஒரு ஈரத்துணி கொண்டு துடைத்தேன். "ஹஸன் எங்கே?" என்று பலவீனமான குரலில் அவள் கேட்டாள்.

"நான் இங்கேதான் இருக்கிறேன்" என்ற ஹஸன் அந்தப் பெண்ணு டைய கைகளை எடுத்து இறுக்கிப் பிடித்துக்கொண்டான்.

அவள் பார்வை அவன் பக்கம் திரும்பியது. "என் கனவில் வரு வதைப்போலவே நீ அழகுடன் இருக்கிறாயா என்பதைக் காண்பதற் காக நான் வெகு தூரத்திலிருந்து நடந்து வந்தேன்" என்றாள். "நீ அப்படித்தான் இருக்கிறாய். ஏன் கனவில் கண்டதைவிடவும் நீ அழகானவனாக இருக்கிறாய்" என்றும் கூறினாள். அவள் அவனது கையை தனது முகத்தினருகில் கொண்டு சென்றாள். "எனக்காக சிரியேன்" என்று கெஞ்சினாள்.

ஹஸன் அப்படியே செய்தான். வயதான அந்தப் பெண்மணி அழுதாள். "உன் சிரிப்பு என்னிலிருந்து வருவதைப்போன்றே

உள்ளது. உன்னிடம் யாரும் எதுவும் சொல்லவில்லையா? உன்னைத் தூக்கக்கூட முடியவில்லை. அல்லாஹ்வே என்னை மன்னிப்பாயாக! இவனைத் தூக்கக்கூட முடியவில்லையே".

ஹஸனைப் பிரசவித்துவிட்டு 1964-ஆம் ஆண்டில் நாடோடிக் கூட்டத்தினருடன் ஓடிப்போய்விட்டிருந்த சனோபரை அதற்குப்பிறகு நாங்கள் யாருமே பார்த்திருக்கவில்லை. நீ அவளைப் பார்த்திருக்க வில்லை அமீர். அவளது இளமைக் காலத்தில் மிகக் கவர்ச்சியான வளாக அவள் இருந்தாள். அவளைக் காணும் எல்லா ஆண்களையும் கிறுக்குப்பிடிக்கும் அளவுக்கு கிறங்கடிப்பவளாக அவள் இருந்தாள். அவளைக் கடந்து செல்பவர் ஆணாகட்டும், பெண்ணாகட்டும் அவளைப் பார்க்காமல் செல்லவே முடியாது.

ஹஸன் அவள் கைகளை விட்டுவிட்டு வெளியே போனான். நான் அவன் பின்னால் சென்றேன். ஆனால் அவன் மிகவேகமாகச் சென்றான். நீங்கள் இருவரும் விளையாடும் குன்றில் தரையை உதைத்துக்கொண்டு அவன் நிற்பதை நான் கண்டேன். அவனை நான் அப்படியே விட்டுவிட்டு பகல் முடிந்து வானம் இருட்டும் வரை நான் சனோபர் அருகிலேயே இருந்தேன். நிலவு உதித்தும்கூட ஹஸன் வீடு திரும்பவில்லை. தான் வந்தது மிகப் பெரியதவறு என்று கூறி சனோபர் அழுதாள். போகக் கிளம்பியவளை நான் இருக்கச் செய்தேன். ஹஸன் திரும்பிவருவான் என்பதை நான் அறிந்திருந்தேன்.

மிகவும் களைப்புற்று சோர்வுடன் இருந்த அவன் அடுத்த நாள் காலையில் வந்தான். அவன் இரவு முழுக்க தூங்கியிருக்கவில்லை போல இருந்தது. அவன் சனோபரின் கைகளை தன் இரு கைகளாலும் பிடித்துக்கொண்டு அவள் இப்போது அவளது குடும்பத்தினருடன் உள்ளதாகவும் அழவேண்டாம் என்றும் கூறினான். அவன் அவள் முகத்தைத் தடவி தலையை வருடினான்.

ஹஸனும் ஃபர்ஸானாவும் அவளை நன்கு கவனித்துக் கொண்டதில் அவள் உடல்நலம் தேறியது. அவளுக்கு உணவளித்து அவள் உடைகளைத் துவைத்து அவளை நன்கு கவனித்துக் கொண்டார்கள். வீட்டிலிருந்த விருந்தினர்களுக்கான அறை ஒன்றை அவளுக்காக நான் ஒதுக்கிக்கொடுத்தேன். சில வேளைகளில் ஹஸனும் அவன் தாயாரும் கொல்லைப்புறத்தில் பேசிக்கொண்டே தக்காளி பறிப்பதை, ரோஜாச் செடிகளை நறுக்கி ஒழுங்குபடுத்து வதை நான் என் ஜன்னல் வழியே பார்ப்பேன். இழந்துபோன கடந்த காலத்தை அவர்கள் மீண்டும் பிடிப்பதைப்போன்றே அது இருக்கும். எனக்குத் தெரிந்தவரையில் அவள் ஏன் வீட்டைவிட்டுப் போனாள்

என்றோ, இத்தனை ஆண்டுகள் எங்கே இருந்தாள் என்றோ அவன் கேட்கவேயில்லை, அவளும் சொல்லவேயில்லை. சில கதைகளை சொல்லித் தெரிந்துகொள்ள வேண்டியதில்லை என்றே நான் நினைக்கிறேன்.

1990-ஆம் அண்டில் பிறந்த ஹஸனின் மகனை பிரசவம் பார்த்தது சனோபர்தான். பனி விழத் தொடங்கவேயில்லை. ஆனால் குளிர்காற்று எங்கும் வீசியது. குடிலைவிட்டு உல்லன் போர்வையால் குழந்தையை சுற்றிக்கொண்டு சனோபர் வெளியே வந்தது எனக்கு நினைவிருக்கிறது. வானின் கீழ் நின்று குழந்தையைக் கையில் பிடித்துக்கொண்டிருந்த சனோபரின் தலைமுடியை காற்று களைத் தாடிச் சென்றது. அவள் குழந்தையை பிடித்திருந்தது அந்தக் குழந் தையை ஒருபோதும் விடமாட்டேன் என்பது போல இருந்தது. குழந்தையை ஹஸனிடம் கொடுத்தாள். என்னிடமும் கொடுத்தாள். அந்தப் சின்னப் பையனின் காதில் குர்-ஆனிலிருந்து ஒரு பத்தியான ஆயத்துல் குர்ஸியை நான் ஓதினேன்.

அவனுக்கு ஷொஹ்ராப் என்று அவர்கள் பெயரிட்டனர். ஷா நாமா நூலில் வரும் அந்தக் கதாபாத்திரம் ஹஸனுக்கு மிகவும் பிடித்தமானது என்று உனக்குத் தெரியும்தானே, அமீர்? அந்தக் குட்டிப்பையன் மிக அழகானவனாக இருந்தான். அவன் தந்தை யிடம் இருந்த அதே இயல்புகள் அவனிடமுமிருந்தன. அந்தக் குழந்தையுடன் சனோபரை நீ பார்த்திருக்க வேண்டும். அவள் வாழ்வதற்கான மையப்புள்ளியாகவே ஷொஹ்ராப் ஆகிப்போனான். அவனுக்கான உடைகளை சனோபரே பின்னினாள். அவனுக்கான விளையாட்டு சாமான்களை மரத்தில் அவளே தயாரித்தாள். அவனுக்குக் காய்ச்சல் வந்துவிட்டால் அவள் உறங்கவே மாட்டாள். அதற்காக மூன்று நாட்கள் நோன்பு நோற்பாள். அவனுக்கு கண் திருஷ்டி படாமலிருக்க திருஷ்டி கழிப்பாள். ஷொஹ்ராபுக்கு இரண்டு வயதானபோது சனோபரை அவன் ஸாஸா என்றழைத்தான். அவர்கள் இருவரும் பிரிக்க முடியாதவர்களாகிவிட்டார்கள்.

நான்கு வயதை அடையும்வரை அவள் அவனுடன் இருந்தாள். பின்பொரு காலையில் அவள் படுக்கையிலிருந்து எழுந்திருக்கவே யில்லை. இறந்ததைக் குறித்து எந்தக் குறையுமற்றவள்போல் அவள் முகம் அமைதியுடன் இருந்தது. அவளை மையவாடியில் அடக்கம் செய்தோம். நான் அவளுக்காவும் பிரார்த்தித்தேன். இந்த இழப்பு ஹஸனை வெகுவாக பாதித்தது. கிடைத்து இழப்பது என்பது

எப்போதும் மிகவேதனையான ஒன்று. ஆனால் ஷொஹ்ராப்தான் தன் ஸாஸாவைக் காணாது மிகவும் ஏங்கிப்போனான். அவன் அவளை வீடு முழுக்க தேடிக்கொண்டேயிருந்தான். பின் குழந்தைகளின் இயல்புப்படி, விரைவில் மறந்துவிட்டான்.

அதற்குப் பிறகு, அது அனேகமாக 1995-ஆம் ஆண்டாக இருக்கலாம். ஷொராவி தோற்கடிக்கப்பட்டு மஸுத், ரப்பானி மற்றும் முஜாஹிதீன்களின் கையில் காபூல் விழுந்தது. அவர்களுக்குள்ளான சண்டை மிகக்கொடியதாக இருந்தது. அடுத்தநாள் உயிருடன் இருப்போமா என்பதுபற்றி எவருக்கும் தெரியவில்லை. எங்கள் காதுகள் துப்பாக்கிகளின் வெடியோசைக்கும், குண்டுகளின் வெடியோசைக்கும் மிகவும் பழகிப்போயின. எங்கள் கண்கள் குண்டு வெடித்த இடத்திலிருந்து எடுக்கப்படும் உடல்களைக் கண்டு... கண்டு பழகிவிட்டன. பூமியில் நரகம் என்பதுபோல அது இருந்தது, அமீர்ஜான்.

இருந்தபோதும் அல்லாஹ் எங்கள் மீது கருணை காட்டிக் கொண்டிருந்தான். வஸீர் அக்பர்கான் பகுதி அதிக அளவில் தாக்குதலுக்குள்ளாகாமல் இருந்தது.

அந்த நாட்களில் போர் சூழல் சிறிது தனிந்த சமயங்களில் ஹஸன் தன் மகன் ஷொஹ்ராபை மிருகக் காட்சிசாலைக்கு கொண்டு சென்று மர்ஜான் என்னும் சிங்கத்தைக் காண்பிப்பான் அல்லது திரைப் படத்திற்குக் கூட்டிச் செல்வான். ஹஸன் அவன் மகனுக்கு உண்டைவில் எறிய கற்றுக்கொடுத்தான். எட்டு வயதானபோது, உண்டைவில் எறிதலில் மிகத் திறமைசாலியாக ஷொஹ்ராப் மாறிவிட்டான். வீட்டுக்கு மேல் நின்றுகொண்டு தூரத்தில் கொல்லைப்புறத்தில் உள்ள இலக்கை குறிதவறாமல் அடிக்கும் அளவுக்கு ஆகிவிட்டான். தன்னைப்போல் எழுத்தறிவற்றவனாக தன் மகன் ஆகிவிடக்கூடாது என்று ஷொஹ்ராபுக்கு ஹஸன் எழுதப் படிக்கக் கற்பித்தான். எனக்கு அந்த சிறுவனிடம் மிகவும் பிரியம் ஏற்பட்டது. அவனது முதல் காலடி எடுத்துவைத்ததையும், அவன் முதல் தடவை உச்சரித்த சொல்லையும் நான் கேட்டேன். குழந்தைகளுக்கான புத்தகங்களை நான் அவனுக்காக சினிமா பார்க் அருகிலிருந்த புத்தகக் கடையிலிருந்து வாங்கிவந்து கொடுப்பேன். அதனை ஷொஹ்ராப் மிக வேகமாகப் படித்துவிடுவான். அந்தப் புத்தகக் கடையைக்கூட இப்போது அழித்துவிட்டார்கள். அவன் புத்தகங்களைப் படிப்பது நீ புத்தகங்களை மிகவும் விரும்பிப்படித்ததை எனக்கு நினைவூட்டும். சில வேளைகளில் அவனுக்காக நான் படிப்

பேன். புதிர் விளையாட்டுகளை அவனுடன் விளையாடுவேன். எனக்கு மிகவும் ஏக்கமாக இருக்கிறது.

குளிர்காலங்களில் பட்டம் விடுவதற்கு ஷொஹ்ராபை ஹஸன் கூட்டிச்செல்வான். முன்னைக்காலம்போல பட்டம் விடும் போட்டிகள் அதிகம் அப்போதெல்லாம் நடப்பதில்லை. வெளியே நீண்ட நேரம் இருப்பது பாதுகாப்பானதல்ல என்று எல்லோரும் நினைத்தார்கள். அதனால் வெகுசில பட்டம் விடும் போட்டிகளே நடக்கும். ஷொஹ்ராபை ஹஸன் தோள்களில் தூக்கிக் கொண்டு பட்டத்தை விரட்டிச்செல்வான். ஹஸன் எத்தகைய பட்ட விரட்டி என்பது உனக்குத் தெரியும்தானே, அமீர்ஜான்? அதில் அப்போதும் அவன் திறமைசாலியாகவே இருந்தான். விரட்டிச்சென்று வெற்றிகொண்ட பட்டங்களை அவர்கள் ஹாலில் மாட்டிவைப்பார்கள். அவற்றை ஓவியங்கள்போல அவர்கள் மாட்டி வைத்தார்கள்.

1996-ல் தாலிபான்கள் வெற்றி பெற்றபோது நாங்கள் அதனை எப்படிக் கொண்டாடினோம் என்று உன்னிடம் ஏற்கனவே சொல்லி யிருக்கிறேன். அன்று நான் வீட்டிற்கு வந்தபோது ஹஸன் சமையலறையில் வானொலிச் செய்தியை கேட்டுக்கொண்டிருந்தது என் நினைவிலிருக்கிறது. அவனது கண்களில் வேதனை தெரிந்தது. என்ன ஆயிற்று என்று அவனிடம் கேட்டபோது அவன் வெறுமனே தலையை ஆட்டினான். "இப்போது ஹஸாராக்களை இறைவன்தான் காப்பாற்றவேண்டும், ரஹீம்கான் சாகிப்" என்றான்.

"போர் முடிந்து விட்டது, ஹஸன்" என்றேன். "அமைதி திரும்பப் போகிறது. மகிழ்ச்சியும் சாந்தியும் நிலவப்போகிறது. ராக்கெட் தாக்குதல்கள் இருக்காது. கொல்லப்படுதல் இருக்காது", என்றேன். ஆனால் அவன் வானொலிப் பெட்டியை அணைத்துவிட்டு எனக்கு ஏதும் தேவையா என்று கேட்டான்.

சில வாரங்கள் கழித்து பட்டம் விடும் போட்டிகளை தாலிபான் கள் தடை செய்தனர். அதற்கு இரண்டாண்டுகள் கழித்து 1998-ல் அவர்கள் மஸார் -ஏ-ஷரீஃபில் ஹஸாராக்களை கொன்று குவித்தனர்.

பதினேழு

உடலின் ஒவ்வொரு அணுவிலும் வேதனையுள்ள மனிதன் காலை மடக்குவதுபோல் மடக்கி சுவரில் சாய்ந்தார் ரஹீம்கான். வெளியே ஒரு கழுதை கத்துவதும், உருது மொழியில் யாரோ யாரையோ திட்டுவதும் கேட்டது. சூரியன் மறையத் தொடங்கியது.

நான் ஒரு குளிர்காலத்திலும், அதனைத் தொடர்ந்த கோடையிலும் செய்தவை என்னை மீண்டும் தாக்கின. ஹஸன், ஷொஹ்ராப், அலி, ஃபர்ஸானா, சனோபர் ஆகிய பெயர்கள் என் மனதில் ஒலித்தன. அலியின் பெயரை ரஹீம்கான் சொன்னது, பல ஆண்டுகளாகத் திறக்காத ஒரு இசைப்பெட்டியை திறந்ததுபோல எனக்கு இருந்தது. அலியின் சலனமற்ற முகத்தை நினைவில் கொண்டுவர முயற்சித் தேன். காலம் அந்த நினைவுகளைக் கொள்ளை கொண்டுவிட்டதால் என்னால் அது முடியாமல் போனது.

“ஹஸன் இன்னும் அந்த வீட்டில்தான் இருக்கிறானா?” என்று நான் ரஹீம்கானை கேட்டேன். ரஹீம்கான் தேநீர்க் கோப்பையை தனது வறண்ட உதடுகளுக்கு அருகில் கொண்டுசென்று ஒரு மிடறை உறிஞ்சினார். பின்னர் தனது சட்டைப் பையிலிருந்து ஒரு காகித உறையை கையிலெடுத்த ரஹீம்கான், “இது உனக்குத்தான்” என்று என்னிடம் கொடுத்தார். ஒட்டப்பட்டிருந்த உறையை நான் கிழித் தேன். அதில் ஒரு புகைப்படத்தையும், மடிக்கப்பட்ட ஒரு கடிதத் தையும் கண்டேன். அந்தப் புகைப்படத்தை சிறிது நேரம் உற்று நோக்கினேன்.

வெள்ளைத் தலைப்பாகையும் பச்சைநிற நீளுடையையும் அணிந்திருந்த உயரமான ஒரு மனிதனும், அவன் கையில் ஒரு சிறுவனும் அரித்துப்போன கிரில் கேட் ஒன்றின் முன் நிற்பதை புகைப்படத்தில் கண்டேன். சூரிய ஒளி ஒரு பக்கமிருந்து அடித்ததால் அவன் முகத்தின் ஒரு பக்கத்தில் நிழல் படிந்திருந்தது. அவன் புன்னகைத்தபடி இருந்தான். அவனுக்கு இரண்டு முன்பற்கள் இல்லாமலிருந்தது. அந்தப் புகைப்படம் வெளிறிப் போயிருந்தும் கூட அதில் தெரிந்த மனிதனிடத்தில் தன்னுறுதி தெரிந்தது. அவன் புன்னகை போலவே அவன் எளிதாக நின்று கொண்டிருந்தான். அதனைப் பார்த்த எவராலும் அதில் தெரிந்த மனிதன் உலகின் மீது நன்னம்பிக்கை கொண்டிருந்ததை அறிய முடியும். அவனுடன் நின்றிருந்த சிறுவன் மொட்டைத் தலையுடன், அந்த மனிதனின் தொடையை தன் கையால் சுற்றிப்பிடித்தபடி தலையை அந்த மனிதனின் இடுப்பில் சாய்த்திருந்தான். அவன் வெறுங்காலுடன் இருந்தான். அந்த சிறுவனும்கூட அவன் தந்தையைப் போலவே புன்முறுவலுடன் இருந்தான்.

நான் அந்தக் கடிதத்தை விரித்தேன். அது ஃபார்ஸி மொழியில் எழுதப் பட்டிருந்தது. கடிதம் மிகத்தெளிவாக இருந்தது. அது ஒரு குழந்தை எழுதியதைப் போன்றிருந்தது. நான் அதனைப் படிக்கத் தொடங்கினேன்.

அருளாளனும் அன்பாளனுமான அல்லாஹ்வின் பெயரால் தொடங்குகின்றேன்.

மரியாதைக்குரிய அமீர் ஆகாவுக்கு, ஃபர்ஸானா ஜான், ஷொஹ்ராப் ஆகியோருடன் சேர்ந்து எழுதுவது. இந்தக் கடிதத்தை படிக்கும்போது நீங்கள் சிறந்த உடல் நலத்துடன், அல்லாஹ்வின் அருளுடன் இருக்க பிரார்த்தனை செய்கிறேன். இந்தக் கடிதத்தை உங்களிடம் கொண்டு சேர்த்ததற்காக ரஹும்கான் சாகிப் அவர்களுக்கு என் நன்றியை தயை செய்து தெரிவியுங்கள். அமெரிக்காவில் உள்ள உங்களைப் பற்றிய தபாலை ஒருநாள் நான் படிப்பேன் என்று நம்புகிறேன். உங்களது புகைப்படம் ஒன்றைக் காண்பது என் கண்களை குளிர்விக்கும். நாம் ஒன்றாக வளர்ந்தது, விளையாடியது, தெருக்களில் பட்டம் விட்டது இவை பற்றியெல்லாம் ஃபர்ஸானாவிடமும், ஷொஹ்ராபிடமும் நான் சொல்லி இருக்கிறேன். நானும் நீங்களும் செய்த குறும்புகளைப்பற்றி நான் சொன்னதைக் கேட்டு அவர்கள் சிரித்தார்கள்!

அமீர் ஆகா,

நமது இளமைக்கால ஆப்கானிஸ்தான், அய்யோ பாவம், இறந்துவிட்டது. இங்கிருந்து அன்பு தொலைந்து போய்விட்டது. கொலைகள் மலிந்து விட்டன. எப்போதும் கொலைகள்தான். காபூலில் எங்கும், தெருக்களில், விளையாட்டு மைதானங்களில், சந்தைப் பகுதிகளில் இப்படி எங்கும் பயம் தாண்டவமாடுகிறது. இது எங்கள் வாழ்க்கையாகிவிட்டது. நமது தேசத்தை ஆளும் கொடியவர்கள் மனித மாண்பை மதிப்பதே கிடையாது. ஒருநாள் நானும் ஃபர்ஸானாஜானும் ரொட்டியும் உருளைக்கிழங்கும் வாங்க கடைத்தெருவுக்குப் போனோம். உருளைக்கிழங்கின் விலை யென்ன என்று வியாபாரியிடம் அவள் கேட்பதை அந்த வியாபாரி செவிடன்போல் கவனிக்காததால், சற்றே சப்தமாக அவள் கேட்டுவிட்டாள். உடனே ஒரு தாலிபான் ஓடிவந்து தனது கையில் இருந்த தடியால் அவள் தொடையில் அடித்துவிட்டான். அவன் பலமாக அடித்ததால் அவள் கீழே விழுந்துவிட்டாள். அவன் அவளை சப்தமாகத் திட்டிக்கொண்டே நல்லொழுக்கத்திற்கான அமைச்சகம் பெண்கள் சத்தமிட்டுப் பேசுவதை தடை செய்துள்ளதாகக் கத்தினான். அந்த அடியினால் ஏற்பட்ட ரத்தக்கட்டு நீண்ட நாட்கள் இருந்தது. நான் என் மனைவி அடிபடுவதைப் பார்த்துக் கொண்டிருக்காமல் வேறு என்ன செய்திருக்க முடியும்? நான் சண்டை யிட்டால் அந்த நாய் என்னை சுட்டுவிடுவான், அதுவும் மிக சந்தோஷமாக. எனது மகன் ஷொஹ்ராப் என்ன ஆவான்? இப்போதே தெருக்கள் முழுவதும் அநாதைக் குழந்தைகள் பசியுடன் நிறைந்து கிடக்கிறார்கள். நான் உயிருடன் இருப்பதற்காக தினமும் இறைவனுக்கு நன்றி கூறுகிறேன். சாவைப் பற்றிய பயத்தினால் அல்ல, என் மனைவிக்கு கணவன் இருப்பதற் காகவும், என் மகன் அநாதையாகவில்லை என்பதற்காகவும்தான்.

நீ ஷொஹ்ராபை பார்க்கவேண்டும் என நான் விரும்புகிறேன். அவனொரு நல்ல பையன். அவன் தந்தையைப்போன்று அவன் முட்டாளாக வளராதிருக்க அவனுக்கு நானும் ரஹீம்கான் சாகிபும் எழுதப்படிக்கக் கற்றுக் கொடுத்திருக்கிறோம். அவனால் உண்டை வில்லெறியக் கூட முடியும்! சில சமயங்களில் அவனை காபூல் நகரத்திற்குள் கூட்டிச்சென்று மிட்டாய் வாங்கிக் கொடுப்பதுண்டு. ஷாரே-நூ பகுதியில் இன்னும் அந்த குரங்காட்டி இருக்கிறான். அங்கு ஷொஹ்ராபை கூட்டிச்சென்று காசு கொடுத்து ஷொஹ்ராபிற்காக குரங்கை ஆடச் செய்வேன். அவன் சிரிப்பை நீ பார்க்கவேண்டுமே! குன்றுப் பகுதியிலிருந்த மையவாடிக்கு நாங்கள் இருவரும் அடிக்கடி செல்வோம். நாம் ஷாநாமாவைப் படித்த அந்த மாதுளை மரத்தை உனக்கு நினைவு இருக்கிறதா? அந்தப் புத்தகத்தில் அவன் பெயருள்ள கதாபாத்திரப்பகுதி அவனுக்கு மிகவும் பிடித்தமானது. விரைவில் அவனே எல்லாவற்றையும் படிக்கத் தொடங்குவான். நல்லதிர்ஷ்டமுள்ள தந்தையாக நான் பெருமையுடன் இருக்கிறேன்.

அமீர் ஆகா,

ரஹூம்கான் சாகிப் மிகவும் சுகமின்றி இருக்கிறார். நாள் முழுக்க அவர் இருமிக் கொண்டே இருக்கிறார். வாயைத் துடைக்கும்போது அதில் ரத்தத்தை நான் பார்க்கிறேன். அவர் உடல் எடை மிகவும் குறைந்து போயுள்ளது. அவருக்காக ஃபர்ஸானா ஜான் தயாரிக்கும் உணவை அவர் சாப்பிடவேண்டும் என்று நான் விரும்புகிறேன். ஆனால் ஃபர்ஸானா ஜானுக்காக சாப்பிடுகிறார். அதுவும் ஒரு கவளமோ அல்லது இரண்டோ. இந்த அன்பான அருமையான மனிதரைப்பற்றி நான் மிகவும் கவலைப் படுகிறேன். அவருக்காக தினமும் பிரார்த்திக்கிறேன். மருத்துவர்களிடம் ஆலோசனை பெறுவதற்காக இன்னும் சில தினங்களில் அவர் பாகிஸ்தான் போகிறார். இறைவன் நாடினால் அவர் நலம்பெற்று திரும்புவார். ஆனால் எனக்கு உள்ளுக்குள் பயமாக இருக்கிறது. அவர் நலம்பெற்றுவிடுவார் என்று நானும் ஃபர்ஸானாஜானும் ஷொஹ்ராபிடம் சொல்லியிருக் கிறோம். நாங்கள் வேறு என்ன செய்யமுடியும்? அவனுக்கு பத்து வயது தான். அவன் ரஹூம்கான் சாகிபிடம் மிகவும் பிரியமாக நெருக்கமாக இருக்கிறான். இருவருமே நெருக்கமான அன்புடன் இருக்கின்றனர். அவனை அவர் கடைத்தெருவுக்குக் கொண்டு சென்று அவனுக்கு பலூனும் ரொட்டியும் வாங்கிக் கொடுப்பார். ஆனால் அதைச் செய்ய முடியாத அளவுக்கு அவர் இப்போது பலவீனமாக இருக்கிறார்.

சமீப காலமாக நிறைய கனவு காண்கிறேன், அமீர் ஆகா. அவற்றுள் சில மிக பயங்கரமான கெட்ட கனவுகளாக இருக்கின்றன. சடலங்கள், விளை யாட்டு மைதானத்தில் அழுகும் சடலங்கள், புல்தரை முழுவதும் ரத்தக் கறைகள், இப்படி இவற்றைக் கண்டதும் நான் பயந்து எழுந்துவிடுகிறேன். உடல் முழுக்க வியர்த்து நனைந்துவிடுகிறது. பெரும்பாலான கனவுகள் நல்லவையாகவும் இருக்கின்றன. அவைகளுக்காக அல்லாஹ்வை நான் புகழ்கிறேன். ரஹூம்கான் சாகிப் சுகமடைவதாக கனவு காண்கிறேன். எனது மகன் நல்லவனாக, சுதந்திரமானவனாக, முக்கியமானவனாக வளர்வான் என கனவு காண்கிறேன். காபூலின் தெருக்களில் மீண்டும் லாலா மலர்கள் பூக்கும் என்றும், உணவுவிடுதிகளில் இசை முழங்கும் என்றும் கனவு காண்கிறேன். காபூலின் வான்வெளியில் பட்டங்கள் பறக்கும் என்றும் கனவு காண்கிறேன். நமது பால்ய காலத்தைக் கழித்த காபூலுக்கு நீ மீண்டும் வருவாய் என கனவு காண்கிறேன். அப்படி நீ வரும்போது உனக்காகக் காத்திருக்கும் உண்மையான நண்பனொரு வனை நீ காண்பாய்.

உன்னுடன் எப்போதும் அல்லாஹ்வின் துணை இருக்குமாக.

ஹஸன்.

நான் கடிதத்தை இருமுறை படித்தேன். அதனை மடித்துவிட்டு மீண்டும் அந்த புகைப்படத்தைப் பார்த்தேன். இரண்டையும் உறையி லிட்டேன். "அவன் எப்படி இருக்கிறான்?" என்று கேட்டேன்.

"நான் பெஷாவருக்குப் புறப்பட்ட சில தினங்களுக்கு முன்பு அதாவது ஆறுமாதத்திற்கு முன்பு எழுதப்பட்டது அந்தக் கடிதம்" என்றார் ரஹீம்கான். "நான் புறப்பட்ட தினத்திற்கு முன்பு அந்தப் புகைப்படத்தை எடுத்தேன். நான் பெஷாவர் வந்தடைந்த ஒரு மாதம் கழித்து காபூலில் எனது அண்டை வீட்டுக்காரர் ஒருவரிடம் இருந்து தொலைபேசி அழைப்பு வந்தது. நான் அங்கிருந்து கிளம்பியதும் வஸீர் அக்பர்கானில் ஒரு ஹஸாரா குடும்பம் பெரியதொரு வீட்டில் வசிப்பதாக வதந்தி பரவியது. இரண்டு தாலிபான் அலுவலர்கள் வந்து ஹஸனை விசாரித்திருக்கிறார்கள். அவன் என்னுடன் வசிப்ப தாகக் கூறியும், பல அண்டை அயல்வாசிகளும் அவன் என்னுடன் வசிப்பதாகக் கூறியும் அதனை மறுத்து அவன் பொய் சொல்வதாக அந்த அலுவலர்கள் கூறி இருக்கிறார்கள். அவன் பொய்யன் என்றும், எல்லா ஹஸாராக்களைப்போல அவனும் திருடன்தான் என்றும் அவர்கள் கூறி இருக்கிறார்கள். மாலைக்குள் அவன் அந்த வீட்டை விட்டு வெளியேறிவிடவேண்டும் என்று கட்டளை இட்டிருக் கிறார்கள். ஹஸன் அதனை எதிர்த்திருக்கிறான். "ஓநாய்கள் ஆட்டுக் கூட்டத்தைப் பார்ப்பதுபோல" தாலிபான்கள் அந்த வீட்டை பார்த்த தாக என்னைத் தொலைபேசியில் அழைத்தவர் கூறினார். அந்த வீட்டை நான் திரும்பிவரும்வரை பாதுகாப்பதற்காக அங்கே தாங் கள் வரப்போவதாக தாலிபான்கள் ஹஸனிடம் சொல்லியிருக் கிறார்கள். ஹஸன் அதனையும் எதிர்த்திருக்கிறான்.

எனவே அவனை அவர்கள் தெருவுக்கு இழுத்துச் சென்றிருக் கிறார்கள்....

"இல்லை..." என்ற எனக்கு மூச்சிரைத்தது.

"... கீழே மண்டியிடும்படி உத்தரவிட்டு..."

"அய்யோ! ஆண்டவனே!"

"... அவனது பிடரியில் சுட்டிருக்கிறார்கள்".

"அய்யோ"

"... கதறிக்கொண்டே வந்த ஃபர்ஸானா அவர்களைத் தாக்கி இருக்கிறாள்".

"அய்யோ"

"... அவளையும் சுட்டுக் கொன்றுவிட்டு, அதனைத் தற்காப்புக் காக செய்ததாக அவர்கள் கூறிக் கொண்டனர்".

என்னால் "அய்யோ அய்யோ" என்று மட்டுமே முனக முடிந்தது.

1974-ஆம் ஆண்டில் ஹஸனுக்கு செய்யப்பட்ட உதட்டுப் பிளவு அறுவைசிகிச்சை நாளையே நான் சிந்தித்துக் கொண்டிருந்தேன். கைக் கண்ணாடியொன்றைப் பிடித்துக்கொண்டு அறுவை சிகிச்சை செய்யப்பட்ட அவன் உதட்டை அவன் பார்த்துக் கொண்டிருக்க, நான், அப்பா, ரஹீம்கான் மற்றும் அலி என எல்லோரும் அவனைச் சுற்றி நின்றுகொண்டிருந்தோம். அந்த அறையிலிருந்த என்னைத்தவிர மற்றவர்கள் எல்லோரும் இப்போது ஒன்று இறந்துவிட்டனர் அல்லது இறந்து கொண்டிருக்கின்றனர்.

இன்னொன்றை நான் கண்டேன். மீன்வலை ஜாக்கெட் அணிந்த ஒருவன் கலாஷ்னிகோவ் துப்பாக்கியை ஹஸனின் பிடரியில் வைத்து அழுத்துகிறான். எனது அப்பாவின் வீடு இருந்த தெரு முழுக்க அந்த துப்பாக்கிக்குண்டின் வெடியோசை எதிரொலிக்கிறது. ஹஸன் உடைந்து தரையில் வீழ்கிறான். பிரதிபலன் பார்க்காத விசுவாசத் துடனிருந்த அவனது உயிர் அவனைவிட்டு நீங்கி அவன் விரட்டிச் செல்லும் அறுபட்ட பட்டம் போல காற்றிலலைந்து செல்கிறது.

"வீட்டை தாலிபான்கள் எடுத்துக் கொண்டார்கள்" என்று சொன்ன ரஹீம்கான், "அதற்கு அவர்கள் சொன்ன காரணம், அத்துமீறி உள் நுழைந்தவனை அவர்கள் வெளியேற்றினார்கள் என்பதுதான். ஹஸன் மற்றும் ஃபர்ஸானாவின் படுகொலைகள் தற்காப்புக்காகச் செய்யப் பட்டவை என்று கூறப்பட்டன. அதனை எதிர்த்து எவரும் எதுவுமே பேசவில்லை. அது தாலிபான்களின் மீதிருந்த பயத்தினால்தான் என்று நான் நினைக்கிறேன். ஆனாலும் அந்த வேலைக்கார ஹஸாராக் களுக்காகப் பேசி எவரும் அபாயத்தைத் தேடிக் கொள்ள மாட்டார்கள்" என்றார்.

"அவர்கள் ஷொஹ்ராபை என்ன செய்தார்கள்?" என்று நான் கேட் டேன். எனக்கு மிகவும் சோர்வாக வறட்சியாக இருந்தது. ரஹீம் கானிடம் ஒரு இருமல் தொடங்கியது. நீண்ட நேரம் இருமிக் கொண்டிருந்தார். அவர் நிமிர்ந்தபோது கண்களும் முகமும் சிவந் திருந்தன. "கார்டே-ஷா பகுதியில் உள்ள ஏதோ ஓர் அநாதை விடுதி யில் அவன் இருப்பதாக நான் கேள்விப்பட்டேன், அமீர்ஜான்" என்ற

அவர், மீண்டும் இருமத்தொடங்கினார். அவர் இருமல் நின்றபோது சில கணங்களுக்கு முன்பிருந்ததைவிட வயது கூடியதுபோல் காணப் பட்டார். அது ஏதோ ஒவ்வொரு இருமலுக்கும் வயது ஏறுவது போல் இருந்தது. "அமீர்ஜான், நான் இங்கு உன்னை வரச்சொன்னது நான் இறக்கும்முன் உன்னைப் பார்த்துவிட வேண்டும் என்றுதான். ஆனால் காரணம் அது மட்டுமல்ல", என்றார்.

நான் ஒன்றும் சொல்லவில்லை. அவர் என்ன சொல்லப்போகிறார் என்பது எனக்குத் தெரிந்திருந்தது என்றே நான் நினைக்கிறேன்.

"நீ காபூலுக்குப் போகவேண்டும். ஷொஹ்ராபை இங்கே கொண்டு வரவேண்டும்" என்று நான் விரும்புகிறேன் என்றார்.

சரியான வார்த்தைகளுக்காக நான் திணறினேன். ஹஸன் இறந்து விட்டான் என்ற அதிர்ச்சியிலிருந்து மீளவே அப்போது என்னால் முடியவில்லை.

"தயவு செய்து நான் சொல்வதைக் கேள். தாமஸ் மற்றும் பெட்டி கால்டுவெல் என்ற அமெரிக்கத் தம்பதியினரை எனக்குத் தெரியும். அவர்கள் இங்கு பெஷாவரில் அநாதை விடுதி ஒன்றை நடத்து கிறார்கள். அது நன்கொடைகளைக் கொண்டு நடத்தப்படும் சிறிய அமைப்பு. பெற்றோர்களற்ற ஆப்கானிய குழந்தைகளே பெரும் பாலும் அங்கு உள்ளனர். நான் அந்த இடத்தைப் பார்த்திருக்கிறேன். அது மிகவும் சுத்தமாகவும் பாதுகாப்பானதாகவும் உள்ளது. அங் குள்ள குழந்தைகள் நன்கு பராமரிக்கப்படுகிறார்கள். அந்த கால்டு வெல் தம்பதியினர் மிக அன்பானவர்கள். ஷொஹ்ராபை அங்கு சேர்ப்பதில் அவர்களுக்கு மகிழ்ச்சிதான் என்று அவர்கள் சொல்லி இருக்கிறார்கள்.

மேலும்..." என்று தொடர்ந்த ரஹீம்கானை இடைமறித்து "ரஹீம் கான், இதனை நீங்கள் சாதாரணமாகத்தானே சொல்கிறீர்கள்" என்றேன்.

"குழந்தைகள் மிக மென்மையானவர்கள், அமீர்ஜான். உடைந்து நைந்துபோன மனநிலையைக் கொண்ட குழந்தைகளால் காபூல் நிரம்பி வழிகிறது. அதில் ஒருவனாக ஷொஹ்ராபும் இருப்பதை நான் விரும்பவில்லை" என்றார்.

"ரஹீம்கான், காபூலுக்கு செல்ல எனக்கு விருப்பமில்லை. என்னால் முடியவும் முடியாது".

"ஷொஹ்ராப் இறைக்கொடை போன்ற அருமையான சிறுவன். அவனிடம் அன்புகாட்டக் கூடியவர்களைக் கொண்டு நாம் அவனுக்கு புதிய நம்பிக்கையை, புதிய வாழ்க்கையை அளிக்க முடியும். அந்த தாமஸ் மிக நல்ல மனிதர். அவர் மனைவி பெட்டி மிகவும் அன்பானவர். அவர்கள் அநாதைக் குழந்தைகளை எப்படி பராமரிக்கிறார்கள் என்பதை நீ பார்க்கவேண்டும்."

"நான் ஏன் போகவேண்டும்? பணம் கொடுத்து இங்கிருந்து எவரையும் ஏன் நீங்கள் அனுப்பக்கூடாது? பணம்தான் விஷயம் என்றால் அதனை நான் தருகிறேன்".

"அது பணத்தைப் பற்றியதில்லை, அமீர்" என்று கோபமாகச் சொன்ன ரஹீம்கான், "நான் இறந்து கொண்டிருக்கும் ஒரு மனிதன். என் மனது காயப்படக் கூடாது! எனக்குப் பணம் என்பது ஒரு விஷயமாகவே இருந்ததில்லை. உனக்கும் அது தெரியும். உனக்கு ஏன் அது விஷயமாகப்படுகிறது? நீதான் போகவேண்டும் என்பது நம் இருவருக்கும் தெரிந்ததுதான் என்று நான் நினைக்கிறேன். அப்படி இல்லையா?"

அவர் சொன்னதைப் புரிந்துகொள்ள நான் விரும்பாதபோதும், புரிந்து கொண்டேன். எல்லாவற்றையும்கூட நான் நன்கு புரிந்து கொண்டேன். "எனக்கு அமெரிக்காவில் ஒரு மனைவி இருக்கிறாள். ஒரு வீடு, எனக்கான வேலை, குடும்பம் எல்லாம் இருக்கிறது. காபூல் மிக அபாயகரமான ஒரு இடம். அது உங்களுக்கும் தெரியும். இவை எல்லாவற்றையும் பணயம் வைக்கப்பார்க்கிறீர்கள்..." என்று கூறி நிறுத்தினேன்.

"உனக்குத் தெரியும்" என்ற ரஹீம்கான் கூறினார், "நீங்கள் யாரும் இல்லாத ஒரு சமயத்தில் நானும் உன் அப்பாவும் பேசிக் கொண்டிருந்தோம். அந்தக் காலகட்டத்தில் உன்னைப்பற்றி அவர் எப்போதும் எவ்வளவு கவலைப்பட்டுக் கொண்டிருந்தார் என்பது உனக்குத் தெரியும். என்னிடம் அவர் சொன்னது எனக்கு நினைவுக்கு வருகிறது. "ரஹீம்! தானாக எழுந்து நிற்காத ஒரு பையனால் எதனையும் செய்ய இயலாது" என்று. "நீ அப்படி ஆகிவிட்டாயோ என்று எனக்கு ஒரே திகைப்பாக இருக்கிறது".

நான் கீழே நோக்கினேன்.

"உன்னிடம் நான் கேட்பதெல்லாம் இறந்து கொண்டிருக்கின்ற ஒரு முதிய மனிதனின் விருப்பத்தை நிறைவேற்று என்பதுதான்" என்று மிகவும் உருக்கமாக ரஹீம்கான் கூறினார்.

அப்படி அவர் சொன்னது ஒரு சூதாட்டம்போல இருந்தது. அவர் தனது மிகத் திறமையான புள்ளியில் ஆடி இருந்தார். அல்லது நான் அப்படி நினைத்தேனோ என்னவோ... அந்த வார்த்தைகள் எங்களுக் கிடையில் தொங்கிக்கொண்டிருந்தன. அவருக்காவது பேச ஏதுமிருந் தது. ஆனால் நானோ வார்த்தைகளைத் தேடிக் கொண்டிருந்தேன். இதில் நான் எழுத்தாளன் வேறு. இறுதியில் நான் இப்படிக் கூறி னேன், "அப்பா சொன்னது சரியாக இருக்கலாம்".

"நீ அப்படி நினைப்பது குறித்து எனக்கு வருத்தமாக இருக்கிறது, அமீர்".

அவரை என்னால் நேருக்கு நேர் பார்க்க முடியவில்லை.

"நீங்கள் செய்ய முடியாதா?" என்றேன்.

"என்னால் முடியுமென்றால், உன்னை இங்கு வரும்படி கூறி யிருக்கமாட்டேன்".

எனது திருமண மோதிரத்தை உருட்டிக் கொண்டிருந்தேன். "நீங்கள் என்னை எப்போதும் அதிகமாகவே மதிப்பிட்டுவிடுகிறீர்கள், ரஹீம்கான்".

"நீ உன்னைப்பற்றி எப்போதும் தவறாகவே மதிப்பிட்டுக் கொள்கிறாய்" என்று அவர் மறுதலித்தார். "ஆனால் உனக்குத் தெரியா தவைகள் இதில் உள்ளன" என்றார்.

"ரஹீம்கான் ப்ளீஸ்..." என்றேன்.

"சனோபர், அலியின் முதல் மனைவி அல்ல" என்றார்.

நான் திடுக்கிட்டு நிமிர்ந்து பார்த்தேன். "ஜஹோரி பகுதியிலிருந்த ஒரு ஹஸாரா பெண்ணை அலி முதலில் திருமணம் செய்திருந்தார். அது நீ பிறந்ததற்கு முன்னால் நடந்தது. அவர்கள் மூன்று ஆண்டுகள் ஒன்றாக வாழ்ந்தனர்" என்றார்.

"இப்போது அதற்கென்ன?"

"மூன்று ஆண்டுகளாகியும் குழந்தைகள் இல்லாததால் அவள் அலியைப் பிரிந்துபோய் கோஸ்ட் பகுதியில் இருந்த ஒருவனை மணந்தாள். மூன்று பெண்மக்களையும் பெற்றாள். இதைத்தான் உன்னிடம் நான் சொல்ல முயற்சிக்கிறேன்".

அவர் என்ன சொல்ல வருகிறார் என்பது எனக்குத் தெரிய ஆரம்பித்தது. ஆனால் அதனை முழுவதுமாகக் கேட்க நான் விரும்ப

வில்லை. கலிஃபோர்னியாவில் நல்ல வீடும், வேலையும், வாழ்க்கையும் எனக்கிருந்தது. எனக்கு நல்லதொரு திருமண வாழ்வும் இருந்தது. இந்த அசிங்கமெதுவும் எனக்குத் தேவையில்லாமல் இருந்தது.

"அலி ஆண்மையற்றவராக இருந்தார்" என்று ரஹீம்கான் சொன்னார்.

"இல்லை, அவர் அப்படி இல்லை. அவருக்கும் சனோபருக்கும் ஹஸன் பிறந்திருந்தானே? அப்படி இல்லையா? அவர்களுக்கு ஹஸன்..."

"இல்லை. ஹஸன் அவர்கள் இருவருடைய மகன் அல்ல".

"இல்லை. ஹஸன் அலிக்குப் பிறந்தவன்தான்".

"இல்லை அமீர், அப்படியில்லை"

"பின்னர் யார் அவனுடைய தந்தை"

"அது யாரென்று உனக்குத் தெரியும் என்று நான் நினைக்கிறேன்".

மலைச்சிகரத்திலிருந்து வழுக்கி விழுந்த மனிதன் கீழே வந்து கொண்டிருக்கும்போது எதையாவது பற்றிப் பிடிக்க முயன்று ஒன்றும் கிட்டாமல் ஆனது போல் நான் ஆனேன். நாங்களிருந்த அந்த அறையே மேலும் கீழுமாக, இடமும் வலமுமாக ஆடுவதைப் போலிருந்தது எனக்கு.

"இது ஹஸனுக்குத் தெரிந்திருந்ததா?" என்று நான் கேட்டது என் வாயிலிருந்துதான் வந்ததா என்பது எனக்குத் தெரியவில்லை.

ரஹீம்கான் தன் கண்களை மூடினார். மறுத்து தலையை ஆட்டினார்.

எல்லோரையும் முணுமுணுப்பாய் திட்டினேன். சட்டென்று எழுந்தேன். வாயில் வந்த கெட்டவார்த்தைகளால் அவர்கள் எல்லோரையும் கூச்சலிட்டுத் திட்டினேன்.

"தயை செய்து உட்கார்" என்றார் ரஹீம்கான்.

"இதை எப்படி என்னிடமிருந்து மறைத்தீர்கள்? அவனிடமிருந்து மறைத்தீர்கள்?" என்று கத்தினேன்.

"தயை செய்து சிந்தித்துப் பார் அமீர்ஜான். அது மிகவும் வெட்கக் கேடான ஒரு சூழல். எல்லோரும் கண்டபடி பேசுவார்கள். அவரு

டைய கௌரவம் என்னவாகியிருக்கும்? அவர் மீது பொறாமை கொண்டவர்களுக்கு இது எப்படி இருந்திருக்கும்...? இதனை நாம் எவரிடமும் சொல்லி இருக்கமுடியாது. இதனை நீ நிச்சயமாக உணர முடியும்" என்ற அவர் என்னருகில் வந்து என் மீது கையை வைத்தார். ஆனால் நான் அவர் கையை தட்டிவிட்டேன். கதவை நோக்கி நடந்தேன்.

"அமீர்ஜான், தயை செய்து போகாதே" என்றார். கதவைத் திறந்த நான், அவர் பக்கம் திரும்பினேன்.

"ஏன் என்னிடம் உங்களால் சொல்ல முடியவில்லை? எனக்கு இப்போது முப்பத்தியெட்டு வயதாகிறது. என் வாழ்க்கையைப் பற்றிய உண்மை இப்போதுதான் எனக்குத் தெரிகிறது. நீங்கள் எதனையும் சரிசெய்ய எந்த முயற்சியும் செய்யவில்லை" என்றேன்.

அத்துடன் நான் அங்கிருந்து வேகமாக வெளியேறிவிட்டேன்.

பதினெட்டு

சூரியன் கிட்டத்தட்ட மறைந்துவிட்டிருந்தது. வானத்தில் சிவப் பும் அது சார்ந்த வண்ணங்களுடன் தீற்றல்கள் தெரிந்தன. ரஹீம் கானின் கட்டடத்திலிருந்து வெளியேவந்து நெருக்கடி மிகுந்த குறுக லான தெருவில் நடந்தேன். அந்தத் தெரு முழுவதும் பாதசாரிகள், மிதிவண்டிக்காரர்கள், சைக்கிள் ரிக்ஷாக்கள் என ஒரே சந்தடியாக இருந்தது. சிகரெட் மற்றும் பானங்களின் விளம்பரப் பலகைகள் தொங்கிக்கொண்டிருந்தன. திரைப்படங்களின் கவர்ச்சிகரமான விளம்பரப் போஸ்டர்கள் எங்கும் ஒட்டப்பட்டிருந்தன.

ஒரு சிறிய தேநீர் விடுதிக்குள் சென்ற நான் ஒரு தேநீர் கொண்டு வரச் சொன்னேன். நான் உட்கார்ந்திருந்த நாற்காலியை சரிசெய்து கொண்டே என் முகத்தைத் துடைத்துக் கொண்டேன். மலை சிகரத்தி லிருந்து விழுவது போன்ற உணர்வு மெல்ல மறையத் தொடங்கியது. அதற்குப் பதிலாக உறக்கத்திலிருந்து விழித்து எழுந்த மனிதனொரு வன் தன் வீடு தலைகீழாக மாற்றப்பட்டிருப்பதைப் பார்ப்பதுபோல உணர்ந்தேன்.

இப்படிப்பட்ட குருடனாக எப்படி நான் இருந்தேன்? புரிந்து கொள்ளக்கூடிய அடையாளங்கள் இருந்திருக்கின்றன. அவை எல்லாம் இப்போது ஒவ்வொன்றாகத் தோன்றுகின்றன. ஹஸனின் உதட்டுப்பிளவு சிகிச்சைக்கு டாக்டர் குமாரை அப்பா கொண்டு வந்தது. ஹஸனுடைய எந்தப் பிறந்தநாளையும் அப்பா மறக்காம லிருந்தது. துலிப் கிழங்குகளை விதைத்துக் கொண்டிருந்தபோது புதிய வேலைக்காரர்களை நான் கேட்டபோது நடந்தது. ஹஸன்

எங்கும் போகமாட்டான் என்று அப்பா கோபமாகக் கூறியது. அவன் சார்ந்த இடமான இங்கேயே அவன் வாழ்வான், இது அவனுடைய வீடு, நாம் அவனது குடும்பம் என்று அப்பா சொன்னது. ஹஸனுடன் அலி எங்களை விட்டுப்போகிறோம் என்று சொன்னதும் அவர் அழுதது.

தேநீர்க் கோப்பையை ஒருவர் என் முன் வைத்தார். டேபிளின் கால்களிலிருந்த ஒரு ஸ்குரூ தளர்வாக ஆடிக்கொண்டிருந்தது. நான் அதனை முறுக்கினேன். மிகவும் அடர்த்தியான அந்தக் கருநிறத் தேநீரை ஒரு மிடறு உறிஞ்சினேன். சுரய்யாவையும் ஜெனரலையும் ஜமீலா மாமியையும் இன்னும் முடிக்காமல் இருந்த எனது நாவலையும் நினைத்தேன். தெருவின் நெரிசலையும் மக்கள் வருவதையும் போவதையும் பார்க்க முயற்சித்தேன். டிரான்ஸிஸ்டர் ரேடியோவிலிருந்து வந்த கவ்வாலி பாடலைக் கேட்க முயற்சித் தேன். அனைத்தையும் கவனிக்க முயற்சி செய்தேன். ஆனால் நான் பட்டம் பெற்ற அன்று எனக்கு அவர் அளித்திருந்த ஃபோர்டு காரில் இருந்தபடி பீர்வாடை வீச இப்போது ஹஸன் நம்மோடு இருக்க வேண்டுமென்று நான் விரும்புகிறேன் என்று அப்பா சொன்னதே என் நினைவில் வந்துகொண்டு இருந்தது.

இத்தனைக் காலமும் எப்படி என்னிடம் அவரால் பொய் சொல்லிக் கொண்டிருக்க முடிந்தது? ஹஸனிடமும் எப்படி அப்படி பொய்யாக இருக்க முடிந்தது? நான் சிறுவனாய் இருக்கும்போது அவர் தொடையில் அமர்த்திக்கொண்டு "ஒரே ஒரு பாவம்தான் உள்ளது. அது திருட்டு... நீ ஒரு பொய்யைச் சொல்லும்போது உண்மையைத் தெரிந்துகொள்ளும் உரிமையை ஒருவனிடம் இருந்து திருடுகிறாய்" இதனை அவர் என்னிடம் சொல்லவில்லையா? அவரைப் புதைத்த பதினைந்து ஆண்டுகள் கழித்து அப்பா ஒரு திருடனாக இருந்திருக்கிறார் என்பதை அறிகிறேன். மிகவும் மோசமான திருடனாக இருந்திருக்கிறார். ஏனெனில் அவர் திருடியது மிகப் புனிதமான ஒன்றை. எனக்கு ஒரு சகோதரன் இருக்கிறான் என்பதை மறைத்த திருட்டு. ஹஸனைப்பற்றி ஹஸனிடமே மறைத்த திருட்டு. அலியின் கௌரவத்தை திருடிய திருட்டு.

என்னிடம் ஒரு கேள்வி வந்துகொண்டே இருந்தது. எப்படி அலியை அப்பாவால் நேருக்கு நேர் பார்க்க முடிந்தது? ஒரு மனிதனை ஒரேயடியாக அவமானப்படுத்தக்கூடிய ஒன்றை தனது முதலாளியால் ஒவ்வொருநாளும் அனுபவித்துக்கொண்டு அலியால் எப்படி அந்த வீட்டில் இருக்க முடிந்தது? மனதில் படிந்திருந்த எனது அப்பாவின் பழைய பிம்பத்தை எப்படி நான் மீளுருவாக்கம் செய்யப்போகிறேன்?

எனது பேராசிரியர் கேலி செய்யும் இன்னுமொரு சொல்லாடல் "அப்பாவைப் போல பிள்ளை" என்பது. அது உண்மைதானே, இல்லையா? நான் இதுவரை அறிந்திருந்ததிலேயே இப்போதுதான் என் அப்பாவைப்போல நானிருக்கிறேன். எங்களுக்காக தங்களை தங்கள் வாழ்வை அர்ப்பணித்துக் கொண்டவர்களை நாங்கள் இருவருமே ஏமாற்றியிருக்கிறோம். எனது பாவங்களுக்காக மட்டுமல்லாமல் என் அப்பாவின் பாவங்களுக்காகவும் பிராயச்சித்தம் செய்வதற்கு ரஹீம்கான் என்னை அழைத்திருக்கிறார் என்பது தெளிவாகிறது.

என்னைப்பற்றித் தவறுதலாகவே நான் மதிப்பிடுவதாக ரஹீம்கான் சொல்லியிருந்தார். அலியை கண்ணிவெடியில் காலை வைக்கும்படி நான் செய்யவில்லை. ஹஸனை சுட்டுக்கொல்ல தாலிபானை நான் வீட்டிற்குக் கொண்டுவரவில்லை. ஆனால் அலியையும் ஹஸனையும் நான் வீட்டை விட்டுத் துரத்தினேன். நான் அப்படிச் செய்திருக்கவில்லை என்றால் எல்லாம் வேறுவிதமாக நடந்திருக்குமோ? அப்பா அவர்களையும் அமெரிக்காவுக்குக் கொண்டு வந்து இருக்கலாம். ஹஸாரா என்றால் என்னவென்றே தெரியாத மக்களைக் கொண்ட நாட்டில் தனக்கான ஒரு வேலை, குடும்பம், வீடு ஆகியவற்றை ஹஸனும் பெற்றிருக்கலாம். அப்படியும் இருக்கலாம். அப்படி இல்லாமலும் இருக்கலாம்.

என்னால் காபூலுக்கு போக முடியாது என்று ரஹீம்கானிடம் நான் சொல்லி இருந்தேன். எனக்கு அமெரிக்காவில் மனைவி, வீடு, வேலை எல்லாம் இருக்கிறது என்றும் எண்ணியிருந்தேன். என்னுடையதைப் போன்ற வாழ்க்கையை ஹஸனிடம் இருந்து எனது செயல்களால் பறித்துவிட்டு எப்படி நான் திரும்பி செல்லமுடியும்?

ரஹீம்கான் என்னை அழைத்திருந்திருக்கக் கூடாது என்று நான் விரும்பினேன். எனது வாழ்க்கையிலேயே என்னை அவர் விட்டிருக்க வேண்டும் என்று நான் விரும்பினேன். ஆனால் அவர் என்னை அழைத்துவிட்டார். ரஹீம்கான் வெளிப்படுத்திய உண்மைகள் எல்லாவற்றையும் மாற்றிவிட்டன. 1975ஆம் ஆண்டின் குளிர் காலத்திற்கு முந்தைய எனது வாழ்க்கையை, அந்த ஹஸாரா பெண்மணி என்னை தாலாட்டி வளர்த்த காலத்தை, எனது பொய்களை, ஏமாற்றுதல்களை, ரகசியங்களைக் கொண்ட எனது முழு வாழ்க்கையையும் அவை திரும்பிப் பார்க்க வைத்துவிட்டன. மீண்டும் நன்றாக இருக்க ஒரு வழி இருக்கிறது, என்று அவர் சொன்னார்.

இந்த சுழற்சியை முடித்துவைப்பதற்கான ஒரு வழி.

ஒரு சிறு பையனுடன். ஒரு அநாதையுடன். காபூலில் எங்கோ இருக்கும் ஹஸனுடைய மகனுடன்.

ரஹீம்கானுடைய வீட்டிற்கு நான் ரிக்ஷாவில் திரும்பிவரும் போது, எனக்கான சண்டையை எப்போதும் எனக்காக வேறு யாராவது செய்யவேண்டி இருப்பதுதான் எனது பிரச்சினை என்று அப்பா சொன்னது என் நினைவுக்கு வந்தது. இப்போது எனக்கு முப்பத்தியெட்டு வயதாகிவிட்டது. எனது தலையில் நரைமுடிகள் தோன்றிவிட்டன. வயதானதன் அடையாளம் கண்களில்கூட தெரியத் தொடங்கிவிட்டது. அப்பா சொன்ன நிறைய பொய்கள் வெளித் தெரிந்துவிட்டன. ஆனால் என்னைப்பற்றி அப்பா அப்படி சொன்னது பொய்யாயில்லை.

சூரிய ஒளி பட அந்த புகைப்படத்தில் இருந்த வட்ட முகத்தை மீண்டும் நான் பார்த்தேன். எனது சகோதரனின் முகம். ஹஸன் என் மீது மிகவும் அன்பு கொண்டிருந்தான். எவரும் எப்போதும் அன்பு கொண்டிருந்திருக்க இயலாத அளவுக்கு என்மீது அவன் அன்பு கொண்டிருந்தான். அவன் போய்விட்டான். அவனது ஒரு சிறிய பகுதி வாழ்கிறது. அது காபூலில் இருந்தது.

அறையின் மூலையில் ரஹீம்கான் தொழுவதைக் கண்டேன். அவர் நிழலுருவமாகத் தெரிந்தார். அவர் இறைவணக்கத்தை முடிக்கட்டும் எனக் காத்திருந்தேன்.

நான் காபூலுக்குப் போவதாக அவரிடம் சொன்னேன். கால்டு வெல் தம்பதியை காலையில் அழைக்கச் சொன்னேன். “உனக்காக நான் பிரார்த்திப்பேன், அமீர்” என்றார் அவர்.

பத்தொன்பது

கார் பயணத்தில் வரும் வயிற்றுக்குமட்டடல் மீண்டும் வந்தது. குண்டுகளால் துளைக்கப்பட்டிருந்த “கைபர் கணவாய் உங்களை வரவேற்கிறது” என்ற பலகையை நாங்கள் கடந்து கொண்டிருந்த போது, வாந்தி வருவதற்கான அறிகுறி என் வாயில் தோன்றியது. எனது வயிற்றுக்குள் எதுவோ புரட்டி குமட்டியது. எனது காரோட்டியான ஃபரீத் என்னை உணர்ச்சியற்று பார்த்தான்.

“கார் கண்ணாடியை திறக்க முடியுமா?” என்று நான் கேட்டேன்.

அவன் ஒரு சிகரெட்டைப் பற்றவைத்து தன் இரு விரல்களுக் கிடையில் பிடித்துக்கொண்டு, கையை ஸ்டீயரிங் மீது வைத்திருந் தான். தனது கருநிற கண்களை சாலைமீது வைத்துக்கொண்டே தனது கால்களுக்கு கீழ் இருந்து ஒரு ஸ்க்ரூடிரைவரை எடுத்து என்னிடம் கொடுத்தான். கதவில் இருந்த ஒரு ஓட்டையில் அதனை வைத்துப்பிடித்து எனது பக்கமிருந்த கார் கண்ணாடியை கீழிறக்கினேன்.

ஃபரீத் மீண்டும் என்னை ஒரு மாதிரியாகப் பார்த்தான். மீண்டும் புகைத்தான். நாங்கள் ஜம்ரூத் கோட்டையிலிருந்து கிளம்பியது முதல் அவன் பேசியது மொத்தம் ஒரு டஜன் வார்த்தைகளுக்குள்ளேயே இருந்தது.

“நன்றி” என்று நான் முணுமுணுத்தேன். குளிர்காற்று என் முகத்தில் படும்படி தலையை வெளியே நீட்டினேன். 1974-ல் நானும் அப்பாவும் இதே வழியில் வந்தது என் நினைவுக்கு வந்தது. பனி

படர்ந்திருந்த ஹிந்துகுஷ் மலைச்சிகரத்தின் மீது என் பார்வையை பதிக்க விரும்பினேன். ஆனால் வயிற்றுக் குமட்டல் என்னை தொந்தரவு செய்தது.

"எலுமிச்சம் பழத்தைப் பயன்படுத்திப்பாருங்கள்".

"என்ன?" என்றேன்.

"எலுமிச்சம்பழம் வயிற்றுக்குமட்டலுக்கு மிகவும் நல்லது" என்ற ஃபரீத், "நான் எப்போதும் ஒரு எலுமிச்சம்பழத்தைக் கொண்டு வருவேன்" என்றான்.

"வேண்டாம். நன்றி" என்றேன். என் வயிற்றில் இன்னும் அமிலத்தை சேர்ப்பது என்பதை நினைத்த உடனே வயிற்றுக் குமட்டல் அதிகமானது.

"இது அமெரிக்காவின் மருந்தைப்போல புதுமையானதல்ல என்பது எனக்குத் தெரியும். இது எனது அம்மா எனக்கு சொல்லிக் கொடுத்த பழைய மருத்துவம்தான்" என்றான்.

அவனுடன் நெருக்கம் கொள்வதற்கான வாய்ப்பை நான் தவற விடுவதனை நினைத்து வருந்தி, "அப்படி என்றால், எனக்குக் கொஞ்சம் அதனைக்கொடு" என்றேன்.

பின்னிருக்கையிலிருந்து ஒரு காகிதப்பையை எடுத்து அதிலிருந்த ஒரு எலுமிச்சம் பழத்துண்டை எடுத்துக்கொடுத்தான். நான் அதனைக் கடித்தேன். "நீ சொன்னது சரிதான். இப்போது கொஞ்சம் தேவலாம்" என்று பொய் சொன்னேன். ஆப்கானியனான எனக்கு இரக்கப்படும் படி இருப்பதைவிட மூர்க்கமாக இருப்பது நல்லது என்பது தெரிந் திருந்தது. பலவீனமாக புன்னகைத்தேன்.

"பழைய நாட்டு வைத்தியம். புதுமை எல்லாம் ஒன்றும் தேவை யில்லை" என்றான். சிகரெட்டின் சாம்பலைத் தட்டிவிட்டு திருப்தி யான பார்வை ஒன்றை பக்கக் கண்ணாடியில் பார்த்தான். அவன் தாஜிக் இனத்தை சேர்ந்தவனாக இருந்தான். ஒல்லியாக, உயரமாக, கருமையான நிறத்துடன் புடைத்த குரல்வளையுடன் இருந்தான். அவனுக்கு நீளமான தாடி இருந்தது. அவன் என்னைப்போலவே உடை உடுத்தியிருந்தான். சாம்பல் நிற நீளுடை மீது கையற்ற உட்சட்டை அணிந்திருந்தான். அதன்மீது உல்லன் போர்வை யொன்றை சுற்றி இருந்தான். அவன் தலைமீது ஒரு பக்கம் சரிந்திருந்த தலைப்பாகையை கட்டியிருந்தான். அது தாஜிக்குகள்

“பஞ்ஷேரின் சிங்கம்” என்று அழைக்கும் தாஜிக்குகளின் தலைவன் அஹமதுஷா மஸுதுடைய தலைப்பாகைபோல இருந்தது.

பெஷாவர் நகரில் ஃபரீதிடம் என்னை அறிமுகப்படுத்தியது ரஹீம்கான்தான். அவனுக்கு இருபத்தியொன்பது வயது என்று ரஹீம்கான் சொல்லி இருந்தார். ஆனால் அவன் அனுபவமிக்கவன் போலத்தோன்றினான். அவன் மஸார்-ஏ-ஷரீஃபில் பிறந்தவன். அவனுக்குப் பத்து வயதாக இருந்தபோது அவன் தந்தை தன் குடும்பத்தை ஜலாலாபாத்திற்கு மாற்றி இருந்தார். அவனுக்கு பதினான்கு வயதிருக்கையில் அவனும் அவன் தந்தையும் ஷொராவிக்கு எதிரான புனிதப் போரில் ஈடுபட்டனர். ஹெலிகாப்டர் குண்டுவீச்சில் அவன் தந்தையின் உடல் சின்னாபின்னமானதுவரை இரண்டு ஆண்டுகள் அவர்கள் பஞ்ஷேர் பள்ளத்தாக்கில் போரிட் டனர். ஃபரீதுக்கு இரண்டு மனைவிகளும் ஐந்து குழந்தைகளு மிருந்தனர். அவனுக்கு ஏழு குழந்தைகள் இருந்தனர் என்றும் அவனது இளைய புதல்விகள் இருவர் ஜலாலாபாத் நகருக்கு புறப்பகுதியில் கண்ணிவெடிக்கு பலியானார்கள் என்றும் ரஹீம்கான் கூறியிருந்தார். அதே கண்ணிவெடியில் ஃபரீதின் பாதமும் இடதுகையின் மூன்று விரல்களும் போய்விட்டன என்றும் ரஹீம்கான் கூறியிருந்தார். அதற்குப் பிறகு ஃபரீத் தனது மனைவி மக்களுடன் பெஷாவர் நகருக்கு வந்துவிட்டான்.

“சோதனைச் சாவடி” என்று ஃபரீத் தாழ்ந்த குரலில் கூறினான். ஒரு கணம் எனது வயிற்றுக் குமட்டலே மறந்துபோனது. எனது இருக்கையில் பதுங்குவது போல அமர்ந்தேன். ஆனால் நான் கவலைப்பட வேண்டி இருக்கவில்லை. இரண்டு பாகிஸ்தானிய ராணுவ வீரர்கள் எங்கள் வண்டிக்கருகில் வந்தனர். வெறுமனே பார்த்துவிட்டு எங்களை போகும்படி கையை அசைத்தார்கள்.

காபூலுக்கு செல்வதற்கான தயாரிப்பில் முதல் தேர்வு ஃபரீத். பின்னர் டாலர்களை உள்ளூர் பணத்தாள்களாக மாற்றியது. நான் காபூலில் வசித்தபோதுகூட அணிந்திராத நீளுடையை அணிந்தது. இறுதியாக மிகமுக்கியமாக நெஞ்சுவரை நீண்ட கருநிற செயற்கைத் தாடியை வைத்துக்கொண்டது. அது ஷரீஅத் எனும் இஸ்லாமிய சட்டத்திற்கு இணக்கமானதாக அல்லது ஷரீஅத் சட்டம் என்று தாலிபான்கள் சொல்லிக்கொள்வதற்கு இணக்கமாக வைத்துக் கொண்டது. அந்த செயற்கை தாடி செய்பவனை ரஹீம்கானுக்கு தெரிந்திருந்தது. அவன் மேற்கத்திய பத்திரிகையாளர்களுக்கு செய்தி சேகரிப்பதற்காக அப்படி செய்துகொடுப்பது வழக்கமாம்.

நன்கு திட்டமிடுவதற்காக தன்னுடன் நான்கைந்து நாள் இருக்கவேண்டும் என்று ரஹீம்கான் என்னிடம் கூறியிருந்தார். ஆனால் எவ்வளவு சீக்கிரம் போகமுடியுமோ அவ்வளவு சீக்கிரம் போகவேண்டும் என்பது எனக்குத் தெரிந்திருந்தது. நான் பலவாறாக சிந்தித்து போகாமல் இருந்துவிடுவேன் என்று பயந்தேன். எல்லாம் அதன் போக்கில் போகட்டும் என்று விட்டுவிடுவேன் என நான் பயந்தேன். ஹஸன் என்ற ஒரு விஷயத்திலிருந்து, எனது பழைய பாவங்களிலிருந்து தப்பிவிடலாம் என நான் நினைப்பேன் என பயந்தேன். நான் ஆப்கானிஸ்தான் செல்வதாக சுரய்யாவிடம் சொல்லக்கூடாது என்று நினைத்தேன். அது தெரிந்தால் சுரய்யா உடனே புறப்பட்டு பாகிஸ்தான் வந்துவிடுவாள்.

நாங்கள் எல்லையைத் தாண்டிவிட்டோம். எங்கு பார்த்தாலும் வறுமையின் அடையாளங்கள் தெரிந்தன. சாலையின் இரு பக்கமும் அங்கும் இங்குமாக பாறைகளுக்கு இடையில் உடைத்துப்போட்ட விளையாட்டு சாமான்போல சிறிய கிராமங்கள். உடைந்த மண்வீடுகள். நான்கு கம்புகளுக்கு மேல் துணியைக் கூரையாகக் கொண்ட குடிசைகள். படுதா துணித் துண்டுகளை உடுத்திக்கொண்டு விளையாடும் குழந்தைகள். சில மைல்கள் தாண்டியதும் எரிக்கப் பட்ட பழைய சோவியத் டாங்கி ஒன்றின் அருகில் காக்கைகள் உட்கார்ந்திருப்பதைப்போல ஆட்கள் உட்கார்ந்திருப்பதைப் பார்த் தேன். அவர்கள் போர்த்தியிருந்த போர்வையின் நுனிகள் காற்றில் படபடத்துக்கொண்டிருந்தன. அவர்களுக்குப் பின்னால் பழுப்பு நிற புர்க்கா அணிந்த பெண்ணொருத்தி பெரிய மண்பானை ஒன்றை தோளில் சுமந்தபடி கரடுமுரடான பாதையில் குடிசைகளை நோக்கி சென்றுகொண்டிருந்தாள்.

“வினோதமாக இருக்கிறது” என்றேன்.

“என்ன?”

“எனது சொந்த நாட்டிலேயே எல்லாவற்றையும் ஒரு புதிய சுற்று லாப் பயணிபோல புதிதாகப் பார்க்கிறேன்” என்றேன். சிகரெட்டை விட்டெறிந்த ஃபரீத், “இந்த தேசத்தை இன்னுமா உங்கள் நாடாக நினைக்கிறீர்கள்?” என்றான்.

“எனக்கு அப்படி ஒரு எண்ணம் இருந்துகொண்டே இருக்கிறது” என்றேன்.

சாலையில் இருந்த ஒரு பள்ளத்தில் வண்டியை விடாமல் திருப்பிக் கொண்டே, “அமெரிக்காவில் இருபதாண்டு காலம் வாழ்ந்த பின்னுமா?” என்றான்.

நான் தலையை ஆட்டி, "நான் ஆப்கானிஸ்தானில்தான் வளர்ந் தேன்" என்றேன்.

"ஏன் அப்படிச் செய்தீர்கள்?" என்றான்.

"அதை விடு" என்றேன்.

அவனது கண்களில் ஏதோ மின்னியதை கண்ணாடியில் கண்டேன். "நான் சொல்லவா?" என்ற அவன், "என்னை கற்பனை செய்ய விடுங்கள், ஆகா சாகிப். நல்ல பூந்தோட்டத்துடன், பழமரங்களுடன் கூடிய இரண்டு அல்லது மூன்று அடுக்கு மாளிகையில் அநேகமாக நீங்கள் வாழ்ந்திருப்பீர்கள். உங்கள் அப்பாவிடம் அமெரிக்க கார் இருந்திருக்கும். உங்கள் வீட்டில் வேலைக்காரர்கள் இருந்திருப் பார்கள். அனேகமாக அவர்கள் ஹஸாராக்களாக இருந்திருப்பார்கள். தங்களது அமெரிக்க, மேற்கத்திய பயணங்களைப்பற்றி தம்பட்ட மடித்துக் கொண்டு விருந்துண்டு குடிக்க வரும் உங்கள் விருந்தினர் களுக்காக உங்கள் வீட்டை அழகுபடுத்த ஆட்களை உங்கள் பெற்றோர் அமர்த்தியிருந்திருப்பார்கள். இப்போது அணிந்திருக்கும் இந்த நீளுடையை எப்போதுமே அணிந்திருந்திருக்கமாட்டீர்கள் என நான் பந்தயம் கட்டுகிறேன்" என்ற அவன் தேய்ந்திருந்த பற்களைக் காட்டி சிரித்தான்.

"சரியாகச் சொன்னேனா?" என்றான்.

"இதையெல்லாம் ஏன் சொல்கிறாய்?" என்று கேட்டேன்.

அவன் வெளியே துப்பினான். அவன் பழந்துணியில் உடையணிந் திருந்த ஒரு வயதான கிழவனை காட்டினான். அவன் முதுகில் புல்லுக்கட்டு இருந்தது. "அதுதான் உண்மையான ஆப்கானிஸ்தான் ஆகாசாகிப். அதுதான் ஆப்கானிஸ்தான் என்று எனக்குத் தெரியும். நீங்கள்? நீங்கள் எப்போதுமே இங்கு ஒரு சுற்றுலாப் பயணிதான். அது உங்களுக்குத் தெரியவில்லை" என்றான். நாட்டிலேயே தங்கி நாட்டுக்காகப் போர் புரிந்தவர்களிடமிருந்து அன்பான வரவேற்பு கிடைக்கும் என்று எதிர்பார்க்காதே என்று ரஹீம்கான் என்னை எச்சரித்திருந்தார். "உனது தந்தையை நினைத்தால் வருத்தமாக இருக் கிறது. உனது மகள்களைப்பற்றி, உனது கையைப் பற்றியெல்லாம் வேதனையாக இருக்கிறது", என்றேன்.

"அதைப்பற்றி எனக்கொன்றுமில்லை" என்று தலையை ஆட்டி னான். "ஏன் நீங்கள் இங்கே மீண்டும் வருகிறீர்கள்? உங்கள் தந்தையின் சொத்தை விற்று பணத்தை எடுத்துக்கொண்டு

அமெரிக்காவிலிருக்கும் உங்கள் அம்மாவிடம் போய்விடவா?" என்று கேட்டான்.

"என்னைப் பிரசவித்தபோதே என் அம்மா இறந்துவிட்டார்கள்" என்றேன்.

அவன் பெருமூச்சுவிட்டு இன்னொரு சிகரெட்டைப் பற்ற வைத்தான். ஒன்றும் சொல்லவில்லை.

"நிறுத்து" என்றேன்.

"என்ன?"

"நிறுத்து வண்டியை" என்ற நான் கப்பிச் சாலையில் வண்டி நிற்கவும் தாவிக்குதித்தேன். வயிற்றுக்குமட்டல், வாந்தியாக வெளியே வந்தது.

மாலையானதும் அந்தப்பகுதி ஓரளவு அழகாகத் தோன்றியது. சாலையின் இருபக்கமும் முன்னர் நான் பார்த்திருந்தபோது இருந்ததைப்போல அதிகமாக இல்லாவிட்டாலும் பைன் மரங்கள் இருந்தன. கைபர் கணவாயின் வறண்ட சாலையில் வந்ததைவிட இந்த மரங்களைப் பார்ப்பது நன்றாக இருந்தது. நாங்கள் ஜலாலா பாத்தை நெருங்கிவிட்டோம். அங்கே ஃபரீதின் சகோதரர் ஒருவர் இருந்தார். அவருடன்தான் இரவில் தங்குவதாகத் திட்டம். பழங் களுக்கும் இதமான வானிலைக்கும் ஒரு நேரத்தில் பெயர் பெற்றி ருந்த நங்கர்ஹார் மாநிலத்தின் தலைநகரான ஜலாலாபாத்தை நாங்கள் அடைகையில் சூரியன் மறையும் தருவாயிலிருந்தான். நகரின் மையப் பகுதியிலிருந்த கட்டிடங்கள் நிறைந்த சாலையில் ஃபரீத் வண்டியை ஓட்டினான். முன்னைப்போல மரங்கள் அவ்வளவாக இல்லை. சில வீடுகள் சேதமடைந்து வெறும் சுவர்களுடனிருந்தன.

ஃபரீத் வண்டியை ஒரு குறுகிய கரடுமுரடான பாதையில் கொண்டுசென்று காய்ந்து போயிருந்த ஒரு வாய்க்காலருகில் நிறுத்தினான். வண்டியைவிட்டு வெளியே குதித்த நான் ஆழமான மூச்சு ஒன்றை இழுத்தேன். முன்பெல்லாம் நகரைச் சுற்றி இருந்த வயல்களில் விவசாயிகள் கரும்பு பயிரிட்டிருப்பார்கள். அங்கிருந்து வரும் காற்று இனிமையானதாக இருக்கும். நான் கண்களை மூடி அந்த இனிமையைத் தேடினேன். கிடைக்கவில்லை.

"நாம் போகலாம்" என்று வேகமாக சொன்னான் ஃபரீத். உடைந்த மண் சுவர்கள், இலைகளற்ற பாப்ளார் மரங்கள் இருந்த மண்

பாதையில் நாங்கள் நடந்தோம். சேதமடைந்திருந்த ஒரு வீட்டின் முன் சென்ற ஃபரீத் மரத்தாலான கதவைத் தட்டினான்.

கடல்பச்சை நிறக் கண்களைக் கொண்ட தலையில் வெள்ளை ஸ்கார்ப்பைக் கட்டியிருந்த ஒரு இளம்பெண் எட்டிப்பார்த்தாள். முதலில் என்னைப்பார்த்து துணுக்குற்ற அவள் ஃபரீதைப் பார்த்ததும், "அஸ்ஸலாமு அலைக்கும், ஃபரீத் அண்ணா" என்றாள்.

"ஸலாம் மர்யம்ஜான்" என்று பதில் சொன்ன ஃபரீத், நாள் முழுக்க எனக்குத் தந்திராத புன்னகையை அவளுக்கு அளித்தான். அவள் நெற்றியில் அவன் முத்தமிட்டான். அந்த சிறிய வீட்டில் ஃபரீத் உள்நுழைய வழிவிட்ட அவள், என்னை தெரிந்த ஆள் போல பார்த்தாள். நான் ஃபரீதைப் பின் தொடர்ந்தேன்.

கூரை மிகவும் உயரக்குறைவாக இருந்தது. மண் சுவர்கள் வெறுமையாக இருந்தன. மூலையில் இருந்த மண்ணெண்ணெய் விளக்கிலிருந்து வெளிச்சம் வந்துகொண்டிருந்தது. சுவற்றினருகில் மூன்று சிறுவர்கள் சம்மணமிட்டு உட்கார்ந்திருந்தார்கள். அகன்ற தோள்களுடன் உயரமாக தாடியுடன் இருந்த ஒருவர் எங்களை வரவேற்றார். ஃபரீதும் அவரும் கட்டியணைத்து முத்தமிட்டுக் கொண்டனர். அவர் பெயர் வாஹித் என்றும் தனது மூத்த சகோதரர் என்றும் ஃபரீத் என்னிடம் அவரை அறிமுகப்படுத்தினான். என் பக்கம் சுட்டி, "அவர் அமெரிக்காவிலிருந்து வந்திருக்கிறார்" என்று வாஹிதிடம் சொன்னான். எங்களை விட்டுவிட்டு சிறுவர்களிடம் சென்றான் ஃபரீத்.

நானும் வாஹிதும் சுவரருகில் உட்கார்ந்தோம். அந்த சிறுவர்கள் ஃபரீதின் மேல் பாய்ந்து அவன் தோள்களில் ஏறிக்கொண்டனர். நான் வேண்டாமென்று சொல்லியும் கேட்காமல் எனக்கு இன்னுமொரு போர்வையைக் கொண்டு வரும்படி வாஹித் சிறுவர்களிடம் சொன்னார். மர்யத்திடம் தேநீர் கொண்டுவரச் சொன்னார்.

எங்கள் பயணத்தைப் பற்றி கேட்டார்.

"இது போன்றதொரு கடின பயணத்தைச் செய்திருக்கமாட்டீர்கள் என்று நினைக்கிறேன்" என்றார் அவர். கைபர் கணவாய் கொள்ளையர்களுக்குப் பெயர் போன இடமாக இருந்தது. அவர்கள் கைபர் கணவாய் வழியாகச் செல்பவர்களை கொள்ளையடிப்பார்கள். நான் ஏதும் சொல்லும் முன்னர் அவரே, "என் தம்பியின் வண்டியின் அழகைக் கண்டால் எந்தக் கொள்ளையனும் வண்டி அருகில்கூட வரமாட்டான்" என்று கண்ணை சிமிட்டிக் கூறினார்.

ஃபரீத் கடைசிப் பையனுடன் கிச்சுகிச்சு மூட்டி விளையாடிக் கொண்டிருந்தான். அந்தப் பையன் ஃபரீதிடம் காராவது எனக்கு வேண்டும் என்று கேட்டுக்கொண்டிருந்தான். "உன் கழுதை எப்படி இருக்கிறது?" என்று ஃபரீத் கேட்டதற்கு, "உங்கள் வண்டியைவிட என் கழுதை நல்லது" என்று கூறினான் அந்தச் சிறுவன். எல்லோரும் சிரித்தார்கள். நானும் சேர்ந்து கொண்டேன். அடுத்த அறையிலிருந்து பெண்களின் பேச்சுக்குரல் கேட்டது. நான் உட்கார்ந்திருந்த இடத்தி லிருந்து அந்த அறையின் ஒரு பகுதி தெரிந்தது. மர்யமும் சற்றே வயதான பழுப்பு நிற முகத்திரை அணிந்திருந்த பெண்மணியும் தாழ்ந்த குரலில் பேசிக்கொண்டே தேநீரை கெட்டிலில் ஊற்றிக் கொண்டிருந்தார்கள். அந்தப் பெண்மணி மர்யத்தின் அம்மாவாக இருக்கக்கூடும் என்று நினைத்தேன்.

"அமெரிக்காவில் என்ன வேலை செய்கிறீர்கள், அமீர் ஆகா?" என்று வாஹித் கேட்டார்.

"எழுத்தாளர்" என்று சொன்னேன். ஃபரீத் இதனை அவரிடம் சொல்லியிருந்தான் என நினைக்கிறேன்.

"எழுத்தாளரா?" என்று கேட்ட வாஹிதின் குரலில் மதிப்பு இருந்தது. "நீங்கள் ஆப்கானிஸ்தானைப்பற்றி எழுதுவீர்களா?" என்று கேட்டார்.

"எழுதுவேன். இப்போது இல்லை" என்றேன்.

"சாம்பல் நாட்கள்" என்ற எனது நாவல் பல்கலைக்கழகப் பேராசிரியரொருவர் தன் மனைவியை தன் மாணவனுடன் படுக்கையறையில் பார்த்ததால் மனம் நொந்து ஜிப்ஸி நாடோடிக் கூட்டத்தினருடன் சென்றுவிடுவது பற்றியது. அது மோசமான நாவலில்லை. சில மதிப்புரையாளர்களால் நல்ல நாவல் என்றுகூட பாராட்டப்பெற்ற நாவல் அது. அதனைப்பற்றி வாஹித் கேட்டு விடக்கூடாது என்று நினைத்தேன்.

"ஆப்கானிஸ்தானைப் பற்றி நீங்கள் எழுதலாம். தாலிபான்கள் ஆப்கானிஸ்தானை என்ன செய்துள்ளார்கள் என்று உலகுக்கு சொல்லுங்கள்" என்று அவர் சொன்னார்.

"நான் அவ்வகையான எழுத்தாளனில்லை" என்றேன்.

"ஓ" என்று கூறிய வாஹித், "உங்களுக்குத் தெரியாததல்ல, நான் என்ன சொல்வது..." என்றார்.

மர்யமும் அந்த மற்ற பெண்மணியும் தேநீரையும், கோப்பை களையும் கொண்டு வந்தனர். நான் மரியாதைக்காக எழுந்து நின்று என் மார்பின் மீது கையை வைத்து தலைதாழ்த்தி "அஸ்ஸலாமு அலைக்கும்" என்றேன்.

அந்த வயதுகூடிய பெண்மணி தனது ஸ்கார்ப்பை நன்றாக இழுத்து கீழ்முகத்தையும் மறைத்துக்கொண்டு அவரும் தலையை தாழ்த்தி "ஸலாம்" என்று மிகவும் சன்னமான குரலில் கூறினார். நான் நின்றுகொண்டிருக்கையில் அவர் தேநீரை ஊற்றினார். எங்கள் கண்கள் சந்தித்துக் கொள்ளவேயில்லை.

என் முன்னால் தேநீர்க் கோப்பையை வைத்துவிட்டு அவர் காலடியோசை கூட கேட்காதபடி சென்றார். நான் அமர்ந்து அந்த தேநீரை உறிஞ்சினேன்.

"எது உங்களை ஆப்கானிஸ்தானுக்கு மீண்டும் கொண்டுவந்தது?" என்று வாஹித் கேட்டார்.

"எது அண்ணே, அவர்களைக் கொண்டுவரப்போகிறது?" என்ற ஃபரீத் என் மீது பார்வையை பதித்திருந்தான்.

"அந்த நிலத்தை விற்றுவிடு. அந்த வீட்டை விற்றுவிடு. பணத்தை வசூல் செய்துவிட்டு சுண்டெலிபோல் ஓடிப்போய்விடு. அமெரிக்கா வுக்கு ஓடிப்போய்விடு. குடும்பத்துடன் விடுமுறையைக் கழிக்க மெக்ஸிகோ சென்று செலவிடு. வேறென்ன?" என்றான் ஃபரீத்.

"ஃபரீத்" என்று வாஹித் கர்ஜித்தார். அவர் குழந்தைகள், ஏன் ஃபரீத் கூட அதைக்கேட்டு நடுங்கினர்.

"ஒழுங்கு மரியாதையையெல்லாம் மறந்துவிட்டாயா? இது எனது வீடு. அமீர் ஆகா இன்றிரவு என் விருந்தாளி. இதைப்போன்று நீ பேசுவதை நான் அனுமதிக்கமாட்டேன்" என்றார் வாஹித்.

ஏதோ சொல்ல வாயைத்திறந்த ஃபரீத், யோசித்தபடி அப்படியே நிறுத்திவிட்டான். சுவரோடு ஒட்டி தனது ஊனமான காலை மற்ற காலின்மீது வைத்துக்கொண்டு தன்வாய்குள்ளேயே ஏதோ பேசிக் கொண்டான். குற்றம்சாட்டும் அவன் கண்கள் என்னைவிட்டு அகலவேயில்லை.

"எங்களை மன்னித்துவிடுங்கள் அமீர் ஆகா. சிறு வயதிலிருந்தே அவன் அப்படித்தான்" என்றார்.

“உண்மையிலேயே அது எனது தவறுதான்” என்று புன்சிரிக்க முயன்றேன். “இங்கே எதற்காக வந்திருக்கிறேன் என்று ஃபரீதிடம் நான் சொல்லியிருக்க வேண்டும். நான் சொத்து எதனையும் விற்க வர வில்லை. காபூலில் ஒரு சிறுவனைத் தேடிப்போகிறேன்”, என்றேன்.

“ஒரு பையனையா?” என்று வாஹித் கேட்டார்.

“ஆமாம்” என்ற நான், என் சட்டைப் பையிலிருந்து அந்த புகைப் படத்தை எடுத்தேன். ஹஸனுடைய வட்ட முகம் அவன் கொல்லப் பட்ட விதத்தை மீண்டும் என் மனதில் கொண்டுவந்தது. என் முகத்தை அதிலிருந்து திருப்ப வேண்டிவந்தது. புகைப்படத்தை வாஹிதிடம் கொடுத்தேன். அவர் புகைப்படத்தை நன்கு பார்த்தார். என்னிடமிருந்து பார்வையை மீண்டும் புகைப்படத்திற்கே கொண்டுபோன அவர், “இந்தப் பையனா?” என்றுகேட்டார்.

நான் தலையை ஆட்டினேன்.

“இந்த ஹஸாரா பையனையா?” என்று கேட்டார்.

“ஆமாம்” என்றேன்.

“இவன் உங்களுக்கு என்ன வேண்டும்?”

“அவனது அப்பா எனக்கு மிகவும் வேண்டியவர். அவரும் அந்தப் புகைப்படத்தில் இருக்கிறார். அவர் இப்போது உயிருடன் இல்லை” என்றேன்.

“உங்கள் நண்பரா?” என்று வாஹித் கேட்டார்.

ஆமாம் என்று சொல்ல எத்தனித்தேன். அப்பாவின் ரகசியத்தைக் காக்க வேண்டும் என எனது ஆழ்மனதில் ஒரு எண்ணம் இருந்தது. ஆனால் ஏற்கனவே நிறைய பொய்கள். “அவன் எனது ஒன்றுவிட்ட சகோதரன்” என்று சொன்ன நான் ஒரு மிடறை விழுங்கினேன். “முறையற்ற வகையில் எனது சகோதரனானவன்” என்றேன்.

“அவனை என்ன செய்யப்போகிறீர்கள்?” என்று வாஹித் கேட்டார்.

“அவனை பெஷாவருக்குக் கொண்டு போகப்போகிறேன். அவனைப் பார்த்துக்கொள்ள அங்கே ஆட்கள் இருக்கிறார்கள்”.

புகைப்படத்தை என்னிடம் தந்த வாஹித் தனது பருத்த கையை என் தோள்மீதுவைத்து, “மரியாதைக்குரிய ஆள் நீங்கள், அமீர் ஆகா உண்மையான ஒரு ஆப்கானியன்” என்றார்.

எனக்கு உள்ளுக்குள் என்னவோ போலிருந்தது.

"நீங்கள் எங்கள் வீட்டு விருந்தாளியாயிருப்பதில் எனக்கு மிகவும் பெருமையாக இருக்கிறது" என்று வாஹித் சொன்னார். அவருக்கு நான் நன்றி கூறிவிட்டு ஃபரீதைப் பார்த்தேன். அவன் கீழே குனிந்து அவன் உட்கார்ந்திருந்த பாயின் கிழிந்த கோரைகளை நெருடிக் கொண்டிருந்தான்.

சிறிது நேரம் கழித்து மர்யமும் அவள் அம்மாவும் காய்கறிக் குழம்பும் ரொட்டியும் கொண்டுவந்தார்கள். "என்னால் இறைச்சிக் கறியை உங்களுக்கு அளிக்க முடியவில்லை என்று வருத்தமாக இருக் கிறது. தாலிபான்களால் மட்டுமே இப்போது இறைச்சி சாப்பிட முடியும்" என்றார் வாஹித்.

"உணவு மிக நன்றாக இருக்கிறது" என்றேன். அவருக்கும் குழந்தைகளுக்கும் கொடுக்க எத்தனித்தேன். அதனை மறுத்த அவர் தானும் குடும்பத்தினரும் முன்பே சாப்பிட்டுவிட்டதாகச் சொன்னார். நானும் ஃபரீதும் சாப்பிட்டோம்.

நான் சாப்பிட்டுக் கொண்டிருக்கும்போது, குட்டையான பழுப்பு நிற முடிகளுடன் இருந்த வாஹிதின் குழந்தைகள் என் டிஜிட்டல் கைக்கடிகாரத்தைப் பார்ப்பதை கவனித்தேன். உள்ளதிலேயே இளையவன் தனது சகோதரனின் காதில் ஏதோ கிசுகிசுத்தான். அந்தப் பையன் என் கடிகாரத்திலிருந்து பார்வையை விலக்காமலே தலையை ஆட்டினான். பனிரெண்டு வயதிருக்குமென்று நினைக்கிறேன் அந்த மூத்த பையனுக்கு. உணவு உண்டபின் மண்பானையிலிருந்து மர்யம் தண்ணீரை ஊற்றினாள். கைகளை கழுவிக்கொண்டேன். அந்த சிறுவர்களுக்கு அன்பளிப்புதர வாஹிதிடம் அனுமதி கேட்டேன். அவர் மறுத்தார். நான் மீண்டும் வலியுறுத்தவே வேறு வழி இல்லாமல் ஒத்துக்கொண்டார். எனது கடிகாரத்தைக் கழற்றி இளைய பையனிடம் கொடுத்தேன். அவன் கூச்சத்துடன் "நன்றி" என்று மெது வாக சொன்னான்.

"உலகின் எந்த நகரத்து நேரத்தையும் இது காட்டும்" என்று நான் அவனிடம் சொன்னேன். அந்த சிறுவர்கள் மென்மையாகத் தலையை ஆட்டிக்கொண்டே ஒவ்வொருவரும் அந்த கடிகாரத்தை கட்டிப் பார்த்தார்கள். ஆனால் அதன் மீதான கவர்ச்சி விரைவிலேயே குறைந்து கடிகாரம் அவர்கள் உட்கார்ந்திருந்த பாய் மீது அநாதையாக விடப்பட்டது.

"என்னிடம் சொல்லி இருக்கலாம்" என்று ஃபரீத் சொன்னான். எங்களுக்காக வாஹிதின் மனைவி விரித்திருந்த பாயில் நானும் ஃபரீத்தும் அருகருகே படுத்துக்கிடந்தோம்.

"உன்னிடம் என்ன சொல்லி இருக்கவேண்டும்?" என்று கேட்டேன். "எதற்காக நீங்கள் ஆப்கானிஸ்தான் வந்திருக்கிறீர்கள் என்பதை" என்ற அவன் குரல் மிகவும் அன்பானதாக இருந்தது.

"நீ கேட்கவில்லை" என்றேன்.

"நீங்கள் சொல்லியிருக்க வேண்டும்" என்றான்.

"நீ கேட்கவில்லை".

என் பக்கம் புரண்டு திரும்பினான். தனது கையை மடக்கி தலைக்கு அடியில் வைத்துக்கொண்டான்.

"அந்தப் பையனைக் கண்டுபிடிக்க நான் உங்களுக்கு உதவக் கூடும்" என்றான் ஃபரீத்.

"நன்றி ஃபரீத்" என்றேன்.

"உங்களைப் பற்றி தவறாக நினைத்துவிட்டேன்" என்றான்.

நான் பெருமூச்சுவிட்டேன். "கவலை கொள்ளாதே. உனக்குத் தெரிந்ததைவிட நீ மிகச்சரியானவனாக இருக்கக்கூடும்" என்றேன்.

□ □ □

அவன் கைகள் சொரசொரப்பான கயிறால் பின்னால் கட்டப் பட்டிருந்தன. கயிறு கட்டிய இடத்தில் சதை பிய்ந்து தெரிந்தது. கறுப்புத் துணியால் அவன் கண்கள் கட்டப்பட்டிருந்தன. தேங்கிய சாக்கடையருகில் அவன் மண்டியிட வைக்கப்பட்டிருந்தான். அவன் தலை கீழே தொங்கிக்கொண்டிருந்தது. கரடுமுரடான தரையில் மண்டியிட்டிருந்த அவன் முழங்கால்களில் இருந்து ரத்தம் வந்து கொண்டிருந்தது. மாலை வெயிலில் அவன் நிழல் தரையில் ஆடிக் கொண்டிருந்தது. வாய்க்குள் அவன் ஏதோ சொல்லிக் கொண்டிருந் தான். இன்னும் நான் நெருங்கினேன். "ஆயிரம் முறை முடிந்து விட்டது" என்று கேட்டது. உனக்கான ஆயிரம் முறை முடிந்து விட்டது.

அவன் முன்னும் பின்னும் ஆடிக்கொண்டிருந்தான். அவன் முகத்தை உயர்த்தினான். அவனது மேலுதட்டில் லேசான ஒரு தழும்பை என்னால் பார்க்க முடிந்தது.

நாம் தனியாக இல்லை.

துப்பாக்கியை முதலில் பார்த்தேன். அவன் பின்னே நின்று கொண்டிருந்த மனிதனைப் பார்த்தேன். உயரமான அந்த மனிதன் மீன்முள் உட்சட்டையையும், கறுப்பு டர்பனையும் அணிந்திருந்தான். கண்கள் கட்டப்பட்ட அந்த மனிதனை கண்களில் எந்த உணர்ச்சியு மின்றி உயரமான மனிதன் பார்த்தான். அவன் ஓரடி பின்னால் வைத்து துப்பாக்கியை உயர்த்தினான். அதனை மண்டியிட்டிருந் தவனின் பிடரியில் வைத்தான். ஒருகணம் சூரியஒளி அந்த துப்பாக்கியில் பட்டு மின்னியது.

காது செவிடாகும்படியாக துப்பாக்கி அலறியது.

துப்பாக்கியின் மேல் பகுதியை பார்த்தேன். புகை வளையத்தின் பின் அந்த மனிதனின் முகத்தை நான் பார்க்கிறேன். அந்த மீன்முள் சட்டை அணிந்த மனிதன் நான்தான்.

□ □ □

திடுக்கிட்டு விழித்தேன். நான் கத்தியது எனது தொண்டைக் குள்ளேயே சிக்கிக் கொண்டிருந்தது.

நான் வெளியே வந்தேன். பிறைச்சந்திரனின் வெள்ளி ஒளியையும் வானில் நட்சத்திரங்களையும் பார்த்தேன். சில்வண்டுகள் ரீங்கரித்துக் கொண்டிருந்தன. காற்று மரங்களில் மோதிக்கொண்டிருந்தது. எனது வெறுங்கால்களுக்குக்கீழ் இருந்த தரை குளிர்ச்சியாக இருந்தது. எல்லையைத் தாண்டிய பிறகு திடீரென்று நான் மீண்டும் வந்து விட்டதாக உணர்ந்தேன். இத்தனை ஆண்டுகளுக்குப்பிறகு என் மூதாதையர்களின் பூமிக்கு நான் வந்துவிட்டதாக உணர்ந்தேன். காபூலை காலரா கொள்ளை நோய் தாக்கி ஏராளமானவர்கள் இறந்த ஆண்டிற்கு முதல் ஆண்டில்தான் என் கொள்ளுத்தாத்தா தனது மூன்றாவது மனைவியை இந்த ஊரில் மணம் முடித்தார். அவரது முந்தைய இரண்டு மனைவிகளும் பெற்றுத்தராத மகனை அந்த மூன்றாவது மனைவி பெற்றுத்தந்தார். இந்த மண்ணில்தான் எனது தாத்தா மன்னர் நாதிர்ஷாவுடன் மானை வேட்டையாடியது. இந்த மண்ணில்தான் எனது தாயார் மரித்தது. இந்த மண்ணில்தான் எனது அப்பாவின் அன்புக்காக நான் போராடியது.

அந்த வீட்டின் ஒரு மண் சுவர்மீது சாய்ந்தமர்ந்தேன். அந்தப் பழைய தேசத்தில் எனது உறவை நான் நினைத்துக்கொண்டது என்னை ஆச்சரியமூட்டியது. மறக்கவும் மறக்கப்படவுமான அளவுக்கு நான்

கடந்துவிட்டிருந்தேன். நான் சாய்ந்திருந்த சுவருக்கு அப்பால் உறங்கிக் கொண்டிருந்தவர்களுக்கு எதிர்ப்புறத்தில் பிரபஞ்சத்தின் மற்றொரு பகுதியில் எனக்கொரு வீடு இருந்தது. இந்த தேசத்தைப் பற்றி நான் மறந்துவிட்டதாக எண்ணிக்கொண்டிருந்தேன். ஆனால் நான் மறந்திருக்கவில்லை. காந்தமான நிலவொளிக்குக் கீழே பாடும் ஆப்கானிஸ்தானை நான் உணர்ந்தேன். ஆப்கானிஸ்தானும் என்னை மறந்திருக்காதிருக்கலாம்.

நான் மேற்குப்பக்கம் பார்த்துக்கொண்டு அந்த மலைகளுக்கு அப்பால் காபூல் இன்னமும் இருப்பதை எண்ணி வியந்தேன். பிளவுண்ட உதட்டைக் கொண்ட என் சகோதரனும் நானும் பட்டம் விட்டுக்கொண்டிருந்த அந்த நகரம் உறங்கிக்கொண்டிருந்தது. அங்கே கண்கள் கட்டப்பட்ட மனிதன் ஒருவன் தேவையில்லாமல் உயிரை விட்டிருந்தான்.

நான் உள்ளே திரும்பிப்போக இருந்தபோது வீட்டினுள் பேச்சுக் குரல்கள் கேட்டன. ஒரு குரல் வாஹிதினுடையது எனத் தெரிந்தது.

“... குழந்தைகளுக்கு எதுவும் எஞ்சவில்லை”.

“நமக்குப் பசிக்கிறதுதான். ஆனால் நாம் கேவலமானவர் களில்லை. அவர் நமது விருந்தாளி. நான் வேறு என்ன செய்ய முடியும்?” என்று வேதனையான குரலில் அவர் சொன்னார்.

“... நாளைய உணவுக்கு எதையாவது தேடவேண்டும். எதனை உணவாகக் கொடுப்பேன்?” என்ற அந்தப் பெண்மணியின் குரல் அழுவதைப்போல இருந்தது.

நான் மெல்ல அங்கிருந்து நகர்ந்தேன். அந்தப்பையன்களுக்கு கடிகாரத்தில் பெரிய ஈடுபாடு ஏன் இல்லை என்பது இப்போது எனக்குப் புரிந்தது. அவர்கள் கைக்கடிகாரத்தைப் பார்த்துக் கொண்டி ருக்கவில்லை. அவர்கள் பார்த்தது உணவைத்தான்.

அடுத்த நாளின் அதிகாலையில் விடைபெற்றுக் கிளம்பினோம். வண்டியில் ஏறுவதற்கு முன்னால், வாஹிதின் விருந்தோம்பலுக்கு நன்றி தெரிவித்தேன். பின்னாலிருந்த தனது சிறிய வீட்டை சுட்டிக்காட்டி “இது உங்கள் வீடு” என்று அவர் சொன்னார். எங்க ளைப் பார்த்துக்கொண்டு அவருடைய மூன்று குழந்தைகளும் வாசலில் நின்றிருந்தார்கள். இளைய பையன் கடிகாரத்தைக் கையில் கட்டியிருந்தான். அது அவன் கையில் மின்னியது.

நாங்கள் வண்டியைக் கிளப்பியதும் பக்கவாட்டுக் கண்ணாடி வழியாகப் பார்த்தேன். வாஹித் நின்றுகொண்டிருந்தார். வண்டி கிளப்பிய புழுதிப் படலங்களுக்கு நடுவே அவருடன் அவர் குழந்தைகளும் நின்றிருந்தார்கள். எங்கள் வண்டியை துரத்திவரும் அளவுக்கு அந்தப் பையன்களுக்கு பசி இருக்காது என்று எனக்குத் தோன்றியது.

அதிகாலையில் எவரும் கவனித்திராத வேளையில் இருபத்தியாறு ஆண்டுகளுக்கு முன்னால் நான் செய்ததை மீண்டும் செய்தேன். கை நிறைந்த அளவு பணத்தை பாய்க்கு அடியில் வைத்ததுதான் அது.

இருபது

ஃபரீத் என்னை எச்சரித்திருந்தான். ஆனால் அது வீணாகிப் போனது.

ஜலாலாபாத்திலிருந்து காபூல் செல்லும் சாலையில் நாங்கள் போய்க்கொண்டிருந்தோம். தார்பாலின் பாய் மூடிய டிரக் வண்டியில் நான் முன்னர் சென்ற அந்தப் பாதை எங்களுக்கு இணையாக எதிர் திசையில் சென்றுகொண்டிருந்தது. அப்பா ரஷ்ய போர்வீரனால் அபாயத்துக்கு ஆளாக இருந்தார். நான் மிகவும் பயந்திருந்தேன். ஆனால் இறுதியில் மிகவும் பெருமையாக உணர்ந்தேன். காபூலுக்கும் ஜலாலாபாத்துக்குமிடையிலான இந்த சாலை எலும்பை நொறுக்கி விடும் அளவுக்கு கரடுமுரடானதாக இருந்தது. இரண்டு போர்களின் நினைவுச்சின்னமாக அது இருந்தது. இருபது ஆண்டுகளுக்கு முன்னால் முதல் போரின் ஒரு பகுதியை என் கண்களால் பார்த்தேன். அதன் அடையாளங்கள் சாலைவழியெங்கும் பரவிக்கிடந்தன. எரிந்து போன சோவியத் டாங்கிகள், கவிழ்க்கப்பட்டுக் கிடந்த ராணுவ ட்ரக்குகள், மலைப்பகுதியில் தலைகுப்புற வீழ்ந்து கிடந்த ரஷ்ய ஜீப், இப்படி. இரண்டாம் போரை தொலைக்காட்சிப்பெட்டியில் பார்த்தேன். அதனை ஃபரீதின் மூலம் இப்போது மீண்டும் பார்க்கிறேன்.

சாலைகளிலிருந்த பள்ளங்களை எல்லாம் லாவகமாக தாண்டி ஓட்டிச்சென்ற ஃபரீத் உண்மையிலே திறமையான ஓட்டுநர்தான். வாஹிதின் வீட்டில் தங்கிய அன்றிலிருந்து அவன் என்னுடன் நிறைய பேசத்தொடங்கிவிட்டான். என்னை அருகிலமர்த்திக்கொண்டு என் முகத்தை நேருக்குநேர் பார்த்துக்கொண்டு பேசினான். அவன்

சிரிக்கக்கூட செய்தான். தனது ஊனமுற்ற கையால் வண்டியின் ஸ்டீயரிங் வீலை நகர்த்திக்கொண்டே தனக்குத் தெரிந்தவர்கள் இருந்த இடம் என்று மண் குடிசைகள் நிறைந்த கிராமங்களைக் காட்டினான். அவர்களில் பெரும்பாலானவர்கள் ஒன்று இறந்துவிட்டனர் அல்லது பாகிஸ்தானில் அகதிகள் முகாம்களில் இருக்கிறார்கள் என்று கூறினான். இறந்துபோனவர்கள் அதிர்ஷ்டசாலிகள் என்றும் கூறினான்.

நாசமாகிப் போயிருந்த ஒரு கிராமத்தை சுட்டிக்காட்டி "அங்கே என் நண்பரொருவர் இருந்தார். அவர் நல்ல சைக்கிள் மெக்கானிக். தபலா வாத்தியத்தையும் வாசிக்கக்கூடியவர். தாலிபான்கள் அவரைக் கொன்று அந்தக் கிராமத்தையே கொளுத்திவிட்டனர்" என்று ஃபரீத் சொன்னான். சிதிலமடைந்திருந்த சுவரொன்றின் அருகில் ஒரு நாய் படுத்துக்கிடந்தது. அதனை நாங்கள் கடந்தபோது அது எந்த சலனமு மற்று இருந்தது.

முன்பெல்லாம் ஜலாலாபாத்திலிருந்து காபூல் செல்ல இரண்டு மணிநேரமோ சற்றுக் கூடுதலோ ஆகும். ஆனால் இப்போது நான்கு மணிநேரம் ஆகிவிட்டது. மகிபார் அணைக்கட்டைக் கடந்து கொண்டிருக்கையில் ஃபரீத் என்னை எச்சரித்திருந்தான்.

"உங்கள் நினைவில் உள்ள காபூல் அல்ல இப்போது இருப்பது" என்றான்.

"நான் கேள்விப்பட்டிருக்கிறேன்" என்றேன்.

ஃபரீத் என்னைப் பார்த்துவிட்டு, கேட்பதும் பார்ப்பதும் ஒன்றல்ல என்றான். அவன் மிகச்சரியாகவே சொல்லி இருந்தான். காபூலுக்கு ஆட்களைக் கொண்டுவருவதும் போவதுமாக இருக்கும் ஃபரீதுக்கு ஆட்களின் முகபாவனை நன்கு பரிச்சயமாயிருந்தது. என் தோளில் தட்டி, "நல்வரவு" என்று கூறினான்.

குப்பைகளும் பிச்சைக்காரர்களும். எங்கும் இதனையே நான் பார்த்தேன். அந்தக் காலத்திலும் பிச்சைக்காரர்கள் இருந்தார்கள். அவர்களுக்குத் தருவதற்காகவே கைநிறைய பணத்தை அப்பா எப்போதும் கொண்டு செல்வார். யாரும் கேட்டு அவர் மறுத்ததை நான் பார்த்ததேயில்லை. இப்போது தெருக்களின் முனையெங்கிலும் கிழிந்த ஆடைகளுடன் மண் படிந்த முகத்துடன் பிச்சை கேட்டு நிறையபேர் நின்றிருந்தார்கள். பிச்சைக்காரர்களில் பெரும் பாலானவர்கள் மெலிந்து வறிய முகத்துடன் உள்ள குழந்தைகளாக இருந்தார்கள். அவர்களுள் சிலர் ஐந்து வயதுகூட ஆகாத குழந்தைகள்.

அவர்கள் தங்கள் தாய்களின் மடியில் அமர்ந்துகொண்டு பிச்சை கேட்டுக்கொண்டிருந்தார்கள். அவர்கள் தந்தைமார்களுடன் இருப்பதை எங்கும் காணமுடியவில்லை. போர் என்பது தந்தைமார்களை கிட்டாத ஒரு அபூர்வ பொருளாக்கி இருந்தது.

கார்டே-ஷா மாவட்டத்தின் மேற்குப்பகுதியில் நாங்கள் போய்க்கொண்டு இருந்தோம். அந்த இடம் ஜாடே மேவாண்ட். எங்களுக்கு வடக்கே காபூல் நதி இருந்தது. தெற்கில் குன்றுகளின் மீது உடைந்த நகரச் சுவர் இருந்தது. சிர்தர்வாஸா மலைத்தொடரில் இருந்த ஹிஸ்ஸார் கோட்டை எங்களுக்கு கிழக்கில் இருந்தது. 1992-ல் தோஸ்தம் அந்த இடத்தை ஆக்ரமித்திருந்தார். 1992லிருந்து 1996 வரை அந்த மலைத்தொடரிலிருந்துதான் முஜாஹிதீன்கள் காபூல் மீது ராக்கெட் மழை பொழிந்தார்கள். அந்த மலைத்தொடர் மேற்குப் பகுதி வரை நீண்டிருந்தது. அந்த மலையிலிருந்துதான் "மதிய பீரங்கி குண்டு" மதியநேரம் வந்துவிட்டதை முழங்கி தெரிவிக்கும் என்பது எனக்கு நினைவிருக்கிறது. ரமலான் மாதத்தில் நோன்பு திறப்பதற் கான நேரத்தையும் அந்த பீரங்கி முழங்கி தெரிவிக்கும். அந்த முழக்கம் காபூல் நகர் முழுவதும் கேட்கும்.

"நான் சிறுவனாயிருக்கையில் ஜாடே மேவாண்டுக்கு அடிக்கடி வருவேன். எங்கும் கடைகளும் உணவு விடுதிகளுமாயிருக்கும். உணவு விடுதிகளில் நியான் விளக்குகள் ஒளிரும். ஸைஃபோ என்ற முதியவரிடம் இருந்து பட்டங்களை வாங்குவேன். பழைய போலீஸ் தலைமை அலுவலகத்திற்கு அருகில் ஒரு சிறிய பட்டம் விற்கும் கடையை அவர் நடத்திவந்தார்" என்று நான் மெல்ல சொன்னேன்.

"அந்த போலீஸ் அலுவலகம் இன்னும் அங்கேதான் இருக்கிறது" என்று சொன்ன ஃபரீத், "நகரில் காவலர்களுக்குக் குறைவில்லை. ஆனால் பட்டத்தையோ பட்டம் விற்கும் கடையையோ மேவாண் டிலோ அல்லது காபூலின் எந்த பகுதியிலுமோ பார்க்க முடியாது. அந்தக் காலம் எல்லாம் முடிந்துவிட்டது" என்றான்.

ஜாடே மேவாண்ட் மண் கோட்டையாக மாறிவிட்டிருந்தது. கட்டடங்கள் தரைமட்டமாகி இருந்தன. தரைமட்டமாகாத கட்டடங்கள் ராக்கெட் மற்றும் குண்டுகளின் தாக்குதலினால் உடைந்து, சிதிலமடைந்து ஓட்டை விழுந்து நின்றிருந்தன. பெயர்ப் பலகைகள்கூட குண்டுவீச்சில் சேதமடைந்திருந்தன. ஜன்னலற்ற சிதிலமடைந்த கட்டடங்களில் குழந்தைகள் விளையாடுவதை நான் பார்த்தேன். நகரை புழுதி மூடியிருந்தது. ஆற்றுக்கு அப்பால் ஏதோ பெரியதாக எரிந்து புகை மூட்டம் வானைத் தொட்டிருந்தது.

“மரங்களெல்லாம் எங்கே?” என்று நான் கேட்டேன்.

“விறகுக்காக குளிர்காலத்தில் மக்கள் வெட்டி எடுத்துச் சென்று விட்டனர். ஷொராவிகளும் ஏராளமான மரங்களை வெட்டி விட்டனர்” என்றான் ஃபரீத்.

“ஏன்”?

“போராளிகள் அதற்குள் ஒளிந்து கொள்வார்கள். அதனால்தான்”.

எனக்குள் ஒரு வருத்தம் பரவியது. காபூலுக்குள் மீண்டும் வருவது, பழைய நண்பனொருவனைக் காணவந்து அவனை மிகவும் வறிய நிலையில், நிராதரவான நிலையில், நிர்கதியான நிலையில் பார்ப்பதுபோல ஆகிவிட்டது.

“இங்கிருந்து தெற்கே ஷார்-ஏ-கோஹ்னாவில் ஒரு அநாதை விடுதியை என் அப்பா கட்டினார்” என்றேன்.

“எனக்கு அதனைத் தெரியும். சில ஆண்டுகளுக்கு முன்னால் அது அழிக்கப்பட்டுவிட்டது” என்று ஃபரீத் சொன்னான்.

“கொஞ்சம் வண்டியை நிறுத்த முடியுமா? இங்கு எனக்கு நடக்க வேண்டும் போலிருக்கிறது”, என்றேன்.

கதவுகளற்று கைவிடப்பட்டிருந்த ஒரு கட்டடத்தின் முன் ஃபரீத் வண்டியை நிறுத்தினான். வண்டியைவிட்டு செல்லும்போது “அது ஒரு மருந்துக்கடையாக இருந்தது” என்று ஃபரீத் சொன்னான். ஜாடே மேவாண்டுக்குத் திரும்பி வலப்பக்கம் திரும்பி மேற்கே நடந்தோம். “என்ன நாற்றம்?” என்று நான் கேட்டேன். கண் எரிச்சலால் என் கண்களிலிருந்து கண்ணீர் வழிந்தது.

“டீஸல்” என்று சொன்ன ஃபரீத், “மின்சாரம் அடிக்கடி தடைபடுவ தால் மக்கள் டீஸலை அதிகம் பயன்படுத்துகின்றனர்” என்றான்.

“இந்தத் தெருவில் முன்பெல்லாம் என்ன மணம் இருக்கும் தெரியுமா?” என்று கேட்டேன்.

புன்னகைத்த ஃபரீத், “இறைச்சியுணவின் மணம்” என்றான்.

“ஆட்டிறைச்சி” என்றேன்.

“ஆட்டிறைச்சி” என்று அவனும் ஒருமுறை சொல்லிக் கொண்டான். “காபூலில் ஆட்டிறைச்சி உண்பவர்கள் இப்போது

தாலிபான்கள் மட்டுமே" என்ற என் சட்டைக் கையைப்பிடித்து இழுத்த ஃபரீத் "என்ன பேசுகிறீர்கள்..." என்றபோது ஒரு வண்டி எங்களிடம் வந்தது.

"தாடி காவலர்கள்" என்று ஃபரீத் முணுமுணுத்தான்.

அப்போதுதான் தாலிபான்களை நான் முதன்முதலாகப் பார்த்தேன். அவர்களை தொலைக்காட்சிப்பெட்டிகளிலும், இணையத்திலும், பத்திரிகைகளின் அட்டைகளிலும், செய்தித்தாள்களிலும் தான் நான் முன்னர் பார்த்திருக்கிறேன். ஆனால் இப்போது நேருக்கு நேர் ஐம்பதடி தூரத்தில் அவர்களைப் பார்க்கிறேன். என் மனதில் கடுமையான பயம் தொற்றிக்கொண்டது. அவர்கள் வந்தார்கள்.

செந்நிற டொயோட்டா வண்டி மெல்ல நகர்ந்து வந்தது. இறுகிய முகத்துடன் இளைஞர்கள் தோள்களில் கலாஷ்னிகோவ் துப்பாக்கியுடன் வண்டியில் உட்கார்ந்திருந்தார்கள். அவர்கள் எல்லோருக்கும் தாடி இருந்தது. கறுப்புநிற தலைப்பாகை அணிந்திருந்தார்கள். இருபதாவது வயதுகளின் தொடக்கத்தில் இருந்த ஒரு இளைஞனின் கையில் சவுக்கு ஒன்று இருந்தது. அதனை அவன் வண்டியின் மீது தாளம் போடுவதுபோல் தட்டிக்கொண்டிருந்தான். அவனது பார்வை என்மீது விழுந்தது. என்னை நேருக்கு நேர் பார்த்தான். எனது முழு வாழ்க்கையிலும் அப்போது பயந்ததைப்போல் நான் எப்போதும் பயந்ததில்லை. அவன் வாயிலிருந்த புகையிலையை துப்பிவிட்டு வேறெங்கோ பார்த்தான். எனக்கு அப்போதுதான் மூச்சே வந்தது. புழுதிப் படலத்தைக் கிளப்பி அந்த செந்நிற வண்டி சென்றது.

"என்ன நினைத்துக்கொண்டிருக்கிறீர்கள்?" என்று கிசுகிசுத்த குரலில் ஃபரீத் கேட்டான்.

"என்ன?" என்றேன்.

"அவர்களை நேருக்கு நேர் பார்க்கக்கூடாது. நான் சொல்வது புரிகிறதா?" என்றான்.

"நான் வேண்டுமென்று பார்க்கவில்லை" என்றேன்.

"உங்கள் நண்பர் சொல்வது சரிதான் ஆகா. ஒரு வெறிநாயை சீண்டுவது போல்தான் அது" என்று யாரோ சொன்னார்கள். குண்டு துளைத்த கட்டடத்தின் வாசலில் உட்கார்ந்திருந்த வயதான ஒரு பிச்சைக்காரரின் குரல்தான் அது. அவர் கந்தலான நீளுடையும், அழுக்குப் படிந்த தலைப்பாகையையும் அணிந்திருந்தார். அவரது

இடதுகண் இமை உள்சென்றிருந்தது. ஊன்றுகோலுடன் இருந்த ஒரு கையால் அந்த செந்நிறவண்டி சென்ற திசையை சுட்டிக்காட்டி, "யாராவது அவர்களை சீண்டுவார்களா என்று தேடி அலைவார்கள். உடனேயோ சிறிது கழித்தோ எவனாவது மாட்டுவான். அந்த நாய்கள் அந்த விருந்தை உண்டு களைப்பு நீக்கி "அல்லாஹு அக்பர்" என்று கூறிக் கொள்வார்கள். எவரும் ஏதும் செய்யவில்லை என்றாலும் வன்முறை தொடர்ந்துகொண்டே இருக்கும்" என்றார்.

"தாலிபான்களைக் கண்டால் கீழே குனிந்து கொள்ளுங்கள்" என்று ஃபரீத் சொன்னான்.

"உங்கள் நண்பர் உங்களுக்கு நல்ல அறிவுரையையே சொல்லுகிறார்" என்று அந்த பிச்சைக்காரர் கூறினார். அவர் இருமி, தன் கைக்குட்டையால் துடைத்துக்கொண்டார். "மன்னிக்கவும். எனக்கு ஏதேனும் பணம் தரமுடியுமா?" என்று கேட்டார்.

என் கைகளைப் பிடித்து என்னைத் தள்ளிக்கொண்டே "போதும் நாம் போவோம்" என்றான் ஃபரீத்.

நான் நூறாயிரம் ஆப்கானிய பணத்தை அதாவது மூன்று டாலர் அளவு பணத்தை அந்த ஆள் கையில் கொடுத்தேன். அந்த ஆளிடம் இருந்து வந்த துர்நாற்றம் என் மூக்கைத் துளைத்தது. அந்தப் பணத்தை அவசரம் அவசரமாகத் தன் இடுப்பில் சொருகிக்கொண்டு, "உங்கள் கருணைக்கு நன்றி, ஆகா சாகிப்" என்றார்.

"கார்டே-ஷாவில் அநாதை விடுதி எங்கு இருக்கிறது என்று உங்களுக்குத் தெரியுமா?" என்று கேட்டேன்.

"அதைக்கண்டுபிடிப்பது ஒன்றும் அவ்வளவு கடினமில்லை. அது தாருல் அமானுக்கு மேற்கே இருக்கிறது. பழைய அநாதை விடுதி அழிக்கப்பட்டபின் அவர்கள் அந்த இடத்திற்குச் சென்றுவிட்டார்கள். சிங்கத்திடமிருந்து தப்பி புலியிடம் மாட்டிக்கொண்டதுபோல்தான் அது" என்றார்.

"நன்றி ஆகா" என்று சொன்ன நான் திரும்ப எத்தனித்தேன்.

"இதுதான் உங்களுக்கு முதல்முறை. அப்படித்தானே?" என்று அவர் கேட்டார்.

"என்ன?" என்றேன்.

"தாலிபான்களைப் பார்ப்பது" என்றார்.

நான் ஒன்றும் சொல்லவில்லை. அந்த ஆள் தலையை ஆட்டி புன்னகைத்தார். காறை படிந்து மஞ்சளாகியிருந்த பற்கள் தெரிந்தன. "காபூலில் அவர்கள் முதலில் சுற்றியபோது நான் பார்த்தது நினைவிருக்கிறது. என்ன ஒரு மகிழ்ச்சியான நாள் அது!" என்ற அந்த ஆள், "எல்லா சாவுகளுக்கும் ஒரு முடிவு. சபாஷ்! ஆனால் ஒரு கவிஞன் சொன்னதுபோல, "அன்புபோலத்தோன்றி பின் வம்பாவது!" என்றார்.

என் முகத்தில் புன்னகை வந்தது. "அந்த கஸல் பாடலை எனக்குத் தெரியும். ஹாபீஸ் பாடியது" என்றேன்.

"ஆமாம். சரிதான். எனக்குத் தெரியும். அதனை நான் பல்கலைக் கழகத்தில் போதித்துக்கொண்டிருந்தேன்" என்றார்.

"அப்படியா?"

அந்த மனிதர் இறுமினார். "1958லிருந்து 1996வரை ஹாபீஸ், கய்யாம், ரூமி, பேடெல், ஜாமி, ஷாஅதி ஆகியோர் நூல்களை கற்பித்தேன். 1971-ல் டெஹ்ரானில் சிறப்பு அழைப்பு விரிவுரை யாளனாக இருந்தேன். பேடெலின் இறைமைபற்றிய மறை பொருளைக் குறித்து நான் ஆற்றிய விரிவுரையைக்கேட்டு எல்லோரும் எழுந்து நின்று கைதட்டியது எனக்கு நினைவிலி ருக்கிறது", என்ற அவர் தலையை குலுக்கிக்கொண்டார். "அந்த செந்நிற வண்டியில் அந்த இளைஞர்களைப் பார்த்தீர்களே, சூபியிஸத்தைப் பற்றி அவர்களுக்கு என்ன தெரியும்?" என்று கேட்டார்.

"பல்கலைக்கழகத்தில் என் தாயார் பாடம் நடத்தினார்கள்" என்றேன்.

"அவர்களின் பெயர்?"

"ஸோஃபியா அக்ரமி"

அவர் ஒரு கணம் கண் இமைக்கவில்லை. "பாலைவனக் களை வாழ்கிறது. ஆனால் வசந்தகாலப் பூ மலர்ந்து உதிர்கிறது. அப்படிப் பட்ட அன்பு மயமாயிருந்த கௌரவமான ஒரு சோகம்" என்றார்.

"எனது தாயாரை உங்களுக்குத் தெரியுமா?" என்று அந்த முதியவரிடம் குனிந்துகேட்டேன்.

"ஆமாம். வகுப்பு முடிந்ததும் அமர்ந்து நாங்கள் பேசுவது வழக்கம். இறுதித்தேர்வு முடிந்த ஒரு மழைநாளில்தான் நாங்கள் கடைசியாக சந்தித்தது. அன்று வாதுமைக்கேக்கையும், தேனையும், தேநீரையும் நாங்கள் பகிர்ந்துகொண்டோம். அவர் அப்போது கர்ப்பமாக இருந்தார். அன்று அவர் சொன்னதை நான் என்றும் மறக்கமாட்டேன்" என்றார்.

"அது என்னவென்று சொல்லுங்களேன்" என்ற அவரிடம் வேண்டினேன். அம்மாவைப்பற்றி அப்பா என்னிடம் விரிவாக ஏதும் சொல்லியதே இல்லை. சொன்னால் இப்படிச் சொல்வார், "உன் தாயார் மாண்புமிக்கவள்". எனக்கு என் அம்மாவைப்பற்றி விரிவாக அறிந்து கொள்ளும் ஆவலே இருந்தது. அவர் எப்படி இருப்பார், அவருக்குப் பிடித்த ஐஸ்கிரீம் எது, என்ன பாடல் அவருக்குப் பிடிக்கும், நகம் கடிக்கும் பழக்கம் அவருக்கு உண்டா? என் தாயாரைப் பற்றிய நினைவுகளை அப்பா அவருடனே கொண்டு போய்விட்டார். என் தாயாரைப்பற்றிப் பேசுவது அவரது குற்ற உணர்வை அதிகரிக்கலாம் அல்லது இழப்பின் தாக்கம் மிகவும் வேதனையாகவும் ஆழமாகவும் இருந்து என் தாயாரைப்பற்றி அவரால் பேச முடியாமல்கூட இருந்திருக்கலாம். அல்லது இரண்டு காரணங்களாலும் இருக்கலாம்.

"உன் தாயார் சொன்னார், "எனக்குப் பயமாக இருக்கிறது" என்று. நான் கேட்டேன் "ஏன்" என்று. "ஏனென்றால் அபரிமிதமான சந்தோஷத்தில் நான் இருக்கிறேன், டாக்டர் ரசூல். இதைப் போன்ற தொரு சந்தோஷம் அச்சமூட்டுவதாக இருக்கிறது", என்று சொன்னார். நான் கேட்டேன் "ஏன்?" என்று! "உங்களை அபரிதமான சந்தோஷத்தில் வைக்கிறது என்றால் உங்களிடமிருந்து எதனையோ எடுக்க அது தயாராகிறது" என்ற அர்த்தம் என்றார் உன் தாய். "சும்மா இருங்கள். அப்படியெல்லாம் ஒன்றும் இல்லை என்றேன்," என்று அந்த முதியவர் கூறினார்.

ஃபரீத் என் கைகளைப் பிடித்து "நாம் போகவேண்டும் அமீர் ஆகா" என்று மெதுவாக சொன்னான். அவன் கைகளிலிருந்து என் கையை விடுவித்துக்கொண்டு, "வேறு ஏதாவது சொன்னார்களா, என் அம்மா?" என்று கேட்டேன்.

அந்த முதியவர் அமைதியானார். "உங்களுக்கு எல்லாவற்றையும் நினைவுபடுத்தி சொல்லவேண்டும் என்று விரும்புகிறேன். ஆனால் என்னால் முடியவில்லை. உங்கள் தாயார் இறந்து வெகுகாலமாகி விட்டது. இந்தக் கட்டடம்போல என் நினைவுகளும் சிதைந்து போய்விட்டன. வருத்தமாக இருக்கிறது" என்று கூறினார்.

"ஏதாவது சிறிய விஷயமாவது...?" என்ற என் குரலில் கெஞ்சல் இருந்தது.

அந்த முதியவர் புன்னகைத்து, "நான் உறுதியாக முயற்சி செய்கிறேன். மீண்டும் வந்து என்னைப்பாருங்கள்" என்றார்.

"நன்றி" என்று மனதாரக் கூறினேன். என் அம்மாவுக்கு வாதுமைக் கேக்கும், தேனும், தேநீரும் பிடித்தமானவை என்று எனக்கு இப்போது தெரியும். அவர் "அபரிமிதமான" என்ற வார்த்தையைப் பயன்படுத்துவார் என்பது தெரியும். சாலையில் சந்தித்த ஒரு முதியவரிடமிருந்து என் அப்பாவிடம் தெரிந்துகொள்ள முடியாததைத் தெரிந்து கொண்டுவிட்டேன்.

அப்பா அடிக்கடி சொல்வார், "முன்பின் அறிமுகம் இல்லாத இரண்டு ஆப்கானியர்களை ஒரு அறையில் பத்து நிமிடம் பூட்டிவை. அவர்கள் உறவுமுறையை அவர்கள் கண்டுபிடித்துவிடுவார்கள்" என்று.

நான் அந்த மனிதனை மீண்டும் வந்து சந்திக்க எண்ணினேன். ஆனால் அவரை மீண்டும் ஒருபோதும் நான் சந்திக்கவேயில்லை.

வறண்டு போயிருந்த காபூல் நதியின் கரையில், கார்டே ஷாவின் வடக்கில் அந்த புதிய அநாதை விடுதியை நாங்கள் கண்டோம். அது ராணுவத்தினரின் பாசறை போன்ற வடிவில் மர ஜன்னல்களுடன் இருந்தது. போரினால் மிகவும் பாதிக்கப்பட்ட பகுதி அது என்று ஃபரீத் சொல்லியிருந்தான். வண்டியைவிட்டு இறங்கியதும் அதனை என்னால் காணமுடிந்தது. தெருக்களிலிருந்த கட்டடங்கள் எல்லாம் குண்டுவீச்சில் சேதமடைந்திருந்தன. திருப்பிப்போட்டு எரிக்கப்பட்ட கார், மண்ணில் பாதி புதைந்திருந்த தொலைக் காட்சிப்பெட்டி, இப்படி எங்கும் சிதிலங்களைக் கண்டேன். "தாலிபான் வாழ்க" என்று சுவரில் எழுதப்பட்டு இருந்தது.

மெலிந்த, குள்ளமான தாடியுடனிருந்த ஒரு மனிதர் கதவைத் திறந்தார். அவர் தொப்பியும் கண்ணாடியும் அணிந்திருந்தார். அவர் சிறிய கண்களால் என்னையும் ஃபரீதையும் மாறிமாறி பார்த்தார். "அஸ்ஸலாமு அலைக்கும்" என்று ஃபரீத் சொன்னான். நானும் சொன்னேன்.

அவரிடம் அந்தப் புகைப்படத்தைக் காண்பித்து "இந்தப் பையனை தேடி வந்திருக்கிறோம்" என்றேன்.

புகைப்படத்தை லேசாகப் பார்த்துவிட்டு, "நான் இவனை பார்த்ததேயில்லை" என்றார்.

“நீங்கள் புகைப்படத்தை நன்றாகப் பார்க்கவில்லை. கொஞ்சம் நன்றாகப் பாருங்கள்” என்றான் ஃபரீத்.

“தயை செய்து பாருங்கள்” என்று நானும் வேண்டினேன்.

அந்தப் படத்தை மீண்டும் உற்றுப் பார்த்த அந்த மனிதர் படத்தை மீண்டும் என்னிடம் கொடுத்து “இல்லை, மன்னிக்கவும். என் வேலையை என்னை செய்யவிடுங்கள்” என்று கூறி கதவை அடைத்து விட்டார்.

நான் கதவை பலமாகத் தட்டினேன். “ஆகா, ஆகா, தயை செய்து கதவைத் திறங்கள். நாங்கள் அவனை ஒன்றும் செய்யமாட்டோம்” என்று கத்தினேன்.

“அவன் இங்கே இல்லை, போய்விடுங்கள்”. என்று அங்கிருந்து அந்த ஆள் சொன்னார்.

ஃபரீத் கதவினருகில் சென்று தனது நெற்றியை கதவின் மேல் வைத்து, “நண்பரே நாங்கள் தாலிபானைச் சேர்ந்தவர்களில்லை” என்று மிகவும் மெல்லிய குரலில் எச்சரிக்கையாக சொன்னான். “என்னுடன் இருக்கும் இந்த மனிதர் அவனை பாதுகாப்பான இடத்திற்குக் கொண்டு செல்ல விரும்புகிறார்” என்றும் சொன்னான்.

“நான் பெஷாவரிலிருந்து வந்திருக்கிறேன். எனது நண்பரொரு வருக்கு அநாதைக் குழந்தைகளை காப்பாற்றும் அமெரிக்க தம்பதியைத் தெரியும்” என்று நான் சொன்னேன். அந்த ஆள் கதவின் பின்னால் நிற்பது எனக்குத் தெரிந்தது. இரண்டுவித மனநிலைகளில் அவர் நின்றுகொண்டிருந்தார். “எனக்கு ஷொஹ்ராபின் தந்தையைத் தெரியும். அவன் பெயர் ஹஸன். ஷொஹ்ராபின் அம்மாவின் பெயர் ஃபர்ஸானா. அவ்னுடைய பாட்டியை அவன் ஸாஸா என்று அழைப் பான். அவனுக்கு எழுதப்படிக்கத் தெரியும். உண்டை வில்லெறியத் தெரியும். அவன் நன்றாக வாழவழி இருக்கிறது ஆகா. தயைசெய்து கதவைத்திறங்கள்” என்று கூறினேன்.

அடுத்த பக்கம் அமைதியாக இருந்தது. “நான் அவனுக்கு பெரியப்பா முறை வேண்டும்” என்றேன்.

ஒரு கணம் கழித்து பூட்டைத் திறக்கும் ஒலி கேட்டது. பாதி திறந்த கதவு வழியே மீண்டும் எட்டிப்பார்த்த அவர், என்னையும் ஃபரீதையும் மாறிமாறிப் பார்த்தார்.

“ஒரு விஷயத்தை நீங்கள் தவறாகக் கூறுகிறீர்கள்” என்றார்.

“என்ன?” என்றேன்.

“உண்டைவில்லெறிதலில் அவன் நிபுணன்” என்றார்.

நான் புன்னகைத்தேன்.

“அதை அவனிடமிருந்து பிரிக்க முடியாது. அதனை எப்போதும் தன் இடுப்பிலேயே அவன் சொருகிக்கொண்டிருப்பான்” என்றார்.

அவர் தன் பெயர் ஸமான் என்றும் அந்த விடுதியின் இயக்குநர் என்றும் கூறினார். “உங்களை என் அலுவலகத்துக்குக் கூட்டிப் போகிறேன்” என்று சொன்னார்.

குழந்தைகள் குழுமி இருந்த வெளிச்சக் குறைவான ஹாலின் வழியே எங்களை அவர் கூட்டிச்சென்றார். விரிப்புகளற்ற படுக்கைகளைக் கொண்ட வசதிகள் மிகவும் குறைவான அறைகளின் வழியே நாங்கள் நடந்தோம்.

“எத்தனை அநாதைக் குழந்தைகள் இங்கு இருக்கிறார்கள்?” என்று ஃபரீத் கேட்டான்.

“எங்களிடம் இருக்கும் அறைகளைவிட அதிகமாக. அதாவது இருநூற்றைம்பது” என்றார். “அவர்கள் எல்லோரும் அநாதைகளல்ல. போரில் கொல்லப்பட்ட தந்தையர்களின் பிள்ளைகளும் உள்ளனர். அவர்களுடைய தாயார்களை வேலை செய்து பிழைக்க தாலிபான்கள் அனுமதிப்பதில்லை. எனவே பணமில்லாத நிலையில் பிள்ளைகளுக்கு உணவளிக்க இயலாமல் பிள்ளைகள் இங்கே சேர்க்கப்படுகின்றனர் என்றார். “இந்த இடம் சாலைகளை விட நல்லதுதான். ஆனால் வசதிகளற்றது. இது தரைவிரிப்புகள் தயாரிப்பவர் ஒருவரின் பண்டகசாலையாக இருந்தது”, என்று கைகளை ஆட்டிக்கொண்டே கூறிய அவர் தணிவான குரலில், “ஒரு புதிய கிணறு தோண்டுவதற்காகத் தாலிபான்களிடம் பலமுறை கேட்டுவிட்டேன். அவர்கள் அதற்கு பணம் இல்லை, பணம் இல்லை என்றே கை விரிக்கிறார்கள்” என்றார்.

சுவற்றின் அருகில் இருந்த படுக்கைகளை சுட்டிக்காட்டி, “எங்களிடம் போதுமான படுக்கைகளோ, பாய்களோ இல்லை. அதைவிட கஷ்டம் தேவையான எண்ணிக்கையில் போர்வைகள் கூட இல்லை” என்ற அவர் இரண்டு குழந்தைகளுடன் ஸ்கிப்பிங் கயிறு விளையாடிக் கொண்டிருந்த ஒரு சிறுமியைக்காட்டி “கடந்த

குளிர்காலத்தில் போர்வையில்லாததால் குளிர்தாங்க முடியாமல் அவள் அண்ணன் இறந்துவிட்டான்," என்று கூறி நடந்தார். "இந்த மாதம் முழுமைக்கும் தேவையான அரிசி இல்லை. இரவு உணவுக்கு ரொட்டியையும் தேநீரையும்தான் குழந்தைகளுக்கு கொடுக்க வேண்டிவரும்" என்றார். அவருடைய பேச்சில் மதிய உணவுபற்றி ஏதும் வரவில்லை என்பதைக் கவனித்தேன்.

அவர் நின்று திரும்பினார். "இது மிகவும் சிறிய இடம். உணவு இல்லை. துணிகளில்லை. தூய்மையான குடிநீர் இல்லை. இங்கே எனக்கு கிடைப்பதெல்லாம் குழந்தமையைத் தொலைத்துவிட்ட ஏராளமான குழந்தைகள்தான். உள்ளே உள்ள குழந்தைகள் அதிர்ஷ்டசாலிகள். ஏனெனில் தினமும் குழந்தைகளை இங்கு கொண்டுவரும் தாய்மார்களை நான் மறுதலித்து திருப்பி விடுகிறேன்," என்று என்னை நோக்கி ஓரடி எடுத்து வைத்த அவர், "ஷொஹ்ராபுக்கு நல்வாழ்வு கிடைக்கும் என்று நீங்கள் சொன்னீர்கள் இல்லையா? நீங்கள் பொய் சொல்லவில்லை என்று நம்புகிறேன் ஆகா. ஆனால்... நீங்கள் தாமதம் செய்துவிட்டீர்கள்" என்றார்.

"என்ன சொல்கிறீர்கள்?"

"என் பின்னால் வாருங்கள்" என்று நடந்தார்.

இயக்குநரின் அலுவலகத்தில் இருந்தது தெறித்த நான்கு சுவர்கள், தரையில் ஒரு பாய், இரண்டு மடக்கு நாற்காலிகள்தான். நான் ஸமானுடன் நாற்காலியில் உட்கார்ந்தபோது சுவரின் ஓட்டையில் ஒரு எலி தலையை நீட்டியதைப் பார்த்தேன். அது என் ஷூவை நக்கிவிட்டு ஓடியது.

"தாமதமாகிவிட்டது என்று சொன்னீர்களே என்ன அது?" என்று கேட்டேன்.

"தேநீர் வேண்டுமா உங்களுக்கு?" என்று கேட்டார்.

"இல்லை. வேண்டாம். நன்றி. நாம் பேசிக்கொண்டிருப்போம்" என்றேன்.

ஸமான் நாற்காலியில் சாய்ந்து உட்கார்ந்து கையை மார்பில் கட்டிக்கொண்டார். "நான் உங்களிடம் சொல்லப்போவது அத்தனை நல்லதொன்றும் அல்ல. சொல்லப்போனால் அபாயகரமானது" என்றார்.

"யாருக்கு அபாயகரமானது?"

"உங்களுக்கு, எனக்கு, ஏன் ஷொஹ்ராபிற்கும்கூட" என்றார்.

"எனக்கு தெரிந்தாகவேண்டும்" என்றேன். "உங்கள் சகோதரனின் மகன் உங்களுக்கு எந்த அளவுக்குத் தேவையாய் உள்ளான்?" என்று கேட்டார்.

நாங்கள் குழந்தைகளாக இருந்தபோது தெருவில் என்னுடன் சண்டைக்கு வரும் சிறுவர்களுடன் ஹஸன் சண்டையிடுவது என் நினைவுக்கு வந்தது. சில சமயம் இரண்டு பேருடன், சில சமயம் மூன்று பேருடன் அவன் மோதுவான். நான் அதனைப் பார்த்துக் கொண்டிருப்பேன். நானும் சண்டையிட நினைப்பேன். ஆனால் எதுவோ என்னைத் தடுத்துவிடும்.

ஹாலில் குழந்தைகள் வட்டமாக நின்றுகொண்டு ஆடுவதைப் பார்த்தேன். காலை இழந்த ஒரு சிறுமி பாயில் உட்கார்ந்துகொண்டு அதனைப் பார்த்து கைதட்டி சிரித்துக் கொண்டிருந்தாள். ஊனமுற்ற தனது ஒரு கையை தொங்கவிட்டுக்கொண்டு ஃபரீதும் அதனைப் பார்த்துக் கொண்டிருந்ததைக் கண்டேன். வாஹிதின் மகன்களை நினைத்தேன். ஷொஹ்ராப் இல்லாமல் ஆப்கானிஸ்தானை விட்டுப் போகக்கூடாது என்று நினைத்தேன். "அவன் எங்கே? சொல்லுங்கள்" என்றேன்.

ஸமானின் பார்வை என்மீது நிலை கொண்டது. அவர் ஒரு பென்சிலை எடுத்து விரல்களுக்கிடையில் வைத்து ஆட்டிக்கொண்டு, "என் பெயரை இந்த விவகாரத்தில் இழுக்கக்கூடாது" என்றார். "அதற்கு நான் உறுதி கூறுகிறேன்" என்றேன்.

பென்சிலால் அங்கிருந்த மேசைமீது தட்டிக்கொண்டே, "நான் அதற்காக மிகவும் வருந்துகிறேன். ஆனால் சொல்வது சரியானது தான். ஷொஹ்ராபிற்கு ஏதும் நல்லது நடக்கும் என்றால், நான் சொல்கிறேன். ஏனென்றால் நான் உங்களை நம்புகிறேன்" என்று மெதுவாக சொன்ன அவர், "அவர் ஓரிரு மாதங்களுக்கு ஒருமுறை வருவார். ஓரளவு பணமும் கொண்டுவருவார். ஏதாவதொரு சிறுமியைத்தான் வழக்கமாக எடுத்துக்கொள்வார். ஆனால் எப்போதும் அல்ல", என்றார்.

"நீங்கள் அதனை அனுமதித்தீர்களா?" என்று எனக்குப் பின்னால் நின்ற ஃபரீத் கேட்டான்.

"நான் வேறு என்ன செய்யமுடியும்?" என்று கேட்ட ஸமான் நாற்காலியில் பின்னகர்ந்து கொண்டார்.

"இங்கு நீங்கள்தான் இயக்குநர். குழந்தைகளைப் பாதுகாக்க வேண்டியது உங்கள் வேலை" என்று ஃபரீத் சொன்னான்.

“இதனை நிறுத்த என்னால் ஏதும் செய்ய முடியாது” என்றார் ஸமான்.

“குழந்தைகளை நீங்கள் விற்கிறீர்கள்” என்று ஃபரீத் கோபமாகச் சொன்னான்.

“ஃபரீத் கொஞ்சம் பேசாமலிரு” என்று ஃபரீதை அடக்கினேன். ஆனால் அதற்குள் ஃபரீத் ஸமான் மீது பாய்ந்து ஸமானை கீழே தள்ளிவிட்டான். ஃபரீத்தின் கீழ் கிடந்த இயக்குநர் ஓலமிட்டார். அவரது கால்கள் உதறியதில் மேசை மேலிருந்த காகிதங்கள் பறந்தன.

ஸமானின் ஓலம் ஏன் கேட்கவில்லை என்று பார்த்தேன். ஃபரீத் ஸமானின் குரல்வளையை நெறித்துக் கொண்டிருந்தான். ஃபரீதை பிடித்து இழுத்தேன். அவன் என் கையை உதறினான். “போதும்” என்று கோபமாக நான் கத்தினேன். ஆனால் ஃபரீதின் முகம் கோபத் தால் சிவந்து அவன் உதடுகள் துடிக்க, “நான் அவனைக் கொல்லு கிறேன். நீங்கள் என்னைத் தடுக்கமுடியாது. நான் அவனைக் கொல்லுகிறேன்” என்று கத்தினான்.

“அவரை விடு” என்று கத்தினேன்.

“நான் அவனைக் கொல்லுகிறேன்” என்று சொன்ன அவன் குரல், நான் ஏதேனும் செய்து தடுக்காவிட்டால் என் வாழக்கையின் முதல் கொலையை நான் பார்த்து விடுவேன் போல இருந்தது.

“குழந்தைகள் பார்த்துக் கொண்டிருக்கிறார்கள் ஃபரீத். குழந்தை கள் பார்த்துக் கொண்டிருக்கிறார்கள்” என்று சொன்னேன். என் பிடியில் இருந்த அவன் தோள்பட்டைத் தசைகள் இறுகுவதை உணர்ந்தேன். அவன் இயக்குநர் குரல்வளையை நெறித்துவிட்டான் போல இருந்தது. அவன் திரும்பி குழந்தைகளைப் பார்த்தான். குழந்தைகளில் சிலர் பயத்தால் அழுது கொண்டிருந்தார்கள். அவன் ஸமானை அப்படியே விட்டுவிட்டு எழுந்தான். அவன் ஸமானைப் பார்த்து அவருடைய முகத்தில் காறித்துப்பினான்.

ஸமான் தடுமாறி எழுந்தார். தன் உதட்டில் வழிந்து கொண்டிருந்த இரத்தத்தைத் துடைத்தார். முகத்திலிருந்த எச்சிலையும் துடைத்தார். அவர் இறுமிக்கொண்டே மூச்சு வாங்கினார். தன் தலையில் தொப்பியை அணிந்துகொண்டு கண்ணாடியை எடுத்து அணிய முற்பட்டு அது உடைந்திருந்தது தெரிந்ததும் கழற்றி கீழே வைத்து விட்டார். அவர் தன் முகத்தை கைகளில் புதைத்துக்கொண்டார். நாங்கள் இருவருமே எதுவும் பேசாமல் நீண்டநேரம் இருந்தோம்.

அவர் தன் முகத்திலிருந்து கைகளை எடுக்காமலே "அவர் ஷொஹ்ராபை ஒரு மாதத்திற்கு முன்னால் கொண்டுபோய்விட்டார்" என்று திக்கித்திக்கி சொன்னார்.

"இதன் இயக்குநர் என்று உங்களை நீங்களே சொல்லிக் கொள்கிறீர்களா?" என்று கேட்டேன்.

ஸமான் தன் கைகளை எடுத்துவிட்டு, "எனக்கு ஆறுமாத கால மாக சம்பளம் தரவில்லை. என்னிடம் இருந்த எல்லாவற்றையும் இந்த அநாதை விடுதிக்காக செலவிட்டுவிட்டு நொடிந்து போயுள்ளேன். என்னிடம் இருந்த எல்லாவற்றையும், என் பரம்பரை சொத்து உட்பட எல்லாவற்றையும் இறைவன் கைவிட்டுவிட்ட இந்த இடத்திற்கு செலவழித்துவிட்டேன். எனக்கு பாகிஸ்தானிலும் ஈரானி லும் சொந்தபந்தங்கள் இல்லை என்று நினைக்கிறீர்களா? எல்லோரை யும்போல நானும் ஓடிப்போயிருக்க முடியும். ஆனால் நான் அப்ப டிச் செய்யாமல் இங்கேயே தங்கிவிட்டேன். இந்தக் குழந்தை களுக்காகவே தங்கிவிட்டேன். நான் ஒரு குழந்தையை அவர்களுக்குத் தர மறுத்தால் அவர்கள் பத்து குழந்தைகளை எடுத்துக் கொள்வார்கள். எனவே அவர்களை அப்படிச் செய்யவிட்டுவிட்டு விவகாரத்தை அல்லாஹ்விடம் விட்டுவிட்டேன். எனது கௌரவத்தை விட்டு விட்டு இந்த அசிங்கமான பணத்தை எடுத்துக் கொண்டேன். அந்த பணத்தை எடுத்துக் கடைத்தெருவுக்குச் சென்று இந்தக் குழந்தை களுக்கான உணவுப்பொருள்களை வாங்கி வந்தேன்" என்றார்.

இதனைக் கேட்ட ஃபரீத் தன் கண்களை தாழ்த்திக் கொண்டான்.

"அவன் எடுத்துச்சென்ற குழந்தைகள் என்ன ஆனார்கள்?" என்று கேட்டேன்.

ஸமான் தன் கண்களை விரல்களால் தேய்த்துக் கொண்டு, "சில சமயங்களில் குழந்தைகள் இங்கே திரும்பி வருவார்கள்" என்றார்.

"அவன் யார்? அவனை எப்படி நாங்கள் கண்டுபிடிக்க முடியும்?" என்று கேட்டேன்.

"நாளைக்கு காஸி ஸ்டேடியத்திற்குச் செல்லுங்கள். அவனை நீங்கள் அங்கு பார்க்க முடியும். அவன் எப்போதும் கறுப்புக் கண்ணாடி அணிந்திருப்பான்" என்றார்.

அவர் தனது உடைந்த கண்ணாடியைத் திருப்பி திருப்பி பார்த்துக் கொண்டே, "நீங்கள் இப்போதே போய்விடவேண்டும். குழந்தைகள் மிகவும் பயந்திருக்கிறார்கள்" என்றார்.

எங்களுடன் அவரும் வெளியே வந்தார்.

வண்டியை நாங்கள் கிளப்பியதும், ஸமானை வண்டியின் பக்கவாட்டுக் கண்ணாடியில் பார்த்தேன். அவர் வாசலில் நின்றிருந்தார். அவரைச் சுற்றி நின்றிருந்த குழந்தைகள் அவருடைய சட்டையைப் பிடித்துக் கொண்டிருந்தார்கள். உடைந்த கண்ணாடியை அவர் போட்டிருப்பது தெரிந்தது.

இருபத்தியொன்று

நாங்கள் ஆற்றைக் கடந்து வடக்கில் இருந்த பஸ்தூனிஸ்தான் சதுக்கம் வழியாகச் சென்றோம். அங்கிருந்த கைபர் உணவு விடுதிக்கு என்னை அப்பா கூட்டிச் செல்வது வழக்கம். அந்தக் கட்டடம் இன்னும் இருந்தது. ஆனால் அதன் கதவுகள் அடைக்கப்பட்டு, உடைந்த ஜன்னல்களுடன், பெயர்ப்பலகை சேதப்படுத்தப்பட்டு இருந்தது.

அந்த உணவுவிடுதியின் அருகில் ஒரு மனித சடலத்தைப் பார்த்தேன். அது தூக்கில் தொங்கிக் கொண்டிருந்தது. அந்த இளைஞனின் முகம் வீங்கி இருந்தது. அவனுடலில் நீலநிற உடை இருந்தது. அந்த உடலை எவரும் கவனித்ததாகவே தெரியவில்லை.

நாங்கள் வண்டியை அமைதியாக வஸீர் அக்பர்கான் மாவட்டத்தை நோக்கி ஓட்டினோம். எங்கு பார்த்தாலும் தூசிப்படலமும் வறண்டு போன கட்டடங்களும். பஸ்தூனிஸ்தான் சதுக்கத்திலிருந்து சில கட்டடங்கள் தள்ளி நெருக்கடியான தெருவில் இரண்டு பேர் சைகையால் பேசிக்கொண்டிருந்ததை ஃபரீத் காண்பித்தான். ஒருவன் தன் ஒற்றைக்காலால் தத்தித்தத்திக் கொண்டிருந்தான். அவன் கையில் செயற்கைக் கால் ஒன்று இருந்தது. “அவர்கள் என்ன செய்கிறார்கள் என்று உங்களுக்குத் தெரியுமா? அந்தக் காலை விலை பேசிக் கொண்டிருக்கிறார்கள்” என்றான்.

“அந்த செயற்கைக் காலுக்கு கள்ளச் சந்தையில் நல்ல பணம் கிடைக்கும். அதைக்கொண்டு குழந்தைகளுக்கு சில வாரங்கள் உணவளிக்க முடியும்” என்றும் சொன்னான்.

வஸீர் அக்பர்கான் மாவட்டத்தின் பல வீடுகள் கூரைகளோடும், வெளிப்புறச் சுவர்களோடும் இருந்தது எனக்கு ஆச்சரியமாக இருந்தது. சுவர்களுக்குள்ளிருந்து மரங்கள் எட்டிப்பார்த்துக் கொண்டிருந்தன. கார்டே ஷா பகுதியில் இருந்ததைப்போல குப்பை கூளங்கள், கட்டட சேதங்கள் இல்லை. தெருக்களின் பெயர்ப் பலகைகள் மீது துப்பாக்கிக் குண்டுகள் துளைத்திருந்தாலும், அவை நின்று கொண்டிருந்தன.

"இங்கு அவ்வளவு மோசமில்லை" என்று கூறினேன்.

"ஆச்சரியப்பட ஒன்றுமில்லை. முக்கியஸ்தர்கள் பலர் இங்கு வாழ்கிறார்கள்" என்றான் ஃபரீத்.

"தாலிபான்களா?" என்றேன்.

"அவர்களும்கூடத்தான்" என்றான்.

"வேறு யார்?" என்று கேட்டேன்.

"தாலிபான்களுக்குப் பின்புலமாகச் செயல்படுபவர்கள். இந்த அரசின் மூளையாக இருப்பவர்கள். அவர்களில் அரேபியர்களும், பாகிஸ்தானியர்களும், செசன்யர்களும் உண்டு" என்றான். அவன் வடமேற்குப்பக்கம் சுட்டிக்காட்டி "அதுதான் தெரு எண் பதினைந்து. சாராக்-ஏ-மெஹ்மானா என்னும் விருந்தினர்களுக்கான தெரு. அவர்கள் விருந்தினர்கள் என்றே அழைக்கப்படுகிறார்கள். ஒருநாள் இந்த விருந்தினர்கள் எல்லாம் விரிப்புகளின் மீது மூத்திரமடிக்கப் போகிறார்கள் என்று நினைக்கிறேன்" என்றான்.

"அதுதான் என்று நினைக்கிறேன்" என்ற ஒரு அடையாளத்தைக் காட்டினேன். நான் சிறு குழந்தையாய் இருக்கையில் அந்த அடையாளத்தை எனக்கு அப்பா காண்பித்துத் தந்திருந்தார். அந்த அடையாளம் ஒரு பிங்க் வண்ணத்திலிருந்த வீடு. அப்போது அந்த வீடு மட்டும் தான் அந்த நிறத்திலிருக்கும். இன்றும் அது அப்படியே இருந்தது.

நான் காட்டிய பக்கம் ஃபரீத் காரைத் திருப்பினான். எனது அப்பாவின் வீடு தெரிந்தது.

□ □ □

எங்கள் கொல்லைப்புறத்தில் ஒரு ஆமைக் குட்டியை கண்டோம். அது அங்கே எப்படி வந்தது என்று தெரியவில்லை. ஹஸன் கொடுத்த நல்லதொரு யோசனைப்படி அதன் ஓட்டின்மேல் செந்நிற

வண்ணத்தைப் பூசினோம். அது புதர்களுக்குள் சென்றால் எளிதில் கண்டுபிடிக்க முடியும் என்பதால்தான் வண்ணப்பூச்சு. ஏதோ பெரியதொரு காட்டிலிருந்து பெரிய விலங்கொன்றைப் பிடித்துவந்து எங்கள் வீட்டின் பின்புறம் வைத்திருப்பதுபோல் நாங்கள் நடந்து கொண்டோம். அதனை நாங்கள் வைத்திருந்தது மிகப்பெரியதொரு அனுபவமாக இருந்தது.

□ □ □

வெயிலில் நிறமிழந்து போயிருந்த செங்கற்களுக்கிடையில் களைகள் வளர்ந்திருந்த பாதை வழியாக ஒருவிதமான உணர்ச்சியுடன் நான் நடந்தேன். ஒரு அந்நியனைப்போல என் அப்பாவின் வீட்டின் கேட்டின் முன் நின்றேன். துருவேறி இருந்த கேட்டின் கம்பியில் கை வைத்தேன். குழந்தையாய் இருந்தபோது எத்தனை ஆயிரம்முறை இந்த கம்பிகளின் வழியே நுழைந்திருக்கிறேன் என்று வியந்தேன். நான் உள் நுழைந்தேன்.

கொல்லைக்குச் செல்லும் அந்தப்பாதை குறுகிப்போனது போலத் தோன்றியது. நானும் ஹஸனும் ஏறி கண்ணாடிவைத்து விளையாடிக் கொண்டிருந்த பாப்ளார் மரங்களில் அனேகமானவை இப்போது வெட்டப்பட்டிருந்தன. நின்றிருந்த சில மரங்களும் இலைகளற்றி ருந்தன. "வேதனைப்படும் சோளச் சுவரினருகில்" சுவர் மட்டும் இருந்தது. சோளச்செடிகளைக் காணவில்லை. சுவர்களின்மேல் அடித் திருந்த வண்ணங்கள் நிறமிழந்தும் சில இடங்களில் உதிர்ந்து மிருந்தன.

கார் நிறுத்துமிடத்தில் ஒரு ஜீப் நின்றிருந்தது. அங்கு அப்பாவின் மஸ்டங் கார்தான் பலகாலம் நின்றிருந்தது. எல்லா காலைநேரங் களிலும் அந்த மஸ்டங் காரின் எஞ்சினின் உறுமல் ஒலி கேட்டிருந் தது. அந்த ஜீப்பிலிருந்து எஞ்சின் எண்ணெய் ஒழுகி பாதை முழு வதும் அசிங்கமாகத் தெரிந்தது.

ஃபரீத் இருமுறை என்னைத்தொட்டு "நாம் போகவேண்டும், நம்மைக் கண்டுவிடுவார்கள்" என்று சொன்னான்.

"ஒரு நிமிஷம்" என்று நான் சொன்னேன்.

வீடு எல்லா இடங்களிலும் சேதமடைந்திருந்தது. எனது அப்பா வின் கம்பீரமான அந்த வீடு வீழ்ந்துபோன ஒரு அற்புதமாகத் தோன்றியது. எனது அறையின் ஜன்னல் கதவுகள் தெரிந்தன. இருபத்தியைந்து ஆண்டுகளுக்கு முன்னால் அந்த ஜன்னலின்

கண்ணாடியில் மழைநீர் வழிந்து கொண்டிருந்தபோது அலியும் ஹஸனும் வீட்டைவிட்டு செல்வதை ஜன்னலின் வழியாக நான் பார்த்துக் கொண்டிருந்தேன்.

"அமீர் ஆகா" என்று ஃபரீத் மீண்டும் அழைத்தான்.

"வருகிறேன், வருகிறேன்" என்று சொன்னேன்.

பித்துப்பிடித்தது போல உள்ளே செல்லவேண்டும் என விரும்பினேன். எனக்கு நானும் ஹஸனும், அலியும் சம்பந்தப்பட்ட பல மகிழ்ச்சிகரமான சம்பவங்கள் நினைவுக்கு வந்தன.

ஃபரீத் மீண்டும் சைகை செய்தான். நான் எங்கள் வண்டிக்கு சென்றேன். வண்டியிலிருந்தபடி ஃபரீத் புகைத்துக் கொண்டிருந்தான்.

"இன்னும் ஒன்றை நான் பார்க்க வேண்டும்" என்றேன்.

"சீக்கிரம் வந்துவிட முடியுமா?" என்றான்.

"ஒரு பத்து நிமிடம்" என்றேன்.

"சீக்கிரம் திரும்பி விடுங்கள்" என்று அவன் சொன்னதும் திரும்பிய என்னிடம் "பழையவற்றை மறந்துவிடுங்கள். எல்லாவற்றையும் எளிதாக எடுத்துக்கொள்ளுங்கள்" என்றான்.

"எதற்காக?"

"நாம் போய்க்கொண்டே இருப்பதற்காக" என்று சொல்லி சிகரெட்டை வெளியில் எறிந்தான்.

"இன்னும் நீங்கள் எவ்வளவு பார்க்கவேண்டும்? அபாயத்திலிருந்து உங்களைக் காக்க அனுமதியுங்கள். உங்கள் நினைவில் உள்ளது எதுவும் இப்போது இல்லை. மறப்பதுதான் நல்லது" என்று தொடர்ந்து சொன்னான்.

"எதனையும் நான் மறக்க விரும்பவில்லை. ஒரு பத்து நிமிஷம்", என்றேன்.

நானும் ஹஸனும் அந்த மலைக்குன்றில் ஓடி விளையாடி, விமான நிலையத்திலிருந்து கிளம்பி பறக்கும் விமானங்களைப் பார்ப்போம்.

இப்போது அந்த குன்றில் ஏறியபோது எனக்கு வியர்த்தது. மூச்சிரைக்க ஒரு நிமிடம் நின்றேன். ஹஸனின் அம்மாவைப் புதைத்த

இடத்தில் சிறிது நின்றேன். அந்த மாதுளை மரமும் இருந்தது. புதை குழிகளின் மேலிருந்த நடுகற்கள் புதர்களுக்கிடையில் மறைந்திருந் தன. மையவாடியின் சுற்றுச்சுவர் மீது காகங்கள் அமர்ந்திருந்தன.

அந்த மாதுளை மரம் காய்ப்பதை நிறுத்தி நாட்களாகிவிட்டன என்று ஹஸன் தன் கடிதத்தில் எழுதி இருந்தான். இலைகளற்று மொட்டையாக நின்ற அந்த மரத்தைப் பார்த்தேன். அது மீண்டும் எப்போதாவது காய்க்குமா என்றெனக்கு சந்தேகம் ஏற்பட்டது. அந்த மாதுளை மரத்தின் கனியின் சுவை என் நினைவுக்கு வந்தது.

நான் கீழே குனிந்து மரத்தை தடவினேன். நான் தேடியதை கண்டுபிடித்துவிட்டேன். “காபூலின் சுல்தான்களான அமீரும் ஹஸனும்” என்று என்னால் தீட்டப்பட்டிருந்தது மங்கலாகத் தெரிந்தது. அந்த எழுத்துக்களின் ஒவ்வொரு வளைவுகளையும் என் விரல்களால் தடவினேன். அதன் மேல் தோலின் சிறுபகுதியை எடுத்துக்கொண்டேன்.

நான் வாழ்ந்த நகரத்தை அந்த மரத்தின் முன் சம்மணமிட்டு உட்கார்ந்து பார்த்தேன். அந்த காலத்தில் அந்த மரத்தினருகிலிருந்து பார்க்கையில் வீடுகளின் மேல் உலர்த்தப்பட்டிருக்கும் துணிகள் தெரியும். நன்றாக உற்றுக்கேட்டால் பழவியாபாரி பழத்தை விற்பதற் காகக் கூவுவது கேட்கும். மாலைவேளைகளில் பள்ளிவாசலிலிருந்து தொழுகைக்கான அழைப்பொலி கேட்கும்.

ஃபரீத் என்னை நோக்கி சைகை செய்வதைக் கண்டேன். போவதற் கான நேரம் வந்துவிட்டிருந்தது.

நாங்கள் மீண்டும் பஸ்தூனிஸ்தான் சதுக்கத்தை நோக்கி வண்டி யை ஓட்டினோம். ஆயுதமேந்திய தாடியுடன் இருந்த இளைஞர் களைக் கொண்ட பல செந்நிற வண்டிகளைக் கடந்து சென்றோம். ஒவ்வொரு வண்டியை நாங்கள் கடந்தபோதும் ஃபரீத் வாய்க் குள்ளேயே அவர்களை சபித்தான்.

அந்த சதுக்கத்தினருகில் ஒரு சிறிய விடுதியில் ஒரு அறையை நான் பிடித்தேன். அங்கே கவுண்டரில் கருப்பு உடையும் வெள்ளை ஸ்கார்ப்பும் அணிந்த சிறுமிகள் கண்ணாடி அணிந்த ஒருவருடன் இருந்தனர். அவர் எழுபத்தைந்து டாலர் வாங்கிக்கொண்டார். அது அதிகம் எனத் தோன்றினாலும் நான் சட்டை செய்யவில்லை. ஹவாயின் கடற்கரைக் குடிலுக்கு பணம் பிடுங்குவது என்பது வேறு. உங்கள் குழந்தைகள் உணவு உண்பதற்காக வயிற்றுப் பசிக்காக பிடுங்குவது என்பது வேறு.

அங்கு வெந்நீர் இல்லை. கழிப்பறையில் தண்ணீர் நன்றாக போக வில்லை. ஜன்னல் கண்ணாடி உடைந்திருந்தது. நான் எனது பெட்டியைக் கீழே வைத்தபோது படுக்கைக்குப் பின்னால் இரத்தக் கறையைக் கண்டேன்.

நான் ஃபரீதிடம் பணம் கொடுத்து சாப்பாடு வாங்க அனுப்பினேன். நாங்கள் கட்டிலின்மேல் அமர்ந்து உண்டோம். இன்னும் ஒன்று மட்டும் காபூலில் மாறாமலிருந்தது. சுட்டு சமைக்கப்பட்ட இறைச்சியின் சுவைதான் அது.

அன்றிரவு நான் கட்டிலில் படுத்துக்கொண்டேன். ஃபரீத் இரண்டு போர்வைகளை சுற்றிக்கொண்டு தரையில் படுத்துவிட்டான். அந்த இரண்டாவது போர்வைக்கும் பணத்தை வாங்கிக் கொண்டார் அந்த நபர். மின்சாரம் இல்லை. விடுதியின் ஜெனரேட்டர் சரி செய்யப்பட வேண்டிய நிலையில் உள்ளதாக விடுதியாள் கூறியதாக ஃபரீத் சொன்னான். நாங்கள் பேசிக்கொண்டிருந்தோம். அவன் வாழ்க்கையைப் பற்றி, கலந்து கொண்ட புனிதப்போர் பற்றி, ஹெலிகாப்டர் குண்டு வீச்சில் அவன் தந்தை கொல்லப்பட்டது பற்றி, அவனுடைய இரண்டு மகள்களை கண்ணிவெடிக்கு பலிகொடுத்தது பற்றி, போரின்போது உணவு தீர்ந்து போய் அவனும் அவன் தந்தையும் வெட்டுக்கிளிகளைத் தின்று உயிர் வாழ்ந்தது பற்றியெல்லாம் சொன்னான். அமெரிக்காவைப் பற்றிக் கேட்டான். அமெரிக்க வாழ்க்கை வசதிகளைப்பற்றி நான் சொன்னேன். தொலைக் காட்சியில் ஐந்நூறு சானல்கள் கிடைக்கும் என்று சொன்னேன்.

“ஐந்நூறு சானல்களா?” என்று ஆச்சர்யமாகக் கேட்டான் அவன்.

நாங்கள் சிறிது நேரம் பேசவில்லை. அவன் உறங்கிவிட்டான் என நான் நினைத்தேன். ஆனால் அவன், “ஆகா, முல்லா நசுருதீனின் மகள் அவள் கணவன் அடிப்பதாக முல்லா நசுருதீனிடம் புகார் செய்தபோது அவர் சொன்னது உங்களுக்குத் தெரியுமா?” என்று கேட்டான். அவன் சிரிப்பதை என்னால் உணர முடிந்தது. எனக்கும் சிரிப்பு வந்தது.

“என்ன?” என்றேன்.

“அவரும் அவளை அடித்து அவள் கணவனிடம் சென்று தான் ஒன்றும் முட்டாளில்லை என்றும் அவன் மனைவியை அவன் அடித்தால் முல்லாவும் அவன் மனைவியை அடிப்பார் என்று சொல்லும்படி கூறி அனுப்பிவிட்டார்”.

நான் சிரித்தேன். ஆப்கானிய நகைச்சுவை உணர்வு அப்படியே இருப்பதற்கும் சேர்த்து. என்னென்னவோ புத்தம் புது கண்டு பிடிப்புகள் வந்துவிட்ட பிறகும் இன்னும் ஆப்கானிஸ்தான் முல்லா நஸ்ருதீனின் நகைச்சுவைகளை சொல்லிக்கொண்டிருந்தது.

"முல்லா ஒரு மூட்டையை தன் தோளில் வைத்துக்கொண்டு தன் கழுதையின் மீது சவாரி செய்தது உனக்குத் தெரியுமா?" என்று கேட்டேன்.

"இல்லை" என்றான்.

"ஏன் மூட்டையை கழுதை மீது வைக்கவில்லை" என்று யாரோ கேட்டதற்கு முல்லா நசுருதீன், "அந்த பாவப்பட்ட கழுதையால் தன்னையே தாங்கமுடியவில்லை. பின் எப்படி மூட்டையையும் வைப்பது?" என்று கேட்டாராம்.

இப்படி பேசிக்கொண்டே இருந்தோம். பின்னர் சிறிது அமைதிக்குப்பிறகு அவன் கேட்டான், "உண்மையிலேயே ஏன் இங்கு வந்திருக்கிறீர்கள்?" என்று.

"நான் உன்னிடம் சொல்லியிருக்கிறேனே" என்றேன்.

"அந்தப் பையனுக்காகவா?"

"அந்தப் பையனுக்காகத்தான்".

ஃபரீத் தரையில் புரண்டு "என்னால் நம்பமுடியவில்லை" என்றான்.

"சிலசமயம் நான் இங்கு இருப்பதை என்னாலேயே நம்ப முடியவில்லை" என்றேன்.

"இல்லை... நான் என்ன கேட்கிறேன் என்றால் அமெரிக்காவிலிருந்து அந்தப்பையனுக்காகவா? ஒரு ஷியாவுக்காகவா?"

அந்தக் கேள்வி என் சிரிப்பை மாற்றிவிட்டது. என் தூக்கத்தையும் கொன்றுவிட்டது. "எனக்குக் களைப்பாக இருக்கிறது. நாம் தூங்கலாம்" என்றேன்.

ஃபரீதின் குறட்டை ஒலி சிறிது நேரத்தில் கேட்கத் தொடங்கியது. எனக்கு உறக்கம் வரவில்லை. கைகளை நெஞ்சின் மீது கட்டிக் கொண்டு உடைந்திருந்த ஜன்னல் வழியே வெளியே பார்த்து ஆப்கானிஸ்தானைப் பற்றி மற்றவர்கள் நினைப்பது உண்மைதான்

என்று நினைத்தேன். ஆப்கானிஸ்தான் நம்பிக்கையற்ற ஒரு இடமாக இருக்கலாம் என்றும் நினைத்தேன்.

காஸி விளையாட்டரங்கத்திற்குள் நாங்கள் நுழைந்தபோது, அரங்கம் நிரம்பி வழிந்தது. குழந்தைகள் துரத்திப்பிடித்து விளையாடிக்கொண்டு இருந்தார்கள். சிகரெட், பைன் கொட்டைகள், பிஸ்கட்டுகள் விற்பவர்களைத் தாண்டி சென்றோம். அழுக்கான பையனொருவன் என்னிடம் வந்து "கவர்ச்சிப் படங்கள் வேண்டுமா" என்று கேட்டான்.

"மிகவும் கவர்ச்சியான படங்கள்" என்று இங்கும் அங்கும் பார்த்துக்கொண்டு சொன்னான். சான்ஃபிரான்ஸிஸ்கோவில் ஒரு சிறுமி இப்படி என்னிடம் கேட்டது என் நினைவுக்கு வந்தது. அவன் மீண்டும் கேட்டபோது நான், "வேண்டாம்" என்றேன்.

"அவன் பிடிபட்டால் அவனுடைய அப்பா சவக்குழியிலிருந்து எழுந்து வருமளவுக்கு அடிபடுவான்" என்று ஃபரீத் முணுமுணுத்தான்.

இருக்கைகள் ஒதுக்கப்படவில்லை. எவரும் எங்களிடம் மென்மையாக எங்கள் வகுப்பைக் காண்பிக்கவில்லை. அந்தக் காலத்திலும் இந்த குணம் இல்லைதான். ஃபரீதின் சில தள்ளுமுள்ளுகளுக்குப் பிறகு இருக்கையை அடைந்தோம். அப்போது இந்த விளையாட்டு மைதானம் எப்படி இருந்தது என்பதை நினைத்துப் பார்த்தேன். அப்போது பசுமையான புல்தரையைக் கொண்டிருந்த அந்த மைதானம் இப்போது குண்டும் குழியுமாக இருந்தது. விளையாட்டு தொடங்கியது. அந்த சூடான காலத்திலும் விளையாட்டு வீரர்கள் நீளமான கால் சட்டைகளை அணிந்திருந்தார்கள். பந்து எங்கே செல்கிறது என்பது புழுதிக்கிடையில் தெரியவில்லை. ஆரவாரக் கூச்சலிட்டவர்களை இளம் தாலிபான்கள் தாக்கினார்கள்.

ஆட்ட இடைவேளைக்கு விஸில் ஒலித்தது. அப்போது செந்நிற வண்டிகளிரண்டு அவர்களைக் கொண்டுவந்தன. அந்த வண்டிகள் அரங்கில் நுழைந்தன. எல்லோரும் எழுந்து நின்றனர். என் அருகில் எழுந்து நின்றிருந்த ஃபரீத் பிரார்த்தனை செய்துகொண்டிருந்தான். இரண்டு வண்டிகளும் புழுதியைக் கிளப்பிக்கொண்டு அரங்கின் ஒரு பகுதிக்கு சென்றன. மூன்றாவதாக ஒரு வண்டியும் வந்தது. மூன்றாவது வண்டியிலிருந்து எதையோ இறக்கினார்கள். கூட்டம் முணுமுணுத்தது.

"இங்கே இருக்கப் போகிறீர்களா?" என்று ஃபரீத் வேதனையாகக் கேட்டான்.

“இல்லை” என்றேன். “இதுபோன்ற சூழ்நிலையில் இருப்பதை என் வாழ்நாளில் எப்போதுமே விரும்பியதில்லை. ஆனால் நாம் இருந்தாக வேண்டும்” என்றேன்.

கலாஷ்னிகோவ் துப்பாக்கிகளைத் தோளில் தொங்கவிட்டிருந்த இரண்டு தாலிபான்கள் கண்கள் கட்டப்பட்டிருந்த மனிதனை இறக்கினர். புர்க்கா அணிந்திருந்த பெண்ணை இன்னொரு வண்டியிலிருந்து இறக்கினர். அந்தப் பெண்ணின் கால்கள் மடக்கி கட்டப்பட்டிருந்ததால் அவள் கீழே விழுந்தாள். தாலிபான் வீரர்கள் அவளை தூக்கினார்கள். அவள் மீண்டும் கீழே விழுந்தாள். அவளைத் தூக்க அவர்கள் மீண்டும் முயற்சித்தபோது அவள் கதறி அழுது உதைத்தாள். என் உயிருள்ளவரை அந்தக் கதறலை என்னால் மறக்கமுடியாது. இன்னும் இரண்டு தாலிபான் வீரர்கள் நெஞ்சுவரை இருந்த குழியில் அவளை இறக்க உதவினார்கள். கண்கள் கட்டப்பட்ட அந்த மனிதனோ அவனைக் குழியில் இறக்கும்போது ஒன்றும் செய்யவில்லை. இப்போது குற்றம் சாட்டப்பட்ட இருவரின் பாதி உடம்புகள் மட்டும் தெரிந்தன.

பருமனாக தாடியுடன் சாம்பல் நிற உடுப்பு அணிந்த ஒரு மதகுரு தன் கையில் இருந்த மைக்கில் தொண்டையை செருமி சரிப் படுத்திக்கொண்டார். அவருக்குப் பின்னால் குழியிலிருந்த பெண் இன்னும் கதறிக்கொண்டிருந்தாள். அந்த மதகுரு குர்-ஆனிலிருந்து நீண்ட பாராவை வாசித்தார். அது அலைபோல் கூட்டத்தினரிடையே பரவியது. அப்பா முன்பு ஒருமுறை இந்த சுயஉரிமையுள்ள குரங்கு களின் முகத்தில் மூத்திரமடிக்க வேண்டும் என்றும் வணக்க மணி மாலைகளை கையில் வைத்து உருட்டிக்கொண்டு புரியாத ஒன்றை ஓதிக்கொண்டிருப்பதைத்தவிர இவர்கள் வேறு எதுவும் செய்வ தில்லை என்றும், இவர்களின் கைகளில் ஆப்கானிஸ்தான் விழுந்து விடக்கூடாது என்றும் சொன்னது நினைவுக்கு வந்தது.

ஓதி முடித்ததும் அந்த மதகுரு தன் தொண்டையை செருமிக் கொண்டு “சகோதர சகோதரிகளே” என்று ஃபார்ஸி மொழியில் ஆரம்பித்தார். அவரது குரல் அரங்கம் எங்கும் ஒலித்தது. “ஷரீ-அத் சட்டத்தை நடைமுறைப்படுத்த இங்கே நாம் கூடியுள்ளோம். அல்லாஹ்வின் நாட்டப்படி இங்கே நாம் இருக்கிறோம். நபிகளாரின் (அவர் மீது சாந்தி நிலவட்டுமாக!) வார்த்தைகள் உயிருள்ளவை. அவை நமது அன்பான தாய்நாட்டிலும் அப்படியே. இறைவன் சொல்லைக்கேட்டு நாம் பணிவாக இருப்பதால் அவற்றைக் கடைப் பிடிக்கிறோம். இறைவனின் மாண்பின் முன் நாம் சக்தியற்றவர்களாக

இருக்கிறோம். இறைவன் என்ன சொல்லி இருக்கிறான்? உங்களைக் கேட்கிறேன்! என்ன சொல்லி இருக்கிறான்? ஒவ்வொருவரின் பாவத்துக்கு ஏற்றபடி தண்டிக்கப்படவேண்டும் என்று இறைவன் சொல்லி இருக்கிறான். அவை எனது வார்த்தைகளல்ல. எனது சகோதரர்களின் வார்த்தைகளுமல்ல. அவை இறைவனின் வார்த்தை கள்!" என்று தனது மற்றொரு கையை வானை நோக்கி ஆட்டிக் காட்டினார். எனது தலை வலியால் தெறித்துக்கொண்டிருந்தது. வெயில் பயங்கர சூடாக இருந்தது.

"ஒவ்வொரு பாவியும் அதற்குரிய வகையில் தண்டிக்கப்பட வேண்டும்!" என்று மீண்டும் சொன்ன அந்த மதகுரு நாடக பாணியில் தணிவான குரலில், "சோரம் போனதற்கு என்ன தண்டனை என் சகோதர சகோதரிகளே? திருமணத்தின் புனிதத்தை கெடுத்தவர் களை நாம் எப்படி தண்டிக்கவேண்டும்? இறைவனின் முகத்தில் காறி உமிழ்ந்தவர்களை நாம் என்ன செய்யவேண்டும்? இறைவனின் வீட்டின் மீது கல்லெறிந்தவர்களுக்கு நாம் எப்படி பதில் சொல்ல வேண்டும்? நாமும் கற்களையே எறிய வேண்டும்!" என்று கூறி மைக்கை அணைத்தார். கூட்டத்தினரிடையே மெல்லிய முணு முணுப்பு பரவியது.

எனக்கு அடுத்திருந்த ஃபரீத் தன் தலையை ஆட்டி, "இவர்க ளெல்லாம் முஸ்லிம்கள் என்று சொல்லிக் கொள்கிறார்கள்" என்று மெல்ல வெறுப்பாகக் கூறினான்.

உயரமான பெரிய தோள்களையுடைய ஒருவன் வண்டியிலிருந்து இறங்கினான். அவனைப் பார்த்து சிலர் ஆரவாரம் செய்தார்கள். இந்த ஆரவாரத்திற்கு யாரும் அடிபடவில்லை. அந்த மனிதனின் வெண்ணிற உடை சூரிய ஒளியில் பளிச்சிட்டது. அவன் உடையின் ஓரங்கள் காற்றில் படபடத்தன. அவன் சிலுவையில் உள்ள யேசு கிறிஸ்துவைப்போல கைகளை விரித்துக் கொண்டிருந்தான். அவன் மெதுவாக வட்டமடித்து கூட்டத்தினரை நோக்கி கையசைத்தான். எங்கள் பக்கம் திரும்பியபோது அவன் கறுப்புக் கண்ணாடி அணிந்திருப்பதை நான் பார்த்தேன்.

"நாம் தேடிவந்தது அவனாகத்தான் இருக்கும்" என்று ஃபரீத் சொன்னான்.

மூன்றாவது வண்டியிலிருந்து இறக்கப்பட்டிருந்த கற்குவியலிடம் அந்த உயரமான தாலிபான் சென்றான். ஒரு பெரிய கருங்கல்லை எடுத்து கூட்டத்தினரிடம் அதனைக் காண்பித்தான். கூட்டத்தினரி

டையே சலசலப்பு மறைந்தது. எல்லோரும் பரிதாபமான உணர்ச்சியில் இருந்ததை நான் கண்டேன். அந்த தாலிபான் குழியிலிருந்த கண்கள் கட்டப்பட்டிருந்த மனிதன் மீது காட்டுத் தனமாக அந்தக் கல்லை எறிந்தான். அந்தக்கல் அந்த மனிதனின் தலையைத் தாக்கியது. அந்தப் பெண் மீண்டும் கதறினாள். கூட்டத்தினரிடையே பரிதாபத்திற்கான ஒலி எழுந்தது. நான் கண்களை மூடிக்கொண்டு என் முகத்தை கைகளில் புதைத்துக் கொண்டேன். கல் எறியப்பட எறியப்பட மக்களிடையே பச்சாதாப ஒலி எழுந்தது!. அந்த சப்தம் முடிந்ததும் எல்லாம் முடிந்துவிட்டதா என்று ஃபரீதிடம் கேட்டேன். அவன் "இல்லை" என்றான். மக்கள் சோர்வடைந்துவிட்டார்கள் என்று நினைத்தேன். எவ்வளவு நேரம் என்முகத்தை கைகளில் புதைத்து வைத்திருந்தேன் என்று எனக்குத் தெரியாது. நான் மீண்டும் கண்களைத் திறந்தபோது, மக்கள் "அவன் இறந்துவிட்டானா? இறந்துவிட்டானா?" என்று கேட்டுக் கொண்டி ருந்ததுதான் தெரியும்.

குழியில் இருந்த அந்த மனிதன் இப்போது சிதைபட்ட சதையும் ரத்தமும் கலந்த குவியலாகக் கிடந்தான். அந்தக் குழிக்குப் பக்கத்தில் கல்லை கையில் வைத்து ஆட்டிக் கொண்டிருந்தவனை கண்ணாடி அணிந்தவன் பார்த்தான். கையில் கல்லை வைத்திருந்த தாலிபான் ஒரு ஸ்டெத்தாஸ்கோப்பை இறந்தவன் மேல் வைத்துப் பார்த்தான். ஸ்டெத்தாஸ்கோப்பை தன் காதிலிருந்து கழற்றிவிட்டு கண்ணாடி அணிந்திருந்தவனை நோக்கி தலையை ஆட்டினான். கூட்டத்தினர் முனகினார்கள்.

கண்ணாடி மனிதன் மேடு நோக்கி சென்றான்.

எல்லாம் முடிந்ததும் உடல்கள் தனித்தனியாக எந்த மரியாதையு மின்றி வண்டிகளில் ஏற்றப்பட்டன. சிலர் அந்தக் குழிகளை அவசரம் அவசரமாக மண்வெட்டி கொண்டு மூடினார்கள். சில நிமிடங்கள் கழித்து கால் பந்தாட்டம் தொடர்ந்தது.

எங்களது சந்திப்புக்கு பிற்பகல் மூன்று மணி என நேரம் ஒதுக்கப் பட்டிருந்தது. இவ்வளவு வேகத்தில் நேரம் குறிக்கப்பட்டது என்னை வியப்பிலாழ்த்தியது!. எங்களது ஆவணங்களையாவது பார்ப்பார்கள் என்று நினைத்திருந்தேன். ஆனால் நெறிமுறைகளுக்குப் புறம்பாக வேலைகள் எப்படி ஆப்கானிஸ்தானில் நடக்கின்றன என்பதை அது காட்டியது. ஃபரீத் சவுக்கை வைத்துக்கொண்டிருந்த தாலிபான் ஒருவனிடம் தனிப்பட்ட ஒரு விஷயத்தை கண்ணாடி மனிதனிடம்

பேசவேண்டும் என்று மெதுவாகச் சொன்னான். அந்த தாலிபானும் ஃபரீதும் சிறிது நேரம் பேசிக்கொண்டிருந்தனர். அந்த இளைய தாலிபான் தலையை ஆட்டிவிட்டு மதகுருவுடன் பேசிக்கொண்டிருந்த கண்ணாடி மனிதனிடம் போய் சொன்னான். மூவரும் ஏதோ பேசினார்கள். கண்ணாடி மனிதன் தலையை ஆட்டியதை நான் பார்த்தேன். செய்தி சொன்ன தாலிபானின் காதில் கண்ணாடி மனிதன் என்னவோ சொன்னான். அந்த இளைய தாலிபான் செய்தியை எங்களிடம் கொண்டுவந்தான்.

நேரம் குறிக்கப்பட்டது. அது மூன்று மணியாக இருந்தது.

இருபத்தியிரண்டு

வஸீர் அக்பர்கானில் இருந்த பெரியதொரு வீட்டின் முன் ஃபரீத் வண்டியின் எஞ்சினை அணைத்தான். விருந்தினர் தெருவிலிருந்த அந்த வீட்ண்டின் வில்லோ மர நிழலில் வண்டியை நிறுத்தினான். நாங்கள் ஒரு நிமிடம் ஒன்றும் பேசாமல் வண்டியிலேயே இருந்தோம். வண்டிச்சாவியை ஆட்டி ஃபரீத் விளையாடிக் கொண்டிருந்தான். அவன் எதையோ சொல்லத் தயாராவது எனக்குத் தெரிந்தது.

"நான் வண்டியிலேயே உங்களுக்காக காத்திருக்கலாம் என்று நினைக்கிறேன்", என்று மன்னிப்பு கேட்கும் தொனியில் சொன்னான். அவன் என்னைப் பார்க்கவில்லை. "இனிமேல் நீங்கள் பார்த்துக் கொள்ள வேண்டும். என்னால்..." என்ற அவன் முடிக்கவில்லை.

நான் அவன் தோளைத் தட்டி, "நான் உனக்கு அளித்த தொகைக் கும் அதிகமாகவே நீ எனக்கு செய்து இருக்கிறாய். நீ என்னுடன் வரவேண்டும் என்று நான் விரும்பவில்லை" என்றேன். ஆனால் நான் மட்டும் தனியாக போக எனக்கு விருப்பமில்லாமலிருந்தது. எதனையும் தனியாக எதிர்கொள்ளவேண்டும் என்று அப்பாவிட மிருந்து நான் கற்றுக் கொண்டிருந்தாலும் என்னோடு அவன் இருக்க வேண்டும் என்று நான் விரும்பினேன். இந்த சூழ்நிலையில் நானிருக்கும் இடத்தில் அப்பா இருந்திருந்தால் அதிரடியாக என்னென்னவோ செய்திருப்பார். ஆனால் இப்போது அப்பா இல்லை. நான் மட்டுமே.

நான் வண்டியிலிருந்து இறங்கி வீட்டின் முன்வாசல் கேட்டினருகே சென்றேன். அழைப்புமணி பொத்தானை அழுத்தினேன். மின்சாரம்

இல்லாததால் மணி ஒலிக்கவில்லை. அதனால் நான் கதவைத் தட்டவேண்டி வந்தது. கொஞ்ச நேரம் கழித்து கலாஷ்நிகோவ் துப்பாக்கியுடன் இரண்டு ஆட்கள் வந்தனர்.

என்னை அவர்கள் முழுவதுமாக சோதனை செய்தனர். அவர்களில் ஒருவன் பஸ்டூ மொழியில் ஏதோ சொல்ல மற்றவன் சிரித்தான். நாங்கள் உள்ளே நுழைந்தோம். நன்கு பராமரிக்கப்பட்டு பூச்செடிகள் இருந்த வழியே என்னை இரண்டுபேர் அழைத்துச் சென்றனர். கொல்லைப்புறத்தின் கோடியில் பழைய தண்ணீர் பம்புடன் ஒரு கிணறு இருந்தது.

ஆடம்பரமாக அலங்கரிக்கப்பட்டிருந்த வீட்டினுள் நாங்கள் நுழைந்தோம். ஒரு சுவரில் பெரிய ஆப்கானிஸ்தான் தேச கொடி இருந்தது. அவர்கள் என்னை ஒரு அறைக்குக் கொண்டுசென்றனர். பச்சை நிற ஷோஃபாக்கள் இரண்டு இருந்தன. அறையின் மூலையில் ஒரு தொலைக்காட்சிப்பெட்டி இருந்தது. மெக்காவின் பள்ளிவாசல் படத்தைக் கொண்ட தொழுகை விரிப்பு ஒன்று சுவரில் மாட்டப் பட்டிருந்தது. இரண்டு பேரில் வயதானவனாகத் தெரிந்த ஒருவன் ஷோஃபாவை தனது துப்பாக்கியால் சுட்டிக்காட்டினான். நான் ஷோஃபாவில் உட்கார்ந்தேன். அவர்கள் இருவரும் வெளியே போனார்கள்.

நான் கால்களை மடக்கினேன். நீட்டினேன். வியர்த்திருந்த எனது கைகளை முழங்கால்கள் மீது வைத்துக்கொண்டு நான் உட்கார்ந் திருந்தேன். நான் நடுக்கத்துடன் இருப்பதாக அவை காண்பித்தனவா? அப்படி இருப்பது மோசமானது என்று நினைத்து கைகளைத் தேய்த்துக்கொண்டு என் நெஞ்சின் மீது கட்டிக்கொண்டேன். என் நெற்றி துடித்தது. மிகவும் தனியனாக என்னை நான் உணர்ந்தேன். என்னென்னவோ சிந்தனைகள் என் மனதில் ஓடின. ஆனால் நான் எதனையும் சிந்திக்க விரும்பவில்லை. நான் செய்துகொண்டிருந்தது பைத்தியக்காரத்தனம் என மனதின் ஒரு மூலையில் தோன்றியது. ஆயிரம் மைல்களுக்கு அப்பால் என் மனைவியை விட்டுவிட்டு வந்து, என் கண்களுக்கு முன்னால் இரண்டு கொலைகளைச் செய்த ஒருவனை சந்திக்க ஒரு அறையில் தனியாக நான் உட்கார்ந்திருந் தேன். அவன் கொலை செய்ததை நான் பார்த்திருந்தேன். இப்படி வந்தி ருப்பது பைத்தியக்காரத்தனமல்லாமல் வேறென்ன? என் மனைவியை விதவையாக்குவதற்கான வாய்ப்பு வலுவானதாக இருந்தது!.

“நீ தைரியமற்றவன், அப்படித்தான் நீ படைக்கப்பட்டிருக்கிறாய். இதனை நீ மறுத்ததில்லை என்பது நல்லதுதான். விவேகமுள்ள

செயலாக இருந்தால் கோழைத்தனத்தில் தவறேதுமில்லை. ஆனால், தான் கோழை என்பதை ஒருவன் மறந்துவிட்டால்... அவனை இறைவன்தான் காப்பாற்ற வேண்டும்". இப்படி என் மனதின் ஒரு பகுதியில் ஓடிக்கொண்டிருந்தது.

ஷோஃபாவின் அருகில் ஒரு தேநீர் மேசை இருந்தது. அதனைப்போன்ற மேசையை எங்கேயோ பார்த்ததுபோல் இருந்தது. அது பெஷாவரில் என்பது நினைவுக்கு வந்தது. இப்படி என் மனதிற் குள் பலவாறாகவும் ஓடிக்கொண்டிருந்த சிந்தனைகளை மாற்ற நான் ஏதாவது செய்யவேண்டி இருந்தது. அந்த மேசை மீது திராட்சைப் பழங்கள் இருந்தன. ஒன்றை எடுத்து வாயில் போட்டேன். இன்னொன்றையும் போட்டேன். நீண்ட நேரத்திற்குப் பிறகு நான் சாப்பிட்ட திட உணவு அதுதான்.

கதவு திறந்தது. இரண்டுபேர் ஆயுதத்துடன் பாதுகாப்பாக வர நடுவில் அந்த உயரமான தாலிபான் வெள்ளை நிற உடையில் கறுப்புக் கண்ணாடி அணிந்து வந்து கொண்டிருந்தான். அகன்ற தோள்களுடன் இருந்த அவனைப் பார்க்க நவீன கால மந்திரவாத குரு போல இருந்தான்.

அவன் எனக்கெதிரே இருந்த ஷோஃபாவில் அமர்ந்து கையை ஷோஃபாவின் கை வைக்கும் இடத்தில் வைத்துக்கொண்டான். அவன் ஒன்றும் பேசாமலிருந்தான். என்னைப் பார்த்துக்கொண்டு, வணக்க மணிமாலையை உருட்டிக்கொண்டு இருந்தான். அவன் சட்டையின் மேல் கறுப்பு நிற கைகளற்ற உட்சட்டையும், தங்க நிற கடிகாரமும் அணிந்திருந்தான். அவன் சட்டையின் இடக்கையில் ரத்தக்கறை இருந்ததைக் கண்டேன். அவன் ஒரு கையை காற்றில் அசைத்துக்கொண்டே இருந்தது கண்ணுக்குத் தெரியாத வளர்ப்புப் பிராணியொன்றை தடவுவது போலிருந்தது. அவன் சட்டையின் கைப்பகுதி விலகியபோது அவன் முன்கையில் வடுக்கள் தெரிந்தன. அவன் மற்ற இருவரைவிட வெளுப்பாக இருந்தான். அவன் நெற்றி யில் வியர்வைத்துளி மணிபோல உருண்டு கொண்டு இருந்தது.

"அஸ்ஸலாமு அலைக்கும்" என்று அவன் சொன்னான்.

"ஸலாம்" என்றேன்.

அவன் ஆயுதந்தாங்கிய இருவரில் ஒருவனிடம் தன் கையைக் காட்டி சைகை செய்தான். அந்த தாலிபான் வீரன் என் தாடியைப்பற்றி இழுத்து எடுத்துவிட்டான். "நான் பார்த்தவற்றிலேயே மிக நல்ல தாடி" என்று கூறி இளித்தான்.

"சரி இன்றைய காட்சியை ரசித்தாயா?" என்று கண்ணாடி தாலிபான் கேட்டான்.

"அது ரசிக்கக்கூடியதா?" என்று கேட்ட நான் என்னுள் இருந்த பயத்தை அது மறைத்திருக்கும் என்று நினைத்தேன்.

"பொதுநீதிதான் மிகச் சிறந்த காட்சி, சகோதரா. நாடகம். திகில். எல்லாவற்றையும்விட மக்களுக்கான படிப்பினை" என்று அவன் தன் விரல்களை சொடுக்கினான். நின்றிருந்தவர்களில் இளையவன் அவனுடைய சிகரெட்டைப் பற்றவைத்தான். அந்த தாலிபான் சிரித்தான். அவன் கை நடுங்கியதில் சிகரெட்டை விடத் தெரிந்தான்

"ஆனால் உண்மையான காட்சி மஸாரில் 1998-ல் செய்யப் பட்டதுதான். அப்போது நீ என்னுடன் இருந்திருக்க வேண்டுமே..." என்றான்.

"என்ன?" என்றேன்.

"நாங்கள் அவர்களை நாய்களுக்கு உணவாக்கினோம், தெரியுமா?" என்றான்.

அவன் என்ன சொல்லவருகிறான் என்பது எனக்குப் புரிந்தது.

அவன் எழுந்து நின்றான். ஷோஃபாவை சுற்றி வந்தான். உட்கார்ந் தான். "ஆண்களையும், பையன்களையும் தேடி வீடு வீடாகச் சென் றோம். அவர்கள் குடும்பத்தினர் முன்னிலையிலே அவர்களை சுட்டுக்கொன்றோம். அவர்கள் அதனை பார்க்கட்டும் என்றே செய்தோம். அவர்கள் யாரென்பதும், எதனைச் சேர்ந்தவர்கள் என்பதும் அவர்களுக்கு தெரியச்செய்தோம்". அவனுக்கு மூச்சு வாங்கியது. "சில இடங்களில் கதவுகளை உடைத்துக்கொண்டு வீட்டினுள் சென்று எனது இயந்திரத்துப்பாக்கியில் குண்டு தீரும் வரை சுட்டேன். புகையில் ஒன்றும் தெரியாதவரை சுட்டேன்," என்று சொல்லி என் பக்கம் குனிந்து ஏதோ ரகசியம் பேசுவதுபோல, "சுதந்திரமடைதல் என்பதை செய்யாதவரை அந்த வார்த்தையின் அர்த்தத்தை உன்னால் புரிந்து கொள்ள முடியாது. அறை முழுக்க உன் இலக்கு. குண்டுமழையை பொழி. குண்டுகளைப் பறக்கவிடு. எந்த குற்ற உணர்வும் இல்லை. நீ நெறிபிறழாதவன், நல்லவன் என்பதால் எந்த குற்ற உணர்வும் இல்லை. நீ இறைவனின் கடமையைச் செய்கிறாய் என்பதால் எந்தக் குற்ற உணர்வும் இல்லை. அது மிகவும் கிளர்ச்சியூட்டக்கூடியது" என்று மணி மாலையை முத்தமிட்டு, "உனக்கு அது நினைவிருக்கிறதா? ஜாவித்?" என்றான்.

அந்த இளைய தாலிபான், "ஆமாம் ஆகா சாகிப். அதனை நான் எப்படி மறக்க முடியும்?" என்றான்.

மஸார்-ஏ-ஷரீஃபில் நடந்த ஹஸாரா இனப்படுகொலையைப் பற்றி செய்தித்தாள்களில் நான் படித்திருந்தேன். தாலிபான்களின் வசம் மஸார் நகர் வீழ்ந்தபோது அது நடந்தது.

"வீட்டுக்கு வீடு. நாங்கள் தொழுவதற்கும் உணவு உண்பதற்கும் மட்டுமே நேரம் எடுத்துக்கொண்டோம்" என்றானவன். அதனை அவன் சொன்னது ஏதோ ஒரு பெரிய விருந்தில் பங்குகொண்டதைப் பற்றி சொல்வதுபோல ஆனந்தமாக இருந்தது. "நாங்கள் உடல்களை தெருவில் போட்டோம். அதனை எடுக்க கொல்லப்பட்டவனின் குடும்பத்தார் வந்தால் அவர்களையும் சுட்டோம். உடல்களை நாய்களுக்குத் தீனியாக பல நாட்கள் தெருவிலேயே விட்டிருந்தோம். நாய்களுக்கு நாய்களின் கறி" என்றான். அவன் சிகரெட்டை கசக்கினான். "நீ அமெரிக்காவிலிருந்து வருகிறாயா?" என்றான்.

"ஆம்" என்றேன்.

"அந்த விபச்சாரி இப்போது எப்படி இருக்கிறாள்?" என்றான்.

எனக்கு மூத்திரம் வருவது போலிருந்தது. அப்படி ஆகக் கூடாது என்று மனதிற்குள் வேண்டிக்கொண்டு, "நான் ஒரு பையனைத் தேடி வந்திருக்கிறேன்" என்றேன்.

"எல்லோரையும் இல்லையா?" என்று நக்கலாக அவன் கேட்டதும் மற்ற இருவரும் சிரித்தார்கள். அவர்களது பற்கள் புகையிலைப் பழக்கத்தால் பச்சையாக தெரிந்தன.

"அவன் உங்களிடம்தான் இருக்கிறான். அவன் பெயர் ஷொஹ்ராப்" என்றேன்.

"நான் உன்னிடம் ஒன்று கேட்கிறேன். அந்த விபச்சார நாட்டில் என்ன செய்கிறாய்? உனது நாட்டுக்கு சேவை செய்துகொண்டு உன்னுடைய முஸ்லிம் சகோதரர்களுடன் ஏன் இருக்கக்கூடாது?"

"நான் போய் நீண்ட காலமாகிவிட்டது" என்று மட்டுமே என்னால் சொல்ல முடிந்தது. என் தலை மிகவும் சூடாகிப்போனது. மூத்திரத்தை அடக்கி வைக்கமிகவும் சிரமப்பட்டேன். மற்ற இருவர் பக்கம் அவன் திரும்பி "இது பதிலா?" என்று கேட்டான்.

"இல்லை ஆகா சாகிப்" என்று சிரித்துக்கொண்டே இருவரும் ஒரேகுரலில் சொன்னார்கள்.

315

என் பக்கம் திரும்பி, "இது பதிலில்லை" என்று அவர்கள் சொல் கிறார்கள் என்றான். "தேசத்திற்கு நீ தேவையாய் இருக்கும்போது அதனை விட்டுச்செல்வது தேசத்துரோகம் என்று நம்பும் பலர் என்னுடன் இருக்கிறார்கள். அதற்காக உன்னை கொல்லக்கூட செய்யலாம். இது உன்னை பயமுறுத்தவில்லையா?" என்றான்.

"நான் அந்த பையனுக்காக மட்டும்தான் வந்தேன்," என்றேன்.

"அது உன்னை பயமுறுத்தவில்லையா?" என்று கேட்டான்.

"ஆமாம்" என்றேன்.

"அது உன்னை பயமுறுத்தத்தான் வேண்டும்" என்ற அவன் சிகரெட்டை நசுக்கினான். ஷோஃபாவில் சாய்ந்து கொண்டான்.

எனக்கு சுரய்யா நினைவு வந்தது. அவள் அழகு, அவளுடன் இருந்த அற்புதமான தருணங்களெல்லாம் நினைவுக்கு வந்தன.

அவன் ஏதோ சொல்லிக்கொண்டிருந்தான்.

நான், "என்ன?" என்றேன்.

"உனக்கு அவனைப் பார்க்கவேண்டுமா என்று கேட்டேன்" என்றான்.

"ஆமாம்" என்றேன்.

காவலாளி அறைக்கு வெளியே சென்றான். கதவு திறக்கும் ஓசை கேட்டது. பஸ்டூ மொழியில் அந்தக் காவலாளி ஏதோ சொல்வது கேட்டது. அப்புறம் காலடிச் சத்தம். ஒவ்வொரு அடியிலும் சலங்கையின் ஒலிகள். ஷாரே நூவில் சலங்கை கட்டிய குரங்கை ஒருவன் வைத்திருப்பான். நானும் ஹஸனும் அவனிடம் காசு கொடுப்போம். குரங்கை நடனமாடச் செய்வான் அந்தக் குரங்காட்டி. அது என் நினைவுக்கு வந்தது.

கதவு திறந்தது. அந்தக் காவலாளி கையில் டேப்ரெக்கார்டருடன் வந்தான். அவன் பின்னால் தொளதொளவென்ற நீல நிற உடையில் ஒரு பையன் வந்தான்.

அவன் அவனுடைய அப்பாவைப் போன்ற வட்ட வடிவமான முகத்துடன், அதே சாயலில் இருந்தான். குழந்தைப்பருவத்தில் நான் பார்த்த ஹஸனைப் போலவே இருந்தான். அவன் தலை மொட்டை யடிக்கப்பட்டிருந்தது. அவன் கண்கள் மை இடப்பட்டிருந்தன. அவன்

கன்னங்களில் செந்நிறம் பூசப்பட்டிருந்தது. அவன் நின்றபோது அந்த சலங்கை ஒலியும் நின்றது.

அவன் என்னைப் பார்த்தான். பார்வையை தாழ்த்தி குனிந்து கொண்டான்.

காவலாளி டேப்ரெக்கார்டரின் பொத்தானை அழுத்தினான். பஸ்டூன் இசை அறையை நிறைத்தது. தாலிபான்களுக்கு மட்டும் இசை பாவம் இல்லைபோலும் என்று நினைத்தேன். அவர்கள் கைகளைத் தட்டினார்கள்.

ஷொஹ்ராப் தன் கைகளை உயர்த்தி மெதுவாக சுழன்றான். குனிந்து வளைந்து ஆடினான். இசையொலிக்கு ஏற்ப அவன் நடன மாடினான். அவன் கண்களை மூடிக்கொண்டுதான் ஆடினான்.

"சபாஷ், சபாஷ்," என்று எல்லோரும் ஆரவாரம் செய்தனர். கண்ணாடி அணிந்த தாலிபான் இசைக்கு ஏற்ப முன்னும் பின்னும் நகர்ந்து ஆடினான்.

இசையொலி நிற்கும்வரை ஷொஹ்ராப் சுழன்று சுழன்று ஆடினான்.

"அபாரம், அபாரம்" என்ற கண்ணாடி தாலிபான் ஷொஹ்ராபை அவனருகே அழைத்தான். அவனிடம் சென்ற ஷொஹ்ராப், அவன் தொடைகளுக்கு இடையில் தலைகுனிந்தபடி நின்றான். ஷொஹ்ராபை இரண்டு கைகளாலும் சுற்றிப் பிடித்துக்கொண்டு, "எவ்வளவு திறமையானவனாக இருக்கிறான் என் ஹஸாரா பையன்!" என்றான். கண்ணாடி தாலிபானின் கைகள் ஷொஹ்ராபின் உடலெங்கும் ஊர்ந்தன. காவலாளிகளை அவன் வெளியே போகச் சொன்னான்.

கண்ணாடி தாலிபான் ஷொஹ்ராபை சுழற்றினான். ஷொஹ்ராபின் முகம் இப்போது என்னை நோக்கி இருந்தது. ஷொஹ்ராபின் வயிற்றுப்பகுதியில் கண்ணாடி தாலிபானின் கைகள் ஊர்ந்தன. அவன் தனது முகத்தை ஷொஹ்ராபின் தோளில் வைத்துக் கொண்டான். ஷொஹ்ராப் கீழே குனிந்திருந்தான். அவன் மிகவும் கூச்சத்துடன் இருந்தான்.

கண்ணாடி தாலிபான் என்னை நோக்கி, "அந்த கிழட்டு நடனக்காரன் என்ன ஆனான் என்று நினைத்துக்கொண்டே இருக்கிறேன்" என்றான்.

அந்தக் கேள்வி என்னை மிகவும் பலமாகத் தாக்கியது. எனது முகம் வெளிறியது. என் கால்கள் மரத்துப் போயின.

அவன் சிரித்தான். "என்ன நினைத்துக் கொண்டிருக்கிறாய்? ஒரு பொய்த்தாடியை நீ வைத்துக்கொண்டால் உன்னை அடையாளம் தெரியாது என்றா நினைத்துக் கொண்டிருக்கிறாய்? என்னை உனக்குத் தெரியாது. நான் ஒருமுறை பார்த்த முகத்தை எப்போதும் மறக்க மாட்டேன்," என்ற அவன் ஷொஹ்ராபின் காதுமடல்களில் தனது உதட்டைத் தேய்த்துவிட்டு என்னைப் பார்த்து, "உனது தந்தை இறந்து விட்டார் என்று கேள்விப்பட்டேன். அவரது பலவீனமான மகனுக்கு மாற்றாக நான் இருக்கவேண்டும் என்று விரும்பினேன்" என்ற அவன் தனது கண்ணாடியைக் கழற்றிவிட்டு தன் நீலநிறக் கண்களால் என்னைப் பார்த்தான்.

நான் மூச்சுவிட முயன்றேன். என்னால் முடியவில்லை. உலகமே உறைந்துபோனதுபோல் இருந்தது. எனது முகம் எரிந்தது போல காந்தியது. அவனது பெயர் என் ஆழ்மனதிலிருந்து வெளியே வந்தது. ஆனால் அவன் என் முன்னே உட்கார்ந்திருந்தான். இத்தனை ஆண்டு கள் கழித்து என் முன்னே பத்தடி தூரத்தில் உட்கார்ந்திருந்தான். என் வாயிலிருந்து அவன் பெயர் வெளியானது: "ஆஸிஃப்".

"அமீர் ஜான்" என்றான்.

எதுவும் சொல்லத் தோன்றாமல் முட்டாள்தனமாகக் கேட்டேன், "இங்கே என்ன செய்துகொண்டிருக்கிறாய்?" என்று.

"நானா?" என்று புருவத்தை உயர்த்தியபடி கேட்ட ஆஸிஃப், "நான் என் இடத்தில் இருக்கிறேன். நீ இங்கே என்ன செய்து கொண்டிருக்கிறாய் என்பதுதான் கேள்வி" என்றான்.

"முன்னமே அதை சொல்லி இருக்கிறேன்" என்ற என் குரலில் நடுக்கம் இருந்தது. நான் அதனை விரும்பவில்லை என்றபோதும் என்னால் நடுக்கத்தைத் தடுக்க முடியவில்லை.

"பையனா?" என்றான்.

"ஆமாம்", என்றேன்.

"ஏன்?" என்றான்.

"அவனுக்கான பணத்தை நான் தருகிறேன்" என்றேன்.

“பணமா?” என்று கேட்ட ஆஸிஃப், “மேற்கு ஆசியாவின் ராக்கிங் ஹாமைப் பற்றிக் கேள்விப்பட்டிருக்கிறாயா? அதனை நீ பார்க்க வேண்டும். பூலோக சொர்க்கம் போன்ற இடம் இது. அங்கு உள்ள நீளமான கடற்கரையில் உள்ள பங்களாவில் என் பெற்றோர்கள் வாழ்கிறார்கள். வீட்டின் பின்னால் கோல்ஃப் மைதானமும் சிறிய தொரு ஏரியும்கூட உண்டு. எனது தந்தை தினமும் அங்கு கோல்ஃப் விளையாடுகிறார். தாயார் டென்னிஸ் விளையாடுகிறார். அவர் களுக்கு சொந்தமாக அங்கே ஒரு உணவு விடுதியும் இரண்டு நகைக் கடைகளும் இருக்கிறது. இரண்டு வியாபாரங்களும் நன்றாக நடக்கின்றன” என்ற அவன் ஒரு திராட்சையை எடுத்து அன்பாக ஷொஹ்ராபின் வாயில் போட்டான். “எனவே எனக்குப் பணம் தேவை என்றால் என்னால் அவர்களிடமிருந்து பெற்றுக்கொள்ள முடியும்” என்றான். அவன் ஷொஹ்ராபின் கழுத்தில் முத்தமிட்டான். பையன் சிறிது நெளிந்து கண்களை மீண்டும் மூடிக் கொண்டான். “நான் ஷொராவியுடன் போர் செய்தது பணத்திற்காக அல்ல. தாலிபானில் சேர்ந்ததும் பணத்திற்காக அல்ல. நான் ஏன் அவர் களுடன் சேர்ந்தேன் என்பது உனக்குத் தெரியவேண்டுமா?” என்று கேட்டான்.

எனது உதடுகள் உலர்ந்து போயிருந்தன. என் நாக்கால் அவற்றைத் தடவ முயன்றபோது என் நாக்கும் வறண்டு போயிருந்ததை உணர்ந்தேன்.

“உனக்குத் தாகமாக இருக்கிறதா?” என்று கள்ளமுறுவலுடன் ஆஸிஃப் கேட்டான்.

“இல்லை” என்றேன்.

“உனக்கு தாகமாக இருக்கிறது என்று நினைக்கிறேன்” என்றான்.

“இல்லை. நான் நன்றாக இருக்கிறேன்” என்றேன். உண்மை என்ன வென்றால் திடீரென அறை சூடாகிப்போனது போலிருந்தது. என் உடலிலிருந்து வியர்வை துடித்து வெளியேறியது. நடப்பது உண்மை தானா? நான் ஆஸிஃப் முன்னால்தான் உட்கார்ந்திருக்கிறேனா?

“உன் விருப்பம்,” என்ற ஆஸிஃப் “எங்கு நான் விட்டேன்? ஆம் தாலிபானில் எப்படி சேர்ந்தேன் என்பதில். உனக்குத் தெரியும் நான் மதரீதியாக ஐதீகமானவனொன்றுமில்லையென்று. ஒரு நாள் எனக்கு ஞானோதயம் தோன்றியது. அப்போது நான் சிறையிலிருந்தேன். கேட்க உனக்கு விருப்பமா?” என்றான்.

நான் ஒன்றும் சொல்லவில்லை.

“நல்லது. நான் சொல்கிறேன்” என்ற அவன், “1980-ல் பாப்ராக் கார்மல் ஆட்சியில் நான் சிறையில் இருந்தேன். சில போர்வீரர்கள் எங்கள் வீட்டினுள் நுழைந்து துப்பாக்கிமுனையில் என்னையும் என் அப்பாவையும் கொண்டுசென்றனர். அந்த விபச்சாரி மகன்கள் எந்தக் காரணமும் சொல்லவில்லை. என் தாயார் கேட்ட கேள்விகளுக்கும் பதில் சொல்லவில்லை. அது ஒன்றும் மர்மமானதல்ல. கம்யூனிஸ்டு களுக்கு ஜாதி, வர்க்கம் ஏதும் கிடையாது என்பது எல்லோர்க்கும் தெரியும். அவர்கள் ஏழை மக்களிலிருந்து வந்தவர்கள். ஷொராவி வருவதற்கு முன்பு என் ஷுக்களை நக்கக்கூடத் தகுதியற்ற அந்த நாய்கள் துப்பாக்கி முனையில் எனக்குக் கட்டளையிட்டார்கள். இது எங்கும் நடந்தது. பணக்காரர்களெல்லாம் சிறையிலடைக்க பட்டார்கள்”.

“நாங்கள் எல்லோரும் சிறிய சிறிய சிறைகளில் அடைக்கப் பட்டோம். அரை ஹஸாராவும் அரை உஸ்பெக்குமான ஒரு கமாண்டர் தினமும் இரவில் வந்து சிறையிலிருந்த யாராவது ஒருவரைப் பிடித்து கன்னாபின்னாவென்று அடிப்பான். பின் தன் சிகரெட்டை பற்ற வைத்துக்கொண்டு போய்விடுவான். ஓரிரவு என்னை அவன் அடித்தான். அது போன்ற நிலை எனக்கு வந்ததே யில்லை. சிறுநீரகக்கல் பிரச்சினை எனக்கு இருந்தது. என் சிறுநீர் மூன்று நாட்களாக ரத்தமாகவே வந்து கொண்டிருந்தது. என்னை பூட்ஸ் காலால் கடுமையாக உதைத்தான். அந்த பூட்ஸின் கீழ்ப் பகுதியில் இரும்புபட்டை இருந்தது. நான் கதறினேன். கதறினேன். ஆனால் என்னை உதைப்பதை அவன் நிறுத்தவேயில்லை. அவன் உதைத்ததில் என் சிறுநீரகத்திலிருந்த கல் வெளியே வந்துவிட்டது,” என்ற ஆஸிஃப் சிரித்தான். “நான் அல்லாஹு அக்பர் என்று கத்தினேன். அவன் மீண்டும் என்னை உதைத்தான். நான் சிரித்தேன். அவன் கோபமடைந்து இன்னும் கடுமையாக அடித்து உதைத்தான். சிரித்த நிலையிலேயே என்னை சிறையில் தள்ளிபூட்டினர். நான் சிரித்துக் கொண்டே இருந்தேன். ஏனென்றால் நான் சில காரணங் களுக்காக வாழவேண்டும் என்ற செய்தி இறைவனிடமிருந்து எனக்கு வந்திருந்தது,” என்று கூறினான் ஆஸிஃப்.

அவன் மீண்டும் தொடர்ந்து, “சில ஆண்டுகள் கழித்து அதே கமாண்டரை போரில் சந்தித்தேன். எப்படி இறைவன் விளையாடு கிறான் பார்த்தாயா? நெஞ்சில் குண்டுக்காயத்துடன் அவனைப் பார்த்தேன். அந்த பூட்ஸுகளை அவன் இன்னும் அணிந்திருந்தான்.

என்னை நினைவிருக்கிறதா என்று அவனிடம் நான் கேட்டேன். இல்லை என்றான். எவர் முகத்தையும் நான் மறப்பதில்லை என்று உன்னிடம் சொன்னதுபோலவே அவனிடமும் சொன்னேன். பின்னர் நான் அவன் விதைப்பையில் சுட்டேன். அதற்குப் பின்னர் நான் குறிக்கோளுடன் ஒரு இயக்கமாகவே மாறிவிட்டேன்" என்றான்.

"என்ன இயக்கம் அது" என்று கேட்டேன். கள்ளக்காதலர்களை கல்லால் அடிப்பதா? குழந்தைகளை வன்புணர்ச்சி செய்வதா? ஹைஹீல்ஸ் செருப்பு அணியும் பெண்களை சவுக்கால் அடிப்பதா? ஹஸாராக்களை இனப்படுகொலை செய்வதா? இவை எல்லா வற்றையும் இஸ்லாத்தின் பெயரால் செய்வதா? என்று கேட்டேன். இவை எல்லாவற்றையும் கட்டுப்படுத்த முயன்று முடியாமல் கேட்டுவிட்டேன். நான் உயிர் பிழைப்பதற்கான வாய்ப்பை இப்படி கேட்டு குறைத்துக்கொண்டேன்.

ஆஸிஃபின் முகத்தில் ஆச்சர்யம் தோன்றி மறைந்தது. "இவையெல்லாம் சுகமானவைகளாக ஒரு நேரத்தில் மாறிவிட்டன," என்ற ஆஸிஃப், "ஆனால் உன்னைப்போன்ற தேசத்துரோகிகளுக்குப் புரியாத பல விஷயங்கள் உள்ளன" என்றான்.

"எதைப்போல?" என்று கேட்டேன்.

ஆஸிஃபின் புருவங்கள் நெளிந்தன. "உன் மக்களைப்பற்றி பெருமை கொள்வதுபோல, உன் பழக்கவழக்கங்கள், மொழி, கலாச் சாரம் ஆகியவை மீது கர்வமான பெருமை கொள்வதுபோல! ஆப் கானிஸ்தான் குப்பைகள் நிறைந்த அழகிய வீடு. அதிலுள்ள குப்பைகளை யாராவது அகற்ற வேண்டும்" என்றான்.

"மஸார்-ஏ-ஷரீஃபில் வீடு வீடாகப் போய் செய்தீர்களே அதைப் போலவா?" என்று கேட்டேன்.

"சரியாகச் சொன்னாய்" என்றான்.

"மேற்கத்திய நாடுகளில் அதற்கு வேறொரு பெயர் இருக்கிறது. "இன அழிப்பு" என்று அதனை அவர்கள் கூறுகிறார்கள்" என்றேன்.

"அப்படியா சொல்கிறார்கள்" என்ற கேட்ட ஆஸிஃபின் முகம் பிரகாசமானது. "அந்த வார்த்தை எனக்குப் பிடித்திருக்கிறது" என்றான்.

"எனக்கு வேண்டியதெல்லாம் இந்தப் பையன்தான்" என்றேன்.

"இன அழிப்பு" என்ற வார்த்தையை அவன் சொல்லிக் கொண்டிருந்தான்.

"அந்தப் பையன் எனக்கு வேண்டும்" என்று மீண்டும் சொன்னேன். ஷொஹ்ராபின் கண்கள் என்னை நோக்கி இமைத்தன. அவை வெட்டப்படப்போகும் ஆட்டினுடையவை போல இருந்தன.

ஷொஹ்ராபின் காது மடலை பற்களால் லேசாகக் கடித்தபடி "ஏன் என்று சொல்" என்றான்.

"அது உனக்குத் தேவையில்லாதது" என்றேன். "இவனை வைத்துக் கொண்டு என்ன செய்யப்போகிறாய் அல்லது இவனை என்ன செய்யப்போகிறாய்?" என்று கள்ளத்தனமான சிரிப்புடன் கேட்டான்.

"அதனை நான் வெறுக்கிறேன்" என்றேன்.

"உனக்கெப்படித் தெரியும்? நீ எப்போதாவது முயற்சித்திருக் கிறாயா?" என்று கேட்டான்.

"அவனை நல்லதொரு இடத்திற்குக் கொண்டு செல்லப் போகிறேன்" என்றேன்.

"ஏன் என்று சொல்" என்றான்.

"அது உனக்குத் தேவையில்லாதது" என்றேன். எது என்னை இப்படி தைரியமாக வெட்டினாற்போல பேசவைத்தது என்றெனக் குத் தெரியவில்லை. எப்படியிருந்தாலும் நான் சாகப்போகிறேன் என்று நினைத்தேன்.

"ஆச்சர்யம்" என்ற ஆஸிஃப், "எனக்கு ஆச்சர்யமாக இருக்கிறது. நீ ஒரு ஹஸாராவுக்காக இவ்வளவு மெனக்கெடுவது ஆச்சர்யமூட்டு கிறது. உண்மையைச் சொல். நீ எதற்காக வந்திருக்கிறாய்?" என்று கேட்டான்.

"எனக்கான காரணங்கள் இருக்கின்றன" என்றேன்.

"அப்படியானால் சரி. நீ அவனை எடுத்துக்கொள்" என்று கூறி ஷொஹ்ராபை தேநீர் மேசை மீது தள்ளிவிட்டான். பழங்கள் சிதறின. மேசை தலைகுப்புற கவிழ்ந்தது.

ஷொஹ்ராப் எழுந்து நிற்க நான் உதவினேன். அவன் உடைகளில் ஒட்டியிருந்த திராட்சைப் பழங்களைத் துடைத்துவிட்டேன்.

"கூட்டிக்கொண்டு போ" என்றான் ஆஸிஃப்.

ஷொஹ்ராபின் மெலிந்து போயிருந்த விரல்களைப் பிடித்தேன். அவன் ஹஸனுடன் புகைப்படத்திலிருந்த தோற்றம் என் நினைவுக்கு வந்தது.

நாங்கள் கதவினருகில் வந்துவிட்டோம்.

"நில். நீ அவனை சும்மா கொண்டுபோகலாம் என்று நான் சொல்லவில்லை" என்றான்.

நான் திரும்பினேன். "உனக்கு என்ன வேண்டும்?" என்று கேட்டேன்.

"உனக்கும் எனக்கும் தீராத கணக்கு ஒன்று இருக்கிறது," என்றான் ஆஸிஃப்.

அவன் எனக்கு சொல்லத் தேவையிருக்கவில்லை. குன்றில் என்னை அடிக்க ஆஸிஃப் முயன்றபோது, ஹஸன் உண்டை வில்லால் அவன் கண்களைக் குறிவைத்து விரட்டியது என் நினைவுக்கு வந்தது. அந்த வஞ்சத்தில் ஹஸனை ஆஸிஃப் பழி தீர்த்து விட்டான். இப்போது அவனுக்கு என் முறை.

வேறெதுவும் சொல்ல இல்லாததால் "சரி" என்றேன். அவனிடம் நான் கெஞ்சப்போவதில்லை. அப்படிச் செய்வது அவனுக்கு மிக இனிமையானதாகிவிடும் என்று நினைத்தேன்.

காவலாளிகளை ஆஸிஃப் அழைத்தான். "நான் சொல்வதைக் கேளுங்கள். நான் கதவை அடைக்கப்போகிறேன். எனக்கும் இவனுக்கும் உள்ள பழைய கணக்கொன்றை தீர்க்கப்போகிறோம். என்ன நடந்தாலும் உள்ளே வரக்கூடாது" என்று அவர்களிடம் சொன்னான்.

காவலாளிகள் தலையை ஆட்டி "சரி" என்றனர்.

"நம்மில் ஒருவர்தான் அறையைவிட்டு வெளியே போக வேண்டும்," என்றான் ஆஸிஃப்.

"ஆனால் ஆகா சாகிப்..." என்ற வயதான காவலாளியிடம் "அது அவனானால் அவனைப் போகவிடவேண்டும்," என்று கத்தினான்.

அவர்கள் வெளியே போகத் திரும்பினார்கள். அவர்களில் ஒருவன் ஷொஹ்ராபின் கையைப் பிடித்தபோது, "அவன் இங்கேயே இருக்கட்டும்" என்று ஆஸிஃப் சொன்னான்.

அவர்கள் போனார்கள். ஆஸிஃப் தனது வணக்க மணிமாலையைக் கீழே வைத்தான். தன் கையை சட்டைப் பையில் விட்டான். அவன் வெளியே எடுத்தது என்னை ஆச்சர்யப்படுத்தவில்லை. அதே இரும்பும் பித்தளையும் கலந்த பூண் தான்.

ஆஸிஃபுடன் நான் நன்றாக சண்டையிட்டேனா என்று எனக்குத் தெரியவில்லை. நான் அப்படிச் செய்தேன் என்றும் நினைக்கவில்லை. எப்படி செய்திருக்க முடியும்? என் வாழ்க்கையிலேயே நான் சண்டையிட்ட முதலாவது முறை அதுதான்.

அந்த சண்டை என் மனதில் இப்படித்தான் இருக்கிறது. தனது பூணை போட்டுக் கொள்வதற்கு முன்பு ஆஸிஃப் டேப்ரெக்கார் டரைப் பாடவிட்டான். ஒரு கட்டத்தில் சுவரில் மாட்டப்பட்டிருந்த தொழுகை விரிப்பு கழன்று என் தலையில் விழுந்தது. அதிலிருந்த தூசிகளால் எனக்குத் தும்மல் வந்தது. பல்லைக் கடித்துக்கொண்டு திராட்சைப் பழத்தை அவன் என் மீது எறிந்தது நினைவில் இருக்கிறது. ஒரு கட்டத்தில் அவன் தலைப்பாகை கீழே விழுந்து அவனது சுருள் முடிகள் தளர்ந்து ஆடின.

அவனது பூண் ஒளியில் மின்னியது. என்னை அவன் தூக்கி சுவரில் அடித்ததில் சுவரில் இருந்த ஆணி என் முதுகில் குத்தியது. ஷொஹ்ராப் அழுது கொண்டிருந்தான். மீண்டும் சுவர்மீது தூக்கி அடிக்கப்பட்டேன். இசையொலி அதிர்ந்தது. பூண் என் தாடையில் பலமாகத் தாக்கியது. என் மேலுதட்டிலிருந்து வழிந்த ரத்தம் தரை விரிப்பில் வீழ்ந்தது. மீண்டும் என்னால் மூச்சு விடமுடியுமா எனும் அளவுக்கு வயிற்றில் வலித்தது. எனது முகம் தொலைக்காட்சிப் பெட்டியின் ஸ்டாண்டில் மோதியது. எனது முடி பூண் போட்ட கையால் பற்றி இழுக்கப்பட்டது. என் மூக்கின் மீது அடி விழுந்தது. என் பல் வரிசை ஒன்றோடு ஒன்று பொருந்த மறுத்தன. மீண்டும் உதைக்கப்பட்டேன். ஷொஹ்ராப் வீறிட்டலறினான்.

நான் எப்போது சிரிக்கத் தொடங்கினேன் எனத்தெரியவில்லை. ஆனால் சிரித்தேன். நான் சிரிக்க சிரிக்க அடிக்கப்பட்டேன். உதைக்கப் பட்டேன்.

என்ன வேடிக்கை? என்று தனது ஒவ்வொரு அடிக்கும் கேட்டுக் கொண்டே அடித்தான் ஆஸிஃப். இதில் வேடிக்கை என்னவென்றால் 1975ஆம் ஆண்டிற்குப் பிறகு இப்போதுதான் நான் மனதில் அமைதியை உணர்ந்தேன். என் மனதில் இருந்த குற்ற உணர்வை நான் பார்த்துக் கொண்டே இருந்தேன். அதனால் அடிபடுகையில் எனக்கு சிரிப்பு

வந்தது. ஹஸனைத் தூண்ட மாதுளம் பழத்தால் அடித்தது என் நினைவுக்கு வந்தது. அவன் ஒரு பழத்தை முகத்தில் அடித்துக் கொண்டு திருப்தியா, நன்றாக இருக்கிறதா என்று கேட்டது நினை வுக்கு வந்தது. ஆனால் எனக்கு திருப்தியோ மகிழ்ச்சியோ இல்லா திருந்தது. இப்போது இப்படி அடிபட்டதும் அவை எனக்கு கிடைத் தன. எனது மனப்புண் ஆறியதாக உணர்ந்தேன். நான் சிரித்தேன்.

முடிவு. இனி என் சவக் குழியை நான் எடுத்துக்கொள்ளலாம்.

என்னைத் தரையில்போட்டு நெஞ்சில் மிதித்தபடி நின்ற ஆஸிஃபை நான் பார்த்தேன். அவனது ஒரு கை என் குரல்வளையை பிடித்திருந்தது. மற்றொரு கையால் என்னை அடிக்க ஓங்கிக் கொண்டிருந்தான்.

அப்புறம் "போதும்" என்ற மெல்லிய குரல் ஒலி கேட்டது.

நாங்கள் இருவரும் பார்த்தோம்.

அநாதை விடுதி இயக்குநர் ஸமான் சொன்னது என் நினைவுக்கு வந்தது. "அதையும் அவனையும் பிரிக்க முடியாது. அதனை எப்போதும் இடுப்பிலேயே சொருகி இருப்பான்".

"வேண்டாம்" என்று சொன்ன ஷொஹ்ராபின் கண்களின் கண்ணீர் தீட்டப்பட்டிருந்த மையுடன் கரைந்து கன்னத்தில் பூசப்பட்டிருந்த செந்நிறப்பூச்சைக் கரைத்து வழிந்து கொண்டிருந்தது. அவன் மூக்கிலிருந்து சளி வழிந்தது. "போதும்" என்று அவன் சொன்னான்.

அவன் தோள்களுக்கு மேல் உயர்த்தப்பட்ட கைகளில் உண்டை வில் இருந்தது. அதனை இழுத்துப் பிடித்திருந்தான். அதில் மேசையி லிருந்து உடைந்து உருண்ட பித்தளை உருண்டை இருந்தது. அதன் குறி ஆஸிஃபின் முகத்தின் மீது இருந்தது.

"வேண்டாம், ஆகா" என்று நடுக்கத்துடன் அவன் சொன்னான்.

ஆஸிஃபின் வாய் அசைந்தது. ஆனால் வார்த்தைகள் வரவில்லை. கடைசியாக அவன் சொன்னான், "நீ என்ன செய்கிறாய் என்று நினைத்துக்கொண்டிருக்கிறாய்?"

"அவரை அடிப்பதை நிறுத்துங்கள்" என்றான் ஷொஹ்ராப்.

"ஏய், ஹஸாரா கீழே போடு அதை" என்று ஆஸிஃப் சொன்னான்.

கண்களில் நீர்வழிய "நிறுத்துங்கள் ஆகா" என்றான்.

"அதைக் கீழே போடு"

“அவரை அடிப்பதை நிறுத்துங்கள்”

“அதைக் கீழே போடு”.

ஆஸிஃப் என்னை விட்டுவிட்டு ஷொஹ்ராபை நோக்கிச் சென்றான்.

அந்தப் பித்தளை உருண்டை விர்ரென்று பறந்தது. ஆஸிஃப் அலறினான். ஆஸிஃபின் கை அவனது இடது கண்ணின் மீது இருந்தது. அவன் விரல்களுக்கிடையிலிருந்து ரத்தம் வழிந்தது.

ஆஸிஃப் தரையில் விழுந்து புரண்டான். அவன் கை அடிபட்ட அந்தக் கண்ணின் மீது இருந்தது.

“நாம் போவோம்” என்றான் ஷொஹ்ராப்.

நான் எழ அவன் உதவினான். என் உடலின் ஒவ்வொரு அங்குலமும் வலித்தது. எங்களுக்குப் பின்னால் ஆஸிஃபின் அலறல் ஒலி கேட்டது.

துடித்தபடி கதவை நான் திறந்தேன். என் கோலத்தைப் பார்த்த காவலாளிகளின் கண்கள் விரிந்தன.

“நாம் போகலாம்” என்று ஷொஹ்ராப் என் கையைப்பிடித்து இழுத்தான்.

நான் திணறித்திணறி நடந்தேன். என் கையில் ஷொஹ்ராபின் பிஞ்சுக் கை இருந்தது. நான் கடைசியாகத் திரும்பிப் பார்த்தேன். காவலாளிகள் ஆஸிஃபின் கண்களிலிருந்து அந்த பித்தளை உருண்டையை எடுக்க முயற்சித்துக் கொண்டிருந்தார்கள்.

நான் தள்ளாடித்தள்ளாடி ஷொஹ்ராபின் மீது சாய்ந்தபடி நடந்தேன். அடிபட்ட மிருகம் அலறுவது போல ஆஸிஃபின் அலறல் ஒலி கேட்டுக்கொண்டேயிருந்தது. நாங்கள் வெளியே வந்தபோது ஃபரீத் எங்களை நோக்கி ஓடிவருவதைக் கண்டேன்.

என்னைப் பார்த்து, “இறைவா இறைவா” என்று பதறிய ஃபரீத் “என்னை வண்டியில் ஏற்றினான். நான் கதறியழுதேன் என்று நினைக்கிறேன். அவன் ஓடி அடுத்த பக்கம் வந்து வண்டியிலேறியதைக் கண்டேன். எங்களை நோக்கி சிலர் ஓடிவரும் சப்தம் கேட்டது. ஷொஹ்ராபும் ஃபரீதும் ஏதோ பேசிக்கொண்டனர். வண்டி முன்னே செல்லத்தொடங்கியது. என் நெற்றியின் மீது பிஞ்சுக் கை ஒன்றை நான் உணர்ந்தேன். எங்களை நோக்கி சிலர் கூச்சலிடுவதைக் கேட்டேன். வண்டி விரைந்தது. ஷொஹ்ராப் தேம்பிக் கொண்டிருந்தான். ஃபரீத் இன்னும் இறைவனை விளித்துக்கொண்டிருந்தான்.

இருபத்தி மூன்று

முகங்கள் பார்த்தன. நகர்ந்தன. அவை என்னிடம் "நினைவிருக் கிறதா? எங்காவது அடிபட்டுவிட்டதா?" என்று கேட்டன. நான் யாரென்பதும் எல்லா இடங்களிலும் அடிபட்டிருப்பதும் எனக்குத் தெரிந்தது.

முகங்கள். அவை எல்லாம் பச்சை நிறத் தொப்பியை அணிந் திருந்தன. அவர்கள் பேசியது எனக்குப் புரியவில்லை. பேச்சுக் குரல்களையும், பீப் ஒலிகளையும், சைரன் சத்தங்களையும் நான் கேட்டேன். நான் இப்போது சிரிக்க விரும்பினேன்.

எனக்கு நினைவு வந்துவந்து போய்க்கொண்டிருந்தது. எல்லாம் குழப்பமாக இருந்தன.

என் அருகில் நின்றிருந்தவரின் பெயர் டாக்டர் ஃபரூக்கி. அவர் ஒரு அறுவை சிகிச்சை நிபுணர்.

நான் எங்கே இருக்கிறேன் என்று கேட்க ஆசைப்பட்டேன். ஆனால் என்னால் வாயைத் திறக்கமுடியவில்லை.

"இப்போது முடியாது, அமீர். ஆனால் விரைவில் குணமாகி விடும்" என்று ஆங்கிலத்தில் அவர் கூறினார்.

நினைவு வந்துவந்து போய்க்கொண்டிருந்தபோது என்னை கவனித்துக்கொண்ட நர்ஸ் ஆயிஷாவின் மென்மையான கை என் மீது படவேண்டும் போலிருந்தது.

"நீங்கள் பெஷாவரில் உள்ள மருத்துவமனையில் இருக்கிறீர்கள். இங்கு வந்து இரண்டு நாட்களாகிவிட்டன. உயிர் பிழைக்கமுடியாது எனுமளவுக்குக் காயங்களுடன் இங்கே வந்தீர்கள். நீங்கள் அதிர்ஷ்ட சாலி என் நண்பரே" என்று விரல்களை ஆட்டிக்கொண்டே அவர் சொன்னார். "உங்கள் மண்ணீரல் அடிபட்டு இருந்தது. அதில் ஒரு அறுவை சிகிச்சையை என் சக மருத்துவர்கள் செய்யவேண்டி வந்தது" என்று என் கைமீது ஒரு கையால் தட்டிக்கொண்டு "உங்கள் ஏழு விலா எலும்புகள் உடைந்திருந்தன," என்றார். அவரது மற்ற கை ஸ்டாண்டில் தொங்கி என் உடம்பில் ஏறிக்கொண்டிருந்த மருந்து குப்பியின் மீது இருந்தது.

எனது முகம் சுழித்தது. வாயைத் திறக்கமுயன்றேன். தையல் போட்டிருப்பது நினைவுக்கு வந்தது.

"உங்கள் நுரையீரலில் அடிபட்டிருக்கிறது" என்று கூறிய அவர் என் கையில் ஒரு பிளாஸ்டிக் வளையத்தைக் கட்டினார்.

"உடலில் நிறைய வெட்டுக்காயங்கள் உள்ளன. அவற்றில் மிகவும் மோசமானது உங்கள் மேலுதட்டில் இருந்த வெட்டுதான். ஆனால் பிளாஸ்டிக் சர்ஜரி நிபுணர்கள் அதனை ஒட்டவைத்து விட்டனர்" என்றார்.

"கண் குழிக்கருகிலுள்ள எலும்பிலும் அடிபட்டிருக்கிறது. அது சரியாகும்வரை கண்களிலிருந்து கண்ணீர் வந்து கொண்டுதான் இருக்கும்" என்றார். பின்னர் நர்ஸ் ஆயிஷா வந்து என்னை சிறிது நிமிர்த்தி இருந்தபோது எனக்கு நடந்ததை நினைத்துப் பார்த்தேன்.

ஃபரீதும் ஷொஹ்ராபும் வந்தனர். "இன்று நாம் யாரென்று தெரியுமா?" என்று நகைச்சுவையாக வியந்தபடி ஃபரீத் கேட்டான்.

"படைத்தவனுக்கே எல்லாப் புகழும்" என்றான்.

"நன்றி, ஃபரீத்" என்று தையல் போட்டிருந்த வாயால் மெதுவாகச் சொன்னேன். "எல்லாவற்றுக்கும் நன்றி" என்று மீண்டும் சொன்னேன். அவன் கையை அசைத்து வெட்கத்துடன் "நன்றி சொல்லும் அளவிற்கெல்லாம் நான் ஒன்றும் செய்யவில்லை" என்றான். நான் ஷொஹ்ராபின் பக்கம் திரும்பினேன். அவன் இப்போது பழுப்பு நிற நீளுடையை அணிந்திருந்தான். அது சற்றே பெரியதாகத் தெரிந்தது. கறுப்புக் குல்லாயும் அணிந்திருந்தான். அவன் கை மருந்து வந்துகொண்டிருந்த குழாயை நெருடிக்கொண்டிருந்தது.

"நாம் இன்னும் முறையாக அறிமுகம் செய்துகொள்ள வில்லையே" என்று கூறி என்கையை நீட்டி "நான் அமீர்" என்றேன்.

என்கையைப் பார்த்து, பின் என் முகத்தைப் பார்த்து "அப்பா சொன்ன அமீர் ஆகா நீங்கள்தானா?" என்றான் ஷொஹ்ராப்.

"ஆமாம்" என்றேன். ஃபர்ஸானாவிடமும், ஷொஹ்ராபிடமும் என்னைப்பற்றி நிறைய சொல்லியிருப்பதாக ஹஸன் எழுதிய கடிதம் என் நினைவுக்கு வந்தது. "உனக்கும் நான் நன்றி சொல்லவேண்டும் ஷொஹ்ராப். என் உயிரைக் காப்பாற்றியதற்காக" என்றேன்.

அவன் ஒன்றும் சொல்லவில்லை. என் கைகளை நான் எடுத்துக் கொண்டேன். "உனது புதிய உடை நன்றாக இருக்கிறது" என்றேன்.

"அவை எனது மகனின் உடைகள்" என்று ஃபரீத் சொன்னான். "அவன் வளர்ந்துவிட்டான். அவனுடைய பழைய உடைகள் ஷொஹ் ராபுக்கு நன்கு பொருந்துகின்றன" என்று ஃபரீத் சொன்னான். "ஷொஹ்ராபிற்கென ஒரு இடத்தை நாம் கண்டுபிடிக்கும்வரை அவன் என் மகனுடன் இருக்கட்டும்" என்ற ஃபரீத், "என் வீடு பெரிதில்லை. ஆனால் அதற்காக ஷொஹ்ராபை தெருவில் விடமுடியாது. என் குழந்தைகளுக்கும் ஷொஹ்ராபை மிகவும் இஷ்டம். இல்லையா ஷொஹ்ராப்?" என்றான்.

"நான் கேட்கவேண்டுமென்று நினைத்துக்கொண்டே இருந்தேன். அந்த தாலிபானுக்கும் உங்களுக்கும் என்ன நடந்தது?" என்று ஃபரீத் கேட்டான்.

"எங்களுக்கானது எங்களுக்குக் கிடைத்தது என்றே நாங்கள் சொல்வோம்" என்றேன்.

"நானும் உன்னிடம் ஒன்று கேட்கவேண்டும்" என்றேன்.

"என்ன?" என்றான்.

வரக்கூடிய பதில் ஏற்படுத்தும் சஞ்சலத்தை எண்ணி நான் கேட்கா திருக்க விரும்பினேன். ஆனாலும் "ரஹீம்கான்" என்றேன்.

"அவர் போய்விட்டார்" என்றான்.

என் இதயம் துடித்தது. "அவர்..." என்றேன்.

"இல்லை இல்லை. அவர் போய் விட்டார்," என்ற அவன் ஒரு மடித்த காகிதத்தையும் சாவியையும் கொடுத்தான். "அவரைத்

தேடிப்போனபோது வீட்டுக்காரர் இதை என்னிடம் கொடுத்தார். இவற்றை உங்களிடம் கொடுக்கச் சொல்லிவிட்டு ரஹீம்கான் போய் விட்டதாக அவர் சொன்னார்" என்ற ஃபரீத் தன் கடிகாரத்தைப் பார்த்துவிட்டு "நான் போகவேண்டியிருக்கிறது" என்றான்.

"கொஞ்ச நேரம் இவனை என்னிடத்தில் விடமுடியுமா?" என்று ஃபரீதிடம் கேட்டேன்.

ஷொஹ்ராபிடம் திரும்பி "கொஞ்சநேரம் என்னுடன் இருப்பாயா?" என்றேன்.

ஷொஹ்ராப் ஒன்றும் சொல்லவில்லை.

"மாலை வேளைத் தொழுகைக்கு முன் நான் அவனை கூட்டிச் செல்கிறேன்" என்று ஃபரீத் சொன்னான்.

அந்த அறையில் என்னைத்தவிர மேலும் மூன்று நோயாளிகள் இருந்தனர். காலில் கட்டுடன் ஒருவர், ஆஸ்த்துமா நோயாளி ஒருவர், குடல்வால் நோய்வாய்ப்பட்ட இளைஞன் ஒருவன். ஹஸாரா சிறுவனொருவன் என்னருகே ஸ்டூலில் உட்கார்ந்திருப்பதை காலில் கட்டுடன் இருந்த அந்த முதியவர் பார்த்துக் கொண்டே இருந்தார். எனதறை நோயாளிகளின் குடும்பத்தினர் நொறுக்குத் தீனிகளையும், பிரியாணியையும் கொண்டுவந்திருந்தனர். சில சமயம் உயரமான தாடி வைத்த ஒருவன் அந்த அறையில் திரிந்து கொண்டிருந்தான். நர்ஸ் ஆயிஷா அவனிடம் உருது மொழியில் ஏதோ கேட்டபோது அவன் பதிலொன்றும் சொல்லவில்லை. அவன் பழுப்பு நிற போர்வையை உடலில் சுற்றி இருந்தான். மீண்டும் நர்ஸ் அவனிடம் பேசியபோது அவன் அந்த இடத்தைவிட்டுப் போய்விட்டான்.

"எப்படி இருக்கிறாய்?" என்று ஷொஹ்ராபிடம் நான் கேட்டேன். அவன் தோளைக் குலுக்கிவிட்டு தன் கைகளைப் பார்த்தான்.

"உனக்குப் பசிக்கிறதா? அந்தப் பெண்மணி எனக்கு பிரியாணி கொடுத்தார். என்னால் சாப்பிடமுடியாது. உனக்கு வேண்டுமா?" என்றேன்.

அவன் தலையை குலுக்கினான்.

"நீ பேச விரும்புகிறாயா?" என்று கேட்டதற்கும் அவ்வாறே செய்தான்.

இருவரும் ஒன்றும் பேசாமல் அமைதியாக இருந்தோம். நான் ஒரு கட்டத்தில் உறங்கிப்போய்விட்டேன். நான் விழித்தபோது பகல்

வெளிச்சம் மங்கிக்கொண்டிருந்தது. ஷொஹ்ராப் இன்னும் என் அருகிலேயே இருந்தான். அவன் தன் கைகளையே பார்த்துக் கொண்டிருந்தான்.

ஃபரீத் ஷொஹ்ராபைக் கொண்டு சென்றதும் இரவில் நான் ரஹீம் கானின் கடிதத்தைப் பிரித்தேன். எவ்வளவு தாமதிக்க முடியுமோ அவ்வளவு தாமதித்தே அந்தக் கடிதத்தைப் பிரித்தேன்.

அமீர் ஜான்,

இறைவன் நாடினால் இந்தக் கடிதம் உன் கையில் கிடைத்திருக்கும். நான் உன்னை அபாயத்தில் தள்ளிவிடாதிருக்க இறைவனைப் பிரார்த்திக் கின்றேன். நீ சென்றதிலிருந்து உனக்காகப் பிரார்த்தித்துக்கொண்டே இருக்கிறேன்.

எனக்குத் தெரிந்திருக்கும் என்று நீ சந்தேகப்பட்டுக் கொண்டிருந்த விஷயத்தை நான் அறிவேன். அது நடந்த உடனேயே ஹஸன் என்னிடம் சொல்லிவிட்டான். நீ செய்தது தவறு அமீர்ஜான். ஆனால் அது நடந்தபோது நீ சிறுபையன்தான் என்பதை மறக்காதே. மனத்தொந்தரவுக்குள்ளான ஒரு சிறுபையன். உன்னைப்பற்றித் தவறான மதிப்பீட்டைக் கொண்டிருந்த ஒரு பையன்தான் நீ. அது இப்போதும் அப்படியே இருப்பதை பெஷாவரில் நான் கண்டேன். நீ அதனை வெற்றிகொள்வாய் என்று நம்புகிறேன். மனசாட்சியோ, நல்ல தன்மையோ இல்லாத ஒரு மனிதன் துன்பப்பட மாட்டான். ஆப்கானிஸ்தானிற்கான உனது பயணத்துடன் நீ இத்தனை காலம் அனுபவித்துக் கொண்டிருந்த மனத்துன்பம் ஒரு முடிவுக்கு வரும் என்று நம்புகிறேன்.

அமீர் ஜான், நாங்கள் இத்தனை காலமும் உன்னிடம் சொல்லியிருந்த பொய்களுக்காக நான் வெட்கப்படுகிறேன். பெஷாவரில் நீ என்னிடம் கோபப்பட்டது சரிதான். தெரிந்துகொள்ளும் உரிமை உனக்கு இருந்தது. அதேபோல ஹஸனுக்கும்தான். அது எவரையும் எந்த விதத்திலும் மன்னிக்காது. நாம் வாழ்ந்திருந்த அந்தக்கால ஆப்கானிஸ்தான் உண்மை களைவிட பொய்களையே அதிகம் பொருட்படுத்தும் விநோத உலகம்.

அமீர்ஜான், நீ வளரும்போது உன் தந்தை உன்னிடம் எவ்வளவு கடுமையாக நடந்துகொண்டார் என்பதை நான் அறிவேன். நீ துன்பப்பட்டு அவர் அன்புக்காக ஏங்கியதை நான் பார்த்திருக்கிறேன். அவர் உங்கள் இருவர் மீதும் பாசமாக இருந்தார். அவரால் ஒரு தந்தையைப்போல வெளிப்படையாக ஹஸன் மீது அன்புகாட்ட முடிந்ததில்லை. அவர் உன்னைப் பார்க்கும்போது தன்னையே பார்த்துக்கொண்டார். அவர் மீது

இன்னும் நீ கோபமாக இருப்பதை நான் உணர்கிறேன். நீ இவற்றை யெல்லாம் உணர்ந்துகொள்வாய் என்று அதற்கான காலத்திற்கு முன்ன தாகவே எதிர்பார்க்கிறேன்தான். ஆனால் உன்மீது கடுமையாக நடந்து கொண்டதைப்போல் அவர் மீதும் அவர் கடுமையாக நடந்து கொண்ட வராகவே இருந்தார் என்பதை நீ ஒருநாள் உணர்வாய். உன்னைப் போலேவே உனது அப்பாவும் சித்ரவதைக்காளான ஒரு ஆன்மாதான், அமீர்.

அவர் மரணமடைந்ததை நான் அறிந்தபோது எனக்கேற்பட்ட துக்கத்தின் கருமையான ஆழத்தையும் என் மனதில் வீழ்ந்துவிட்ட இருளையும் என்னால் உனக்கு விளக்க இயலாது. நான் அவரை என் நண்பர் என்பதால் மிகவும் அன்பு பாலித்தேன். அது மட்டுமல்லாமல் அவர் மிக நல்லவரும், ஏன் மிகச் சிறந்தவரும் என்பதனால்தான் அவர் மீது மிகுந்த பாசம் கொண்டேன். அவருடைய குற்ற உணர்வினாலே நல்லது, மிக நல்லது பிறந்தது என்பதை நீ புரிந்து கொள்ளவேண்டும். தெருவில் வாழும் ஏழைகளுக்கு அவர் உணவளித்தது, அநாதைகளுக்கான விடுதியைக் கட்டியது, நண்பர்களுக்குத் தேவையான நேரத்தில் பண உதவி செய்தது போன்றவை எல்லாம் தன்னை மீட்டுக் கொள்வதற்காகச் செய்ததுதானோ என்று நினைக்கிறேன். உண்மையான மீட்சி என்பது, குற்றத்திலிருந்து நல்லதை நோக்கிச் செல்வதுதான் என்று நான் நம்புகிறேன், அமீர்.

இறுதியில் இறைவன் மன்னிப்பான் என்பது எனக்குத் தெரியும். அவன் உனது தந்தையை, என்னை, ஏன் உன்னைக்கூட மன்னிப்பான். நீயும் அதைப்போலவே செய்யமுடியும் என்று நான் நம்புகிறேன். முடிந்தால் என்னை மன்னித்துவிடு. ஆனால் உன்னை நீ மன்னித்துக்கொள்வது மிக முக்கியமானது.

உனக்காக கொஞ்சம் பணத்தை விட்டுச்செல்கிறேன். உண்மையாக சொல்லப்போனால் இருந்ததில் பெரும்பகுதியை விட்டுச் செல்கிறேன். நீ இங்கு வந்ததற்கு உனக்கு செலவுகள் ஏற்பட்டு இருக்கும். அதனை இந்தப்பணம் சரி செய்யும். பெஷாவரில் ஒரு வங்கி உள்ளது. அது ஃபரீதுக்குத் தெரியும். பணம் அந்த வங்கியின் பாதுகாப்புப் பெட்டகத்தில் உள்ளது. அதன் சாவியையும் இதனுடன் கொடுத்துள்ளேன்.

எனக்கு போக வேண்டிய தருணம் இது. எனக்கான காலம் மிகக் குறை வாகவே உள்ளது. அதனை நான் தனியாக செலவிட விரும்புகிறேன். தயை செய்து என்னைத் தேடவேண்டாம். அதுதான் எனது இறுதி வேண்டுகோள்.

நான் உன்னை இறைவனின் கையில் ஒப்படைக்கிறேன்.

என்றும் உனது நண்பன், ரஹும்

மருத்துவமனை உடுப்பின் கைப்பகுதியால் என் கண்களைத் துடைத்தேன். கடிதத்தை மடித்து படுக்கை விரிப்புக்குக் கீழே வைத்தேன்.

பழைய பொருட்களை மலிவான விலைக்கு விற்பதுபோன்ற தாழ்ந்த நிலையிலான எங்களது வேலை, அமெரிக்க நிலையில் குடிசை போன்ற எங்களது வீடு ஆகியவற்றை நினைத்தபோது, என்னில் ஹஸனை அப்பா பார்த்திருக்கலாம் என்றெனக்குத் தோன்றியது. உன்னைப்போலவே உனது அப்பாவும் சித்ரவதைக்கு ஆளான ஒரு ஆன்மாதான் என்று ரஹீம்கான் எழுதி இருந்தார். இருக்கலாம். நாங்கள் இருவருமே பாவம் செய்தவர்கள்தான். ஏமாற்றியவர்கள்தான். ஆனால் அப்பாவால் நல்லனவற்றை செய்து மீட்சி பெறமுடிந்தது. ஆனால் நான் என்ன செய்தேன்? என்னால் பாதிக்கப்பட்டவர்களையே குற்றக்காரர்களாக்கி அதனை மறக்க முயற்சித்ததல்லாமல் நான் என்ன செய்தேன்? நான் அதனை மறக்க முயன்றேன். தூக்கமின்மை வியாதிக்காரனாக மாறியதல்லாமல் நான் என்ன செய்தேன்?

சரியான எவற்றை நான் செய்தேன்?

ஒரு நர்ஸ் - அது ஆயிஷா அல்ல - கையில் சிரிஞ்சுடன் என்னை நோக்கி வந்து எனக்கு தூக்கம் வர ஊசி வேண்டுமா என்று கேட்ட போது நான் “ஆம்” என்றேன்.

மறுநாள் காலை என் நெஞ்சிலிருந்த குழாய் அகற்றப்பட்டு எனக்கு ஆப்பிள் ஜூஸ் தரப்பட்டது. நர்ஸ் ஆயிஷாவிடம் கண்ணாடி கேட்டேன். அவர் அதனைக் கொண்டுவந்து தந்துவிட்டு தன் முகத்திலிருந்த கண்ணாடியை உயர்த்தி ஜன்னல் திரையை சுருக்கிக் கொண்டு என்னிடம் சொன்னார். “பயப்படாதே. எனது மருமகனுக் கும் இதுபோல் ஒரு விபத்தில் முகத்தில் கடுமையான காயம் ஏற்பட்டது. ஆனால் சிகிச்சைக்குப் பின் சில நாட்களில் அவன் மீண்டும் அதே அழகான முகத்தைப் பெற்றுவிட்டான், ஒரு திரைப்பட நடிகன்போல” என்றார்.

அவர் அப்படியெல்லாம் சொல்லியும்கூட என் முகத்தை நான் கண்ணாடியில் பார்த்தபோது எனக்கு மூச்சடைத்தது. நான் சிரிக்க முயன்றபோது எனது உதடுகளில் கடுமையான வலி பரவியது. காலில் கட்டுபோட்டு இருந்த நோயாளி “இறை நாட்டப்படி சரியாகிவிடும்” என்றார்.

நான் “நன்றி” என்று சொன்னேன்.

நான் கண்ணாடியைக் கீழே வைத்தபோது ஃபரீதும், ஷொஹ்ராபும் வந்தனர். ஷொஹ்ராப் ஸ்டூலில் உட்கார்ந்து கொண்டான்.

"எவ்வளவு சீக்கிரம் இங்கிருந்து நம்மால் போகமுடியுமோ அவ்வளவு நல்லது" என்றான் ஃபரீத்.

"டாக்டர் ஃபருக்கி சொல்கிறார்..." என்று நான் ஆரம்பிக்கும் போதே, "நான் மருத்துவமனையை சொல்லவில்லை. பெஷாவர் நகரை" என்றான்.

"ஏன்?"

"நீங்கள் இங்கே பாதுகாப்பாக இருக்கமுடியும் என்று நான் நினைக்கவில்லை. தாலிபான்களுக்கு இங்கே தொடர்புகள் உண்டு. அவர்கள் உங்களை தேடக்கூடும்" என்றான்.

"இன்னேரம் தேடத் தொடங்கியிருப்பார்கள்" என்று நான் முணு முணுத்தேன். அப்போது தாடியுடன் மருத்துவமனையில் சுற்றிக் கொண்டிருந்தவனின் நினைவு வந்தது.

ஃபரீத் என் பக்கம் குனிந்து, "உங்களால் எழுந்து நடக்க முடிந்த உடனே உங்களை நான் இஸ்லாமாபாத்துக்குக் கொண்டுசெல்வேன். அங்கும் முழுமையான பாதுகாப்பு என்று சொல்லமுடியாது. ஆனால் பெஷாவரைவிட இஸ்லாமாபாத் நல்லது", என்றான்.

"ஃபரீத் ஜான், என்னுடன் நீ இருப்பது உனக்கும் பாதுகாப்பான தல்ல. உனக்கு குடும்பம் உண்டு" என்றேன்.

மறுத்து கையை ஆட்டி "என் மகன்கள் சிறியவர்கள்தான். ஆனால் அவர்களுக்குத் தங்கள் தாயையும், சகோதரிகளையும் எப்படிக் காக்கவேண்டும் என்று தெரியும். மேலும், இதனையெல்லாம் நான் இலவசமாகச் செய்கிறேன் என்று சொல்லவில்லை" என்று கூறி புன்னகைத்தான்.

"அப்படியென்றால் சரி" என்று கூறி சிரிக்க முயன்றேன். காயத்தி லிருந்து லேசாக இரத்தம் வந்துவிட்டது. "நீ எனக்கு இன்னுமொரு உதவியைச் செய்யமுடியுமா" என்றேன்.

"உங்களுக்கான ஆயிரம் முறை முடிந்துவிட்டது" என்று ஃபரீத் சொன்னான்.

உடனே எனக்கு அழுகை வந்துவிட்டது.

அவன் பயந்து, “ஏன் என்ன ஆயிற்று?” என்றான்.

என் முகத்தை ஒரு கையில் புதைத்துக்கொண்டேன். அறையில் இருந்த எல்லோரும் என்னைப்பார்ப்பது எனக்குத் தெரிந்தது. சிறிது கழித்து எனக்கு களைப்பாக இருந்தது. ஷொஹ்ராப் புருவத்தை சுழித்து என்னைப் பார்த்துக் கொண்டிருந்தான்.

சிறிது கழித்து என் மனம் தேறியது. நான் ஃபரீதிடம் என் தேவையை சொன்னேன்.

“பெஷாவரில்தான் அவர்கள் இருக்கிறார்கள் என்று ரஹீம்கான் சொன்னார்” என்றேன்.

“அவர்கள் பெயர்களை எழுதுங்கள்” என்றான். நான் சிறிய காகிதத்தில் “ஜான் மற்றும் பெட்டி கால்டுவெல்” என்று எழுதினேன்.

அந்த காகிதத்தை பையில் போட்டுக்கொண்டு “எவ்வளவு சீக்கிரம் முடியுமோ அவ்வளவு சீக்கிரம் அவர்களைக் கண்டு பிடிக் கிறேன்” என்று ஃபரீத் சொன்னான். ஷொஹ்ராபின் பக்கம் திரும்பி “நீ இங்கேயே இரு. உன்னை நான் மாலையில் கூட்டிச் செல்கிறேன். அமீர் ஆகாவை அதிக களைப்படையச் செய்யாதே” என்றான்.

ஷொஹ்ராப் ஜன்னல் பக்கம் நடந்து ரொட்டித் துணுக்குளைத் தின்றுகொண்டிருந்த புறாக்களை பார்த்துக் கொண்டிருந்தான்.

எனது படுக்கையின் அருகில் இருந்த மர இழுவை அறையில் பழைய சஞ்சிகை ஒன்றையும் சீட்டுக்கட்டு ஒன்றையும் பார்த்திருந்தேன்.

சிரமப்பட்டு சீட்டுக் கட்டை எடுத்து ஷொஹ்ராபிடம் “சீட்டு விளையாடுவோமா?” என்றேன். அவன் பதில் சொல்லுவான் என்று நான் எதிர்பார்க்கவில்லை. காபூலிலிருந்து வந்ததில் இருந்து அவன் ஒன்றும் பேசாமலே இருந்து வந்தான். ஆனால் அவன் சட்டென்று “எனக்குத் தெரிந்தது பஞ்ச்பார் விளையாட்டு மட்டும்தான்” என்றான்.

“உன்னைப் பார்த்தால் பாவமாக இருக்கிறது. பஞ்ச்பார் விளையாட்டில் நான் உலகப் புகழ்பெற்ற வீரன்” என்றேன்.

என்னருகிலிருந்த ஸ்டூலில் அவன் உட்கார்ந்தான். அவனிடம் ஐந்து சீட்டுகளைக் கொடுத்தேன். “நானும் உன் அப்பாவும் சிறுவர் களாக இருக்கும்போது இதனை விளையாடுவோம்” என்றேன்.

அவன் விளையாடும்போது நேருக்கு நேர் பார்க்காமல் விளையாடினான். முதல் ஆட்டத்தில் நான் வென்றேன். இரண்டா வதில் அவனை வெல்ல விட்டேன். “உனது அப்பாவைப்போலவே நீ நன்றாக விளையாடுகிறாய். சொல்லப்போனால் அவரை விடவும் நன்றாக விளையாடுகிறாய்” என்றேன். “நான் அவரை சில சமயம் வெற்றி கொள்வேன். ஆனால் அவர் எனக்கு விட்டுக்கொடுத்தது போல இருக்கும்”. சிறிது கழித்து, “என்னையும் உன் அப்பாவையும் பாலூட்டி வளர்த்தது ஒரே பெண்தான்” என்றேன்.

“எனக்குத் தெரியும்” என்றான்.

“என்ன... எங்களைப் பற்றி உன்னிடம் அவன் என்ன சொல்லி இருக்கிறான்?” என்று கேட்டேன்.

“அவருடைய மிகச் சிறந்த நண்பர் நீங்கள்தான் என்று அவர் சொல்லியிருக்கிறார்” என்றான். என் விரல்களில் ஒரு சீட்டைப் பிடித்துக்கொண்டு “நான் அப்படிப்பட்ட நல்ல நண்பனாக இருக்க வில்லை” என்றேன். “ஆனால் உனக்கு நண்பனாக இருக்க விரும்பு கிறேன். உனக்கு நல்ல நண்பனாக என்னால் இருக்கமுடியும் என்று நினைக்கிறேன். அது சரியாக இருக்குமா? அப்படி இருக்க உனக்கு விருப்பமா?” என்று கேட்டேன். அவன் ஸ்டூலிலிருந்து எழுந்து ஜன்னல் அருகில் சென்றான். தெளிவான வானில் சூரியன் மறைந்து கொண்டிருந்தது. சாலையிலிருந்து வண்டிகள் செல்லும் சப்தமும், கழுதையின் கனைக்கும் ஒலியும், போலீஸ்காரரின் விஸில் ஒலியும் கேட்டது. தன் கைகளைக் கட்டிக்கொண்டு ஜன்னல் கண்ணாடியில் நெற்றியை வைத்து அழுத்திக்கொண்டு ஷொஹ்ராப் நின்றான்.

நர்ஸ் ஆயிஷாவுடன் ஒரு ஆண் உதவியாளர் இருந்தார். அவர் எனக்கு நடக்க உதவினார். ஒரு கையை மருந்து ஸ்டாண்டில் வைத்துக்கொண்டு மறுகையை அவர் தோளின்மீது வைத்துக் கொண்டு அறையில் நான் நடந்தேன். மீண்டும் படுக்கைக்கு நடந்து வர எனக்கு பத்து நிமிடங்களாயிற்று. படுக்கையில் படுத்தவுடன் வயிற்றில் குத்தலான வலி உண்டானது. உடல் வியர்த்தது. என் மனைவி அருகில் இருக்கவேண்டும் என ஏங்கினேன்.

அடுத்த நாளும் நானும் ஷொஹ்ராபும் பஞ்ச்பார் சீட்டு விளை யாட்டை ஒன்றும் பேசாமலே விளையாடினோம். பின்னர் நான் அறைக்குள்ளே சிறிது நடந்தேன். நான் உறங்கியபோது ஆஸிஃப் நானிருந்த மருத்துவமனை அறைவாசலில் நிற்பதுபோல் கனவு கண்டேன். அவனது கண்ணில் அந்த பித்தளை உருண்டை இன்னும்

இருந்தது. அவன் சொன்னான், "நானும் நீயும் ஒன்றுதான். நீ அவனு டன்தான் வளர்ந்தாய். ஆனால் நீயும் நானும் இரட்டையர்கள்" என்று.

மறுநாள் டாக்டரிடம் "நான் போகிறேன்" என்று சொன்னேன். டாக்டர் மறுத்தார். இப்போது அவர் நீல நிற சூட் அணிந்திருந்தார். "இன்னும் நீங்கள் சிகிச்சையில்தான் இருக்கிறீர்கள்" என்றார்.

"நான் போகவேண்டும். நீங்கள் என்னைக் கவனித்தது மிகவும் சிறப்பானது. நீங்கள் எல்லோரும் என்னைப் பார்த்துக்கொண்டது பாராட்டும்படியானது. ஆனால் நான் போகவேண்டும்" என்றேன்.

"எங்கு போகிறீர்கள்?" என்று டாக்டர் கேட்டார்.

"சொல்லமுடியாத நிலை" என்றேன்.

"நடப்பதே உங்களுக்குக் கடினம்" என்றார்.

"இந்த ஹாலின் கடைசி வரை போய்விட்டு என்னால் திரும்ப முடியும். நான் நலமாகிவிடுவேன்" என்றேன். எனது திட்டம் இது வாக இருந்தது. மருத்துவமனையிலிருந்து கிளம்பி ரஹீம்கானின் பாதுகாப்புப் பெட்டகத்தில் உள்ள பணத்தை எடுத்து மருத்துவ மனைக்கு கொடுக்கவேண்டிய பணத்தைக் கொடுத்துவிட்டு கால்டு வெல் தம்பதியினரின் விடுதியில் ஷொஹ்ராபை சேர்த்துவிட்டு இஸ்லாமாபாத் செல்வது. அங்கு சென்று மீண்டும் சில நாட்கள் ஓய்வெடுத்துவிட்டு எனது வீட்டிற்குச் செல்வது.

ஃபரீதும் ஷொஹ்ராபும் வரும்வரை எனது திட்டம் இதுவாகவே இருந்தது. ஆனால் ஃபரீத் சொன்னான், "கால்டுவெல் தம்பதியினர் தற்போது பெஷாவரில் இல்லை" என்று. என் உடையை நான் உடுத்திக் கொள்வதற்கு எனக்குப் பத்து நிமிடங்கள் ஆனது. உடைகளை உடுத்த கை கால்களை அசைத்தபோது அடிபட்டிருந்த இடங்களிலெல்லாம் வலித்தது. என்னிடமிருந்த சில உடமைகளை பழுப்பு நிற பையில் எடுத்து வைப்பதற்குள் எனக்கு மூச்சு வாங்கியது. நான் தயாராகி எனது படுக்கை நுனியில் அமர்ந்திருந்தபோதுதான் ஃபரீத் அந்த தக வலைச் சொன்னான். என் அருகில் ஷொஹ்ராப் அமர்ந்திருந்தான்.

"அவர்கள் எங்கே போனார்கள்?" என்று கேட்டேன்.

ஃபரீத் தலையை ஆட்டிக் கொண்டு, "உங்களுக்குப் புரிய வில்லை..." என்றான்.

"ரஹீம்கான் சொன்னாரே" என்றேன்.

எனது பையை கையில் எடுத்துக்கொண்டு அவன் சொன்னான், "நான் அமெரிக்கத் தூதரகத்திற்குச் சென்றேன். ஜான் மற்றும் பெட்டி கால்டுவெல் என்ற பெயரில் பெஷாவரில் எவருமே இருந்ததில்லை என்று சொன்னார்கள். எப்படியும் பெஷாவரில் அப்படி யாரும் இருந்திருக்கவில்லை".

எனக்கருகிலிருந்த ஷொஹ்ராப் அந்தப் பழைய சஞ்சிகையின் பக்கங்களைப் புரட்டிக்கொண்டிருந்தான்.

வங்கியிலிருந்து பணத்தை பெற்றுக்கொண்டோம். சட்டையில் வியர்வை ஊறியிருந்த வங்கியின் மேலாளர் புன்முறுவலுடன் "அந்தப் பணத்தை யாரும் தொட்டதுகூட இல்லை" என்றார்.

அப்படி ஒரு பெருந்தொகையை காகிதப் பையில் வைத்துக் கொண்டு பெஷாவரில் பயணம் செய்வது அச்சமூட்டுவதாக இருந்தது. அதுவுமல்லாமல் என்னைப் பார்க்கும் தாடி வைத்த ஒவ்வொருவரையும் பார்த்து ஆஸிஃபின் ஆளாக இருப்பாரோ என்று நான் பயந்தேன்.

மருத்துவமனையில் பணத்தை செலுத்திவிட்டு என்னைக் கைத் தாங்கலாகக் கொண்டுவரும் வழியில் ஃபரீத் கேட்டான், "அவனை என்ன செய்வது?" என்று. ஷொஹ்ராப் தாடையில் தன் கைகளை வைத்துக்கொண்டு சாலையில் வண்டிகள் செல்வதை வண்டியிலிருந்த படி பார்த்துக்கொண்டிருந்தான்.

"அவன் பெஷாவரில் இருக்க முடியாது...!" என்று நான் சொன்னேன்.

"இல்லை அமீர் ஆகா. அவனால் முடியாது" என்று ஃபரீத் சொன்னான். எனது முகத்திலிருந்த கேள்வியைப் புரிந்துகொண்ட ஃபரீத், "வருந்துகிறேன். நான்..." என்று இழுத்தான்.

"பரவாயில்லை ஃபரீத்" என்று சொல்லி புன்னகை செய்ய முயன் றேன். "ஆமாம் நீயும் பலரைக் காப்பாற்ற வேண்டியிருக்கிறது" என்றேன். வண்டிக்கருகில் ஒரு நாய் வாலை ஆட்டிக்கொண்டு நின்றி ருந்தது. ஷொஹ்ராப் அதனுடன் விளையாடிக்கொண்டிருந்தான். "அவனை இப்போதைக்கு இஸ்லாமாபாத்திற்குக் கொண்டு செல்லலாம் என நான் நினைக்கிறேன்" என்றேன்.

இருபத்தி நான்கு

காபூலை எனக்கு நினைவூட்டிய பெஷாவரைப்போல, காபூல் ஒருநாள் இஸ்லாமாபாத் போல ஆகக்கூடும் என்று எனக்குத் தோன்றியது. தெருக்கள் எல்லாம் அகலமாகவும், தூய்மையாகவும் செம்பருத்திப் பூச்செடிகளுடனும் செந்நிற மலர்கள் பூத்த மரங்களுடனும் இருந்தது. கடைத்தெருக்கள் எல்லாம் நெருக்கடி இன்றி ஒரே சீராக அமைந்திருந்தன. கட்டடங்கள் நவீன கலை மற்றும் தொழில் நுட்பங்களுடனிருந்தன. பூங்காக்களில் மரங்களின் நிழல்களில் மல்லிகையும் ரோஜாக்களும் பூத்துக்குலுங்கிக் கொண்டிருந்ததை நான் பார்த்தேன்.

மர்கல்லா குன்றுகளின் தாழ்வாரத்தில் ஒரு சிறிய ஹோட்டலை ஃபரீத் கண்டுபிடித்தான். புகழ்பெற்ற ஷா ஃபைஸல் பள்ளிவாசலைக் கடந்து சென்றோம். அந்த பள்ளிவாசலின் தோற்றத்தில் மயங்கிய ஷொஹ்ராப் வண்டியின் ஜன்னல் வழியே வண்டி திரும்பும்வரை பார்த்துக் கொண்டிருந்தான்.

நானும் ஃபரீதும் தங்கியிருந்த காபூல் ஹோட்டலைவிட இந்த ஹோட்டல் நன்றாக இருந்தது. படுக்கை விரிப்பு தூய்மையாக இருந்தது. குளியலறை கண்ணாடிபோல் பளிச்சென்று இருந்தது. குளியலறையில் குளிக்கத் தேவையானவை எல்லாம் இருந்தன. எங்கும் ரத்தக்கறை இல்லை. இன்னும் ஒரு விஷயம் என்னவென்றால் அறையில் தொலைகாட்சிப் பெட்டியொன்றும் இருந்தது.

“இங்கே பார்!” என்று கூறி தொலைக்காட்சிப் பெட்டியை ஆன் செய்தேன். குழந்தைகளுக்கான சானல்களைத் தேடியபோது உருது

மொழியில் இரண்டு ஆட்டு பொம்மைகள் பாடிக்கொண்டிருக்கும் சானல் கிடைத்தது. ஷொஹ்ராப் கால்களை மடக்கி தன் நெஞ்சின்மீது வைத்துக்கொண்டு பார்த்துக் கொண்டிருந்தான். அவனது பச்சை நிற விழிகளில் படம் எதிரொளித்தது. அவன் முன்னும் பின்னும் ஆடிக் கொண்டே பார்த்துக் கொண்டிருந்தான். நானும் ஹஸன் குடும்பத் திற்கு ஒரு தொலைக்காட்சிப் பெட்டியை வாங்கித் தருவேன் என்று ஹஸனிடம் கூறியிருந்தது என் நினைவுக்கு வந்தது.

"நான் போகிறேன் அமீர் ஆகா" என்றான் ஃபரீத்.

"நீண்ட தூரம் வண்டியை ஓட்டிவந்திருக்கிறாய். இரவு தங்கி விட்டு நாளை போகலாம்" என்றேன்.

"நன்றி. நான் இன்றிரவே போகவேண்டும். எனக்கு என் குழந்தை களைப் பார்க்கவேண்டும்" என்றான்.

அவன் போகும்போது கதவினருகில் நின்று "போய்வருகிறேன் ஷொஹ்ராப் ஜான்" என்றான். அவன் பதிலுக்காகக் காத்து நின்றான். ஆனால் ஷொஹ்ராப் கண்டு கொள்ளவேயில்லை. அவன் தொலைக் காட்சியிலேயே மூழ்கிப் போயிருந்தான்.

ஃபரீதுடன் வெளியே சென்ற நான் ஃபரீதின் கையில் ஒரு காகித உறையைக் கொடுத்தேன். திறந்து பார்த்த அவன் வாய் பிளந்தது.

"உனக்கு எப்படி நன்றி சொல்வதென்றே தெரியவில்லை. எனக்காக நீ நிறைய செய்திருக்கிறாய்" என்றேன்.

அவன் திகைத்தபடி "இதில் எவ்வளவு இருக்கிறது?" என்று கேட்டான்.

"கொஞ்சம்தான். இரண்டாயிரம் டாலர்" என்றேன்.

"இரண்டாயிரமா" என்ற அவன் உதடுகள் துடித்தன. அவன் செல்லும்போது இரண்டுமுறை ஹாரன் அடித்து கையை ஆட்டி விடைபெற்றுச் சென்றான். பின்னர் அவனை எப்போதும் நான் பார்க்கவேயில்லை.

நான் அறைக்குத் திரும்பியதும் ஷொஹ்ராப் வளைந்து படுத்திருந்ததைக் கண்டேன். அவன் கண்கள் மூடியிருந்தன. தூங்கு கிறானா என்று தெரியவில்லை. வலியுடன் எனது படுக்கையில் நான் படுத்தேன். எழுவதற்கு எவ்வளவு வலிக்கிறது, எப்போது நான் திட உணவை உண்ணமுடியும் என்று நினைத்தேன். எனக்கு ஓரளவு தெரிந்திருந்தபோதும், இந்தச்சிறுவனை நான் என்ன செய்யப்

போகிறோன் என்று எனக்கு திகைப்பாக இருந்தது. டாக்டர் அளித் திருந்த வலி நிவாரண மாத்திரைகளை வாயில் போட்டுக்கொண்டு படுக்கையில் படுத்து போர்வையை போர்த்திக்கொண்டேன். மாத்திரைகள் வேலை செய்யட்டும் என்று காத்திருந்தேன்.

நான் கண் விழித்தபோது அறை இருட்டாக இருந்தது. எனக்குத் தலை வலித்தது. நான் கனவு கண்டிருந்தேன். ஆனால் அது என்ன வென்று நினைவுபடுத்திக்கொள்ள முடியவில்லை.

ஷொஹ்ராபின் படுக்கையில் அவனைக் காணவில்லை. என் நெஞ்சில் சுருக்கென்று ஒரு வலி வந்தது. அவன் பெயரைச் சொல்லி அழைத்தேன். எனது குரலே என்னை அச்சங்கொள்ள வைத்தது. அவனது பெயரைச் சொல்லி மீண்டும் அழைத்தபோதும் பதிலேதுமில்லை. கஷ்டப்பட்டு எழுந்து குளியலறையில் தேடினேன். அறைக்கு வெளியே ஹாலில் தேடினேன். அவன் போய் விட்டிருந்தான்.

அறைக்கதவைப் பூட்டிவிட்டு சுவரைப்பிடித்து தத்தித்தத்தி மேலாளரிடம் சென்றேன். அவர் கவுண்டருக்குப் பின்னால் செய்தித்தாளை வாசித்துக் கொண்டிருந்தார். கண்ணாடி அணிந்திருந்த அவர் மீதிருந்து பழவாசனை வந்தது. அது என்ன பழம் என்பதை என்னால் கண்டுபிடிக்கமுடியவில்லை.

“பையன்கள் சுற்றிக்கொண்டே இருக்கத்தான் ஆசைப்படுவார் கள்”, என்று கூறி பெருமூச்சுவிட்டு, “எனக்கு மூன்று பையன்கள். நாள் முழுக்க இப்படி ஓடி ஓடியே அவர்கள் தாயாரை களைப் படையச் செய்துவிடுவார்கள்” என்றார்.

“அவன் எங்கும் விளையாடிக்கொண்டிருப்பான் என்று நான் நினைக்கவில்லை. நாங்கள் இங்கே உள்ளவர்களில்லை. அவன் காணாமல் போய்விட்டான்” என்றேன்.

அவர் தன் தலையை இடதும் வலதுமாக ஆட்டி, “அப்படியென் றால் அந்தப் பையன் மீது ஒரு கண்ணை நீங்கள் வைத்திருந்திருக்க வேண்டும்” என்றார்.

“எனக்குத் தெரியும். ஆனால் நான் தூங்கிப் போய்விட்டேன்” என்றேன்.

அந்த ஆள் சம்பந்தமில்லாமல் ஏதோ சொல்லிக்கொண்டிருந்தார்.

அவர் சட்டையிலிருந்த அவர் பெயரைப் பார்த்து, “ஃபயாஸ், அவனை நீங்கள் பார்த்தீர்களா?” என்று கேட்டேன்.

"அந்தப் பையனையா?" என்றார்.

"ஆமாம். என்னுடன் வந்தவன். அவனைப் பார்த்தீர்களா இல்லையா? இறைவனுக்காக தயை செய்து சொல்லுங்கள்" என்று கெஞ்சினேன்.

"நானொன்றும் அந்தப் பையனை தொலைக்கவில்லை" என்றார் அவர்.

என் முகம் சிவந்தது.

"சரிதான். என் தவறுதான். அவனை நீங்கள் பார்த்தீர்களா?" என்று கேட்டேன்.

"மன்னிக்கவும். நான் பார்க்கவில்லை" என்று வேகமாகக் கூறினார்.

நான் கதறிவிடுவேன் போலிருந்தது. அங்கிருந்து நான் செல்ல முனைந்தபோது, "அவன் எங்கே போயிருப்பான் என்று ஏதும் தெரியுமா?" என்று அவர் கேட்டார்.

"இல்லை" என்றேன். எனக்கு களைப்பாக இருந்தது.

எனக்குக் களைப்புடன் பயமாகவும் இருந்தது.

"அவனுக்குப் பிடித்தமானது எதுவும் உண்டா?" என்று கேட்டார். அவன் ஃபைஸல் பள்ளிவாசலை ஆவலுடன் பார்த்தது சட்டென்று என் நினைவுக்கு வந்தது. அதனை சொன்னேன்.

"ஷா ஃபைஸல் பள்ளியா?"

"ஆமாம். என்னை அங்கு கொண்டு செல்லமுடியுமா?" என்று கேட்டேன்.

"அது உலகிலுள்ள மிகப்பெரிய பள்ளிவாசல்களில் ஒன்று என்பது உங்களுக்குத் தெரியுமா?" என்றார்.

"இல்லை. ஆனால்..."

"அதன் முன்பகுதியில் மட்டும் ஒரேநேரத்தில் நாற்பதாயிரம் பேர் தொழ முடியும்" என்றார்.

"என்னை அங்கே கொண்டு செல்லமுடியுமா?"

"இங்கிருந்து ஒரு கிலோ மீட்டர் தூரத்தில் அது உள்ளது" என்ற அவர் கிளம்பிவிட்டிருந்தார்.

"அதற்கான பணத்தை நான் உங்களுக்குத் தருகிறேன்" என்றேன்.

பெருமூச்சுவிட்டு தலையை ஆட்டிய அவர், "கொஞ்சம் பொறுங்கள்" என்று கூறி உள் சென்று இன்னொரு கண்ணாடியை அணிந்துகொண்டு சாவியை எடுத்துவந்தார். அவர் இடத்தில் ஒரு பெண் வந்து அமர்ந்து கொண்டாள்.

"எனக்கு உங்கள் பணம் வேண்டாம். நானும் உங்களைப் போல ஒரு தந்தை என்பதால் உங்களை நான் அங்கு கொண்டு செல்கிறேன்" என்றார்.

வண்டியில் நீண்ட தூரம் போவதைப்போல் இருந்தது எனக்கு. போலீஸிடம் ஷொஹ்ராபைப் பற்றி நான் சொல்வதுபோல மனதிற்குள் தோன்றியது.

பள்ளிவாசலிலிருந்து சிறிது தூரத்தில் இருந்த புல்வெளியில் அவனை நாங்கள் கண்டோம். என்னை இறக்கிவிட்டு "நான் போகவேண்டியிருக்கிறது" என்று ஃபயாஸ் கூறினார்.

"நல்லது. நாங்கள் நடந்து வந்துவிடுகிறோம். நன்றி ஃபயாஸ்" என்றேன்.

"ஒன்று நான் சொல்லட்டுமா?" என்றார்.

"நிச்சயமாக" என்றேன்.

அவர் முகத்திலிருந்த கண்ணாடி அந்திக்கருக்கலின் ஒளியை பிரதி பலித்தது. "ஆப்கானியர்களான நீங்கள் கொஞ்சம் அஜாக்கிரதை யானவர்கள்" என்றார்.

உடல் வேதனையால் எனக்கு மிகவும் களைப்பாக இருந்தது. என் தாடை வலித்தது. என் நெஞ்சிலும் வயிற்றிலும் இருந்த காயங்கள் கம்பியால் குத்தியது போல வலித்தன. ஆனால் எனக்கு சிரிக்கத் தோன்றியது.

"என்னை உண்மையிலேயே நீ பயப்பட வைத்துவிட்டாய்" என்று நான் அவனிடம் சொன்னேன்.

அவன் பள்ளிவாசலை பார்த்துக் கொண்டிருந்தான். பள்ளி பெரிய தொரு கூடாரம்போல் இருந்தது. கார்கள் வந்துகொண்டும் போய்க் கொண்டுமிருந்தன. வெண்ணிற உடையணிந்த தொழுகையாளர்கள் கூட்டமாக வந்துகொண்டும் போய்க்கொண்டும் இருந்தனர். நாங்கள் ஒன்றும் பேசாமலிருந்தோம். நான் ஒரு மரத்தின் மீது சாய்ந்

திருந்தேன். ஷொஹ்ராப் கால்களை மடக்கி நெஞ்சில் வைத்துக் கொண்டு உட்கார்ந்திருந்தான். தொழுகையழைப்பை நாங்கள் கேட்டோம். பள்ளியின் விளக்குகள் எரிந்து இருளைப்போக்கின. இருளில் ஒரு வைரம்போல் பள்ளிவாசல் மிளிர்ந்து கொண்டிருந்தது.

தன் கால் முட்டியின் மீது முகத்தை வைத்துக்கொண்டு "மஸார்-ஏ-ஷரீஃபுக்கு எப்போதாவது போயிருக்கிறீர்களா?" என்று அவன் கேட்டான்.

"வெகு காலத்திற்கு முன்னால். எனக்கு சரியாக நினைவில்லை" என்றேன்.

"என்னை அப்பா அங்கே கொண்டுசென்றார். அம்மாவும் ஸாஸாவும்கூட எங்களுடன் வந்தார்கள். அப்பா எனக்கு குரங்கு பொம்மை ஒன்றை வாங்கித் தந்தார்," என்றான்.

"நான் குழந்தையாய் இருந்தபோது எனக்கும் ஒன்று கிடைத்திருக்கலாம்" என்றேன்.

"அப்பா என்னை நீலப் பள்ளிக்கும் கொண்டுசென்றார். பள்ளிக்கு வெளியே புறாக்கள் இருந்தன. அவை மனிதர்களைப் பார்த்து பயப்படவில்லை. அவை எங்களிடம் வந்தன. ஸாஸா கொடுத்த ரொட்டித் துண்டை நான் அவைகளுக்குத்தின்னக் கொடுத்தேன். என்னைச்சுற்றி புறாக்களின் கூட்டம் சத்தமிட்டன. அது மிகவும் வேடிக்கையாக இருந்தது" என்றான்.

"நீ உனது பெற்றோர்களை எண்ணி ஏங்குகிறாய்" என்றேன். அவன் பெற்றோர்களை தாலிபான்கள் இழுத்துச் சென்றதை அவன் பார்த்திருப்பானா என்று எனக்குத் தோன்றியது. இருக்காது என்று நம்பினேன்.

கால்முட்டியில் முகத்தை வைத்துக்கொண்டு என்னைப் பார்த்து, "நீங்களும் உங்கள் பெற்றோர்களுக்காக ஏங்குகிறீர்களா?" என்று கேட்டான்.

"என் பெற்றோர்களையா? என் தாயாரை நான் பார்த்ததேயில்லை. சில ஆண்டுகளுக்கு முன்னால் எனது அப்பா இறந்துவிட்டார். நானும் அவருக்காக நிறைய ஏங்கியிருக்கிறேன்" என்றேன்.

"அவர் எப்படி இருப்பார் என்று உங்களுக்கு நினைவிருக்கிறதா?" என்று கேட்டான்.

அப்பாவின் தோற்றத்தை நினைத்துக்கொண்டு "அவர் எப்படி இருந்தார் என்பது எனக்கு நினைவிருக்கிறது. அவர் மேலிருந்து வரும் வாசம்கூட நினைவிருக்கிறது" என்றேன்.

"எனக்கு அவர்களின் முகம் மறந்துகொண்டே வருகிறது. அது மோசமில்லையா?" என்றான்.

"இல்லை. காலம் அப்படித்தான் செய்யும்" என்ற எனக்கு அந்தப் புகைப்படம் நினைவுக்கு வந்தது. அதனை அவனிடம் கொடுத்தேன்.

முகத்தினருகில் கொண்டுபோய் அதனை அவன் பார்த்தான். அப்படியே நீண்டநேரம் இருந்தான். அவன் அழுவான் என்று நினைத்தேன். ஆனால் அழவில்லை. அதனை அவன் விரல்களால் தடவினான். என்னிடம் கொடுக்க கையை நீட்டினான்.

"வைத்துக்கொள். அது உனக்குத்தான்" என்றேன்.

"நன்றி" என்று கூறி தன் பையில் வைத்துக்கொண்டான்.

"பள்ளிவாசல்களைப் பற்றி அடிக்கடி இப்போது நான் நினைக் கிறேன்" என்றான்.

"என்ன நினைக்கிறாய்?" என்று கேட்டேன். "சும்மா நினைக் கிறேன்" என்று விட்டு மெல்ல அழுதான். "நான் உங்களை ஒன்று கேட்கலாமா அமீர் ஆகா?"

"நிச்சயமாக".

"நான் அந்த மனிதனை அடித்ததற்கு இறைவன் என்னை நரகத்தில் போட்டுவிடுவானா?"

அவனைத் தொட்டு தட்டிக் கொடுத்துவிட்டு, "இல்லை. நிச்சய மாக இல்லை" என்றேன். அவனை என்னிடம் இழுத்து கையில் பிடித்துக்கொண்டு உலகம் அவனிடம் மோசமாக நடந்து கொண்டு விட்டது என்று சொல்ல விரும்பினேன்.

அவன் முகத்தை சுருக்கிக் கொண்டு, "அப்பா சொல்லுவார், கெட்டவர் களைக்கூட தாக்கக்கூடாது. ஏனென்றால் அவர்கள் அறியாமையில் இருக்கிறார்கள். அவர்கள் ஒருநாள் நல்லவராக மாறலாம் என்று" என்றான்.

"அது எல்லோருக்கும் அல்ல, ஷொஹ்ராப்" என்றேன்.

அவன் என்னைப் பார்த்தான்.

"நீ காயப்படுத்திய மனிதனை நான் பல வருடங்களாக அறிவேன். நாங்கள் பேசிக்கொண்டிருந்ததைக் கேட்டுக்கொண்டிருந்த உனக்கு புரிந்திருக்கும் என்று நினைக்கிறேன். உன் வயதில் நானிருந்தபோது

அவன் என்னைத் தாக்க முயற்சித்தான். உனது தந்தைதான் அவனிட மிருந்து என்னைக் காப்பாற்றினார். அதனால் அந்தக் கெட்ட மனிதன் உனது தந்தையை ஒருநாள் மோசமாகக் காயப்படுத்தினான். என்னை உன் தந்தை காப்பாற்றியதைப்போல் என்னால் உன் தந்தையைக் காப்பாற்ற முடியாமல் போய்விட்டது".

"ஏன் எல்லோரும் என் தந்தையை தாக்கி காயப்படுத்த விரும்பு கிறார்கள்? அவர் யாரையும் அப்படிச் செய்ததில்லையே" என்று ஷொஹ்ராப் மூச்சு வாங்கிக்கொண்டு கேட்டான்.

"நீ சொல்வது சரிதான். உன் தந்தை நல்லவராகத்தான் இருந்தார். ஆனால் நான் சொல்வது அது அல்ல, ஷொஹ்ராப். நல்லவராக மாறாத கெட்டவர்கள் உலகில் இருக்கின்றார்கள். சில சமயம் அவர் களை எதிர்த்து நிற்கவேண்டி இருக்கிறது. பல ஆண்டுகளுக்கு முன் னால் நான் செய்திருக்கவேண்டியதை நீ செய்திருக்கிறாய். அவனுக் கானதையே அவனுக்கு செய்திருக்கிறாய். இன்னும் சொல்லப் போனால் அதைவிட அதிகமாக அவன் அனுபவித்திருக்க வேண்டும்".

"என்னைக் குறித்து என் தந்தை ஏமாற்றம் அடைந்திருப்பாரா?" என்று கேட்டான்.

"இல்லை. எனக்குத் தெரியும். அவர் நிச்சயமாக ஏமாற்றம் அடைந்திருக்க மாட்டார். நீ என்னை காபூலில் காப்பாற்றினாய். அது குறித்து அவர் பெருமைப்படுவார்" என்றேன்.

அவன் கண்களைத் துடைத்துக்கொண்டு முகத்தை கைகளால் மூடிக்கொண்டு அழுதான். "என் அப்பாவை, அம்மாவை, என் ஸாஸாவை, ரஹீம்கான் சாகிபையும்கூட இழந்துவிட்டேன். அவர் கள் இல்லை என்பதால் சில சமயம் நான் சந்தோஷப்படுகிறேன்" என்று கேவிக்கேவி சொன்னான்.

"ஏன்?" என்று கேட்டு அவனைத் தொட்டேன். அவன் பின்னால் நகர்ந்தான்.

"ஏனென்றால்..." என்று தொடங்கி தேம்பிவிட்டு "ஏனென்றால் நான் அசிங்கமானவன்" என்று கூறி அழுதுவிட்டு "நான் அசிங்க மானவன், பாவங்களாலே என் வாழ்க்கை நிரம்பியுள்ளது" என்று கூறி அழுதான்.

"நீ அசிங்கமானவன் இல்லை ஷொஹ்ராப்" என்றேன்.

“… அவர்கள்தான் அப்படி ஆக்கினார்கள். அந்தக் கெட்டவனும் அவனுடன் இருந்த மற்ற இரண்டு பேரும்… அவர்கள்தான் செய்தனர்… அவர்கள்தான் என்னைக் கெடுத்தார்கள்…”

“நீ அசிங்கமானவனும் இல்லை. பாவியும் இல்லை” என்றேன்.

அவனைத் தொட முயன்றேன். அவன் தன்னை பின்னுக்கு இழுத்துக்கொண்டான். பின்னர் நான் அவனை நெருங்கி மென்மையாகத் தொட்டு மெல்ல அவனை இழுத்தேன். “நான் உன்னைத் துன்பப் படுத்தமாட்டேன்” என்று மெல்ல கூறினேன். “நிச்சயமாக” என்று உறுதி கூறினேன். அவன் சிறிது எதிர்த்தான். பின்னர் தன் தலையை என் நெஞ்சில் சாய்த்துக்கொண்டான். அவனது பிஞ்சு உடல் என் மடியில் சுருண்டு கொண்டது. அவன் தேம்பினான்.

ஒரே முலையிலிருந்து பாலை உண்டு வளர்ந்தவர்களிடையே ஒரு சகோதரத்துவம் இருக்கும். எனக்கும் ஷொஹ்ராபுக்கும் இடையில் ஒரு சகோதரத்துவம் வேர்விட்டது. ஆஸிஃபுடன் நடந்த சம்பவம் எங்களை ஒன்றிணைத்துவிட்டது.

இரவு முழுக்க என்னைத் தூங்கவிடாமல் என் மனதில் ரீங்கரித்துக் கொண்டே இருந்த ஒரு கேள்வியை நான் கேட்பதற்கான சரியான தருணத்தை எதிர்பார்த்துக் கொண்டிருந்தேன். இங்கே இப்பொழுதே இறைவனின் இல்லத்திலிருந்து எங்கள் மீது வந்து விழுந்து கொண்டிருந்த ஒளி வெள்ளத்தினூடே அந்த தருணம் இதுதான் என்று நான் முடிவு செய்தேன்.

“அமெரிக்காவுக்கு வந்து என்னுடனும் என் மனைவியுடனும் வாழ விரும்புகிறாயா?” என்று கேட்டேன்.

அவன் பதில் சொல்லவில்லை. அவன் தேம்பித் தேம்பி அழுது கொண்டே இருந்தான். நான் அழட்டும் என்று விட்டுவிட்டேன்.

ஒரு வாரம் வரை நான் கேட்டது போன்ற கேள்வியையே கேட்காததுபோல இருவரும் அதனைப்பற்றி ஒன்றுமே பேசிக் கொள்ளவில்லை. பின்னர் ஒருநாள் நாங்கள் ஒரு வாடகைக் காரைப் பிடித்துக்கொண்டு “மர்கலா ஹில்ஸ்” என்ற சுற்றுலாத் தளத்திற்கு சென்றோம். அந்தக் குன்றிலிருந்து பார்த்தால் இஸ்லாமாபாத் நகரின் வனப்பு தெரியும், வானம் தெளிவாக இருந்தால் ராவல்பிண்டி நகரம் கூடத் தெரியும் என்று டிரைவர் சொன்னார்.

நாங்கள் ஒரு மரத்தினருகில் இருந்த பெஞ்சில் அமர்ந்தோம். அது வெதுவெதுப்பான நல்லதொரு நாளாக இருந்தது.

ஏராளமானவர்கள் அங்கே வந்திருந்தனர். தூரத்தில் பழைய ஹிந்தித் திரைப்படப் பாடலொன்று கேட்டது. குழந்தைகள் ஓடிப்பிடித்து விளையாடிக் கொண்டிருந்தார்கள். அநாதை விடுதியின் இயக்குநர் ஸமானை சந்தித்தது, எலி ஒன்று வந்தது, குழந்தைகள் கூட்டம் இவை எல்லாம் என் நினைவுக்கு வந்தது. எனது நாட்டு மக்களே எனது நாட்டை அழிப்பதை எண்ணி எனக்கு வந்த கோபத்தில் என் நெஞ்சு விரைத்தது.

"என்ன?" என்று ஷொஹ்ராப் கேட்டதற்கு "ஒன்றுமில்லை" என்று சொன்னேன்.

நாங்கள் ஹோட்டலின் துண்டொன்றை விரித்து சீட்டு விளையாடினோம். சீட்டுக்கையுடன் மேலே பறந்துகொண்டிருந்த பருந்து ஒன்றை சுட்டிக்காட்டினான் ஷொஹ்ராப். "இங்கு பருந்து இருக்கும் என்பது எனக்குத் தெரியாது" என்றேன். "எனக்கும் தெரியாது" என்ற அவன் "நீங்கள் வாழும் இடத்தில் இருக்கிறதா?" என்று கேட்டான்.

"சான்ஃபிரான்ஸிஸ்கோவிலா? இருக்கும் என்றுதான் நினைக்கிறேன்" என்றேன்.

"ஓ", என்ற அவன் இன்னும் ஏதாவது கேட்பான் என்று நினைத்தேன். ஆனால் அவன் "நாம் சாப்பிடலாமா?" என்று கேட்டான். நான் காகிதப்பையைத் திறந்து அவனுக்கு சாண்ட்விச்சை கொடுத்தேன்.

"நானும் உனது தந்தையும் சகோதரர்கள்" என்றேன். அது என்னை அறியாமலே பேசியது. பள்ளிவாசலுக்கருகில் அமர்ந்திருந்த பொழுதே நான் சொல்லவேண்டும் என்று நினைத்திருந்தேன். ஆனால் முடியவில்லை. ஆனால் அதனைத் தெரிந்துகொள்ளும் உரிமை அவனுக்கிருந்தது. அவனிடம் எதனையும் மறைக்க நான் விரும்பவில்லை. "நான் சொல்வது உண்மை. எங்கள் இருவருக்கும் ஒரே தந்தைதான்" என்றேன்.

அவன் சாப்பிடுவதை நிறுத்திவிட்டு, "தனக்கு ஒரு சகோதரர் இருப்பதாக என் தந்தை சொன்னதேயில்லை" என்றான்.

"அவருக்குத் தெரியாது" என்றேன்.

"ஏன் அவருக்குத் தெரியவில்லை?"

"யாரும் அவருக்கு சொல்லவில்லை. எனக்கும் யாரும் சொல்ல வில்லை. சமீபத்தில்தான் நான் அதனைக் கண்டுபிடித்தேன்".

என்னை முதன்முதலாகப் பார்ப்பதுபோல ஷொஹ்ராப் பார்த்தான். "ஏன் உங்களிடமும் என் தந்தையிடமும் அதனை மறைத்தார்கள்?" என்று கேட்டான்.

"அதே கேள்வியை நான் கேட்டேன். அதற்கு வந்த பதில் அத்தனை நல்லதல்ல". அவர்கள் "நானும் உனது தந்தையும் சகோதரர்களாக இருக்கமுடியாது என்று சொன்னார்கள்".

"அவர் ஹஸாரா என்பதாலா?"

"ஆமாம்" என்றேன்.

தனது சாண்ட்விச்சைப் பார்த்துக்கொண்டே "உங்களையும் எனது அப்பாவையும் உங்கள் அப்பா ஒன்றாக நடத்தினாரா?"

ஏரியில் கல்லெறிந்த சம்பவத்தையும், ஹஸனுக்கு உதட்டுப் பிளவு சிகிச்சை செய்யப்பட்டதையும் நினைத்துக்கொண்டு, "எங்கள் இருவர் மீதும் அவர் சமமாகவே அன்புகாட்டினார். ஆனால் அதில் சிறிது வேறுபாடு இருந்தது" என்றேன்.

"எனது தந்தையைக் குறித்து அவருக்கு அவமானமாக இருந்ததா?".

"இல்லை" என்று நான் சொன்னேன் "அவர் மீதுதான் அவருக்கு அவமான உணர்ச்சி இருந்தது என்று நான் நினைக்கிறேன்".

அவன் தனது சாண்ட்விச்சை ஒன்றும் பேசாமல் உண்டான்.

மாலையில் நாங்கள் கிளம்பினோம். வழியில் எல்லாம் என்னை ஷொஹ்ராப் பார்த்துக்கொண்டே இருந்தான். வழியில் ஒரு கடையில் காரை நிறுத்தி டினரவரை சீட்டுகட்டு ஒன்று வாங்கச் சொல்லி பணம் கொடுத்தேன்.

அன்றிரவு படுக்கையில் படுத்துக்கொண்டு தொலைக்காட்சிப் பெட்டியில் ஒரு நேரடி ஒளிபரப்பை பார்த்துக்கொண்டிருந்தோம். நீளமான சாம்பல் நிற தாடியுடனிருந்த இரண்டு மதகுருமார்கள் மதம் சம்பந்தமான கேள்விகளுக்கு பதிலளித்துக் கொண்டிருந்தார்கள். ஃபின்லாந்திலிருந்து அய்யூப் என்றொருவர் தனது மகன் இடுப்பு தெரியும்படி பேண்டை அணிகிறான். அதனால் அவன் நரகத்துக்குப் போய்விடுவானா என்று கேட்டுக்கொண்டிருந்தார்.

"சான்ஃபிரான்ஸிஸ்கோவின் படம் ஒன்றை நான் பார்த்திருக்கிறேன்" என்றான் ஷொஹ்ராப்.

"உண்மையாகவா?" என்று கேட்டேன்.

"அங்கு சிவப்பு நிற பாலமும் கூர்ந்த கோபுரங்களை உடைய கட்டடங்களும் இருந்தது" என்றான்.

"தெருக்களை நீ பார்க்க வேண்டுமே...!" என்றேன்.

"என்ன விசேஷம் அதில்?" என்று என்னைப்பார்த்துக் கேட்டான். தொலைக்காட்சிப்பெட்டியில் இரண்டு மதகுருமார்களும் கலந்தாலோசித்துக் கொண்டிருந்தனர்.

"எங்கு பார்த்தாலும் கார்களாகவே இருக்கும்" என்று சொன்னேன்.

"அதை நினைத்தால் பயமாக இருக்கிறது" என்றான்.

"ஆரம்பத்தில் அப்படித்தான் இருக்கும். பின்னர் உனக்குப் பழகி விடும்" என்றேன்.

"அங்கு பனி பெய்யுமா?" என்று அவன் கேட்டதற்கு "மூடுபனி உண்டாகும்" என்றேன்.

"ஓ" என்றான்.

"ஷொஹ்ராப், நான் உன்னிடம் கேட்டதைப்பற்றி யோசித்தாயா?" என்று கேட்டேன்.

அவன் சிரிப்பு மறைந்தது. தலையினடியில் கை வைத்து படுக்கையில் புரண்டான். அய்யூபின் மகன் பேண்டை இடுப்பின் கீழ்ப்பகுதி தெரியும்படி அணிவதால் அவன் நரகத்துக்குத்தான் போவான் என்று மதகுருமார்கள் சொல்லிக்கொண்டிருந்தார்கள். அது ஹதீஸில் உள்ளது என்று அவர்கள் கூறினார்கள்.

"நான் அதைப்பற்றி யோசித்தேன்" என்று ஷொஹ்ராப் சொன்னான்.

"அப்புறம்?" என்றேன்.

"எனக்கு பயமாக இருக்கிறது" என்றான்.

"அது கொஞ்சம் அப்படித்தான். ஆனால் உன்னால் எல்லாவற்றையும் விரைவில் கற்றுக்கொள்ள முடியும்" என்றேன்.

"நான் அதனை மட்டும் சொல்லவில்லை..." என்ற அவன், என் பக்கம் புரண்டுவந்து, "என்னை உங்களுக்கு சலித்துவிட்டால்? உங்கள் மனைவிக்கு என்னைப் பிடிக்காமல் போனால்?" என்றான்.

நான் அவனுக்கு அருகில் வந்து, "உன்னை எனக்கு எப்போதும் சலிக்காது. அதற்கு நான் உறுதி கூறுகிறேன். அப்புறம் சுரய்யா ஜான் மிகவும் அன்பானவள். அவள் உன்னை மிகவும் விரும்புவாள். என்னை நீ நம்பு. அதனையும் நான் உறுதியாகக் கூறுகிறேன்" என்று நான் அவன் கையைப்பிடித்தேன். அவன் கையை சிறிது இறுக்கிக் கொண்டாலும் என் பிடியில் இருந்து விடுபட முயற்சிக்கவில்லை.

"இன்னொரு அநாதை விடுதிக்குப்போக நான் விரும்பவில்லை" என்றான்.

"அப்படி நடக்க நான் விடமாட்டேன். அதற்கு நான் உறுதி யளிக்கிறேன்" என்று கூறி அவன் கைகளை பிடித்துக்கொண்டு "என்னுடன் வீட்டிற்கு வந்துவிடு" என்றேன்.

அவன் கண்ணீர் தலையணையை நனைத்தது. நீண்ட நேரம் அவன் எதுவும் சொல்லவில்லை. என் கையை இறுக்கிப் பிடித்துக்கொண்டு தலையை ஆட்டினான்.

□ □ □

நான்காவது முயற்சியில்தான் தொடர்பு கிடைத்தது. மூன்று முறை மணி அடித்த பின்னரே அவள் தொலைபேசியை எடுத்தாள். இஸ்லாமாபாத்தில் அப்போது மணி மாலை ஏழு முப்பது. அநேக மாக கலிஃபோர்னியாவில் காலையில் அந்த நேரம். அதாவது பள்ளிக் கூடத்திற்கு சுரய்யா போவதற்கு ஒரு மணிநேரம் முன்பு அது.

"நான்தான்" என்றேன். ஷொஹ்ராப் தூங்கிக்கொண்டிருந்தான்.

"அமீர்" என்ற அவள் கிட்டத்தட்ட கத்தியே விட்டாள். "நன்றாக இருக்கிறாயா? எங்கே இருக்கிறாய்?" என்று கேட்டாள்.

"பாகிஸ்தானில்"

"ஏன் முன்னர் அழைக்கவில்லை? எனக்கு ஏக்கத்தில் சுகவீனம் ஏற்பட்டுவிட்டது. எனது தாயார் உனக்காக தினமும் பிரார்த்தனை செய்கிறார். நேர்ந்துகொள்கிறார்" என்றாள்.

"என்னால் அழைக்க முடியவில்லை. நான் இப்போது நன்றாக இருக்கிறேன்".

"இப்போது நன்றாக இருக்கிறேன் என்றால் என்ன அர்த்தம்? உன் குரலில் மாற்றம் இருக்கிறதே" என்றாள்.

"அதைவிடு சுரய்யா. உனக்கென்று சொல்ல ஒரு விஷயம் இருக்கிறது" என்றேன்.

"என்ன?" என்ற அவள் குரலில் எச்சரிக்கை உணர்ச்சி இருந்தது.

"நான் மட்டும் வரப்போவதில்லை. என்னுடன் ஒரு குட்டிப் பையனையும் கொண்டுவரப்போகிறேன். அவனை நாம் தத்தெடுக்க வேண்டும் என்று நான் விரும்புகிறேன்" என்றேன்.

"என்ன?"

நான் என் கடிகாரத்தைப் பார்த்துவிட்டு, "உன்னிடம் சில விஷயங் களை சொல்ல வேண்டும். உட்கார்ந்துபேசு" என்றேன்.

"ம்... சொல்லுங்கள்"

பதினைந்து ஆண்டுகால மணவாழ்க்கையில் நான் செய்யாததை செய்தேன். எல்லாவற்றையும் அவளிடம் சொன்னேன். அந்த தருணத்தை நான் பலமுறை நினைத்துப் பார்த்திருக்கிறேன். சுரய்யா அவளைப்பற்றி விரிவாகக் கூறி அன்றொரு இரவில் அழுதாளே, அதனை நான் இப்போது அனுபவித்தேன்.

கேட்டுவிட்டு அவள் அழுதாள்.

"என்ன நினைக்கிறாய்?" என்று கேட்டேன்.

"ஒரே நேரத்தில் நிறைய சொல்லி இருக்கிறாய். என்ன நினைப்பது என்று எனக்குத் தெரியவில்லை" என்றாள்.

அவள் மூக்கை சிந்துவது எனக்குக் கேட்டது. "ஆனால் எனக்கு இது மட்டும் தெரிகிறது. அவனை வீட்டிற்கு நீ கொண்டுவர வேண்டும். அதனை நான் விரும்புகிறேன்" என்றாள்.

என் கண்களை மூடிக்கொண்டு புன்னகைத்தபடி, "நிச்சயமாகவா?" என்று கேட்டேன்.

"அமீர், அவன் உங்கள் வம்சத்தைச் சேர்ந்தவன். உங்களது குடும்பம். எனவே அவன் என் வம்சத்தையும் சேர்ந்தவன்கூட. நான் நிச்சயமாகத்தான் சொல்லுகிறேன். நீங்கள் அவனை அநாதையாக தெருவில் விடமுடியாது", என்று அவள் சொல்லிய பின் சிறிதுநேரம் பேசாமலிருந்தாள். பின்,

"அவன் எப்படி?" என்று கேட்டாள்.

தூங்கிக்கொண்டிருந்த ஷொஹ்ராபை நான் பார்த்துவிட்டு “அவன் மிக இனிமையானவன்” என்றேன்.

“அவனை எப்படிக் குறை சொல்லமுடியும்? நான் அவனைப் பார்க்க விரும்புகிறேன். உண்மையாகவே” என்றாள்.

“நான் உன்னை மிகவும் நேசிக்கிறேன்” என்று சொன்னேன்.

“நானும் உன்னை நேசிக்கிறேன்” என்று சொன்ன அவள் குரலில் மகிழ்ச்சி தெரிந்தது. “ஜாக்கிரதையாக இருங்கள்” என்றாள்.

“நிச்சயமாக. இன்னும் ஒரு விஷயம். அவனைப்பற்றி உன் பெற் றோர்களிடம் சொல்லவேண்டாம். அவர்களுக்குத் தெரியவேண்டும் என்றால் அது என் மூலமே தெரியவேண்டும்” என்றேன்.

“சரி” என்றாள்.

தொலைபேசியை வைத்தோம்.

இஸ்லாமாபாத்திலிருந்த அமெரிக்கத் தூதரகத்தின் புல்வெளி மிக அழகாக பராமரிக்கப்பட்டிருந்தது. இஸ்லாமாபாத்தின் மற்ற கட்ட டங்களைப் போலவே தூதரகக் கட்டடம் வெண்ணிறத்தில் இருந்தது. உள்ளே செல்வதற்குள் பல சோதனைக் கட்டங்களை தாண்ட வேண்டி வந்தது. உடலையும் சோதனை செய்தார்கள். உள்ளே நுழைந்தபோது குளிரூட்டியின் சில்லென்று காற்று என் முகத்தில டித்தது. வரவேற்பறையில் இருந்த செகரெட்டரி கூர்மையான முகத் துடன் அழகானவளாக இருந்தாள். பென்சிலை கையில் வைத்து மேசையில் தட்டிக்கொண்டிருந்த அவள் என் பெயரை பட்டியலில் பார்த்துவிட்டு அமரச் சென்னாள்.

“ஏதும் குடிக்கிறீர்களா?” என்று கேட்டாள்.

“வேண்டாம். நன்றி” என்றேன்.

ஷொஹ்ராப் வரவேற்பறை மேசைக்கு அருகிலிருந்த ஷோஃபா வில் உட்கார்ந்திருந்தான். ஏதோ சஞ்சிகையை புரட்டிக் கொண்டிருந்தான்.

“கூச்சப்படாதே” என்று அவனிடம் சொன்னேன். அவனுக்கு எலு மிச்சை பழரசத்தை அந்த செகரட்டரி கொடுத்தாள்.

அவன் கூச்சத்துடன் புன்னகைத்து, “மிக்க நன்றி” என்று ஆங்கிலத்தில் சொன்னான். அவன் சொன்னது நாட்டுப்புற

தோனியில் இருந்தது. அந்த வார்த்தையுடன், வெல்கம் என்ற வார்த்தையையும் அவன் தெரிந்துவைத்திருந்தான்.

ரேமண்ட் ஆன்ட்ரூஸ் சிறிய கைகளுடன் குள்ளமான மனிதராக இருந்தார். அவர் என்னுடன் கைகுலுக்கியது ஒரு சிட்டுக்குருவியைப் பிடித்து கசக்கியதுபோல இருந்தது. எங்களது விதியை நிர்ணயிக்கப் போகும் கைகள் அவை. நாங்களாகவே உட்கார்ந்தோம் என்று நினைக்கிறேன்.

“புகைக்கிறீர்களா?” என்று அவர் கேட்டார்.

“நன்றி. வேண்டாம்” என்றேன்.

அவர் சிகரெட்டைப் பற்ற வைத்துக்கொண்டார்.

“ம். சொல்லுங்கள்” என்றார்.

“இந்தப் பையனை தத்தெடுத்துக்கொண்டு அமெரிக்கா கொண்டு செல்ல விரும்புகிறேன்” என்றேன்.

“ம். சொல்லுங்கள்” என்று மீண்டும் சொன்னார்.

சுரய்யாவிடம் பேசிய பின்னர் நான் என் மனதில் தயாரித்து வைத்திருந்ததை அவரிடம் சொன்னேன். அதாவது எனது ஒன்று விட்ட சகோதரனின் மகனைக் கொண்டுவர ஆப்கானிஸ்தான் சென்றேன் என்றும், அவனை மிகவும் மோசமான சூழலில் ஓர் அநாதை விடுதியில் பார்த்தேன் என்றும், அவன் வாழ்க்கை நாசமாகி விடும் என்றும் அநாதை விடுதியில் பணத்தைக் கட்டி அவனைக் கூட்டிக் கொண்டு பாகிஸ்தான் வந்ததாகவும் சொன்னேன்.

“நீங்கள் அந்தப் பையனின் பெரியப்பாவா?”

“ஆமாம்”.

அவர் தன் கைக்கடிகாரத்தைப் பார்த்தார். “இவனுக்காக சான்றளிக் கக்கூடிய யாராவது இருக்கிறார்களா” என்று கேட்டார்.

“இருந்தார். ஆனால் இப்போது அவர் எங்கே இருக்கிறார் என்று தெரியவில்லை” என்றேன்.

என் பக்கம் திரும்பி தலையை ஆட்டிய அவர் மனதில் என்ன நினைக்கிறார் என்று எனக்குத் தெரியவில்லை.

“உங்கள் தாடையில் உள்ள தையல் இப்போதைய ஃபேஷன் அல்ல என்று நினைக்கிறேன்” என்றார். நானும் ஷொஹ்ராபும் சங்கடத்தில் இருக்கிறோம் என்பதை அப்போதுதான் நான் உணர்ந்தேன்.

“நீங்கள் முஸ்லீமா?” என்று கேட்டார். “ஆமாம்” என்றேன்.

“வணக்க முறைகளை கடைப்பிடிப்பவரா?”

“ஆமாம்” என்றேன். ஆனால் உண்மையில் நான் கடைசியாக தொழுதது எனது அப்பாவின் மருத்துவமுடிவை டாக்டர் அமானி சொன்ன அன்றிரவுதான்.

“அது ஓரளவு உதவக்கூடும். ஆனால் அதிகமாக அல்ல” என்றார்.

“என்ன சொல்கிறீர்கள்?” என்று கேட்டேன். ஷொஹ்ராபின் கையைப் பிடித்துக் கொண்டேன். அவன் முகத்தில் நிச்சயமின்மை தெரிந்தது. அவன் என்னையும் ஆன்ட்ரூஸையும் மாறிமாறி பார்த்தான்.

“விட்டுவிடுங்கள்” என்றார்.

“என்ன?” என்று கேட்டேன்.

“இந்த சிறுவனை தத்தெடுத்துக் கொள்வதான உங்கள் விண்ணப்பத்தை விட்டுவிடுங்கள், இது உங்களுக்கான எனது அறிவுரை” என்றார்.

“காரணத்தை சொல்லுங்கள்” என்று கேட்டேன்.

அவர் தனது உள்ளங்கைகளை தேய்த்துக் கொண்டார். “நீங்கள் சொன்ன கதை உண்மைதான் என்று வைத்துக்கொள்வோம். எனக்கு அதைப்பற்றி அக்கறையில்லை. இங்கே நீங்கள் இருக்கிறீர்கள். அந்தப் பையனும் இருக்கிறான். அதுதான் விஷயம். ஆனாலும் உங்கள் கோரிக்கையை நிறைவேற்றுவதில் நிறைய சிக்கல்கள் உள்ளன. இந்தப் பையன் அநாதையா என்பதும் அதில் ஒன்று,” என்றார்.

“ஆமாம் அவன் அநாதைதான்” என்றேன்.

“அது சட்டப்பூர்வமாக இல்லையே” என்ற அவரிடம் “இவனது பெற்றோர்கள் நடுவீதியில் கொல்லப்பட்டார்கள். அதனை அவர்களது அண்டை வீட்டார் பார்த்திருக்கிறார்கள்” என்றேன். நாங்கள் ஆங்கிலத்திலேயே பேசிக்கொண்டிருந்தது எனக்கு நல்லதாகத் தோன்றியது.

“மரண சான்றிதழ் இருக்கிறதா?” என்று கேட்டார்.

“மரண சான்றிதழா? நாம் ஆப்கானிஸ்தானைப் பற்றி பேசிக் கொண்டிருக்கிறோம். அங்கு உள்ள பெரும்பாலான மக்களுக்கு பிறப்புச் சான்றிதழ்கூட இல்லை” என்றேன்.

அவர் கண்கள் அதிகம் இமைக்கவில்லை. “அய்யா, விதிகளை நான் உருவாக்கவில்லை. உங்கள் விளக்கம் போதாது. அவனுக்குப் பெற்றோர்கள் இல்லை என்பதை நீங்கள் நிரூபிக்க வேண்டி இருக்கிறது. அவன் அநாதை என்று சட்டப்பூர்வமாக அறிவிக்கப் பட்டாக வேண்டும்,” என்றார்.

“ஆனால்...” என்று நான் தொடங்கிய உடனே அவர், “உங்களுக்கு விளக்கமாக சொல்லியாகிவிட்டது. அந்தப் பையனின் சொந்த நாட்டின் ஒத்துழைப்புதான் இப்போது உங்களுக்குத் தேவை. நாம் ஆப்கானிஸ்தானைப் பற்றி பேசிக்கொண்டிருக்கிறோம். அங்கே அமெரிக்கத் தூதரகம் இல்லை. அதுதான் விஷயத்தை இன்னும் சிக்க லாக்குகிறது. கிட்டத்தட்ட முடியாததாகவே ஆக்குகிறது” என்றார்.

“என்ன சொல்கிறீர்கள்? இந்தப் பையனை நான் தெருவில் விட்டு விட வேண்டும் என்றா?” என்று கேட்டேன்.

“நான் அப்படிச் சொல்லவில்லை” என்றார்.

“இவன் பாலியல் ரீதியான வன்முறைக்கு ஆளானவன்” என்றேன்.

“கேட்பதற்கு வருத்தமாக இருக்கிறது” என்று அவர் உதடுகள் சொல்லின. அது நாங்கள் பேசிக் கொண்டிருந்தது ஏதோ சாதாரண விஷயம்போல இருந்தது. “அதனாலெல்லாம் இந்தப் பையனுக்கு விஸா கிடைத்துவிடாது” என்றார் அவர்.

“என்ன சொல்கிறீர்கள்?” என்று கேட்டேன். “அதாவது நீங்கள் உதவி செய்ய விரும்பினால் நல்ல தொண்டு நிறுவனத்துக்குப் பணம் அனுப்புங்கள். அகதிகள் முகாமில் சேவை செய்யுங்கள். இப் போதுள்ள சூழ்நிலையில் ஆப்கானியக் குழந்தைகளை அமெரிக்கக் குடிமகன்கள் தத்தெடுப்பதை நாங்கள் வரவேற்பதில்லை” என்றார்.

நான் எழுந்தேன். “வா ஷொஹ்ராப்” என்று ஃபார்ஸியில் கூறினேன். அவன் என் இடுப்பில் தலையை சாய்த்து என்னுடன் ஒட்டி நின்றான். எனக்கு அந்தப் புகைப்படம் நினைவுக்கு வந்தது.

“உங்களை ஒன்று கேட்கலாமா, திரு. ஆண்ட்ரூஸ்?”

"சொல்லுங்கள்"

"உங்களுக்குக் குழந்தைகள் இருக்கிறார்களா?". அவர் என்னைப் பார்த்தார்.

"சொல்லுங்கள்?" என்றேன்.

அவர் அமைதியாக இருந்தார்.

"இருக்குமென்று நினைக்கிறேன். குழந்தையின் தேவை என்ன என்பதை அறிந்தவர்களை உங்கள் நாற்காலியில் உட்கார வைக்க வேண்டும்," என்று கூறி திரும்ப எத்தனித்தேன்.

"உங்களை நான் ஒன்று கேட்கலாமா?" என்றார்.

"ம். கேளுங்கள்", என்றேன்.

"இந்தப் பையனை கொண்டுசெல்வதாக அவனிடம் உறுதியளித் திருக்கிறீர்களா?" என்றார்.

"அதற்கென்ன?" என்றேன்.

பெருமூச்சுவிட்டு மேசை இழுப்பறையைத் திறந்து எதையோ தேடிக்கொண்டே, "நீங்கள் இதனைத் தொடர நினைக்கிறீர்களா?" என்று கேட்டார்.

"ஆம்" என்றேன்.

ஒரு விஸிட்டிங் கார்டை எடுத்துக்கொடுத்து "உமர் ஃபைஸல் குடிபுகல் சம்பந்தமான சிறந்த வழக்கறிஞர். அவரிடம் நான் அனுப்பினேன் என்று சொல்லுங்கள்" என்றார்.

அதனைப் பெற்றுக்கொண்டு "நன்றி" என்றேன்.

"நலம் விளையட்டும்" என்றார் அவர். நான் போகும்போது திரும்பிப் பார்த்தேன். ஆண்ட்ரூஸ் ஜன்னல் வழியே வெறித்துப் பார்த்துக்கொண்டிருந்தார்.

செகரட்டரியின் மேசையை கடக்கும்போது, "உங்கள் மேலதிகாரி கொஞ்சம் நல்லபடி நடந்து கொள்ளலாம்" என்றேன். "எல்லோரும் இதையேதான் சொல்கிறார்கள்" என்ற அவள், "பாவம் அவர் மகளை இழந்ததில் இருந்து இப்படி ஆகிவிட்டார்" என்றாள்.

நான் புருவத்தை உயர்த்தினேன்.

"தற்கொலை" என்று மெதுவாகச் சொன்னாள்.

ஹோட்டலுக்குத் திரும்பிவரும் வழியில் கார் கண்ணாடியில் முகத்தை வைத்துக்கொண்டு வேடிக்கை பார்த்துக்கொண்டே வந்தான் ஷொஹ்ராப். அவனாக எதுவும் கேட்கட்டும் என்றிருந்தேன். ஆனால் அவன் ஒன்றும் கேட்கவில்லை.

குளியலறையில் தண்ணீர் ஊற்றிக் குளிக்கும் ஓசை கேட்டுக் கொண்டிருந்தது. இந்த ஹோட்டலுக்கு வந்ததில் இருந்து இரவில் படுக்கைக்கு செல்வதற்கு முன் ஷொஹ்ராப் நீண்டநேரம் குளிப்பதை வழக்கமாக்கிக் கொண்டிருந்தான்.

தூதரக அதிகாரி சொன்னதை சுரய்யாவிடம் தொலைபேசியில் சொன்னேன்.

குழந்தைகளை தத்தெடுத்துக் கொடுக்கும் பல தொண்டு நிறு வனங்களைத் தொடர்பு கொண்டதாகவும், ஆப்கானிஸ்தானில் செயல்படும் எந்த நிறுவனத்தின் தொடர்பும் தனக்குக் கிடைக்க வில்லை என்றும் அவள் சொன்னாள்.

"உனது பெற்றோர்கள் என்ன நினைக்கிறார்கள்" என்று கேட்டேன்.

"அம்மாவுக்கு சந்தோஷம். ஆனால் அப்பாதான் எப்போதும் போலவே இருக்கிறார்" என்றாள்.

"நீ?" என்று கேட்டேன்.

அவள் ரீஸீவரை மற்ற கைக்கு மாற்றி, "அந்தப் பையன் நம்மிடம் வருவது அவனுக்கு நல்லது. நமக்கும் நல்லதாக இருக்கும் என்று நினைக்கிறேன்" என்றாள்.

"நானும் அப்படித்தான் நினைக்கிறேன்" என்றேன்.

"அவனுக்கு என்ன பிடிக்கும். அவனுக்குப் பிடித்தமான பாடம் என்னவாக இருக்கும். அவன் வீட்டுப் பாடத்தை செய்வதற்கு உதவுவது என்றெல்லாம் நான் கற்பனை செய்து கொண்டிருக்கிறேன்" என்று கூறி சிரித்தாள்.

"சரிதான்...!" என்றேன்.

“சொல்ல மறந்துவிட்டேன். ஷரீஃப் மாமாவை தொலைபேசியில் அழைத்தேன். அவரிடம் இந்த விஷயத்தில் ஏதும் செய்யமுடியுமா என்று கேட்டேன். செய்கிறேன் என்று சொன்னார்” என்றாள்.

“நல்லதுதான். நீ ஷொஹ்ராபை பார்ப்பது தாமதமாவதை என் னால் ஏற்றுக்கொள்ள முடியவில்லை” என்றேன்.

“எனக்கும் அப்படித்தான்” என்றாள்.

தொலைபேசியை வைத்துவிட்டு சிரித்தேன்.

சிறிது கழித்து ஷொஹ்ராப் குளியலறையிலிருந்து வந்தான். ஆண்ட்ரூஸை சந்தித்துவிட்டு வந்ததிலிருந்து அவன் அதிகம் பேச வில்லை. படுக்கையில் படுத்து தூங்கிவிட்டான்.

உமர் ஃபைஸல் பருமனாக இருந்தார். அவர் கண்கள் கருமையாக இருந்தன. பற்களில் இடைவெளி இருந்தது. அவர் காட்ராய் சூட் அணிந்திருந்தார். கைப்பிடியற்ற அவரது சூட்கேஸ் அவரைப் போலவே பருத்திருந்தது.

அவரிடம் தொலைபேசியில் பேசியிருந்தபோது வாடகை வண்டிக்காரர்கள் வெளிநாட்டவரிடம் பணம் பிடுங்குவதைப் பற்றிப் பேசியிருந்தார்.

வியர்க்க விறுவிறுக்க அவர் வந்தார். அவர் பெட்டியைத் திறந்து குறிப்பு புத்தகமொன்றைத் தேடினார். அப்படித் தேடும்போது அவர் பெட்டியிலிருந்து காகிதங்கள் சிதறியதற்கு மன்னிப்பு கேட்டார். ஷொஹ்ராப் படுக்கையில் உட்கார்ந்துகொண்டு சப்தம் குறைக்கப் பட்ட தொலைக்காட்சிப்பெட்டியையும் ஃபைஸலையும் மாறிமாறி பார்த்துக் கொண்டிருந்தான்.

ஃபைஸல் குறிப்பு புத்தகத்தை எடுத்தார்.

“ஆன்ட்ரூஸ் உங்களைப்பற்றி பெரியதாகச் சொல்லி இருக்கிறார்” என்றேன்.

“ஆன்ட்ரூஸ் நல்ல மனிதர். அவர் தொலைபேசியில் என்னுடன் பேசினார். உங்களைப் பற்றியும் சொன்னார்” என்றார்.

“அப்படியா?” என்றேன்.

“ஆமாம்” என்றார்.

"அப்படியானால் என்னைப்பற்றி உங்களுக்கு எல்லாம் தெரிந்திருக்கும்" என்றேன்.

"ஆமாம்" என்றார்.

"நான் சொன்ன வழக்கறிஞர் ஃபைஸல் இவர்தான்" என்று ஷொஹ்ராபிடம் சொன்னேன்.

ஷொஹ்ராப் "அஸ்ஸலாமு அலைக்கும்" என்றான்.

"அலைக்கும் ஸலாம்" என்ற ஃபைஸல், "உன் பெயர் ஒரு பெரிய வீரனுடைய பெயர் என்பது உனக்குத் தெரியுமா?" என்று கேட்டார்.

தலையை ஆட்டிய ஷொஹ்ராப் தனது படுக்கையில் ஏறி தொலைக்காட்சிப்பெட்டியின் பக்கம் திரும்பி படுத்துக்கொண்டான்.

"உங்களுக்கு ஃபார்ஸி நன்றாகத் தெரியும் என்று எனக்குத் தெரியாது. நீங்கள் காபூலில் பிறந்து வளர்ந்தீர்களா?" என்று ஃபைஸலிடம் கேட்டேன்.

"இல்லை. காபூலில் ஹாஜி யாக்கூப் பள்ளிவாசலுக்கு அருகில் சில ஆண்டுகள் வாழ்ந்தேன். பெர்க்லி நகரில்தான் வளர்ந்தேன்" என்றார்.

நான் அனைத்தையும் அவரிடம் ஆங்கிலத்தில் கூறினேன். "காபூல் மிக அருமையான நகரமாக இருந்தது. நீங்கள் சொல்வதை நம்ப முடியவில்லை" என்றார்.

"அப்போதுபோல இல்லை. மிகவும் மோசமான நிலையில் இப்போது காபூல் இருக்கிறது" என்றேன்.

குறிப்புகளை எடுத்துக்கொண்ட அவர், பேனாவை மூடிவிட்டு, "ஆன்ட்ரூஸ் சொன்னதுபோல இது முடியாதது ஒன்றும் அல்ல. ஆனால் சற்று கடினமானதுதான்" என்றார்.

"ஷொஹ்ராப் போன்ற குழந்தைகளுக்கு வீடு மிகவும் அவசியம். இந்த விதிமுறைகள் எல்லாம் அர்த்தமற்றவை என்று எனக்குத் தோன்றுகிறது" என்றேன்.

"இது சம்பந்தமான எல்லாவித விதிமுறைகளும், கொள்கைகளும் உங்களுக்கு எதிராகவே இருக்கின்றன" என்றார்.

எனக்குக் கோபம் வந்தது.

“அது அப்படித்தான். அது தானாகவே நடந்ததோ அல்லது மனிதன் உண்டாக்கியதோ. எல்லாவற்றுக்கும் காரணம் தாலிபான்கள்தான். அநாதைகளாகிவிட்ட குழந்தைகளுக்கு சான்றிதழ்கள் இருந்தால் மட்டுமே அவர்களை தத்தெடுக்க முடியும்,” என்றார்.

“நீங்கள் ஆப்கானிஸ்தானில் இருந்திருக்கிறீர்கள். அது எவ்வளவு கடினம் என்பது உங்களுக்குத் தெரியும்” என்றேன்.

அவர் அதில் உள்ள தடைகளை எல்லாம் சொல்லிக்கொண்டே வந்தார். எனக்குத் தலைவலித்தது.

“ஷரீஅத் சட்டங்களைப் பின்பற்றும் இஸ்லாமிய நாடுகளும் தத்தெடுப்பதை அங்கீகரிப்பதில்லை” என்று அவர் சொன்னபோது “இதனை விட்டுவிடச் சொல்கிறீர்களா?” என்று கேட்டேன்.

நான் ஷொஹ்ராபைப் பார்த்தேன். இப்போது அவன் ஹஸன் உட்கார்ந்திருப்பதைப் போலவே கால்முட்டியின் மீது முகத்தை வைத்துக்கொண்டு உட்கார்ந்திருந்தான்.

“நான் அவனுக்கு பெரியப்பா என்பதைக்கொண்டு ஏதும் செய்ய முடியாதா?” என்று கேட்டேன்.

“உங்களால் அதை நிரூபிக்க முடியுமென்றால்” என்றார். “அதற்கு ஏதாவது சான்றிதழ்கள், அத்தாட்சிகள் இருக்கிறதா?” என்று கேட்டார்.

“இல்லை” என்று கூறிவிட்டு “வேறு ஏதும் வழிகள் இருக்கிறதா?” என்று கேட்டேன்.

“உண்மையைச் சொன்னால், நிறைய வழிகள் இல்லை” என்றார் சிறிது சிந்தித்துவிட்டு.

“இரண்டு ஆண்டுகள் ஷொஹ்ராபுடன் நீங்கள் இங்கேயே வாழ்ந்துவிட்டு அவனுக்கு புகலிடம் அளிக்கும் கோரிக்கையை வைக்கலாம். நீதிமன்றத்தில் நிரூபித்துவிட்டு மனிதாபிமான அடிப்படையில் விஸா கோரலாம். அது எளிதாகக் கிடைக்காது” என்று கூறி கொஞ்சம் கழித்து, “வேறொரு நல்ல வழி இருக்கிறது” என்றார்.

நான் முன்னகர்ந்து “என்ன?” என்றேன்.

“ஒரு அநாதை விடுதியில் அவனை ஒப்படைத்துவிட்டு விண்ணப்பிக்கலாம். அவன் அங்கு இருக்கும்போது விடுதிக்காரர்கள் உங்களை நன்கு ஆராய்வார்கள்” என்றார்.

“அது என்ன?” என்று கேட்டேன். “விண்ணப்பிப்பது ஒரு சர்வ தேச சட்டமுறை. நீங்கள் எப்படிப்பட்டவர்கள் என்று ஆராய்வது அநாதை விடுதியினரின் செயல்முறை” என்றார்.

“நான் அப்படிச் செய்யவிரும்பவில்லை. அவனை அநாதை விடுதியில் சேர்க்கமாட்டேன் என்று அவனிடம் உறுதியளித்திருக் கிறேன்” என்றேன்.

“நான் சொன்னதுதான் சிறந்தவழி” என்றார்.

அப்புறம் நாங்கள் கொஞ்சநேரம் பேசிக்கொண்டிருந்தோம். புறப்பட்டுப்போகையில் கார் கண்ணாடியை கீழிறக்கிய அவர், “அமீர், நான் அங்கேயே சொல்லவேண்டும் என்று நினைத்தேன். நீங்கள் முயற்சிக்கும் செயல் உண்மையிலேயே உன்னதமானது” என்றார்.

அவருக்கு விடை கொடுத்து அனுப்பியதும் என்னுடன் சுரய்யா இருந்தால் தேவலாம் போலிருந்தது.

நான் உள்ளே சென்றபோது தொலைக்காட்சிப்பெட்டியை ஷொஹ்ராப் அணைத்திருந்தான். என் படுக்கையில் உட்கார்ந்து கொண்டு என் அருகில் அவனை அழைத்தேன். “உன்னை அமெரிக்காவுக்குக் கூட்டிச் செல்ல ஒரு வழி இருக்கிறது என்று ஃபைஸல் சொன்னார்” என்றேன்.

“அப்படியா?” என்ற அவன் முகத்தில் இப்போதுதான் புன்னகை தோன்றியது.

“நாம் எப்பொழுது போக முடியும்?”

“அதற்கு சிறிது காலம் ஆகும். அவர் நமக்கு உதவுவதாக சொல்லி இருக்கிறார்”

“எவ்வளவு நாள் ஆகும்?”

“எனக்குத் தெரியவில்லை”

“பரவாயில்லை. காத்திருப்போம். பழம் பழுப்பதுவரை காத்தி ருப்பதுபோல” என்றான்.

“நான் பார்த்ததிலேயே நீதான் நல்ல அறிவாளி” என்றேன். வெட்கத்தால் அவன் காதுமடல்கள் சிவந்தன.

“என்னை நீங்கள் அந்த சிவப்புப் பாலத்துக்குக் கூட்டிச் செல்வீர்களா?” என்று கேட்டான்.

"நிச்சயமாக" என்றேன்.

"ஆங்கிலம் கற்றுக்கொள்வதற்கு கடினமானதா?" என்று கேட்டான்.

"ஒரு ஆண்டுக்குள் நீ ஃபார்ஸி மொழியை பேசுவதுபோல ஆங்கிலம் பேசுவாய்" என்றேன்.

"உண்மையாகவா?" என்றான்.

"ஆமாம்" என்று கூறி என் ஒரு விரலை அவனுடைய முகவாய்க் கட்டையில் வைத்து அவன் முகத்தை நிமிர்த்தி, "குழந்தைகளுக்கான விடுதியொன்றில் சில நாட்கள் நீ தங்கி இருந்தால், உன்னை அமெரிக்காவுக்குக் கொண்டுபோகமுடியும் என்று ஃபைஸல் நினைக்கிறார்" என்றேன்.

"குழந்தைகளுக்கான விடுதியா?" என்று கேட்ட அவன் முகத்தில் இருந்த சிரிப்பு மறைந்தது. "அநாதை விடுதியையா சொல்கிறீர்கள்?" என்று கேட்டான்.

"கொஞ்ச நாள்தான்" என்றேன்.

"இல்லை. ப்ளீஸ் வேண்டாம்" என்றான்.

"கொஞ்ச நாள்தான் ஷொஹ்ராப்" என்றேன்.

"அதுபோன்ற இடங்களில் ஒருபோதும் என்னை விடமாட்டேன் என்று கூறினீர்களே, அமீர் ஆகா" என்ற அவன் கண்களிலிருந்து கண்ணீர் வழிந்தது.

"அப்படியில்லை. இஸ்லாமாபாத் காபூலைப் போன்றது அல்ல. நான் உன்னை தினமும் வந்து பார்த்துக்கொண்டே இருப்பேன். உன்னை அமெரிக்காவுக்குக் கொண்டு செல்வேன்" என்றேன்.

"ப்ளீஸ், ப்ளீஸ்" என்று தேம்பியழுதபடி "எனக்கு அந்த இடங்க ளெல்லாம் பயமாக இருக்கிறது. என்னை அவர்கள் துன்புறுத்து வார்கள். நான் அங்கு போகவிரும்பவில்லை" என்று அழுதான்.

"யாரும் உன்னை துன்புறுத்த மாட்டார்கள்" என்றேன்.

"ஆமாம், அவர்கள் அப்படித்தான். துன்புறுத்தமாட்டோம் என்று பொய் சொல்லிவிட்டு துன்புறுத்துவார்கள். அவர்கள் பொய் சொல்வார்கள்" என்று கூறி அழுதான்.

அவன் கன்னங்களில் வழிந்த கண்ணீரைத் துடைத்துவிட்டு, "பழம் பழுப்பதுவரை புளிக்குமே அதுபோலத்தான்" என்று மெல்ல சொன்னேன்.

"இல்லை. அந்த இடம் அப்படியல்ல. அல்லாஹ் அல்லாஹ். ப்ளீஸ் வேண்டாம்" என்றான். அவன் உடல் நடுங்கிக் கொண்டிருந்தது. அவன் கண்களிலிருந்து தாரைதாரையாக கண்ணீர் வழிந்து கொண்டிருந்தது.

நான் அவனை அணைத்துக்கொண்டு முதுகில் தட்டி, "எல்லாம் சரியாகிவிடும். நாமிருவரும் நம் வீட்டுக்குச் செல்வோம். நிச்சயம் சரியாகிவிடும் பார்" என்றேன்.

"அநாதை விடுதியில் விடமாட்டேன் என்று சத்தியம் செய்யுங்கள் அமீர் ஆகா, ப்ளீஸ், ப்ளீஸ்" என்றான்.

எப்படி என்னால் சத்தியம் செய்ய முடியும்? அவனை கட்டியணைத்துக்கொண்டு முன்னும் பின்னும் ஆட்டினேன். என் சட்டை அவன் கண்ணீரால் நனைந்தது. அவன் பயத்தில் அப்படியே உறங்கிப்போனான்.

அவனை படுக்கையில் படுக்க வைத்துவிட்டு படுத்தபடி ஜன்னல் வழியே வானவெளியைப் பார்த்தேன்.

அப்படியே உறங்கிப்போன என்னை தொலைபேசிமணி எழுப்பியது. கண்களைக் கசக்கிக்கொண்டு தொலைபேசியை எடுத்தேன்.

"அமெரிக்காவிலிருந்து" என்று ஃபயாஸ் சொன்னார்.

குளியலறை விளக்கு எரிந்துகொண்டு இருந்தது. ஷொஹ்ராப் குளித்துக் கொண்டிருந்தான்.

"ஸலாம்" என்று சொன்ன சுரய்யாவின் குரல் துடிப்புடனிருந்தது.

"வழக்கறிஞர் என்ன சொன்னார்?" என்று கேட்டாள்.

ஃபைஸல் சொன்னதை நான் அவளிடம் சொன்னேன்.

"அதை நாம் செய்யவேண்டியதில்லை" என்றாள்.

நான் படுக்கையிலிருந்து எழுந்து உட்கார்ந்து "ஏன் என்ன ஆயிற்று?" என்று கேட்டேன்.

“ஷொஹ்ராபை கருணை அடிப்படையிலான விஸாவில் கொண்டு வந்துவிட்டால் அவனை இங்கேயே வைத்துக்கொள்ள நிறைய வழிகள் இருக்கின்றன என்று ஷரீஃப் மாமா சொன்னார்” என்றாள்.

“சர்வதேச நிறுவனங்களில் வேலைசெய்யும் அவருடைய நண்பர்களுடைய உதவியால் அப்படியொரு விஸா கிட்டத்தட்ட கிடைத்துவிடும் என்று சொன்னார்” என்றும் அவள் சொன்னாள்.

“இறைவனுக்கு நன்றி” என்றேன்.

“அவனுடைய பொறுப்பாளர்களாக நாம் இருப்போம். அந்த விஸா ஒரு ஆண்டுக்கானதாக இருக்கும். தத்தெடுத்துக்கொள்ள விண்ணப்பிப்பதற்கு நிறைய அவகாசம் இருக்கும்” என்றாள்.

“இது நடக்குமா?” என்று கேட்டேன்.

“அப்படித்தான் தோன்றுகிறது” என்று சொன்ன அவள் குரலில் மகிழ்ச்சி இருந்தது. நான் தொலைபேசியை வைத்தேன்.

“ஷொஹ்ராப்” என்று கூவினேன்.

“உனக்கு நல்ல செய்தி” என்று கூறியபடி குளியலறைக் கதவைத் தட்டினேன். “சுரய்யா ஜான் பேசினாள். நீ அநாதை விடுதிக்குச் செல்ல வேண்டியதில்லை. நாம் அமெரிக்கா போகிறோம்” என்று சொன்னேன்.

கதவைத் தள்ளித்திறந்து குளியலறைக்குள் சென்றேன்.

சட்டென்று மண்டியிட்டமர்ந்து கதறினேன். என் தொண்டையும் நெஞ்சும் வெடித்துவிடும் அளவுக்குக் கதறினேன்.

ஆம்புலன்ஸ் வரும்வரை நான் கதறிக்கொண்டிருந்ததாக பின்னர் எல்லோரும் சொன்னார்கள்.

இருபத்தியைந்து

அவர்கள் என்னை உள்ளே விடவில்லை.

சக்கர மேசையில் வைத்து அவனை அவர்கள் தள்ளிக்கொண்டு போனதை நான் பார்த்தேன். அடித்து பிடித்துக்கொண்டு உள்ளே நுழைந்தேன். மருந்துகளின் நெடி என் நாசியில் ஏறியது. அறுவை சிகிச்சைக்கான சீருடை அணிந்த இருவரையும் ஒரு பெண்ணையும் பார்த்தேன். அவன் மீது போர்த்தப்பட்டிருந்த வெண்மையான துணிக்கு வெளியே இரத்தம் ததும்பிய காலைப் பார்த்தேன். இடதுகாலின் கட்டைவிரலில் வெட்டுக்காயத்தைப் பார்த்தேன். உயரமாக பருமனாயிருந்த நீல உடை உடுத்தியிருந்த ஓராள் என் நெஞ்சில் கையை வைத்துத் தள்ளினார். நான் முன்னே தள்ளிக் கொண்டு செல்ல முயன்றேன். நீங்கள் இங்கே வரக்கூடாது என்று ஆங்கிலத்தில் மென்மையாக ஆனால் உறுதியாக அந்த ஆள் கூறினார். மக்கள் காத்திருக்கும் அறைக்கு என்னைத் தள்ளிச்சென்ற அவர், "நீங்கள் காத்திருக்கவேண்டும்" என்றார். கதவுகள் மூடிக் கொண்டன. அறுவை சிகிச்சை செய்பவர்களின் தொப்பியின் மேற் பகுதி மட்டுமே எனக்குத் தெரிந்தது.

அந்த காத்திருப்போர் அறையில் நிறையபேர் உட்கார்ந்திருந் தார்கள். எனக்கு மீண்டும் கதறியழவேண்டும் போலிருந்தது. அப்பா வும் நானும் மற்ற பயணிகளுடன் பெட்ரோல் டாங்கின் உள்ளே அமர்ந்து பயணித்தபோது எனக்கேற்பட்ட திணறல் என் நினைவுக்கு வந்தது. இந்த இடத்திலிருந்து அறுபட்டு, இந்த நிலையிலிருந்து விடுபட்டு பறந்து கரைந்து போகவேண்டும் போலிருந்தது எனக்கு.

ஆனால் என் கால்கள் இறுகி காங்ரீட் போல ஆகிவிட்டிருந்தன. என் நுரையீரல்கள் காற்றை அவசர அவசரமாக வெளித்தள்ளின. எனது தொண்டை எரிந்தது. இந்த நிலையிலிருந்து விடுபட்டுவிட முடியாது. என் கண்களை மூடிக்கொண்டேன். மருத்துவமனைக்கேயான நெடி என்னுள் நிறைந்தது. மேலே விளக்குகளைச் சுற்றி விட்டில் பூச்சிகள் படபடத்துப் பறந்து கொண்டிருந்தன. பேச்சொலி, சத்தமில்லாத தேம்பல் ஒலி, மூக்கைச் சிந்தும் ஓசை, மெல்லிய அழுகுரல், பெரு மூச்சு விடும் சத்தம், லிஃப்ட் கதவு திறந்து மூடும் ஒலி ஆகியவற்றை நான் கேட்டேன்.

என் கண்களைத் திறந்தேன். என்ன செய்ய வேண்டும் என்று எனக்குத் தெரிந்தது. சுற்றிப் பார்த்தேன். என் நெஞ்சு தடதடத்துக் கொண்டிருந்தது. எனது இடது பக்கத்தில் சாமான்கள் வைக்கும் அறை ஒன்றைக் கண்டேன். அதனுள் எனக்கு வேண்டியிருந்ததைக் கண்டேன். அதுபோதும். அங்கிருந்த துணிக் குவியலிலிருந்து வெண்ணிற விரிப்பொன்றை எடுத்தேன். அதனை எடுத்துக்கொண்டு ஒரு போலீஸ்காரருடன் நர்ஸ் பெண்ணொருத்தி பேசிக்கொண்டிருந்த இடத்திற்கு வந்தேன். நர்ஸின் கையைப்பிடித்து இழுத்து, மேற்கு திசை எது என்று தெரியவேண்டும் என்றேன். அவளுக்கு நான் கேட்டது புரியவில்லை. எனது தொண்டை வலித்தது. எனது கண்கள் கண்ணீரில் நனைந்தன. எனது ஒவ்வொரு மூச்சும் தீ சுவாலைபோல் இருந்தது. நான் அழுது கொண்டிருந்தேன் என நினைக்கிறேன். நான் மீண்டும் கேட்டேன். போலீஸ்காரர் மேற்கு திசையைக் காட்டினார்.

எனது தற்காலிக தொழுகை விரிப்பைத் தரையில் விரித்தேன். மண்டியிட்டேன். என் நெற்றியை தரையில் வைத்தேன். எனது கண்ணீ ரால் விரிப்பு நனைந்தது. மேற்கை நோக்கி தலைவணங்கினேன். நான் பதினைந்து ஆண்டுகளாக இறைவணக்கம் செய்ததில்லை என்பது என் நினைவுக்கு வந்தது. வணங்கும்போது ஓத வேண்டி யவை எல்லாம் எனக்கு மறந்திருந்தது. என் நினைவில் இருந்த "வணக்கத்திற்குரியவன் அல்லாஹ்வைத் தவிர யாருமில்லை. முஹம்மது நபி அவர்கள் அவன் திருத்தூதர் ஆவார்கள்" என்பதை ஓதினேன். இறைவன் இல்லை என்று அப்பா சொல்லிக் கொண்டிருந்தது தவறு என்பதையும், இறைவன் எப்போதும் இருக்கிறான் என்பதையும் நான் உணர்ந்தேன். கையறு நிலையில் இருக்கும் இந்த மக்களின் கண்களில் நான் இறைவனைக் கண்டேன். இதுதான் இறைஇல்லம் என்று தோன்றியது. இறைவனை மறந்த வர்கள் மீண்டும் இறைவனைக் காணும் இந்த இடம்தான் இறை இல்லம். இறைவன் இருக்கிறான். இறைவன் இருக்கவேண்டும்.

நான் வணங்குவேன். இத்தனை ஆண்டுகள் அவனை நான் மறந்திருந்ததை மன்னிக்கும்படி அவனை நான் வணங்குவேன். நான் ஏமாற்றியிருந்ததற்கு, பொய் சொல்லி இருந்ததற்கு, பாவங்கள் செய்து கொண்டிருந்ததற்கெல்லாம் மன்னிக்கும்படி இறைவனை நான் வணங்குவேன். எனக்கு தேவை இருந்ததனால் மட்டும் அவனை வணங்குவதற்கு மன்னிப்புக் கோருவேன். அவனது வேதம் அவனைப்பற்றி சொல்வதுபோல் கருணையாளனான, அன்பாளனான, அருளாளனான அவனை வணங்குவேன். மேற்குப்பக்கம் தலைதாழ்த்தி தரையை முத்தமிட்டு எப்போதும் வணங்குவேன் என்றும், ஏழைவரியைக் கொடுப்பேன் என்றும், ரமழான் மாதத்து நோன்புக் கடமையை நிறைவேற்றுவேன் என்றும், அந்த மாதம் முடிந்த பின்னும் நோன்பு நோற்பேன் என்றும் உறுதி எடுத்துக் கொண்டேன். அவனது புனித வேதத்தின் ஒவ்வொரு வரியையும் மனப்பாடம் செய்வேன், மெக்காவுக்கு புனிதப்பயணம் மேற்கொள்வேன் என்றும் உறுதி எடுத்துக்கொண்டேன். இவை அனைத்தையும் நிறைவேற்றுவேன், தினமும் அவனை நினைவு கூர்வேன், எனது ஒரே ஒரு கோரிக்கையை நிறைவேற்றினால். எனது கைகள் ஹஸனுடைய இரத்தத்தால் கறையாகிவிட்டன. ஹஸனுடைய மகனின் இரத்தக்கறையும் என் கைகளில் படிந்துவிடாமல் காக்க நான் இறைவனை வணங்கினேன். பயத்துடன் கூடிய முனகலை நான் கேட்டேன். அது என்னுடையதுதான் என்பதை உணர்ந்தேன். என் கண்ணீரின் உப்புச்சுவையை என் உதடுகளில் உணர்ந்தேன். அங்கிருந்த எல்லோரும் என்னைப் பார்ப்பதை உணர்ந்தேன். ஆனாலும் நான் மேற்கு நோக்கி தலைதாழ்த்தி இருந்தேன். நான் வணங்கினேன். எனது பாவங்கள் என்னைப்பற்றிப் பிடித்துக் கொள்ளும் என்று நான் பயந்து கொண்டிருந்ததுபோல ஆகாமலிருக்க நான் வணங்கினேன்.

நட்சத்திரங்களற்ற இருட்டான இரவு இஸ்லாமாபாத்தின் மீது கவிந்தது. சில மணிநேரம் கழித்து அவசர சிகிச்சைப்பிரிவிற்கு வெளியே நான் உட்கார்ந்திருந்தேன். எனக்கு முன்னிருந்த மேசை மீது செய்தித்தாள்களும் சஞ்சிகைகளும் கிடந்தன. எனக்கு முன் சக்கர நாற்காலி ஒன்றில் ஒரு வயதான பெண்மணி பச்சை நிற சல்வார் கமீஸ் அணிந்து அமர்ந்திருந்தார். அவர் அடிக்கடி அரபி மொழியில் ஏதோ பிரார்த்தித்துக்கொண்டே இருந்தார். யாருடைய பிரார்த்தனையை இறைவன் செவிமடுப்பான் என்றெனக்குத் தோன்றியது. ஹஸனைப்போலவே இருந்த ஷொஹ்ராபை நினைத்தேன். அந்த இரவின் இருளைப்போலவே என்மனதில் கவலை படர்ந்தது.

நான் எழுந்து ஜன்னலைத் திறந்தேன். வெளியிலிருந்து வந்த சூடான காற்று துர்நாற்றம் மிகுந்ததாய் இருந்தது. நான் காற்றை உள்ளிழுத்தேன். ஆனால் அது நெஞ்சினுள்ளில் இருந்த பாரத்தை குறைக்கவில்லை. நான் வந்து அமர்ந்தேன். மேசைமீது கிடந்த சஞ்சிகையைப் புரட்டினேன். சுவர்க்கடிகாரத்தைப் பார்த்தேன். மணி அதிகாலை நான்காகி இருந்தது. நான் அவசர சிகிச்சைப் பிரிவிலிருந்து வெளித்தள்ளபட்டு ஐந்து மணிநேரம் ஆகி இருந்தது. உள்ளேயிருந்து இதுவரை எந்தத் தகவலுமில்லை.

எனக்குத் தூக்கம் வந்தது. அழுக்கான அந்தத் தரையில் படுத்தேன். ஏதேதோ கனவு வந்தது.

யாரோ என் தோளில் தட்டினார்கள். கண்களைத் திறந்தேன். என்னை நோக்கி ஒருவர் குனிந்தபடி இருந்தார். அவர் அறுவை சிகிச்சை செய்பவர்களின் தொப்பியை அணிந்திருந்தார். அவர் அணிந்திருந்த வாய்க்கவசத்தில் இருந்த இரத்தக் கறை என்னுள் பீதியை கிளப்பியது. அவர் தனது வாய்க்கவசத்தைக் கழற்றினார். அவர் தனது பெயர் டாக்டர் நவாஸ் என்று கூறினார். அவர் ஏதாவது தாங்கமுடியாத தகவலை சொல்லிவிடுவாரோ என்று பயமாக இருந்தது. அந்தப் பையன் ஆழமாக வெட்டிக்கொண்டதால் இரத்தப் போக்கு கடுமையாகிவிட்டது என்று அவர் சொன்னார்.

நான் மீண்டும் பிரார்த்திக்கத் தொடங்கினேன்.

“அல்லாஹ்வைத் தவிர வேறு இறைவன் இல்லை.
முஹம்மது நபி அல்லாஹ்வின் தூதர்”.

ரத்தம் அதிகம் செலுத்த வேண்டியதாகிவிட்டது. அவன் சிறுவனாக இல்லாதிருந்தால் பிழைத்திருக்க முடியாது என்றும் அவன் பிழைத்துவிட்டான் என்றும் சொல்லிவிட்டு டாக்டர் நவாஸ் புன்னகைத்தார். அவர் சொன்னதைப் புரிந்துகொள்ள எனக்கு சிறிதுநேரம் பிடித்தது. அவர் அதற்குமேல் சொன்ன எதுவும் என் காதில் நுழையவில்லை. அவர் கைகளைப் பிடித்து முகத்தில் வைத்து முன்னர் தெரிந்திராத அவரிடம் அழுதேன்.

டாக்டர் நவாஸ் என்னை தீவிர சிகிச்சைப் பிரிவுக்குக் கூட்டிச் சென்றார். ஷொஹ்ராபின் படுக்கை மூலையில் இருந்தது. ஷொஹ்ராபைப் பார்க்கையில் நான் மீண்டும் அழுவேன் என்று நினைத்திருந்தேன். ஆனால் அவனைப் பார்த்தபோது என் கண்கள் வறண்டிருந்தன. அவன் மூக்கினுள் பிளாஸ்டிக் குழாய் ஒன்று

சொருகப்பட்டிருந்தது. அவனது மார்பு ஏறி இறங்கியதைப் பார்த்துக் கொண்டிருந்த எனக்கு திடீரென உடல் மரத்துப்போனது.

நான் கண்விழித்தபோது சூரியன் உதிப்பதை ஜன்னல் வழியே பார்த்தேன். எனது நிழல் ஷொஹ்ராபின் மீது விழுந்தது. அவனிடம் எந்த அசைவும் இல்லை.

நான் இன்னும் சற்று உறங்கலாம் என்று ஷிப்ட் மாறி வந்திருந்த நர்ஸ் கூறி என்னைத் தீவிர சிகிச்சைப் பிரிவுக்கு அருகிலிருந்த ஒரு அறைக்குக் கூட்டிச்சென்று ஒரு தலையணையையும் போர்வையும் கொடுத்தார். அங்கிருந்த ஷோஃபாவில் சாய்ந்து படுத்த நான் உடனே உறங்கிவிட்டேன்.

பகலில் மருத்துவமனை ஆட்களால் நிரம்பி இருந்தது. அதன் கட்டட அமைப்பையும் லிஃப்டின் நான்காவது மாடி பொத்தான் பழுதாகியுள்ளதையும் அறிந்தேன். மருத்துவமனைப் பணிகள் ஒரு ஒழுங்கிசைவில் நடந்துகொண்டிருந்தது என்பதை அறிந்தேன். பகலில் ஷொஹ்ராபின் படுக்கைக்கருகில் இருந்து கவனித்துக் கொண்ட நான் இரவில் இங்கும் அங்கும் நடந்து கொண்டிருந்தேன். அப்படி நடக்கும்போது என் ஷூக்களின் ஒலியைக் கேட்டுக் கொண்டு ஷொஹ்ராப் எப்போது எழுவான் என்று நினைத்துக் கொண்டிருந்தேன்.

மூன்று நாட்களுக்குப்பின் அவனது மூக்கில் சொருகப்பட்டிருந்த குழாயை அகற்றி சாதாரண படுக்கையில் படுக்கவைத்தார்கள். அவனை மாற்றியபோது அங்கு நான் இல்லை. ஹோட்டல் அறைக்குச் சென்று தூங்க முயன்று புரண்டு கொண்டிருந்தேன். குளியலறையின் குளியல் தொட்டியை பார்க்காமலிருக்க முயன்றேன். அதிலிருந்த ரத்தக்கறை கழுவப்பட்டிருந்தது. ஷொஹ்ராப் அன்றிரவு எப்படி பிளேடால் அறுத்துக்கொண்டிருப்பான் என்பதை நினைத்துப் பார்த்தேன். அறுக்கும்போது என்ன நினைத்திருப்பான் என்றும் எண்ணிப்பார்த்தேன்.

ஹோட்டலைவிட்டு வெளியே வரும்போது ஃபயாஸ் என்னிடம் “உங்களுக்காக வருத்தப்படுகிறேன்” என்று சொல்லிவிட்டு “நீங்கள் ஹோட்டலை காலி செய்துவிடுங்கள்” என்றார்.

அவர் பிரச்சினை எனக்குப் புரிகிறது என்று சொல்லிவிட்டு காலி செய்தேன். நான் மருத்துவமனையிலிருந்த நாட்களுக்கு அவர் பணம் வாங்கவில்லை. காரில் மருத்துவமனைக்குத் திரும்பிவரும் வழியில் ஃபார்ஸி மொழி புத்தகங்கள் விற்கும் கடைக்கு சென்று வந்தேன்.

ஷொஹ்ராபின் புதிய அறையில் கால் உடைபட்டிருந்த பஞ்சாபி ஒருவனும் இருந்தான். அவன் பேருந்தின் கூரை மீதிருந்து வீழ்ந்ததால் கால் உடைந்துவிட்டதென அறிந்துகொண்டேன். ஷொஹ்ராபின் படுக்கைக்கருகிலிருந்த ஜன்னல் வழியே சூரிய ஒளி வந்துகொண்டு இருந்தது. தற்கொலைக்கு முயன்றவர்களை இருபத்திநான்கு மணிநேரக் கண்காணிப்பில் வைத்திருப்போம் என்று டாக்டர் நவாஸ் என்னிடம் கூறியிருந்தார். ஜன்னலின் அருகே ஒரு காவலாளி நின்றுகொண்டு இருந்தார். என்னைப் பார்த்ததும் அந்தக் காவலாளி தலையை ஆட்டி முகமன் கூறி சென்றுவிட்டார்.

மருத்துவமனை பைஜாமாவை அணிந்து மார்புவரை போர்த்திக் கொண்டிருந்த ஷொஹ்ராபின் முகம் ஜன்னல் பக்கம் திரும்பி யிருந்தது. அவன் உறங்குகிறான் என நினைத்தேன். உட்காருவதற்காக ஒரு ஸ்டூலை நான் இழுத்தபோது அவன் கண்களைத் திறந்தான். என்னைப் பார்த்துவிட்டு வேறுபக்கம் பார்த்தான். அவனுக்கு ரத்தம் பெருமளவு செலுத்தப்பட்டிருந்தும் வெளிறிப்போயிருந்தான்.

“எப்படி இருக்கிறாய்?” என்று நான் கேட்டதற்கு அவன் பதி லொன்றும் சொல்லவில்லை. அவன் ஜன்னல் வழியே வெளியே பார்த்துக்கொண்டிருந்தான். வெளியே தோட்டத்தில் குழந்தைகள் விளையாடிக் கொண்டிருந்தார்கள். “நான் டாக்டரிடம் பேசினேன். அவர் இரண்டு மூன்று நாட்களில் மருத்துவமனையிலிருந்து போய் விடலாம் என்று சொன்னார்,” என்று அவனிடம் சொன்னேன்.

அப்போதும் அவன் பேசவில்லை. அவன் முகம் கல் போன்றி ருந்தது. கண்களில் ஒளி இல்லை. குளியல் தொட்டியிலிருந்து அவனை எடுத்தபோது இருந்ததைப்போலவே அவை இருந்தன. நான் ஃபார்ஸி புத்தகக்கடையில் வாங்கியிருந்த பழைய ஷாநாமா புத்தகத்தை எடுத்து அவனிடம் கொடுத்தேன். “நானும் உன் தந்தை யும் சிறுவர்களாயிருக்கையில் இந்தப் புத்தகத்தை நான் உன் தந்தைக்குப் படித்துக்காட்டுவேன்” என்று சொன்னபோதும் அவன் ஒன்றும் பேசாமல் மீண்டும் ஜன்னல் வழியே வெளியே பார்த்தான். நான் வலிந்து சிரித்துக்கொண்டே “ருஸ்தமின் கதை உனது தந்தைக்கு மிக விருப்பமானது. அதனால்தான் ஷொஹ்ராப் என்று உனக்குப் பெயர். அது உனக்குத் தெரியும் என்று எனக்குத் தெரியும்” என்று கூறிவிட்டு சிறிது இருந்தேன். நான் மடத்தனம் செய்வதுபோல எனக்குத் தோன்றியது. “இது உனக்குப் பிடித்தமானது என்று உனது தந்தை எனக்கு எழுதிய கடிதத்தில் குறிப்பிட்டிருந்தார். உனக்காக கொஞ்சம் படிக்கலாம் என்று நினைக்கிறேன். உனக்கு விருப்பமா?” என்று கேட்டேன்.

ஷொஹ்ராப் தன் கண்களை மூடிக்கொண்டு கைகளை அவற்றின் மீது வைத்துக்கொண்டான்.

நான் புத்தகத்தைத் திறந்தேன். எழுத்தறிவு பெற்று ஹஸன் இதனைப் படித்தபோது நான் அவனை ஏமாற்றி இருந்ததைக் கண்டுபிடித்திருப்பான் என்று நினைத்துக்கொண்டே தொண்டையை செருமிக்கொண்டு படிக்க ஆரம்பித்தேன்.

"ஷொஹ்ராப் தன் தாய் தஹ்மீனாவிடம் தன் தந்தையின் அடையாளம்பற்றி கேட்டுக்கொண்டிருந்தான்" என்பதுவரை படித்து விட்டு "நான் இன்னும் படிக்கவா? இனிமேல் போர்க்களக்காட்சிகள் வருகின்றன" என்றேன்.

அவன் மறுத்து தலையை ஆட்டினான். நான் புத்தகத்தை பையில் வைத்தேன். அவன் இத்தனை நேரம் கவனித்திருந்ததை எண்ணி "நாம் நாளை தொடரலாம். நீ எப்படி இருக்கிறாய்?" என்று கேட்டேன்.

அவன் "களைப்பாக இருக்கிறது" என்றான்.

"எனக்குத் தெரியும். டாக்டர் நவாஸ் அப்படித்தான் இருக்கும் என்று சொன்னார்" என்றேன்.

அவன் தலையை ஆட்டி கிசுகிசுப்பது போன்ற குரலில் கரகரத்து "எல்லாவற்றின் மீதும் களைப்பாக இருக்கிறது" என்றான்.

அவன் மீண்டும் அதையே சொன்னான். "நான் என்ன செய்ய வேண்டும்? சொல் ஷொஹ்ராப்" என்று கேட்டேன்.

அவன் கரகரத்த குரலில் "எனக்கு..." என்று தொடங்கி தொண்டையை தடவிக்கொண்டு "எனக்கு எனது பழைய வாழ்க்கை வேண்டும்" என்றான்.

"எனக்கு என் அப்பாவும் அம்மாவும் வேண்டும். என்னுடைய ஸாஸா வேண்டும். ரஹீம்கான் சாகிபுடன் தோட்டத்தில் விளையாட வேண்டும்," என்றான்.

எனக்கு என்ன சொல்வதென்று தெரியவில்லை. கீழே பார்த்தேன். என்னைப்பற்றி ஏதேதோ நினைவுகள் வந்தன.

"என்னால் அதை உனக்குத்தர முடியாது" என்றேன்.

“என்னை நீங்கள்...” என்று தொடங்கிய உடனே, “ப்ளீஸ், அதை சொல்லாதே” என்றேன்.

“என்னால் உனது பழைய வாழ்க்கையைத் தரமுடியாது. ஆனால் என்னுடன் உன்னைக் கொண்டுபோக முடியும். அதை சொல்லத்தான் பாத்ரூமுக்கு அன்று வந்தேன். என்னுடனும் என் மனைவியுடனும் நீ வாழலாம். உனக்கு விஸா கிடைத்துள்ளது. இது உண்மை,” என்றேன்.

அவன் பெருமூச்சுவிட்டு கண்களை மூடிக்கொண்டான்.

“உன்னை அநாதை விடுதியில் சில நாட்கள் விடுகிறேன் என்று சொன்னதற்கு என்னை மன்னித்துவிடு. இனிமேல் எப்போதும் நான் அப்படி சொல்லமாட்டேன். என்னுடன் வருகிறாயா?” என்று கேட்டேன்.

அவன் பதிலுக்காகக் காத்திருந்தேன். ஹஸனிடம் அவன் விசுவாசத்தை நிரூபிப்பதற்காக அசிங்கத்தைத் தின்ன முடியுமா என்று நான் கேட்டிருந்தது என் நினைவுக்கு வந்தது. இப்போது எனது மதிப்பை நான் நிரூபிக்கவேண்டிய நிலை. எனக்கு வேண்டியதுதான்.

ஷொஹ்ராப் எனக்கு முதுகைக் காட்டி படுத்துக்கொண்டான். அவன் நீண்ட நேரம் ஒன்றும் பேசவில்லை. உறங்கிவிட்டான் என்று நினைத்தபோது “எனக்கு மிகவும் களைப்பாக இருக்கிறது” என்று கரகரத்த குரலில் கூறினான்.

அவன் உறங்கும்வரை அவனருகில் அமர்ந்திருந்தேன். எனக்கும் அவனுக்கும் இடையிலான உறவில் எதுவோ தவறிவிட்டிருந்தது. வழக்கறிஞர் ஃபைஸலை சந்திக்கும் முன்புவரை அவன் கண்களில் நம்பிக்கையின் ஒளி இருந்தது. அந்த ஒளி இப்போது இல்லை. அது மீண்டும் அவனிடம் வருமா என்று எனக்கு அச்சமேற்பட்டது.

மீண்டும் ஷொஹ்ராப் பேசுவதற்கு ஓராண்டு காலம் ஆகும் என்பது தெரியாமலே நான் அங்கிருந்து சென்று இன்னொரு ஹோட்டலில் அறையொன்றை எடுத்தேன்.

நான் சொன்னதை கடைசிவரை அவன் ஏற்றுக்கொள்ளவே யில்லை. மறுக்கவும் இல்லை. மருத்துவமனையிலிருந்து சென்றதும் தான் குடும்பமற்ற ஒரு அநாதை ஹஸாரா சிறுவன் என்பது அவனுக்குத் தெரிந்திருந்தது. அவன் என்ன செய்வான்? எங்கு போவான்? என்ற நிலையில் முழு விருப்பமற்று வேறுவழியில்லா மல் சரணாகதி அடைவதுபோல அவன் ஒத்துக்கொள்வான். அவன்

ஏங்கியது அவனுடைய பழைய வாழ்க்கைக்காக. அவனுக்குக் கிடைத்ததோ நானும் அமெரிக்காவும். அது அவ்வளவு மோசமானதில்லை என்றாலும் நான் அவனிடம் அதை சொல்லவில்லை. மனதில் பேய்களாடி அச்சப்படுத்திக் கொண்டிருக்கும்போது ஒன்றை நன்றாக நினைப்பதென்பது அபூர்வமான செயல்.

ஒரு வாரம் கழித்து சிறிது கஷ்டங்களுடன் ஹஸனுடைய மகனை நாங்கள் அமெரிக்காவுக்குக் கொண்டுவந்தோம். அது அவனை நிச்சய மான குழப்ப நிலையிலிருந்து நிச்சயமற்ற குழப்பநிலைக்குக் கொண்டுவந்தது போலிருந்தது.

□ □ □

1983ஆம் ஆண்டிலோ அல்லது 1984ஆம் ஆண்டிலோ ஓர் நாள் ஃப்ரமண்டின் வீடியோ கடை ஒன்றில் இருந்தேன். என்னருகில் இருந்த ஒருவன் 'தி மேக்னிஃபீஸன்ட் ஸெவன்' என்ற படத்தை சுட்டிக்காட்டி, அதனைப் பார்த்திருக்கிறீர்களா என்று கேட்டான். "ஆமாம், பதின்மூன்று முறை" என்றேன். கதையின் முடிவையும் நான் சொன்னபோது அவன் முகச்சுளிப்புடன் என்னவோ முணு முணுத்துச் சென்றான். எந்தக் கதையின் முடிவையும் சொல்வது அமெரிக்கர்களுக்குப் பிடிக்காதது என்பதை அன்றுதான் அறிந்து கொண்டேன்.

ஆனால் ஆப்கானிஸ்தானில் உள்ளவர்களுக்கு கதையின் முடிவு தெரியவேண்டும். நானும் ஹஸனும் ஒரு ஹிந்தி திரைப்படத்தைப் பார்த்து விட்டு வந்தபோது எனது அப்பா, ரஹீம்கான், அவர்களது நண்பர்கள் கூட்டம், அலி உள்பட எல்லோரும் கேட்டது, "கடைசி யில் அந்தப்பெண் சந்தோஷமாக இருந்தாளா? அந்தப்பையன் அவனது கனவுகளை அடைந்தானா? அல்லது தோற்றுப் போனானா?" என்பதைத்தான்.

இறுதியில் எல்லாம் சுபமாக முடிந்ததா என்பது அவர்களுக்குத் தெரியவேண்டும்.

நான், ஹஸன் மற்றும் ஷொஹ்ராப் சம்பந்தப்பட்ட கதை மகிழ்ச்சியாக முடிந்ததா என்று என்னை யாராவது கேட்டால், என்ன சொல்வது என்று எனக்குத் தெரியாது.

இந்தக் கேள்விக்கு எனக்கு பதில் தெரியாமல் இருந்தாலும், கடந்த ஞாயிறு அன்று நடைபெற்ற ஒரு அற்புதத்தை சொல்லலாம்.

ஏழு மாதத்திற்கு முன்பு அதாவது 2001ஆம் ஆண்டின் ஆகஸ்டு மாதத்தின் இதமான ஒரு நாளில் நாங்கள் வீட்டை வந்தடைந்தோம். எங்களை கூட்டிச்செல்ல சுரய்யா விமான நிலையத்திற்கு வந்திருந்தாள். நான் அவளை இவ்வளவு நாள் பிரிந்திருந்ததே இல்லை. நாங்கள் கட்டிக்கொண்டபோது அவள் தலைமுடியின் ஆப்பிள்பழ வாசனையை நுகர்ந்தேன். அவளுக்காக நான் எவ்வளவு ஏங்கியிருந்தேன் என்பதை அப்போது உணர்ந்தேன்.

அவள் ஷொஹ்ராபைப் பார்த்ததும் "ஸலாம் ஷொஹ்ராப் ஜான். நான் உனது பெரியம்மா சுரய்யா. உனக்காக நாங்கள் காத்துக் கொண்டிருந் தோம்" என்றாள். அவள் கண் கலங்கியது. அவளது கர்பப்பை அவளை ஏமாற்றி இருக்காவிட்டால் அவள் எப்படிப்பட்ட தாயாக இருந்திருப்பாள் என நினைத்தேன்.

ஷொஹ்ராப் நகர்ந்து வேறெங்கோ பார்த்தான்.

வீட்டின் மேலிருந்த படிக்கும் அறையை ஷொஹ்ராபின் படுக்கை அறையாக சுரய்யா மாற்றினாள். அவனுக்கான எல்லா வசதிகளையும் அங்கு செய்து கொடுத்தாள். அவன் படுக்கைக்கருகில் ஒரு கூடையில் புத்தகங்களும், விடையாட்டுப் பொருள்களும் வைக்கப்பட்டிருந் ததை நான் கண்டேன்.

அவனுக்கு அந்த அறை பிடித்திருக்கிறதா என்று சுரய்யா கேட்டதற்கு அவன் பதில் சொல்லவில்லை. அவன் தலையணையில் முகத்தை புதைத்து உறங்கிப்போனான். நாங்கள் வெளியேவந்தோம்.

என் மார்பில் தலை சாய்ந்து சுரய்யாவும் உறங்கிப்போனாள். எனக்கு உறக்கம் பிடிக்கவில்லை. மீண்டும் தூக்கம் வராத நோய்க்கு ஆளாகினேன்.

சில இரவுகளில் என் படுக்கையிலிருந்து எழுந்து ஷொஹ்ராபின் அறைக்குச் செல்வேன். ஓரிரவு அப்படி சென்றபோது அவன் தலையணைக்கடியிலிருந்து நான் அவனிடம் கொடுத்த புகைப்படம் நீட்டிக் கொண்டிருந்தது. எவ்வளவு நேரம் அதை பார்த்துக்கொண்டே படுத்திருப்பான் என்றெண்ணினேன்.

அதனை மீண்டும் அங்கேயே வைத்தேன்.

நாங்கள் வந்தடைந்த அடுத்த நாள் இரவு உணவுக்காக ஜெனரலும் ஜமீலா மாமியும் வந்தார்கள். "சுரய்யா சொன்னதைவிட நீ மிக அழகாக இருக்கிறாய் ஷொஹ்ராப் ஜான்" என்று மாமி கூறினார்.

அவனிடம் நீல நிற ஸ்வெட்டர் ஒன்றினைக் கொடுத்து "உனக்காவே இதை செய்தேன். அடுத்த குளிர்காலத்துக்கு இது உனக்குப் பொருந்தி விடும்" என்றார்.

ஷொஹ்ராப் அதனை வாங்கிக் கொண்டான்.

ஜெனரல் "ஹலோ யெங்மேன்" என்று கூறி அலங்காரப் பொருள் ஒன்றைப் பார்ப்பதுபோல் பார்த்தார்.

ஜமீலா மாமி என்னிடம் கேட்ட எல்லா கேள்விகளுக்கும் நான் பதில் சொன்னேன். சுரய்யாவும் ஜமீலா மாமியும் உணவு மேசையைத் தயார் செய்து கொண்டிருந்தபோது காபூலைப் பற்றியும் தாலிபான்களைப் பற்றியும் ஜெனரலிடம் சொன்னேன்.

சாப்பிடும்போது "இந்தப் பையனை ஏன் கொண்டுவந்தீர்கள் என்று சொல்லுங்கள்" என்று ஜெனரல் கேட்டார்.

"என்ன கேள்வி இது?" என்று ஜமீலா மாமி அவரிடம் கேட்டார்.

"நீ ஸ்வெட்டரை பின்னிக்கொண்டு வீட்டில் இருக்கும்போது நான் வெளியில் பலரையும் சந்திக்கவேண்டும். ஏன் உங்கள் மகள் வீட்டில் ஒரு ஹஸாரா சிறுவன் இருக்கிறான் என்று கேட்டால் நான் அவர்களிடம் என்ன சொல்வது?".

சுரய்யா, "நீங்கள் அவர்களிடம்..." என்று ஆரம்பித்தாள்.

"பரவாயில்லை சுரய்யா. ஜெனரல் சொல்வது சரிதான். எல்லோரும் கேட்பார்கள்தான்" என்று நான் சொன்னேன்.

"அமீர்..." என்று அவள் ஆரம்பித்தாள்.

நான் "பரவாயில்லை" என்று அவளிடம் கூறிவிட்டு ஜெனரலிடம் திரும்பி "எனது அப்பா அவர் வீட்டு வேலைக்காரப் பெண்ணுடன் படுத்தார். ஹஸன் என்றொருவனை அவள் பெற்றாள். இப்போது ஹஸன் இறந்துவிட்டான். இங்கே உட்கார்ந்திருப்பவன் ஹஸனுடைய மகன். எனக்கும் மகன். உங்களிடம் கேட்பவர்களிடம் இதனை சொல்லுங்கள்" என்றேன்.

எல்லோரும் என்னையே பார்த்துக் கொண்டிருந்தார்கள். "இன்னொரு விஷயம் ஜெனரல் சாகிப். என் முன்னால் அவனை இன்னுமொருமுறை ஹஸாரா என்று சொல்லாதீர்கள். அவனுக்கு ஒரு பெயர் இருக்கிறது. அது ஷொஹ்ராப்" என்றேன்.

சாப்பிட்டு முடிக்கும்வரை எவரும் எதையும் பேசவில்லை.

ஷொஹ்ராப் மௌனமாய் இருந்தான் என்று சொல்வது தவறு. மௌனம் அமைதியாகும். மௌனம் குழப்பமாகும். வாழ்க்கையின் ஓசையை மௌனம் குறைக்கிறது.

பேசாமலிருப்பது ஓசையை அணைத்துவிடுகிறது. எல்லாவற்றை யும் மூடிவிடுகிறது.

அவன் எங்களுடன் இருப்பதன் சந்தடியே இல்லை. வெளியில் செல்லும்போதெல்லாம் யாரும் அவனை பார்ப்பதே இல்லை என்பதை கவனித்திருக்கிறேன். நான் எதையாவது வாசிக்கையில் அவன் வந்து என்னருகில் அமர்ந்ததை நான் தலைநிமிர்ந்து பார்த்த போதுதான் அவன் உள்ளே வந்தது எனக்குத் தெரியாமலிருந்ததை அறிவேன். தனது காலடிச்சுவடுகள் பதிந்துவிடுமோ என்று பயந்தது போல அவன் நடை இருக்கும். தன்னைச்சுற்றி உள்ள காற்றை அசைத்து விடுவோமோ என்று பயந்ததுபோல நடப்பான். பெரும் பாலும் அவன் தூங்கிக்கொண்டே இருந்தான்.

அவனது மௌனம் சுரய்யாவுக்கும் கஷ்டமாகவே இருந்தது. அவள் அவனுக்காக என்னென்னவோ திட்டங்கள் வைத்திருந்தாள். அவன் அறையில் அவனுக்காக வைக்கப்பட்டிருந்த எதுவும் அவனால் தொடப்படாததை அவள் கண்டாள். அவனுக்காக என்னிட மும் ஏராளமான கனவுகள் இருந்தன.

ஷொஹ்ராப் மௌனமாக இருந்தபோது உலகம் மௌனமாக இருக்கவில்லை. செப்டம்பர் மாதத்தின் ஒரு செவ்வாய்க்கிழமை காலையில் நியூயார்க்கின் இரட்டை கோபுரங்கள் தகர்க்கப்பட்டன. எங்கும் அமெரிக்கக் கொடிகள் திடீரென முளைத்தன.

அந்தத் தாக்குதலுக்குப் பின்னர் அமெரிக்கா ஆப்கானிஸ்தானை தாக்கியது. கூட்டணிப் படையினர் ஆப்கானிஸ்தானிற்குள் நுழைந் தார்கள். தாலிபான்கள் எலிகளைப்போல பயந்து ஓடினார்கள். ஆப்கானிஸ்தானின் நகரங்களைப்பற்றி எங்கு பார்த்தாலும் மக்கள் பேசிக்கொண்டிருந்தார்கள். ஹமீத் கர்சாய் பிரபலமானார்.

ஷொஹ்ராபிற்கு இவை ஒன்றும் தெரியவில்லை.

ஆப்கானிஸ்தானிற்கான உதவிகளை செய்யும் ஒரு திட்டத்தை நானும் சுரய்யாவும் தயாரித்து உதவிகள் செய்தோம்.

□ □ □

2002ஆம் ஆண்டின் மார்ச் மாதத்தின் ஒரு மழை நாளில் அந்த ஆச்சரியகரமான அற்புதம் நிகழ்ந்தது.

ஃப்ரமண்டின் எலிஸபெத் ஏரிக்கருகில் நடந்த ஆப்கானியர் புத்தாண்டு நிகழ்ச்சி ஒன்றுக்கு சுரய்யாவையும், ஜமீலா மாமியையும், ஷொஹ்ராபையும் கூட்டிச் சென்றேன். ஆப்கானிஸ்தானின் அமைச்சகப் பொறுப்புக்கு மீண்டும் அழைக்கப்பட்டதால் ஜெனரல் இரண்டு வாரங்களுக்கு முன்பு ஆப்கானிஸ்தான் போய்விட்டிருந்தார். சில மாதங்கள் கழித்து ஜமீலா மாமியும் போவதாகத் திட்டம். அவருக்காக ஏங்கிய ஜமீலா மாமியை நாங்கள்தான் இங்கேயே வற்புறுத்தி இருக்க வைத்திருந்தோம்.

வசந்த காலத் தொடக்கத்தின் முதல் நாளான ஒரு வியாழன் அன்று ஆப்கானிய புதுவருட துவக்க நாளாகவும் இருந்தது. அனைத்து ஆப்கானியர்களும் அதனை நன்றாகக் கொண்டாட முடிவு செய்திருந்தார்கள். எனக்கும், சுரய்யாவுக்கும், ஆப்கானிய உதவித்திட்டத்தில் எங்களுடன் இருந்த கபீர் என்பவருக்கும், கொண்டாட வேறு ஒரு காரணமும் இருந்தது. அது எங்களால் ராவல்பிண்டி நகரில் குழந்தைகளுக்கான சிறிய மருத்துவமனை ஒன்று திறக்கப்பட்டதால் இருந்தது.

எல்லா நாட்களும் வெயிலடித்துக்கொண்டே இருந்தது. ஆனால் ஞாயிற்றுக்கிழமை அதிகாலையில் ஜன்னலின் மீது மழைத்துளி விழும் ஓசையைக் கேட்டு நான் துள்ளி எழுந்தேன். சுரய்யா உறங்கிக் கொண்டிருக்கையில் எனது காலைவேளைத் தொழுகையை நான் தொழுதேன். இப்போது எனக்கு குர்-ஆனின் வாக்கியங்கள் நன்கு வந்துவிட்டிருந்தன.

நாங்கள் நிகழ்ச்சியிடத்திற்கு சென்றபோது குறைந்த எண்ணிக்கையிலேயே ஆட்கள் இருந்தனர். அஹமத் ஜாஹீரின் பாடல் டேப் ரெக்கார்டரிலிருந்து வந்துகொண்டிருந்தது. பிளாஸ்டிக் ஷீட்டால் கூடாரம் போன்று அமைக்கப்பட்டிருந்த இடத்திற்குள் நாங்கள் ஓடினோம். எங்களுக்கு கடைசியில் ஷொஹ்ராப் வந்துகொண்டிருந்தான். எல்லோரும் கூடாரத்திற்குள் நுழைந்தோம். ஷொஹ்ராப் மட்டும் மீண்டும் மழைக்குள் சென்றான். ஒருவரும் அவனை கவனிக்கவில்லை. எல்லோரும் அவனைப்பற்றி கேட்பதை நிறுத்தி விட்டிருந்தார்கள். வந்திருந்த பலருடனும் நான் கை குலுக்கினேன். பலரும் என் அப்பாவைத் தங்களுக்குத் தெரியும் என்று சொன்னார்கள்.

யாரோ முல்லா நஸ்ருதீனின் நகைச்சுவை ஒன்றை சொல்லவே எல்லோரும் சிரித்தார்கள்.

உங்கள் அப்பாவுக்கும் நல்ல நகைச்சுவை உணர்வு இருந்தது என்று கபீர் சொன்னார்.

சுவற்றின் மீது விசுக் விசுக்கென்று பறந்து கொண்டிருந்த பூச்சிகளைப் பார்த்து "இந்த நாட்டில் பூச்சிகளுக்குக்கூட நேரமில்லை" என்று அப்பா நகைச்சுவையாகச் சொன்னது என் நினைவுக்கு வந்தது.

மூன்று மணி வாக்கில் மழை நின்றது. வானில் மேகங்கள் கவிந்திருந்தன. குளிர்த்தென்றல் வீசியது. எல்லோரும் வாழ்த்துக்களைப் பரிமாறிக்கொண்டனர். உணவுகளைப் பரிமாறிக் கொண்டனர். இறைச்சி வறுபடும் வாசனை வந்தது. எனக்குத் தெரியாத புதிய பாடகர் ஒருவரின் பாடல் கேட்டது. குழந்தைகள் விளையாடிக் கொண்டிருந்தார்கள். ஷொஹ்ராப் தனது மழைக் கோட்டுடன் வானைப் பார்த்துக்கொண்டிருந்தான்.

என் அப்பாவின் வகுப்புத் தோழர் ஒருவருடன் நான் பேசிக் கொண்டிருக்கும்போது என் சட்டையைப் பற்றி இழுத்து "அமீர் அங்கே பார்" என்றாள் சுரய்யா.

வானில் பட்டங்கள் பறந்து கொண்டிருந்தன. அவை பல வண்ணங்களில் இருந்தன.

என் கையிலிருந்த தேநீர்க் கோப்பையை சுரய்யாவிடம் கொடுத்து விட்டு, பட்டங்கள் விற்கும் இடத்திற்கு சென்றேன். நானும் ஹஸனும் நூலை பரிசோதிப்பதுபோல நூலை இழுத்துப் பார்த்தேன்.

பட்டத்தை எடுத்துக்கொண்டு ஷொஹ்ராப் நின்றிருந்த இடத்திற்குச் சென்றேன். அவன் மேலே பார்த்துக்கொண்டிருந்தான்.

"உனக்குப் பிடித்திருக்கிறதா?" என்று கேட்டேன். அவன் வானத்திலிருந்து பார்வையை மாற்றி பட்டத்தைப் பார்த்தான். பின்னர் வானைப் பார்த்தான்

"மலேஷியாவில் மீன் பிடிப்பதற்கு பட்டங்களை பயன்படுத்து வார்கள் என்று படித்திருக்கிறேன். பண்டைய சீனாவில் போர்க் களங்களில் தகவல்களைத் தெரிவிக்க பட்டங்களைப் பயன்படுத்தி இருக்கிறார்கள். நான் சும்மா ஒன்றும் சொல்லவில்லை. உண்மை யாகத்தான் சொல்கிறேன்" என்று அவனிடம் சொன்னேன்.

சுரய்யா எங்களைக் கவனித்துக் கொண்டிருந்தது எனக்குத் தெரிந்தது.

எனது சுட்டு விரலை ஈரப்படுத்திக்கொண்டு உயரே நீட்டினேன். "நாங்கள் பட்டம் விடும்போது காற்று வீசும் திசையை அறிய உன் தந்தை மணலை எறிவார்" என்று சொன்னேன். விரலை இறக்கிப் பார்த்துவிட்டு "மேற்குப் பக்கம் என்று நினைக்கிறேன்" என்று சொன்னேன்.

அவன் ஒன்றும் சொல்லாமல் காலை மாற்றி நின்றான்.

"வஸீர் அக்பர்கான் பகுதியிலேயே மிகச்சிறந்த பட்ட விரட்டி உனது தந்தை என்று உன்னிடம் சொல்லி இருக்கிறேனா?" என்று கேட்டுக்கொண்டே நூலை பட்டத்தில் கட்டினேன்.

வானில் இன்னும் ஆறு பட்டங்கள் ஏறின. கையில் தேநீர்க் கோப்பைகளுடன் எல்லோருடைய பார்வையும் வானில் இருந்தது.

"இதைப் பறக்கவிட நீ எனக்கு உதவுவாயா?" என்று கேட்டேன்.

ஷொஹ்ராப் பார்வையை பட்டத்திலிருந்து என் மீது மாற்றினான். மீண்டும் வானத்தைப் பார்த்தான்.

"சரி. நானே தனியாக விடவேண்டும்போல இருக்கிறது" என்றேன்.

"சரி. நான் விடுகிறேன்" என்று கூறி நூல்கண்டை ஒரு கையில் பிடித்துக் கொண்டு மறுகையால் பட்டத்தைத் தூக்கிப்பிடித்துக் கொண்டு ஓடினேன்.

எனக்குப் பின்னால் பட்டம் உயர்ந்து கொண்டு இருந்தது. நான் நின்றேன். திரும்பினேன். உயரே பார்த்தேன். புன்னகைத்தேன். எனது பட்டம் பெண்டுலம் போல உயரே ஆடிக்கொண்டிருந்தது. பழைய நினைவுகள் எல்லாம் என் மனதில் தோன்றின. எனக்கு மீண்டும் பனிரெண்டு வயதானதுபோலத் தோன்றியது.

என் அருகில் யாரோ இருப்பதுபோல இருந்தது. குனிந்து பார்த்தேன். அது ஷொஹ்ராப். அவன் தன் மழைக்கோட்டின் பைகளில் கையை விட்டுக்கொண்டு என் அருகில் நின்றான். அவன் என்னைத் தொடர்ந்து வந்திருக்கிறான்.

"நீ விடுகிறாயா?" என்று கேட்டேன். அவன் ஒன்றும் சொல்லவில்லை. ஆனால் நூலை அவனிடம் கொடுத்தபோது தன் கைகளை பைகளி லிருந்து எடுத்து நூலைப் பிடித்தான். நூல்கண்டை நான் பிடித்துக் கொண்டிருந்தபோது என் இதயம் வேகமாகத் துடித்தது. நாங்கள் அருகருகே நின்றோம். எங்கள் தலைகள் வானை நோக்கி இருந்தன.

எங்களைச் சுற்றி குழந்தைகள் ஓடிப்பிடித்து விளையாடிக் கொண்டிருந்தார்கள். யாரோ ஹிந்திப் பாடலொன்றை போட்டுக் கொண்டிருந்தார்கள். ஒரு முதியவர் மாலைவேளைத் தொழுகையை தொழுதுகொண்டிருந்தார்.

எங்கள் பட்டத்துக்கு அருகில் பச்சை நிற பட்டமொன்று வந்தது. அதைவிட்ட சிறுவனை நான் பார்த்து புன்னகைத்து கையை அசைத் தேன். அவனும் அசைத்தான். ஷொஹ்ராப் நூலை என்னிடம் கொடுத்தான். நூல்கண்டை எடுத்துக் கொண்டான்.

"சரி. நாம் அவனுக்கொரு பாடத்தைக் கற்பிப்போமா?" என்று கூறி அவனைப் பார்த்தேன். அவன் கண்களில் இருந்த வெறுமை இப்போது காணாமல் போயிருந்தது. அவன் பார்வை எங்கள் பட்டத்தின் மீதும் அந்தப் பச்சை நிறப் பட்டத்தின் மீதும் இருந்தது. அவன் பார்வை கூர்மையடைந்திருந்தது. அவன் இன்னும் ஒரு குழந்தைதான் என்பதை எப்படி மறந்திருந்தேன் என்றெனக்கு வியப்பாக இருந்தது.

பச்சைப் பட்டம் நகர்ந்தது. "அவன் இன்னும் கொஞ்சம் அருகில் வரட்டும்" என்றேன். அது இரண்டு குட்டிகரணம் அடித்து எங்கள் பட்டத்தின் அருகில் வந்தது. "வா.. வா.." என்று சொன்னேன்.

நான் வைத்திருந்த பொறியைப்பற்றி அறியாமல் அது அருகில் வந்தது. "கவனி. உன்னுடைய தந்தையின் "ட்ரிக்" ஒன்றை இப்போது செய்யப்போகிறேன் பார், ஷொஹ்ராப்" என்றேன்.

என்னருகிலிருந்த ஷொஹ்ராபின் மூச்சு வேகமாக சீராக வந்து கொண்டிருந்தது. அவன் கைகளில் நூல்கண்டு சுழன்று கொண்டி ருந்தது. அவன் கை நரம்புகள் இறுகி விடைத்துக்கொண்டிருந்தன. சட்டென்று அந்தக் கைகள் ஹஸனுடையவைபோல எனக்குத் தோன்றின. பழைய நினைவுகள் எல்லாம் என் மனதில் தோன்றின.

அந்தப் பச்சைப்பட்டம் எங்கள் பட்டத்துக்கு நேர்மேலிருந்தது. பட்டத்தையும் ஷொஹ்ராபையும் பார்த்துக் கொண்டே "இதோ அவன் கதை முடியப்போகிறது" என்றேன்.

இத்தனை ஆண்டுகளாகிவிட்டன. நான் அதனை சரியாகச் செய்தேன். பலவித இழுத்தல் நகர்த்தல்களுக்குப் பிறகு அரைவட்ட மடித்து அந்தப் பட்டத்திற்கு மேலே கொண்டு சென்றேன். அது நடுங்கியது. எங்கள் பட்டத்தின் நூல் அதனை அறுப்பதை என்னால் உணர முடிந்தது.

பச்சைப் பட்டம் சுற்றிச் சுழன்று சென்றது.

எங்களுக்குப் பின்னால் எல்லோரும் கைதட்டி ஆரவாரம் செய்தார்கள்.

நான் ஷொஹ்ராபைப் பார்த்தேன். அவன் உதடுகள் வளைந் திருந்தன.

புன்னகை.

எங்களுக்குப் பின்னால் குழந்தைகள் அந்த அறுபட்ட பட்டத்தை விரட்டிச் செல்வது கேட்டது.

அந்தப் புன்னகை மறைந்திருந்தது.

"அதனை உனக்காக விரட்டிச் செல்லவா?" என்று கேட்டேன்.

அவன் தலையை ஆட்டியது போலிருந்தது.

"ஏய் உனக்கான ஆயிரம் முறை முடிந்துவிட்டது" என்பது எனக்குள் கேட்டது.

நான் திரும்பி ஓடினேன்.

அது ஒரு புன்னகை மட்டுமே. அதற்கு மேல் ஒன்றுமில்லை. எல்லாவற்றையும் நான் சரிசெய்து விடவில்லை. அந்தப் புன்னகை எல்லாவற்றையும் சரி என்றும் ஆக்கிவிடவில்லை. ஒரு புன்னகை மட்டுமே. மிகச் சிறிய ஒன்று. இலையுதிர்ந்து போன மரத்தில் ஒரு புதுத்துளிர். பறக்க எத்தனிக்கும் பறவையின் சிறகுதறல்.

ஆனால் நான் அதனைப் பிடிப்பேன், விரிந்த கைகளுடன். ஏனென்றால் வசந்தகாலம் வருகையில் பனிப்படர்வின் முதல் அடுக்கையே முதலில் உருக வைக்கும். அந்த முதல் உருகுதலை அந்தப் புன்னகையில் நான் பார்த்திருக்கலாம்.

நான் ஓடினேன். குழந்தைகளுடன் சேர்ந்து ஓடும் ஒரு வளர்ந்து விட்ட மனிதன். ஆனால் நான் அதைப்பற்றி கவலைப்படவில்லை. என் முகத்தில் காற்றடிக்க பஞ்ச்ஷேர் சமவெளி அளவுக்கு விரிந்த புன்னகையுடன் நான் ஓடினேன்.

நான் ஓடினேன்.

இறுதியுரை

கடந்த முப்பதாண்டுகளுக்கும் மேலாக உலகின் முக்கிய பிரச்சினைகளில் ஒன்றாக ஆப்கானிஸ்தானின் அகதிகள் பிரச்சினை இருக்கிறது. போர், வறுமை, குழப்பம், இன ஒடுக்குமுறை ஆகியவை பல லட்சம் ஆப்கானியர்களை அகதிகளாக்கி பக்கத்து நாடுகளான பாகிஸ்தானுக்கும் ஈரானுக்கும் ஓடச் செய்திருக்கிறது. கிட்டத்தட்ட எட்டு மில்லியன் ஆப்கானியர்கள் அகதிகளாக புலம் பெயர்ந்துள்ளார்கள். இரண்டு மில்லியன் மக்களுக்கும் மேல் பாகிஸ்தானில் அகதிகளாக உள்ளனர்.

ஐக்கிய நாடுகள் சபையின் உதவியுடன் 2002ஆம் ஆண்டிலிருந்து ஐந்து மில்லியன் ஆப்கானியர்கள் மீண்டும் தங்கள் தாயகம் திரும்பி உள்ளனர். 2007ஆம் ஆண்டின் செப்டம்பர் மாதத்தில் இப்படி தாயகம் திரும்பியவர்களை வடக்கு ஆப்கானிஸ்தானில் சந்தித்தேன். ஒரு டாலருக்கும் குறைவான செலவில் தினசரி வாழ்க்கையை ஓட்டிக் கொண்டிருக்கும் மக்களை சந்தித்தேன். அவர்கள் குளிர்காலம் முழுவதும் தரைக்கடியில் உள்ள குழிகளில் வாழ்கிறார்கள். ஒவ்வொரு குளிர்காலத்திலும் வெயில்காலத்திலும் ஐந்திலிருந்து பதினைந்து குழந்தைகளை மரணத்திற்கு கொடுக்கும் கிராமங்களைச் சென்று பார்த்தேன். கலங்கிய மண் கலந்த ஆற்றுநீரைக் குடிக்கும் மக்களைப் பார்த்தேன். எளிதில் தடுக்கக்கூடிய நோய்களுக்கு மக்கள் இரையாவதையும் கண்டேன். அவர்களுக்கு வீடுகள் இல்லை. சுகாதார வசதிகளோ, பள்ளிக்கூடங்களோ, உணவோ அல்லது வேலை வாய்ப்புகளோ இல்லாதிருப்பதைக் கண்டேன். மனம் நொந்து வேதனைப்பட்டேன்.

ஏதாவது செய்ய வேண்டும் என்ற நோக்கத்தில் காலித் ஹுசைனி ஃபவுண்டேஷன் தொடங்கப்பட்டது. இந்த அமைப்பினால் உருப்படியாக ஏதேனும் செய்யமுடியும் என்று நாங்கள் நம்பு கிறோம். 2009ஆம் ஆண்டில் ஐக்கிய நாடுகள் சபையின் *UNHCR* அமைப்புடன் இணைந்து வடகிழக்கு ஆப்கானிஸ்தானில் வீடற்ற 71 குடும்பங்களுக்கு வீடுகட்ட உதவினோம். இன்னும் வீடுகள் கட்டிக் கொடுக்கும் திட்டமும் இருக்கிறது. எதிர்கால ஆப்கானிஸ்தானின் முதுகெலும்பான அகதிகளுக்கும், பெண்களுக்கும், குழந்தைகளுக்கும் பெரிதும் பாதிக்கப்பட்ட இந்த தேசத்தின் இரு சாராருக்கும் பலனளிக்கும்படியான திட்டமிடுதலை நோக்கமாகக் கொண்டுள்ளோம்.

ஆப்கானிஸ்தானை மீண்டும் கட்டி எழுப்புவது மிகப்பெரிய வேலை. அதைப் பற்றி தெரிந்து கொள்ளவோ அல்லது காலித் ஹுஸைனி ஃபவுண்டேஷனைப் பற்றித் தெரிந்துகொள்ள *www.khaledhosseinifoundation.org* என்ற இணையதளத்திற்கு வாருங்கள்.

நன்றி

காலித் ஹுஸைனி